நீ வேறு, நான் வேறு

பலூசிஸ்தான் விடுதலைப் போராட்ட வரலாறு

நீ வேறு, நான் வேறு

பலூசிஸ்தான் விடுதலைப் போராட்ட வரலாறு

பா.ராகவன்

எழுத்து
பிரசுரம்

Title: Balochistan Viduthalai Poratta Varalaru
Author's Name: Pa Raghavan

Published by Ezutthu Prachuram

Ezutthu Prachuram
(An imprint of Zero Degree Publishing)
No. 75,76, I Floor,
Kuppusamy Street, Balaji Nagar,
Padi,
Chennai - 600 050

Website: www.zerodegreepublishing.com
E Mail id: zerodegreepublishing@gmail.com
Phone: 89250 61999

Ezutthu Prachuram First Edition: October 2025
ISBN: 978-93-48439-80-2
TITLE NO EP: 590

Rs. 650/-

Layout : Vidhya Velayudham
Cover Design: Vijayan, Creative Studio
Printed at Rathna Offset Printers, Chennai, India

மே 9, 2025 அன்று பலூசிஸ்தான் விடுதலைப் பிரகடனம் வெளியிடப்பட்டது. மே 19, 2025 முதல் தினசரித் தொடராக இது மெட்ராஸ் பேப்பர் இணைய இதழில் (madraspaper.com) வெளியானது. வெளியாகும்போதே வாசித்து, கருத்துச் சொல்லி, மதிப்புரை எழுதி, உடன் இருந்த வாசக நண்பர்களுக்கு நன்றி.

பாரா

பொருளடக்கம்

1. மிதிபட

விடிவதற்கு நேரம் இருந்தது. ஆனால் உறக்கம் போய்விட்டதால் நாதியா எழுந்து அமர்ந்து, கண்ணைத் திறக்காமல் காலைப் பிரார்த்தனையைச் செய்தார். பிறகு எப்போதும் போலத் தன் தாயை அழைத்தபடி கண்ணைத் திறந்து பார்த்தபோது, அருகே அவர் இல்லை. சிறிது திடுக்கிட்டார். அவர் இன்னும் சற்று முன்பாக எழுந்திருக்கலாம்; தேநீர் தயாரிக்க அடுக்களைக்குச் சென்றிருக்கலாம் என்றெல்லாம் எண்ணிக்கொள்வதற்கில்லை. பலூசிஸ்தானில் எந்த ஒரு தனி நபர் அழைக்கும்போது அருகே இல்லையோ, அவர் நிரந்தரமாக இல்லாமல் போயிருக்க வாய்ப்புகள் அதிகம். மக்கள் அப்படித்தான் முதலில் நினைப்பார்கள். அச்சத்துடன்தான் தேடத் தொடங்குவார்கள்.

நாதியா தேடியபோது அவரது தாய் வீட்டில் இல்லை என்று தெரிந்தது. தமது சகோதர, சகோதரிகளுக்குத் தகவல் சொன்னார். அக்கம்பக்கத்தில் விசாரித்தார். நண்பர்கள், உறவினர்களுக்கு போன் செய்து கேட்டார். பதற்றமும் அச்சமும் கூடி, அவசர அவசரமாகக் குளித்து, வெள்ளைச் சட்டையும் கறுப்பு பேன்ட்டும் அணிந்து, வாங்கி வைத்திருந்த புதிய கறுப்பு நிற மேல் அங்கியை எடுத்தபோது அவருக்கு அழுகை வந்தது.

ஆனால் இப்போது அழுதுகொண்டிருக்க நேரமில்லை. எப்போதாவது ஓய்வு கிடைக்கும்போது உட்கார்ந்து அழுதுகொள்ளலாம். இப்போது நீதிமன்றத்துக்குப் புறப்பட்டாக வேண்டும்.

பிறந்தபோது அவர் எல்லா குழந்தைகளையும் போலத் தாய் தந்தைக்கு மட்டுமே உரியவராக இருந்தார். பிறகு பலூசிஸ்தானில் எல்லா தாய் தந்தையரும் செய்வது போல நாதியாவை அவரது பெற்றோர் தம் மக்களுக்காக நேர்ந்து விட்டார்கள். நாதியா, பள்ளிப் படிப்பை முடித்துவிட்டு குவெத்தா பல்கலைக்கழகத்தில் சட்டம் படித்தார். படிப்பு முடிந்து, பட்டம் பெற்று, வழக்கறிஞராகப் பதிவு செய்துகொண்ட பின்பு அவர் கையிலெடுத்திருந்த முதல் வழக்கு அன்றைக்கு நீதிமன்றத்தில் விசாரணைக்கு வரவிருந்தது. அது அவரது மூத்த சகோதரியின் மீது பாகிஸ்தான் அரசாங்கம் தொடுத்திருந்த வழக்கு.

ஒரு வழக்கறிஞராகத் தாம் முதல் முதலில் வாதாடவிருக்கிற வழக்கில் நிச்சயமாகத் தோற்கத்தான் போகிறோம் என்பது நாதியாவுக்குத் தெரியும். அதற்காகப் பின்வாங்க முடியாது. நீதிமன்றத்துக்குச் செல்லாமல் இருக்க முடியாது. வழக்கறிஞராக இல்லாது போனாலும் மஹ்ராங் பலோச்சின் சகோதரியாகவேகூட இல்லாது போனாலும், மக்களுக்காகவும் அவர்களுக்குக் கிடைக்க வேண்டிய நீதிக்காகவும் நேர்ந்துவிடப்பட்ட ஒரு சமூகத்தில் பிறந்த பெண்ணாக அது அவரது கடமை. அதில் தவற முடியாது. என்னவானாலும் சரி. இறைவன் என் தாயைக் காக்கட்டும். இறைவன் என் சகோதரியைக் காக்கட்டும். இறைவன் எம்மக்களைக் காக்கட்டும். நான் புறப்படுகிறேன்.

அன்றைக்கு அதிர்ஷ்டவசமாக இறைவன் அவரது தாயைக் காப்பாற்றியிருந்தான். ஆறு பிள்ளைகளைப் பெற்றதால் அல்ல; வாழ்வில் இனி மிதிபட ஒன்றுமில்லை என்று நினைக்கும் அளவுக்குத் துயரங்களைப்

பார்த்துவிட்டதனாலேயே தளர்ந்து போயிருந்த அந்தப் பெண்மணி, தமது மூத்த மகளை நீதிமன்றத்துக்கு அழைத்துச் செல்லும்போதாவது ஒருமுறை பார்த்துவிட மாட்டோமா என்கிற ஏக்கத்தில், ஊர் உறங்கும் நேரத்திலேயே எழுந்து குவெத்தா மத்திய சிறைச்சாலை வளாகத்துக்கு வந்து, கதவுக்கு வெளியே காத்திருந்தார்.

வழக்கு விசாரணை நீதிமன்றத்துக்கு வருவதற்கு முன்பு ஒருமுறையாவது சகோதரியைச் சந்தித்துப் பேசிவிட எண்ணி, சிறைச்சாலைக்கு வந்த நாதியா, அங்கே தன் தாயைக் கண்டார். அம்மா என்று ஓடிவந்து கட்டியணைத்துக் கண்ணீர் விட்டார்.

மகள் வழக்கறிஞர் ஆகியிருக்கிறாள். முதல் வழக்கை அன்றைக்கு எதிர்கொள்ளவிருக்கிறாள். பெருமையும் பூரிப்புமாக ஆசி சொல்லி வழியனுப்ப வேண்டிய அந்தப் பெண்மணிக்குப் பேசுவதற்குச் சொற்கள் இல்லை. பொங்கிய கண்ணீரில் அவர்தம் உள்ளத்தைப் பொதிந்து வைத்திருந்தார். அதே குவெத்தா மத்திய சிறைச்சாலை வளாகத்துக்குப் பல வருடங்களுக்கு முன்பும் அவர் வந்திருந்தார். அப்போது சிறைப்பட்டிருந்தவர், அவரது கணவர் அப்துல் கஃபார் (Abdul Ghaffar Langove). பொதுவாக பலூசிஸ்தானில் கொலை கொள்ளைகளுக்காக, வழிப்பறிகளுக்காக, இதர உலக வழக்கமான குற்றங்களுக்காகக் கைதாகிறவர்கள் அதிகம் கிடையாது. வழிப்பறி செய்ய அம்மக்களிடம் பெரும்பாலும் ஏதும் இருக்காது. ஒருவரை ஒருவர் அடித்துக்கொள்ளவும் குத்திக் கொல்லவும் அவர்கள் பகை வளர்ப்பது இல்லை. இனக்குழுக்களுக்கு இடையே அவ்வப்போது மோதல் வரும். அடித்துக்கொள்வார்கள் என்பது உண்மையே. ஆனால் எதுவும் வழக்காகாது. அப்படியே ஆனாலும் ஊர்ப் பஞ்சாயத்தைத் தாண்டாது.

பலூசிஸ்தானில் கைது என்றால் பெரும்பாலும் அது அரசுக்கு எதிரான போராட்டங்களின்போது

மட்டுமே நடக்கும். அல்லது போராட்டங்களில் கலந்துகொண்டவர்களை, பின்னணியில் இருந்து நடத்தியவர்களை, ஆதரவாளர்களை, அனுதாபிகளைக் குறிவைத்து வீட்டுக்குச் சென்று கைது செய்து கொண்டு போவார்கள். அதுவுமே அபூர்வம். கிளர்ச்சியாளர் என்று காவல் துறையும் உளவுத் துறையும் வட்டமிடும் நபர்கள் திடீரென்று காணாமல் போவதுதான் அங்கே எழுபத்தெட்டாண்டுக் கால நடைமுறை. அப்படிக் காணாமல் போகிறவர்கள் ஒன்று, சிறைக்குப் போவார்கள் அல்லது செத்துப்போவார்கள். சிறைக்குச் சென்றால் பெரும்பாலும் அங்கேயே இருந்து, இறந்துவிடுவார்கள். நேரடியாகச் செத்துப்போய்விட்டால் வீட்டுக்குப் பக்கத்தில் சாக்கடை அல்லது குப்பைத் தொட்டிகளில் ஒன்றிரண்டு நாள்களுக்குப் பிறகு பிணம் கிடக்கும். உடலில் சில இடங்களில் குண்டடி பட்டிருக்கும். எப்படியானாலும் இறந்தவரின் உடல், உறவினர்களை வந்து சேர்ந்துவிடும். அந்த விஷயத்தில் பாகிஸ்தான் அரசாங்கம் கருணையுடன் நடந்துகொள்ளும்.

நாதியாவின் தந்தை அப்துல் கஃபார் அப்படி முதல் முறை போலிசாரால் கைது செய்யப்பட்டு குவெத்தா சிறைச்சாலையில் அடைக்கப்பட்டபோது, நாதியா மிகவும் சிறுமி. அவரது தாய், தமது ஆறு பிள்ளைகளையும் அழைத்துக்கொண்டு சிறைச்சாலை வாசலுக்கு வந்து மணிக்கணக்கில் காத்திருப்பார். ஆனால் கணவரைப் பார்க்க முடியாது. ஒவ்வொரு நாளும் பிள்ளைகளுடனும் கண்ணீருடனும் வீட்டுக்குத் திரும்பிச் செல்வார்.

எப்படியோ அதிசயமாக அம்முறை அப்துல் கஃபாரை நீதிமன்றம் விடுதலை செய்து வீட்டுக்கு அனுப்பியது. சரி, மகிழ்ச்சியாக இருங்கள். ஆனால் ஜாக்கிரதை. மீண்டும் ஒருமுறை கிளர்ச்சி, போராட்டம் என்று எந்தப் பக்கமாவது உன் புருஷனின் புத்தி போகுமானால் முடிந்தது கதை.

சந்தேகமில்லை. அடுத்த கைதின்போது அவரது கதை முடிந்துவிட்டது.

சொல்லிவைத்தாற்போல ஒருநாள், கராச்சிக்குச் சென்றிருந்த அப்துல் கஃபார் காணாமல் போனார். எவ்வளவு முயற்சி செய்தும் அவர் இருக்கும் இடம் தெரியவில்லை. தொடர்புகொள்ள முடியவில்லை. அவருக்கு என்னவோ ஆகிவிட்டது என்பது மட்டும் தெரிந்தது. ஆனால் என்ன ஆனது என்று தெரியவில்லை. ஊரெல்லாம் தேடி, உறவெல்லாம் விசாரித்து, உள்ளூர் வெளியூர் காவல் நிலையங்களில் எல்லாம் சென்று பார்த்தும் எந்தத் தகவலும் இல்லை. சில நாள்களுக்குப் பிறகு துப்பாக்கியால் சுடப்பட்டு இறந்திருந்த ஒருவரின் உடலை அடையாளம் காணச் சொல்லி நாதியாவின் தாயாரைக் காவல் துறையினர் அழைத்துச் சென்றார்கள். அன்றைக்கு நாதியாவுக்கும் அவரது சகோதர சகோதரிகளுக்கும் தந்தை இல்லாமல் போனார்.

மறுநாள், நாதியாவின் மூத்த சகோதரி மஹ்ரங் பலோச் (Mahrang Baloch), தனக்கும் மூத்த சகோதரிகளுடன் வீதிக்கு வந்து தன் தந்தைக்கு நேர்ந்த கொடுமையைச் சொல்லிப் பதாகை ஏந்திப் போராட்டத்தில் அமர்ந்தார்.

அது 2011 ஆம் ஆண்டு. பிறகு 2017 இல் அவரது சகோதரர் ஒருவரும் அதே போலக் காணாமல் போனார். அதிர்ஷ்டவசமாக அவர் சிறையில் உயிருடன் இருக்கும் தகவல் தெரிய வந்தது. போராடி மீட்டுக் கொண்டு வந்தார்கள். மகிழ்ச்சியில் திளைக்க அவகாசம் இல்லை. வாழ்க்கை முழுவதும் இது இப்படித்தான். வீட்டில் ஒவ்வொருவராகக் காணாமல் போய்க்கொண்டுதான் இருப்பார்கள். கண்டுபிடித்துக்கொண்டே இருக்க வேண்டும். உயிருடன் கிடைத்தால் அதிர்ஷ்டம். இல்லாவிட்டால் இல்லை.

ஆனால், எங்களுக்கு மட்டும் ஏன் இப்படி நடக்கிறது

என்று பலூசிஸ்தானில் யாரும் சொந்தத் துயர் கருதி ஒப்பாரி வைத்துக்கொண்டிருப்பதில்லை. பலூசிஸ்தான் என்கிற - பாகிஸ்தான், ஆப்கனிஸ்தான், இரான் மூன்று நாடுகளில் பரவி நிறைந்துள்ள மாபெரும் நிலப்பரப்பில், பாகிஸ்தானின் எல்லைக்குட்பட்ட பிராந்தியங்களில் வசிக்கும் அத்தனை பேர் வீட்டிலும் குறைந்து ஒரு நபருக்காவது இது நேர்ந்திருக்கிறது. எனவே அவர்கள் உறவுக்காகக் கண்ணீர் விட்டுக்கொண்டிருப்பதில்லை. ஊருக்காகப் போராடத்தான் வீதிக்கு வருகிறார்கள்.

நாதியாவின் மூத்த சகோதரி மஹ்ரங் பலோச் அப்படி வந்தவர்தாம்.

ஆயிரம் கஷ்டங்கள் வந்தாலும் படிப்பு முக்கியம்; அதை மட்டும் விட்டுவிடாதீர்கள் என்று அப்துல் கஃபார் இருந்தபோது தம் மகள்களுக்குச் சொல்லித் தந்திருக்கிறார். உங்கள் படிப்பு ஊருக்கு உதவுவதாக மட்டுமே இருக்க வேண்டும் என்று மஹ்ரங்கின் தாய் ஒவ்வொரு நாளும் சொல்வார். மஹ்ரங், மருத்துவம் படித்தார். நாதியா சட்டம் படித்தார். வீட்டில் ஒவ்வொருவரும் படித்தார்கள். ஊருக்காகப் படித்தார்கள்.

படித்து முடித்த பிறகு மஹ்ரங் போராட்டக் களத்துக்கு வந்தார். கைதானார். நாதியா, படித்து முடித்த பிறகு தமது சகோதரியை மீட்பதற்காக வந்தார். அப்போது மஹ்ரங் பலோச், சாதாரண போராட்டக்காரராக இல்லை. மிதிபட்டு மிதிபட்டு மண்ணோடு மண்ணாக உருக்குலைந்து போய்க்கொண்டிருந்த பலூச் இன மக்களின் மிகப்பெரிய நம்பிக்கை நட்சத்திரமாகச் சுடர்விட்டுக் கொண்டிருந்தார். அமைதி வழி என்று பேசியவர்கள், ஆயுதமே வழி என்று சொன்னவர்கள் அத்தனை பேரும் அவரது சொல்லுக்குக் கட்டுப்படுபவர்களாக இருந்தார்கள். தீப்பொறி பறக்கும் அவரது மேடைப் பேச்சில் அவர்கள் தமது சரித்திரத்தைத் தெரிந்துகொண்டார்கள். பாகிஸ்தான்

என்ற நாடு உருவான நாளில் தங்கள் அடையாளம் முற்றிலுமாக அழித்து ஒழிக்கப்பட்ட அவலத்தை அறிந்துகொண்டார்கள். சொந்த இழப்புகளைக் கருதாமல் இன விடுதலைக்காகப் போராட வேண்டியதன் அவசியத்தை உணர்ந்துகொண்டார்கள். மஹ்ரங் பலோச் என்கிற மனித உரிமைப் போராளி, கடந்த இருபதாண்டுகளுக்கும் மேலாக பலூச் இன மக்களின் அகமாகவும் முகமாகவும் குரலாகவும் இருந்து வருபவர்.

பலூசிஸ்தான், பாகிஸ்தானில் உள்ள நான்கு மாகாணங்களுள் மிகப் பெரியது. நாட்டின் மொத்தப் பரப்பளவில் நாற்பத்து நான்கு சதவீதத்தை உள்ளடக்கியது. அத்தனை பெரிய நிலத்தில் கொல்லப்பட்டவர்கள் போக உயிருடன் மீதமிருப்பவர்களின் எண்ணிக்கை மிகவும் சொற்பம். மொத்தமே ஒன்றரைக் கோடிக்கும் சற்றுக் குறைவு. ஆனால் அந்த மொத்த மக்களும் இன்றைக்கு மஹ்ரங் பலோச்சின் விடுதலைக்காகப் போராடிக்கொண்டிருக்கிறார்கள். ஒரு நாதியா அல்ல. பல லட்சம் நாதியாக்கள். ஒரு மூத்த சகோதரர் அல்ல. ஒரு கோடி சகோதரர்கள்.

2024 ஆம் ஆண்டு உலகின் சக்தி மிக்க நூறு தலைவர்களுள் ஒருவராக டைம்ஸ் பத்திரிகை மஹ்ரங் பலோச்சை அடையாளம் காட்டியது. பிபிசியின் பட்டியலிலும் அவர் இருந்தார். கடந்த மார்ச் மாதம், இவ்வாண்டு அமைதிக்கான நோபல் பரிசுக்கு அவரது பெயர் பரிந்துரை செய்யப்பட்டது.

போதும் அல்லவா?

பாகிஸ்தான் அரசு உடனடியாக மஹ்ரங் பலோச் இனி எங்குமே பயணம் செய்யக்கூடாது என்று தடை விதித்தது. குவெத்தா நகரில் ஓர் அமைதிப் போராட்டத்தில் கலந்துகொள்ளச் சென்றபோது கைது செய்து சிறையில் அடைத்தது.

நாதியா தன் தாயுடன், மஹ்ரங்கைப் பார்ப்பதற்காக குவெத்தா மத்திய சிறைச்சாலைக்குச் சென்றது அப்போதுதான்.

மஹ்ரங் பலோச் கைதானது மார்ச் 22, 2025. ‘ஆப்பரேஷன் ஹெராஃப்’ (Operation Herof 2.0) என்ற பெயரில் பலூசிஸ்தான் விடுதலை ராணுவம் (BLA), பலூச் இன மக்களின் எழுபத்தெட்டு ஆண்டுக் கால விடுதலைப் போராட்டத்தை உச்சக்கட்டத்துக்கு நகர்த்தியது மே 2, 2025. மே ஒன்பதாம் தேதி சுதந்தர பலூசிஸ்தான் பிரகடனம் வெளியானது.

உலகம் அப்போதுதான் பலூசிஸ்தான் மக்களின் குரலை முதல் முறையாகப் பொருட்படுத்திக் கேட்க ஆரம்பித்தது.

2. குரலும் பொருளும்

நீங்கள் கரையில் நின்றுகொண்டிருக்கிறீர்கள். கண்ணெதிரே ஆறு பெருக்கெடுத்து ஓடிக்கொண்டிருக்கிறது. ஓட்டத்தின் வேகத்தையும் சுழிப்புகளின் ஆழத்தையும் அடித்துச் செல்லப்படும் பிரம்மாண்டமான மரங்களையும் தொலைவில் தத்தளித்துத் தள்ளாடி முன்னேறும் சிறிய படகுகளையும் திகைப்போடு பார்க்கிறீர்கள். ஆசை மிகுந்தாலும், அபாயம் கருதிக் கால் வைக்க யோசிக்கிறீர்கள். ஆனால் வைத்த கண்ணை எடுக்க முடிவதில்லை. ஆற்றின் பேருரு உங்களைத் திக்குமுக்காடச் செய்கிறது. இந்நிகரற்ற படைப்பின் தொடக்கமும் முடிவும் எப்படி இருக்கும் என்று மனத்துக்குள் விரித்துப் பார்க்க முயற்சி செய்கிறீர்கள். ஆறுகள் கடலில் சென்று சேரும். எனவே அதன் முடிவு ஒரு பெருங்கடல். ஆழமும் அலையடிப்பும் கொண்டது. ஓசை மிக்கது. சூட்சுமமானது. அதை உணர முடிகிறது. ஆனால் தொடக்கம் எப்படி இருக்கும்?

அது சிறிய ஊற்றிலிருந்து தோன்றியிருக்கலாம். அல்லது ஓர் ஏரியிலிருந்து புறப்பட்டிருக்கலாம். உருகும் பனிப் பாறைகளிலிருந்து உற்பத்தியாகியிருக்கலாம். எங்கே தோன்றியதென்றே கண்டறியப்படாமல் ஏதேனும் ஒரு மலை இடுக்கிலிருந்து கொப்பளித்து

வெளிப்பட்டிருக்கலாம். இந்தப் புள்ளியில் இது பிறந்தது என்று அறுதியிடுவது சிரமம். ஆறு சென்று சேரும் கடலின் உருவம் உங்களுக்குத் தெரியும். ஆறு பிறக்கும் இடத்தை அருகிலிருந்து பார்த்திருக்க மாட்டீர்கள் அல்லவா?

ஆறு மட்டுமல்ல. வரலாறும் அப்படித்தான். தொடக்கம் பூடகமாக இருக்கும். பூஞ்சை படிந்திருக்கும். அல்லது பாதி அழிந்திருக்கும். மட்கிப் போயிருக்கும். அவரவர் வசதிக்கேற்ப மாற்றிச் சொல்லி உருக்குலைத்திருப்பார்கள். தொடக்கமே தெரியாதவண்ணம் சுற்றுச்சுவர் எழுப்பி, வெளிப்புறம் பெரிதாக அகழி வெட்டி, முதலை வளர்ப்பார்கள். எதுவும் சாத்தியம். ஏனெனில், எல்லா காலங்களிலும் எல்லா இடங்களிலும் எப்போதும் இருப்பது மனிதர்களே அல்லவா? மனிதன் மகத்தானவன் மட்டுமல்ல. அவசியம் ஏற்பட்டால் மலினமானவனும்கூட.

எனவே எங்கும் எதிலும் குழப்பம் நேராதிருப்பதன் பொருட்டு பலூசிஸ்தானின் விடுதலைப் போராட்ட வரலாற்றை அதன் இன்றைய சுதந்தரப் பிரகடனப் புள்ளியில் இருந்து பின்னோக்கிப் பார்க்கத் தொடங்கலாம். கடலில் இருந்து தடம் பிடித்து ஆற்றின் ஊற்றுக்கண்ணுக்கு.

உயரங்களையும் துயரங்களையும் அடிவாரத்திலிருந்து அளப்பதே சரி.

டைம்ஸ் இதழ் சுட்டிக்காட்டிய உலகின் நூறு முக்கியப் புள்ளிகளில் ஒருவர் டாக்டர் மஹ்ரங் பலோச். பலூச் இன மக்களின் மனசாட்சியென அறியப்படுபவர். அம்மாநிலத்தில் முகமாக உலகம் இந்நாள்வரை அறிந்துள்ள ஒரே நபர். ஒருவேளை பலூசிஸ்தான் மக்களின் தனிநாடு கனவு நனவாகி, ஐநாவும் அதன் உறுப்புகளும் அதனை அங்கீகரித்து, அங்கே முதல் ஆட்சி என்ற ஒன்று அமையுமானால் சந்தேகமின்றிப்

பிரதமராக அமரக்கூடியவர் என்று இப்போதே பேசப்படுபவர். ஆனால் பலூசிஸ்தான் விடுதலைப் பிரகடனத்தை அவர் வெளியிடவில்லை. அவர் சிறையில் இருக்கிறார். பலூசிஸ்தானில் ஒரு மாபெரும் மக்கள் புரட்சி நடந்துகொண்டிருக்கிறது; சுதந்தரப் பிரகடனம் வெளியிடப்பட்டிருக்கிறது என்ற விவரம்கூட அவரைச் சென்று சேர்ந்திருக்குமா என்று தெரியாது. உலகறிந்த பாகிஸ்தானின் சுமாரான அடாவடி முகம் வேறு. பலூசிஸ்தான் மக்களுக்கு மட்டும் பிரத்தியேகமாகப் பாகிஸ்தான் அரசு காட்டும் அராஜக முகம் முற்றிலும் வேறு. அது இன்னும் கொடூரமானது. மேலும் ஈவு இரக்கமற்றது.

மஹ்ரங் கைது செய்யப்பட்டதற்குச் சரியாக நாற்பது நாள்களுக்குப் பிறகு (மே 2, 2025) ஆபரேஷன் ஹெராஃப் 2.0 என்கிற பெயரில் பலூசிஸ்தான் விடுதலை ராணுவம் (BLA) தாக்குதலைத் தொடங்கியது. ஒரே சமயத்தில் பலூசிஸ்தான் முழுவதிலுமாக ஐம்பதுக்கும் மேற்பட்ட இடங்களில் சுமார் எண்பது தாக்குதல்கள் மேற்கொள்ளப்பட்டன. முதல் இலக்கு, பாகிஸ்தான் ராணுவம். இரண்டாவது இலக்கு, பாகிஸ்தான் காவல் துறை. மூன்றாவதாக அரசு அலுவலகங்கள். ஒரு முழுநீளப் பேயாட்டம் ஆடித் தீர்த்துவிட்டுத்தான் அவர்கள் அறிவிக்கத் தயாரானார்கள்.

அப்போதும், அறிவித்தது அவர்கள் அல்லர். மிர் யார் பலோச் (Mir Yar Baloch) என்கிற எழுத்தாளர்.

உலக சரித்திரத்தில் வேறு எந்த நாட்டிலும் எந்த விடுதலை இயக்கமும் எக்காலத்திலும் இப்படிச் செய்ததில்லை. விடுதலை இயக்கத் தலைவர்கள் தமது அறிவிப்புகளைத் தாமேதான் வெளியிடுவார்கள். முகம் காட்ட வேண்டாம் என்று நினைப்பவர்கள் மட்டும் இயக்கத்தின் பிரதிநிதியாக உள்ளேயே இருந்து செயல்படும் ஒருவரைப் பேச வைப்பார்கள்.

ஆனால் மிர் யார் பலோச், ஆயுதம் ஏந்தும் போராளி அல்லர். எந்தக் குழுவின் பிரதிநிதியும் அல்லர். அவர் ஓர் எழுத்தாளர். சமூகச் செயல்பாட்டாளர். பலூசிஸ்தான் விடுதலைக்காகப் போராடிக்கொண்டிருக்கும் அனைத்து இயக்கங்களையும் அறிந்தவர். அனைவருடனும் தொடர்புள்ளவர். இயக்கங்களுடன் உள்ள தொடர்பினும் அதிகமாக, மாநிலமெங்கும் வசிக்கும் பலூச் இன மக்களுடன் நெருங்கிய உறவுள்ளவர். எழுத்து, பேச்சு என்கிற இரண்டு வழிகளே அவருடையவை. தமது இனத்தின் விடுதலையை அன்றி இன்னொன்றைக் குறித்து எக்காலத்திலும் அவர் எழுதியதோ பேசியதோ இல்லை. இன்றைக்கு பலூசிஸ்தான் விடுதலை ராணுவம் ஒரு புரட்சி செய்து சுதந்தரப் பிரகடனத்தை வெளியிட நினைத்தது. மிர் யார் அதனை அறிவித்தார். நாளை அங்கே உள்ள வேறொரு இயக்கம் இன்னொரு அறிவிப்பை வெளியிட நினைத்தாலும் மிர் யார் அதனைச் செய்வார்.

இயக்கங்கள் அல்ல; கொள்கை ஒன்றே சார்புக்குரியது என்பது அவரது நிலைப்பாடு. பலூசிஸ்தானில் உள்ள அத்தனை பேருக்கும் இது தெரியும். பி.எல்.ஏ. அவரைக் கூப்பிட்டு இந்தப் பிரகடனத்தை வெளியிட வைத்ததன் பின்னணியில் வேறொரு மிகத் தெளிவான மௌன அறிவிப்பு மறைந்திருக்கிறது.

இது ஒரு தனிப்பட்ட இயக்கம் நடத்திய போர் அல்ல. அந்தக் குறிப்பிட்ட இயக்கத்தின் பிரகடனம் மட்டும் அல்ல. இது ஓர் இனத்தின் போராட்டம். அம்மக்கள் அடைந்திருக்கும் வெற்றியின் பிரகடனம். ஆயுததாரிகள் இதனைச் சாதித்திருக்கலாம். ஆனால் எங்கள் இனத்தில் ஆயுதம் ஏந்தியவர்களும் அறிவுஜீவிகளின் பின்னால்தான் நிற்கிறோம். நாங்கள் எங்கள் மக்களுக்காக ஆயுதம் ஏந்துகிறோம். எங்கள் நியாயங்களை உலகுக்கு எடுத்துச் சொல்லும் பொறுப்பை ஏற்றிருக்கும் எழுத்தாளரின் குரலையே எங்கள் குரலாகக் கொள்கிறோம். சிந்திக்கத்

தெரிந்தவர்கள் இதனை விளங்கிக்கொள்ளட்டும்.

இது நிகழ்ந்தபோதுதான் ஆபரேஷன் சிந்தூரில் இந்தியா அழித்தொழித்த பாகிஸ்தான் தீவிரவாதிகளின் இறுதிச் சடங்கில் அந்நாட்டின் ராணுவ அதிகாரிகளும் உளவுத் துறை அதிகாரிகளும் கலந்துகொண்டு அஞ்சலி செலுத்தியதும் நடந்தது. ஒப்பிட்டுத் தெளிய முடியுமானால் இந்த வரலாறு எளிதாகப் புரிந்துவிடும். இல்லாவிட்டாலும் சிரமம் இல்லை. அடுத்தடுத்த புள்ளிகளில் அகழ்ந்து எடுத்துவிடலாம்.

பாகிஸ்தானிடமிருந்து விடுதலை. பலூச் இன மக்களின் ஒற்றைக் குறிக்கோள் அதுதான். அதற்கான நியாயங்களை அவர்கள் நெடுங்காலமாக உலக அரங்கில் முன்வைத்து வந்திருக்கிறார்கள். ஆனால் எந்தக் கட்டத்திலும் அவர்களது குரல் எடுபடாமல் போகவே, ஆயுதம் அன்றி வேறு தீர்வில்லை என்ற முடிவுக்கு இருபத்தைந்தாண்டுகளுக்கு முன்பு வந்து சேர்ந்தார்கள்.

1948 முதலே ஆயுதப் போராட்டம் இருந்து வந்திருக்கிறது என்றாலும் அப்போதெல்லாம் ஆயுதம் மட்டுமே போராட்டக் கருவியாக இருக்கவில்லை. நிறைய பேசிப் பார்த்தார்கள். விடுதலை என்பதைத் தவிர மற்ற அனைத்திலும் நிறைய விட்டுத்தர முன்வந்தார்கள். ஒப்பந்தங்கள் செய்துகொண்டார்கள். ஒதுங்கியிருந்தார்கள். தமது நிலத்தின் வளங்கள் அனைத்தையும் பாகிஸ்தான் கண்ணெதிரே அள்ளிச் சென்றதையும் சிந்திய கொஞ்சத்தைப் பொறுக்கி எடுத்துக்கொள்ளவும் வழியற்று இருந்ததையும்கூடச் சகித்துக்கொண்டார்கள்.

ஆனால், இரண்டாயிரமாவது ஆண்டுக்குப் பிறகு பாகிஸ்தான் அரசு பலூச் மக்களின்மீது திட்டமிட்ட இன அழிப்புத் தாக்குதல்களை வேகமாக நிகழ்த்தத் தொடங்கியது. குறிப்பாக, பர்வேஸ் முஷரஃப் ஆட்சியைப்

பிடித்த பிறகு. அப்போதுதான் வீட்டுக்கொருவர் காணாமல் போகத் தொடங்கினார். வீதிக்குப் பத்து பேர் சித்திரவதை செய்யப்பட்டுக் கொல்லப்பட்டார்கள். ஊருக்கு நூறு பேர் சிறைபிடிக்கப்பட்டார்கள். தமது இனத்தின் இருப்பே கேள்விக்குறியாகிவிடும் அபாயம் தெளிவாகத் தெரிந்துவிட்ட பின்புதான் அவர்கள் ஆயுதங்கள் மட்டுமே தீர்வு என்னும் முடிவுக்கு வந்து சேர்ந்தார்கள்.

எல்லா நாடுகளிலும் விடுதலை இயக்கங்களின் பிறப்பு இவ்வாறாகத்தான் நிகழ்கிறது. எல்லா நாட்டு அதிகார வர்க்கமும் அவர்களை பயங்கரவாதிகள் என்று குறிப்பிட்டு எச்சரிக்கிறது.

பாகிஸ்தான் எல்லா விதங்களிலும் மாறுபட்ட நாடல்லவா? அவர்கள் பயங்கரவாதிகளைத் தியாகிகள் என்று சொல்வார்கள். முசஃபராபாத் என்னும் தன்னாட்சிப் பிராந்தியத்தையே அவர்களுக்குத் தூக்கிக் கொடுத்து, சுதந்தரமாக வாழவும் சொகுசு குறையாதிருக்கவும் ஆவன செய்வார்கள். மறுபுறம் நியாயமான உரிமைக்காகக் குரல் கொடுக்கும் எளிய மக்களை பயங்கரவாதிகள் என்பார்கள். கடத்திச் சென்று கொலை செய்து வீசிவிட்டுச் செல்வார்கள்.

பலூசிஸ்தான் விடுதலைப் போர், ஆயுதப் போராக உருக்கொள்ள இதுதான் அடிப்படைக் காரணம்.

ஒன்றை நினைவில் கொள்ள வேண்டும். பலூசிஸ்தான் விடுதலைப் போரில் அங்கே வசிக்கும் முஸ்லிம்கள் மட்டும் ஈடுபடவில்லை. ஏராளமான இந்துக்களும் இந்த விடுதலை இயக்கங்களுக்குப் பக்க பலமாக நின்றிருக்கிறார்கள். இன்றல்ல. ஐம்பதாண்டுகளுக்கு முன்பிருந்தே.

எழுபதுகளில் பலூச் விடுதலை இயக்கத்தின் முக்கிய முகங்களாக இருந்தவர்களுள் ஒருவர் திலீப் தாஸ். அங்கே அவரை திலி என்று அழைப்பார்கள்.

கரடுமுரடான மலைப் பகுதிகளில் பல்லாண்டுக் காலம் பதுங்கியிருந்து, பாகிஸ்தான் ராணுவத்துக்கு எதிரான கெரில்லா தாக்குதல்களை நடத்தியவர். ஷெர் அலி மர்ரி (Sher Ali Marri) என்கிற அந்நாளைய பலூச் இன நட்சத்திரப் போராளியுடன் இணைந்து திலீப் மேற்கொண்ட ஏராளமான தாக்குதல் நடவடிக்கைகள் இன்றும் பலூசிஸ்தானில் நாடோடிக் கதைகளாக உயிர்த்திருக்கின்றன. 1975 ஆம் ஆண்டு திலீப் தாஸும் ஷெர் அலி மர்ரியும் பாகிஸ்தான் ராணுவத்திடம் பிடிபட்டார்கள்.

ஐம்பது வருடங்களாகிவிட்டன. இப்போதுவரை அவர்கள் இருவரைப் பற்றிய தகவல் ஏதும் கிடையாது. என்ன நடந்திருக்கும் என்பது எல்லோருக்கும் தெரியும். எதுவும் நடந்திருக்காது என்று அப்போது நினைத்துக்கொண்டார்கள். நடந்த எதையும் மறக்கவில்லை என்று இப்போது சொல்கிறார்கள்.

மே இரண்டாம் தேதி, ஆபரேஷன் ஹெராஃப் 2.0 வைத் தொடங்குவதற்கு முன்னால் பி.எல்.ஏவின் பஷீர் ஜெப் (Bashir Zeb) அதைத்தான் சொன்னார்.

எதையும் மறக்கவில்லை.

३. பி-பிரிவு

நகரின் நான்கு புற எல்லைகளில் இருந்தும் அவர்கள் நடந்துதான் வந்தார்கள். மொத்தம் எத்தனை பேர் என்று யாரும் எண்ணவில்லை. நூறு பேரில் இருந்து நூற்று முப்பது பேர் இருக்கலாம் என்று சில தகவல்கள் உள்ளன. ஆனால் அது துல்லியமான எண்ணிக்கை அல்ல. ஏனெனில், மே இரண்டாம் தேதி மாலை கலாத் மாவட்டத்தில் உள்ள மங்கோச்சர் நகர வீதிகளில் நடந்து போய்க்கொண்டிருந்த அத்தனை பேருமே பல இடங்களில் அரசுக் கட்டடங்களின் அருகே உள்ள கட்டடங்களின் உப்பரிகையில் துணியால் முகம் சுற்றி, ஆயுதம் ஏந்தி நின்ற பலரைப் பார்த்திருந்தார்கள். நிச்சயமாக ஒரு சம்பவம் இருக்கிறது என்று நினைத்துக்கொண்டு அவசரமாகக் கடந்து போனார்கள்.

மங்கோச்சர் நகரத்து மக்களின் கவலையெல்லாம் ஆயுததாரிகள் என்ன செய்யப் போகிறார்கள் என்பது பற்றி அல்ல. நகருக்குள் பாகிஸ்தான் ராணுவத்தினர் எத்தனை பேர் இருக்கிறார்கள், காவல் துறையினர் எத்தனை பேர் இருக்கிறார்கள், அவர்களுக்கு உளவுத் தகவல் போயிருக்குமா, பதிலடிக்கு ஆயத்தமாகியிருப்பார்களா என்பதுதான். எப்போதும் இருக்கும் பாதுகாப்பு, எப்போதும் இருக்கும் முன்னெச்சரிக்கை ஏற்பாடுகளால்

பிரச்னை இல்லை. ஆயுததாரிகள் அவற்றை எளிதாகத் தகர்த்துவிடுவார்கள். குறிப்பிட்ட தாக்குதல் சார்ந்த தகவல் கசிந்திருந்தால்தான் விஷயம் வேறு. இரு தரப்புத் தாக்குதலும் உக்கிரமாகிப் பொது மக்கள் சிக்கிக்கொள்ளும் அபாயம் நேரிடலாம்.

பலூசிஸ்தானில் அரசுப் பணியில் உள்ளவர்களைத் தவிர மற்ற அத்தனை பேருக்கும் விடுதலை இயக்க வீரர்களைக் குறித்த கவலை கிடையாது. அவர்கள் பொது மக்களைத் தாக்க மாட்டார்கள். குடியிருப்புப் பகுதிகளில் சேதம் விளைவிக்க மாட்டார்கள். திரைப்படங்களில் காட்டப்படும் கடைவீதி குண்டுவெடிப்புகள் நிகழாது. எனவே வியாபார சேதாரம் கிடையாது. இவை அனைத்தையும்விட முக்கியமான விவரம் ஒன்றுண்டு. திட்டமிட்டுச் செய்யும் தாக்குதல்களின்போது குறிப்பிட்ட பகுதியில் வசிக்கும் மக்களுக்கு எங்கிருந்தாவது சங்கேதமாகத் தகவல் சொல்லி அனுப்பிவிடுவார்கள். ஏதோ ஒன்று நடக்கப்போகிறது. எனவே வேறெங்காவது சென்றுவிடுங்கள். எனவே மக்கள் பாதுகாப்பு ஏற்பாடுகளைச் செய்துகொண்டுவிடுவார்கள்.

ஆனால் அன்றைக்கு அவர்கள் கண்ட காட்சி வினோதமாக இருந்தது. அது முன்னறிவிப்பில்லாமல் ஏற்பாடாகியிருந்தது. ஓரிடம் அல்ல. ஓர் இலக்கு அல்ல. நகரின் பல்வேறு இடங்களில் உள்ள பல்வேறு அரசுக் கட்டடங்கள் சுற்றிவளைக்கப்பட்டிருந்தன. எப்போது திட்டமிட்டார்கள், என்ன செய்யத் திட்டமிட்டிருக்கிறார்கள் என்று யோசிக்கத் தொடங்குவதற்குள் படபடபடவென இயந்திரத் துப்பாக்கிகள் அதிரும் சத்தம் கேட்கத் தொடங்கியது.

அரசு அலுவலகங்களில் அப்போது இருந்தவர்கள் அத்தனை பேரும் எகிறிக் குதித்து ஓடத் தொடங்கினார்கள். துப்பாக்கிக் குண்டுகளில் சிக்கிவிடாதிருக்கப் பெரும்பாலானோர் தரையில் உருண்டு மறைந்துகொள்ளப்

பார்த்தார்கள். சில இடங்களில் கையெறி குண்டுகள் வீசப்பட்டன. பூட்டியிருந்த அலுவலகங்களின் கதவுகள் தகர்க்கப்பட்டன. தடுக்க வந்த காவலர்கள் அக்கணமே கொல்லப்பட்டார்கள். எங்கெங்கோ யார் யாரோ, யார் யாருக்கோ தொலைபேசிகள் வழியே தகவல் தெரிவிக்க முயன்றுகொண்டிருந்தார்கள். அவர்களெல்லாம் சுட்டு வீழ்த்தப்பட்டார்கள். தொலைபேசி இணைப்புகள் பிடுங்கியெறியப்பட்டன. மின்சாரம் நிறுத்தப்பட்டது. அவர்கள் சுற்றிவளைத்துக் குறிவைத்த அரசு அலுவலகங்கள் அனைத்திலும் தப்பிச் சென்றவர்கள் தவிர மீதமிருந்த அத்தனை ஊழியர்களும் சுட்டுக் கொல்லப்பட்டார்கள். அலுவலகங்கள் அனைத்தும் போராளிகளின் வசமாயின.

மறுபுறம், ஏதோ நடக்கத் தொடங்கியிருக்கிறது என்று தெரிந்து தடுக்கப் புறப்பட்ட உள்ளூர்க் காவல் நிலையச் சிப்பாய்களால் ஸ்டேஷனைவிட்டு வெளியே வர இயலவில்லை. ஒவ்வொரு காவல் நிலையத்தையும் அவர்கள் ஏற்கெனவே சுற்றிவளைத்துத் தயாராக இருந்தார்கள். உள்ளே இருந்து வெளிப்படும் ஒவ்வொரு காவலரையும் நாலாபுறமிருந்தும் தோட்டாக்கள் சீறி வந்து தாக்கின. மீறி வெளியேறி ஓடியவர்களை நோக்கிக் கையெறி குண்டுகள் வீசப்பட்டன. நகருக்குள் பாதுகாப்புப் பணியில் இருந்த துணை ராணுவ வீரர்களையும் அவர்கள் விட்டுவைக்கவில்லை. ராணுவ வாகனம் ஊர்ந்த இடங்களில் எல்லாம் வெடித்தது.

எத்தனை பேர், எத்தனை நாள் திட்டம், என்ன நோக்கம் என்று யாருக்கும் புரியவில்லை. எந்த இயக்கம் என்பது குறித்துக் காவல் துறையோ, ராணுவமோ பெரிதாக அலட்டிக்கொள்ளவில்லை. ஒன்று, பலூசிஸ்தான் விடுதலை ராணுவம் (BLA). அல்லது பலூசிஸ்தான் விடுதலை முன்னணி (BLF). இவை போக BSO, BLUF, UBA, BNA, BRA என்று சில குழுக்கள் அங்கே உண்டு. தனித்தனியே செயல்படுவதோடு, BLAவுடன் இணைந்து

தாக்குதல்களில் ஈடுபடுவதும் உண்டு. இதர இயக்கங்களில் இருந்து முழுநேரம் பி.எல்.ஏவுக்கு இடம் மாறியவர்களும் அதிகம்; பி.எ.ஏவிலேயே கருத்து வேறுபாடு கொண்டு தனிக்குழுவாகிப் போனவர்களும் அதிகம். பெயர்களில் ஒன்றுமில்லை. அனைவருக்கும் நோக்கம் பொதுவானது.

மங்கோச்சரில் அன்றைக்குக் காவல் பணியில் இருந்த ராணுவ வீரர்களுக்கும் காவல் துறையினருக்கும் பெருங்கவலை ஒன்று இருந்தது. மற்ற இடங்களில் தாக்குதல் தீவிரம் கொண்டு சேதாரம் அதிகமானாலும் கவலையில்லை. எப்போதும் நடப்பது இப்போதும் நடந்திருக்கிறது என்று கணக்கெழுதி முடித்துவிடலாம்.

ஆனால், அவர்கள் மையம் கொண்டிருந்த இடத்துக்கு மிக அருகில் தேசிய ஆவணக் கிடங்கு மற்றும் பதிவுத் துறை அலுவலகம் (National Database and Registration Authority) இருந்தது. மாநிலம் முழுவதற்கும் தேசியக் குடியுரிமை அட்டை, அடையாள அட்டை வழங்குவதெல்லாம் அங்கிருந்துதான். இரண்டாயிரமாவது ஆண்டு முதல் அனைத்தும் கணினிமயம் ஆக்கப்பட்டு, நாடெங்கும் கிளை அலுவலகங்கள் திறக்கப்பட்டுவிட்டன என்றாலும் இரண்டாயிரத்துக்கு முந்தைய காலத்துக் கைப்பிரதி ஆவணங்கள் அங்கே சேகரித்து வைக்கப்பட்டிருந்தன. சுருக்கமாகச் சொல்வதென்றால், **1947**க்குப் பிறகு பாகிஸ்தானில் பிறந்த அத்தனை பேரின் ஜாதகமும் அங்கேதான்.

இஸ்லாமாபாத்தில் உள்ள ராணுவத் தலைமையகத்துக்குத் தகவல் பறந்தது. குவெத்தா, கராச்சியில் உள்ள ரிசர்வ் படையினருக்கு அழைப்பு சென்றது. புள்ளிவிவர-பதிவுத் துறை ஆணையத்தின் சேர்மன் லெஃப்டினன்ட் ஜெனரல் முஹம்மத் முனீர் அஃப்சரைத் தொடர்புகொண்டு விவரம் சொன்னார்கள். பாகிஸ்தானின் உள்துறை அமைச்சகச் செயலாளர், பிரதமரின் தனி ஆலோசகர் என்று எங்கெங்கிருந்தோ யார் யாருக்கோ செய்தி பறந்தது.

அதே சமயம் குவெத்தாவிலிருந்து கராச்சி வரை செல்லும் தேசிய நெடுஞ்சாலையைப் போராளிகள் லாரிகளைக் கொண்டு நிறுத்தி மூடினார்கள். இருபுறங்களில் இருந்தும் வந்துகொண்டிருந்த வாகனங்கள் வழியில்லாமல் அப்படி அப்படியே நின்றன. வாகன அணிவகுப்பு கண்ணெட்டாத் தொலைவுவரை நீண்டிருந்தது. வெளியிலிருந்து ராணுவ வாகனங்கள் மாற்று வழியைப் பிடித்து வர நினைத்தாலும் முடியாத அளவுக்கு எல்லா இடங்களிலும் குழிபறித்து, குண்டு பயிரிட்டு வைத்தார்கள்.

அதுதான் ஆரம்பம். மேலே கண்ட புள்ளிவிவரம் மற்றும் ஆவணக் காப்பகத் தலைமையகம் தொடங்கி, பாகிஸ்தான் தேசிய வங்கி, பொதுப்பணித் துறை அலுவலகம், போக்குவரத்துக் கழக அலுவலகம், மாநகராட்சி அலுவலகம், பிராந்தியத்தில் இருந்த அனைத்துக் காவல் நிலையங்கள் எல்லாம், எல்லாமே போராளிகளின் வசமாயின. இடைவிடாத தாக்குதல். திட்டமிட்ட, இலக்கு பிசகாத தாக்குதல். முன்னொரு காலத்தில் பலூசிஸ்தான் விடுதலைப் போராளிகளிடம் நாட்டுத் துப்பாக்கிகளும் கையெறி குண்டுகளும் மட்டுமே இருந்தன. ஆனால் ஆப்கனிஸ்தானில் இருந்து அமெரிக்கா விடைபெற்றுச் சென்று, அங்கே தாலிபன்கள் ஆட்சியமைத்த பிறகு, அமெரிக்கப் படையினர் ஆப்கனில் விட்டுச் சென்ற எம் 41 கார்பன் ரைபிள்களும் இருளில் குறிபார்த்துத் தாக்க வல்ல பிவிஎஸ் 14 கருவிகளும் எம் 16 ரகத் துப்பாக்கிகளும் பலூசிஸ்தான் விடுதலை ராணுவத்துக்குத் தடையின்றிக் கிடைக்கத் தொடங்கின.

இரண்டாயிரத்துப் பத்தொன்பதாம் ஆண்டு நிலவரப்படி பலூசிஸ்தான் விடுதலை ராணுவத்தில் சுமார் ஆறாயிரம் பேர் இருக்கலாம் என்று அமெரிக்க உளவுத் துறை சொன்னது. அந்த ஆண்டு ஜூலை மாதம் அமெரிக்கா பி.எல்.ஏவைத் தீவிரவாத இயக்கமாக அறிவித்து எச்சரிக்கை போஸ்டர் ஒட்டியது. அதன் பிறகு பி.எல். ஏவின் உறுப்பினர் எண்ணிக்கை கணிசமாக உயரத்

தொடங்கியது. பலூசிஸ்தானின் பல்வேறு பகுதிகளில் இளைஞர்கள் ஒருங்கிணைந்து தொடங்கியிருந்த கிளர்ச்சிக் குழுக்களையெல்லாம் பி.எல்.ஏவுடன் இணைக்க ஆரம்பித்தார்கள்.

எதுவும் காரணமின்றி நடப்பதில்லை. பி.எல்.ஏ வலுவாக இருக்கும் பிராந்தியங்களில் பாகிஸ்தான் ராணுவமும் காவல் துறையும் நுழையாது. அரசுத் தலையீடு என்பது பெரும்பாலும் இராது. பலூசிஸ்தானின் பெரும்பாலான பகுதிகளில் அரசு அலுவலகங்கள் பெரும்பாலும் மூடியே இருக்கும். காவல் நிலையங்கள்கூட ஒருசில இடங்களில் இருக்குமே தவிர உள்ளே ஆள்கள் இருக்க மாட்டார்கள். இருந்தால் உயிர் இருக்காது என்கிற அச்சம் காரணம். மிக முக்கியமாக, ராணுவம் முன்னின்று நடத்தும் திடீர் ஆள் கடத்தல் சம்பவங்கள் இந்தப் பிராந்தியங்களில் அறவே இராது. இதனாலேயே ஊர்த் தலைவர்கள், ஆங்காங்கே ஒருங்கிணையும் சிறிய குழுக்களை பி.எல். ஏவுடன் சேரச் சொல்லுவார்கள்.

இந்த அத்தியாயத்தில் நாம் பார்க்கத் தொடங்கியிருக்கும் ஆபரேஷன் ஹெராஃப், மங்கோச்சரில் இருந்து எப்படி மாநிலம் முழுவதும் பரவி, சுதந்தரப் பிரகடனம் வரை முன்னேறியது என்பதை அறியும் முன்பு பாகிஸ்தானின் முன்னாள் அதிபர் பர்வேஸ் முஷாரஃப் தனது வாழ்க்கை வரலாற்றில் (In the Line of Fire) குறிப்பிட்டிருக்கும் ஒரு விவரத்தை மட்டும் பார்த்துவிடலாம். பலூசிஸ்தானின் இன்றைய நிலவரத்தைத் தெளிவாகப் புரிந்துகொள்ள அது உதவும். அதனினும் முக்கியம், பலூசிஸ்தானை - அம்மாநிலம் உள்ள நாடு எப்படிப் பார்க்கிறது என்பது புரியும்.

முஷாரஃப் எழுதுகிறார்:

'நிர்வாகத்தைப் பொறுத்தவரை பலூசிஸ்தானின் தொண்ணூற்று ஐந்து சதவீதத்தை 'B' பிரிவு

எனலாம். அங்கெல்லாம் அரசு அதிகாரம் செல்லுபடி ஆகாது. அங்கெல்லாம் உள்ளூர் பழங்குடித் தலைவர்களுக்குத்தான் மதிப்பு. பாகிஸ்தான் அரசின் நேரடிக் கட்டுப்பாட்டில் வரும் பகுதிகள் ஐந்து சதவீதம் மட்டுமே. அதைத்தான் 'கி' பகுதி என்பார்கள். 'பி' பிரிவில் வரும் பிராந்தியங்களில், பழங்குடித் தலைவர்கள் சில கூலிப்படைகளைப் பயன்படுத்தி நெடுங்காலமாகப் பாகிஸ்தான் அரசை மிரட்டி வந்திருக்கிறார்கள். கண்மண் தெரியாத வன்முறையின் மூலம் தம் சொந்த இனத்தவரையே அவர்கள் மிரட்டித் தம் கட்டுப்பாட்டில் வைத்துள்ளார்கள். இந்த 'பி' பகுதி முழுவதையும் அரசின் கட்டுப்பாட்டுக்குள் வருகிற 'ஏ' பகுதியாக்கிவிட நான் முடிவு செய்திருக்கிறேன்.'

இந்தச் சரித்திரத்தில் பாகிஸ்தானின் தந்தை எனப்படும் முகம்மது அலி ஜின்னாவுக்குப் பிறகு மிக அதிக அளவில் இடம் பெறப் போகிற பாகிஸ்தான் ஆட்சியாளரின் பெயர் பர்வேஸ் முஷாரஃப்பினுடையதுதான். பலூசிஸ்தான் விடுதலை இயக்கங்கள் இவ்வளவு தீவிரத்துடனும் வெறி கொண்ட விடுதலை வேட்கையுடனும் இன்றைக்கு பாக். அரசுடன் மோதிக்கொண்டிருப்பதற்கே ஒருவகையில் அவர்தான் காரணம்.

இருக்கட்டும். நிதானமாகப் பார்த்துக்கொள்ளலாம். முதலில் ஆபரேஷன் ஹெராஃபைக் கவனிக்கலாம்.

4. காரணம் சொல்லவா?

ஹெராஃப் என்ற சொல்லுக்கு பலூச் மொழியில் 'கரும்புயல்' என்று பொருள். கணிக்க முடியாத தாக்குதல்களை அவர்கள் அப்படிக் குறிப்பிடுவார்கள். பலூசிஸ்தான் விடுதலை ராணுவம் தங்கள் தாக்குதலை அவ்வாறுதான் திட்டமிட்டது. ஓரிடத்தில் உக்கிரமான, மிகத் தீவிரமான, கோரமான தாக்குதல். பாகிஸ்தான் ராணுவமும் காவல் துறையும் அரசு இயந்திரத்தின் இதர அனைத்து உறுப்புகளும் தங்கள் மொத்த கவனத்தை அங்கே குவிக்கும் கணத்தில் வேறு சில இடங்களில் சற்றுத் தீவிரம் குறைந்த தாக்குதல்கள். ஆனால் எல்லாம் ஒரே நாள், ஒரே நேரம். அரசு யோசித்துத் தெளிவதற்குள் மீண்டும் ஓர் உக்கிரமான தாக்குதல். இங்கே அங்கே என்கிற பேதமே இல்லாமல் எங்கும் தாக்குதல், எல்லா இடங்களிலும் தாக்குதல். கரும்புயல் உத்தி என்பது இதுதான். பி.எல்.ஏ முன்பும் ஒருமுறை இப்படிச் செய்திருப்பதனாலேயே இம்முறை நிகழ்த்திய தாக்குதல்களை 'ஹெராஃப் 2.0' என்று குறிப்பிட்டது.

மங்கோச்சரில் அவர்கள் தாக்கத் தொடங்கிய ஓரிரு மணி நேரங்களில் குறிவைத்த பெரும்பாலான அரசு அலுவலகங்களைக் கைப்பற்றிவிட முடிந்தது. ஆவணங்கள், ஆயுதங்கள். இதை மட்டும் வீணாக்காமல்

சேகரித்து பத்திரப்படுத்திக்கொண்டு, கட்டடங்களைக் கையோடு வெடி வைத்துத் தகர்த்துவிட்டார்கள்.

மங்கோச்சரில் இருந்த ஒரு ராணுவ முகாம் மீதும் பி.எல்.ஏ தாக்குதல் நடத்தியது. ஒப்பீட்டளவில் அதிக நேரம் எடுத்த தாக்குதல் அன்றைக்கு அதுதான். அது முடிவடைந்தபோது நான்கு பாகிஸ்தான் ராணுவ வீரர்கள் கொல்லப்பட்டிருந்தார்கள். சுமார் பதினைந்து பேர் காயமடைந்திருந்தார்கள்.

இத்தனை களேபரத்துக்கு நடுவிலும் ஏதோ ஓர் அரசு அலுவலகத்தில் (எந்தத் துறை என்ற தகவல் வெளியாகவில்லை) தப்பிச் செல்லப் பார்த்த ஊழியர்களைத் தடுத்து நிறுத்தி, ஒவ்வொருவரையும் பரிசோதித்து, இறுதியில் அப்துல் குதுஸ் என்கிற ஓர் ஊழியரை மட்டும் கைது செய்து அழைத்துச் சென்றார்கள். மற்றவர்கள் தப்பிச் சென்றதைத் தடுக்கவில்லை. மங்கோச்சர் மக்களுக்கே இது வினோதமாக இருந்தது. அவர்களுக்குத் தெரியும். பி.எல்.ஏ கைது செய்யும் அரசு ஊழியர்கள் பெரும்பாலும் உளவு சொல்வோராக இருப்பார்கள். அல்லது, பாகிஸ்தான் அரசின் ராணுவத்துக்கு வேறு ஏதாவது வகையில் உதவுவோராக இருப்பார்கள். பலூச் இனத்தில் பிறந்து, பாகிஸ்தான் ராணுவத்துக்கு உதவுவது என்பது பி.எல்.ஏ என்றுமே மன்னிக்காத செயல்பாடு. அவர்கள் தமக்கென்று தனியாக ஒரு நீதி மன்றம் வைத்திருக்கிறார்கள். குற்றவாளி என்று அவர்கள் கருதும் நபர்களை அங்கே அழைத்துச் சென்று விசாரணைக்கு நிறுத்தி, ஆதாரங்களைத் தருவார்கள். பிறகு தீர்ப்பு வரும். பெரும்பாலும் மரண தண்டனை. மிகச் சில சந்தர்ப்பங்களில் மட்டுமே பி.எல்.ஏவின் நீதிமன்றம் குற்றவாளிகளை எச்சரித்து அனுப்பியிருக்கிறது.

மே மூன்றாம் தேதி மாலைக்குள் மங்கோச்சர் நகரம் பெரும்பாலும் பி.எல்.ஏவின் கட்டுப்பாட்டுக்குள் வந்திருந்தது. நகருக்கு வெளியில் இருந்து

வந்துகொண்டிருந்த பாகிஸ்தான் ராணுவப் படை அணியினரைத் தடுத்து நிறுத்த பி.எல்.ஏ அனுப்பியிருந்த வீரர்கள் நபர்களையோ, வாகனங்களையோ அல்லாமல், பாதைகளைச் சிதைப்பதிலேயே முதலில் கவனம் செலுத்தினார்கள். பிறகு வாகனங்களைத் தகர்க்கப் பார்த்தார்கள்.

மறுபுறம் தேரா புக்தி பிராந்தியத்தில் ஓர் எரிவாயுக் குழாய்ப் பாதையை வெடி வைத்துத் தகர்த்தார்கள். காச்சி மாவட்டத்தில் நடத்தப்பட்ட தாக்குதலில் பாக். ராணுவத்தின் இரண்டு மூத்த அதிகாரிகள் கொல்லப்பட்டார்கள். பலூச் போராளிகளின் உத்திகளை நன்கு அறிந்தவர்களும் நெடுங்காலமாக அந்தப் பிராந்தியத்தில் பணியில் இருந்தவர்களுமான நான்கு சிறப்பு அதிரடிப்படை வீரர்களை உயிருடன் பிடித்துக் கைதுசெய்து கொண்டுபோனார்கள். இரண்டாம் தேதி தொடங்கி ஏழாம் தேதி வரை, இரவு பகல் பாராமல் அடித்துக்கொண்டே இருந்ததில் சுமார் நூற்றிருபது ராணுவ வீரர்களை பி.எல்.ஏ கொன்றிருந்தது. 'கூலிப்படையினர் பத்துப் பேரைக் கொன்றோம்' என்று பாகிஸ்தான் ராணுவத் தரப்பில் ஓர் அறிவிப்பு வந்தது. பிறகு எந்த அறிவிப்பும் வரவில்லை.

இது ஒரு சிக்கல். உண்மையில், மிக முக்கியமான சிக்கல். ஒருவார காலத்துக்கும் மேலாக பலூசிஸ்தானில் தொடர்ச்சியாக எல்லா பிராந்தியங்களிலும் விடுதலை இயக்க வீரர்களுக்கும் அரசுத் தரப்பு வீரர்களுக்கும் போர் நடந்துகொண்டிருந்தது. (இன்றும் தொடர்கிறது என்பது வேறு விஷயம்.) பி.எல்.ஏ தரப்புச் செய்திகள் அனைத்தும் உடனுக்குடன் எக்ஸ் தளம் வழியாக அறிவிக்கப்பட்டுக்கொண்டே இருந்தன. எந்த இடத்தில் எம்மாதிரியான தாக்குதல் நடந்தது, எத்தனை பேர் இறந்தார்கள், தமது தரப்பில் இழப்பு என்ன என்று அவர்கள் சொல்லிக்கொண்டே இருந்தார்கள். ஆனால் பாகிஸ்தான் அரசு, இதனை ஒரு பொருட்டாகவே

கருதாதது போல அமைதியாக இருந்தது. செயல் அளவில் அவர்கள் அமைதியாக இல்லை என்பது வேறு. ஆனால் தனது சிறிய பதற்றமும் வெளி உலகுக்குத் தெரிந்துவிடக் கூடாது என்பதில் மிகுந்த கவனம் செலுத்தினார்கள்.

மே இரண்டாம் தேதி தொடங்கி ஒன்பதாம் தேதி அதிகாலை சுதந்தர பலூசிஸ்தான் அறிவிப்பு வெளியானது வரை மாநிலமெங்கும் நடந்த கலவரங்கள் சிறிதல்ல. பெரும்பாலும் கண்ணில் பட்ட இடமெல்லாம் பற்றி எரிந்துகொண்டிருந்தன. கட்டடங்கள், ராணுவ வாகனங்கள், முகாம்கள் எல்லாம் கொழுந்துவிட்டெரியும் காட்சிகளை பலூச் மக்களும் விடுதலை இயக்க வீரர்களும் தொடர்ச்சியாக இணையத்தில் வெளியிட்டுக்கொண்டேதான் இருந்தார்கள். ஆனால் தனக்கும் அதற்கும் சம்பந்தமே இல்லை என்பது போலத்தான் பாகிஸ்தான் அரசும் ராணுவமும் இருந்தது.

சரி, அரசுக்கு ஆயிரம் பிரச்னை. ஊடகங்கள் என்ன செய்தன? என்றால், அவையும் அமைதியாகவே இருந்தன.

முன்பு சொன்னதுதான். நமக்குத் தெரிந்த பாகிஸ்தானுக்கு இன்னொரு முகமும் உண்டு. அது நாம் அறிந்ததினும் கொடூரமானது. அங்கே நடப்பது ஜனநாயக ஆட்சிதான். ஆனால் ராணுவத்தால் வடிவமைக்கப்பட்ட ஜனநாயகம். பத்திரிகைகள் உண்டு. ஆனால் சுதந்தரமாகப் பேச முடியாது. தொலைக்காட்சிகள் உண்டு. எதை ஒளிபரப்புவதென்றாலும் உளவுத் துறை ஒப்புதல் உண்டா என்று கேட்டுக்கொண்டுதான் செய்ய வேண்டும்.

அப்படி ஒன்று நடக்கவேயில்லை என்று சொல்வது வேறு. அப்படியொன்று நடந்ததாகக் காட்டிக்கொள்ளாமலேயே இருந்துவிடுவது முற்றிலும் வேறு. புரட்சி, போராட்டம், விடுதலைப் போர் என்று வருகிற செய்திகள் அனைத்தும் ஒருதலைப்பட்சமானவை மட்டுமே என்று உலகம் எடுத்துக்கொண்டுவிடும் அல்லவா?

பலூசிஸ்தானில் பி.எல்.ஏ, ஆபரேஷன் ஹெராஃப் 2.0வைத் தொடங்கிய அதே காலகட்டத்தில்தான் இங்கே பஹல்காம் தாக்குதல்களுக்கு பதிலடி தரும் விதமாக இந்தியா ஆபரேஷன் சிந்தூரைத் தொடங்கி நிறைவு செய்தது. பாகிஸ்தான் இதற்குப் பதில் சொன்னது. அநியாயம், அக்கிரமம் என்றது. ஐநாவிடம் சென்று முறையீடு வைத்தது. எல்லாம் செய்தது. ஆனால் பலூசிஸ்தானில் நடப்பது பற்றி வாயே திறக்கவில்லை என்பதைக் கவனியுங்கள். பேசியே தீரவேண்டுமென்றால், கூலிப்படைத் தாக்குதல் என்பார்கள். இன்னும் சற்று அழுத்திச் சொன்ன சந்தர்ப்பங்கள் உண்டு. அப்போது, 'இந்தியா வளர்த்துவிட்ட கூலிப்படை' என்று சொல்வார்கள்.

பலூசிஸ்தானின் பிரச்னை சற்றுச் சிக்கல் மிக்கது. காஷ்மீர் பிரச்னையும் பலூச் பிரச்னையும் ஒன்றல்ல. சுதந்தரத்துக்கு முன்னால் காஷ்மீரில் ஒரு மன்னர் இருந்தார். மக்கள் இருந்தார்கள். மண் இருந்தது. பிரச்னையின் வேர் மதத்தில் இருந்தது. அதே 1947 இல் பலூசிஸ்தானில் மன்னர் இருந்தார். மக்கள் இருந்தார்கள். மண் இருந்தது. அதே பாகிஸ்தானால் பிரச்னையும் வந்தது. ஆனால் இது மதத்தினால் வந்ததல்ல. இனத்தினால் உருவானது.

குழப்புகிறதா? எளிதுதான். ஒரு சிறிய சம்பவத்தைச் சொன்னால் புரிந்துவிடும்.

அக்பர் ஷாபாஸ்கான் புக்தி என்றொரு நவாப் இருந்தார். பலூசிஸ்தானின் சக்தி மிக்க அரசியல் தலைவராக அறியப்பட்டவர். பலூசிஸ்தான் மாகாணத்தின் உள்துறை அமைச்சராகவும் பிறகு கவர்னராகவும் பணியாற்றியவர். ஐம்பதுகளில் பாகிஸ்தானின் மத்திய அமைச்சரவையில் சிறிது காலம் ராணுவ அமைச்சராகவும் இருந்திருக்கிறார். பலூசிஸ்தானைப் பாகிஸ்தானில் இருந்து பிரிக்க வேண்டும் என்று நினைக்கும் அத்தனை பேரையும் சரிக்கட்டி, அமைதியாக உட்கார வைக்க அக்பர்

ஷாபாஸ்கான் புக்தியைத்தான் அந்நாள்களில் பாகிஸ்தான் அரசு தெய்வம் போல நம்பிக்கொண்டிருந்தது. அவர் சொல்லுக்குப் பிராந்தியத்தில் அவ்வளவு மரியாதை உண்டு.

அவரிடம் ஒரு சமயம், 'பாகிஸ்தான் ஓர் இஸ்லாமிய நாடு. பலூசிஸ்தான் மக்களும் முஸ்லிம்கள்தான். பிறகு எதற்குப் பிரிய நினைக்கிறீர்கள்?' என்று ஒரு பத்திரிகையாளர் கேட்டார்.

அதற்கு நவாப் அக்பர் ஷாபாஸ்கான் புக்தி சொன்ன பதில்:

'நான் காலம் கணக்கிட இயலாத காலம் தொடங்கி, பலூச்சியாக இருப்பவன். ஆயிரத்து நானூறு வருடங்களாக முஸ்லிமாக இருக்கிறேன். ஐம்பது ஆண்டுகளாகத்தான் பாகிஸ்தானி. போதுமா?'

5. அடையாளம்

சமஸ்கிருதத்தில் 'பல்' என்றால் பலம். 'ஊச்' என்றால் உயர்ந்தது அல்லது உயரமானது. இந்த இரண்டு சொற்களும் இணைந்துதான் பலூச் ஆனது. பலூச் மக்கள் பலசாலிகள். தவிர உயரமானவர்கள். அதைவிட முக்கியம், அவர்கள் நம்மவர்கள். சமஸ்கிருதத்தில் இருந்து பல மொழிகள் மட்டுமல்ல; பலூச் என்கிற இனமேகூடப் பிறந்திருக்கிறது.

என்று எங்கேயாவது கோஷ்டி கானம் இசைக்கப்பட்டால், நம்பாதீர்கள்.

இன்றைக்கு பலூசிஸ்தான் மக்களும் அங்கே செயல்பட்டுக்கொண்டிருக்கும் விடுதலை இயக்கங்களும் இந்தியாவைத் தங்கள் நண்பன் என்று கருதலாம். அது வேறு. வரலாற்று ரீதியில் இவ்விரு தரப்புக்கும் இதர ஒட்டுறவுகள் ஏதும் இருந்ததற்கான சாட்சியங்கள் இல்லை. சிந்துவெளி நாகரிக காலத்துக் கண்டுபிடிப்புகள் சில இன்றைய பலூசிஸ்தான் மாகாணத்தில் நிகழ்ந்துள்ளன. ஆனால், அதற்கும் மூவாயிரம் வருடங்களுக்கு முன்பே பலூசிஸ்தான் பகுதியில் மனிதர்கள் வாழ்ந்திருப்பதற்கான தடயங்கள் உண்டு என்று ஆய்வாளர்கள் சொல்கிறார்கள்.

உலக வரைபடத்தை எடுத்து வைத்துக்கொண்டு பார்த்தீர்களானால், துருக்கி-ஆர்மேனியா-அஜர்பைஜான்

முட்டிக்கொள்ளும் முனையில் பலாசகான் (Bałasakan) என்று ஒரு பிராந்தியம் தெரியும். பஸ்கான் என்றும் அந்த இடத்தை அழைப்பார்கள். காலம் கணக்கிட இயலாத காலம் தொட்டு பலாஷ்சிக் (Balashchik) என்றொரு இனக்குழுவினர் அங்கே வசித்து வருகிறார்கள். இப்போதும் இருக்கிறார்கள். இயேசுநாதர் பிறப்பதற்கு இரண்டாயிரம், மூவாயிரம் வருடங்களுக்கு முன்பு அந்தப் பிராந்தியத்து மக்கள் கால்நடைகளை மேய்த்தபடி மத்திய ஆசியாவின் பல பகுதிகளுக்கு இடம் பெயர்ந்து சென்றார்கள். இன்றைய பலூசிஸ்தான் பிராந்தியத்தில் வசிப்பவர்கள் அவர்களது வம்சத்தினர்தாம்.

நல்ல வளமான மண். ரக்ஷான், பசோல், ஹிங்கோல், தஸ்த், ஸோப், கெச் என்று பரமபத அட்டையில் நெளியும் பாம்புகளைப் போல மாநிலமெங்கும் ஏராளமான நதிகள். பெரும்பாலும் வற்றாதவை. எங்கெங்கும் மலைகள். நல்ல உயர்தரமான பாதாம், திராட்சை ரகங்கள், பேரீச்சை, ஆப்பிள் என்று என்னென்னவோ விளைகின்றன. தொழில் நசிந்து, விவசாயம் சீரழிந்துவிட்டிருக்கும் இன்றைய காலகட்டத்திலேயே பலூசிஸ்தானைப் பாகிஸ்தானின் பழத் தோட்டம் என்கிறார்கள். என்றால், நன்றாக இருந்த நாள்களை எண்ணிப் பார்க்கலாம். யூட்யூப் விடியோக்களில் காணக்கிடைக்கும் பாலை நிலங்களையும் முரட்டு மலை முகடுகளையும் பார்த்துவிட்டு அதுதான் பலூசிஸ்தான் என்று எண்ணிவிடலாகாது. அதுவும் பலூசிஸ்தான். அவ்வளவுதான்.

முதல் தலைமுறை பலாஷ்சிக் இனத்தவர்கள் அங்கே நாடோடிகளாக வந்து சேர்ந்தபோது அவர்கள் எந்த மதத்தைச் சார்ந்தவர்களாக இருந்தார்கள், அல்லது மதம் என்ற ஒன்று அவர்களுக்கு இருந்ததா என்று சரியாகத் தெரியவில்லை. பலூசிஸ்தானில் அவர்கள் குடியேறியபின்பு மெல்ல மெல்ல ஜொராஸ்டிர மதத்தை ஏற்றுப் பின்பற்றத் தொடங்கினார்கள். அது இரானியத் தொடர்பினால் வந்தது. அண்டை நிலம் அல்லவா?

கிபி ஏழாம் நூற்றாண்டில் படையெடுப்புகளின் மூலம் இஸ்லாம் பரவத் தொடங்கியபோது பலூசிஸ்தானியர்கள் முற்றிலும் இஸ்லாமியர்கள் ஆனார்கள்.

இதில் ஒரு விநோதம் உண்டு. இஸ்லாத்துக்கு முன்பு உலகம் முழுவதும் இண்டு இடுக்கு விடாமல் கிறித்தவம் பரவி நிறைந்திருந்தது. இன்றைய பாகிஸ்தானிலேயே சுமார் முப்பது லட்சம் கிறித்தவர்கள் வசிக்கிறார்கள். ஆனால் பலூசிஸ்தானில் மட்டும் கிறித்தவம் செல்லுபடி ஆகவில்லை. முதலில் அவர்கள் ஜொராஸ்டிர மதத்தில் இருந்தார்கள். பிறகு இஸ்லாத்தை ஏற்றார்கள். அவ்வளவுதான்.

உலக வரைபடத்தில் பலூசிஸ்தான் இருக்கும் இடத்தைச் சிறிது உற்றுப் பாருங்கள். வளங்கள் எங்கே அதிகம் உள்ளனவோ, வாழ்க்கை அங்கே சிக்கல் மிகுந்ததாக இருக்கும். புவியியல் ரீதியில் பலூசிஸ்தான் ஒரு வாசல். பாகிஸ்தானின் வட மேற்கு எல்லையில் ஒரு கைபர் கணவாய் என்றால், இங்கே பலூசிஸ்தானில் போலன் கணவாய். முன்னொரு காலத்தில் தெற்காசியாவுக்குள் நுழைய வேண்டுமென்றால் இந்தக் கைபர், போலன் கணவாய்கள் மட்டும்தான் வழி. ஆரியப் படையெடுப்புகள் முதல் அலெக்சாண்டரின் படையெடுப்பு வரை அனைத்தும் இவற்றின் வழியே நிகழ்ந்தவைதாம். குறிப்பாக, அலெக்சாண்டர் போலன் கணவாய் வழியாகத்தான் இந்தியாவுக்குள் நுழைந்தார். பிறகு பாகிஸ்தானுக்கு மேற்கிலிருந்து யார் படையெடுப்பது என்றாலும் இந்த இரண்டே பாதைகள்தாம்.

கைபர் இங்கே வேண்டாம். ஆனால் நமக்கு போலன் முக்கியம். அது இந்த வரலாற்றுடன் நேரடியாகத் தொடர்புடையது.

பலூசிஸ்தானில் உள்ள தோபா காக்கர் என்கிற மலைத் தொடரில் (கடல் மட்டத்தில் இருந்து

சுமார் ஆறாயிரம் அடி உயரம்) போலன் உள்ளது. பாகிஸ்தான்-ஆப்கனிஸ்தான் எல்லையில் இருந்து சுமார் நூற்றிருபது கிலோ மீட்டர் தொலைவு. மிக நீண்ட (89 கிலோ மீட்டர்) இயற்கை வழித்தடம். வழியெங்கும் சிறிதும் பெரிதுமாக ஏராளமான பள்ளத்தாக்குகள் உண்டு. சாலைகள் உண்டு. இருப்புப் பாதை உண்டு. குவெத்தாவில் காலை புறப்பட்டு, கந்தஹாருக்குப் போய் வியாபாரம் செய்துவிட்டு இருட்டும் நேரத்தில் வீடு திரும்பிவிடும் பலூசிஸ்தானியர்கள் பலருண்டு.

வசதி என்று இன்று சொல்கிறோம். ஆனால் பலூசிஸ்தானியர்களுக்கு இந்த வழித்தடம் சரித்திரம் முழுவதும் சிக்கலை மட்டுமே தந்து வந்திருக்கிறது. படையெடுப்புகள். ஆக்கிரமிப்புகள். அழித்தொழிப்புகள். அட்டூழியங்கள். இரானிய ஷா வம்சத்தினருடன் சண்டை. ஆப்கனிஸ்தானை ஆண்டவர்களுடன் சண்டை. அந்தப் பக்கத்திலிருந்து போலன் வழியாகக் கடந்து சென்ற அத்தனை பேருடனும் சண்டை. மல்லுக்கட்டு. போதாக்குறைக்கு சிந்திகளுடன் சண்டை. பஞ்சாபியருடன் சண்டை. கட்டக்கடைசியாக பிரிட்டிஷாருடன் சண்டை. பிறகு இன்றுவரை பாகிஸ்தானுடன் சண்டை. எங்கே போர் என்றாலும் முதலில் அடைபடுவது வழித்தடங்கள்தாம். முதலில் சிதைக்கப்படுவதும் அவைதாம்.

நாடோடிகளாக இருந்த பலூச்சிகள், தங்கி வாழலாம் என்று முடிவுசெய்த காலத்தில் ஏராளமான போர்களை எதிர்கொள்ள வேண்டியிருந்திருக்கிறது. தங்கள் நிலம், பார்க்கிற அத்தனை பேரின் கண்ணையும் உறுத்துகிறது என்பது அவர்களுக்குத் தெரிந்திருந்தது. ஏனென்றால் அது எல்லா விதங்களிலும் அள்ளிக் கொடுக்கும் மண்ணாக இருந்தது. இன்றைக்குப் பாகிஸ்தானினுக்கு இயற்கை எரிவாயு, நிலக்கரி, மின்சாரம் வழங்கும் மாநிலங்களில் பலூசிஸ்தான்தான் முதலிடத்தில் இருக்கிறது. நாட்டின் நாற்பது சதவீத மின்தேவையை

அங்கிருந்தே பூர்த்தி செய்துகொள்கிறது பாகிஸ்தான். பலூசிஸ்தானின் தெற்கு எல்லை முழுவதும் மிக நீண்ட கடல் பகுதி என்பதால் அங்கே மீன் வளம் அதிகம். தாமிரம், தங்கம் உள்ளிட்ட ஏராளமான தாது வளம் உள்ள பிராந்தியமும்கூட. இவ்வளவும் போதாதென்று குவெதார் துறைமுகம். நாட்டின் மாபெரும் வர்த்தகச் சந்திப்பு முனையம் அது. இன்றைக்குச் சீனா அதனைக் கட்டி ஆண்டுகொண்டிருக்கிறது. அந்தக் கதையைப் பின்னால் பார்க்கலாம்.

பலூச்சி மக்களின் சிக்கல் என்னவென்றால், இந்த வளங்கள் எதுவும் அம்மக்களுக்குப் பயன்படுவதில்லை என்பது முதலாவது. இந்தத் தொழில்களில்கூடப் பாகிஸ்தான் அரசு அம்மக்களுக்கு வேலை வாய்ப்புகளைத் தருவதில்லை என்பது அடுத்தது. பிறகெப்படி விடுதலைப் போர் முரசு கொட்டாதிருப்பார்கள்?

இன்றைய நிலவரம்தான் இப்படி என்றில்லை. ஆதிமுதல் அம்மக்களின் தலையாய பிரச்னை, தங்கள் நிலத்தின் வளங்கள் எதுவும் தங்களுக்குக் கிடைப்பதில்லை என்பதுதான்.

கிபி 649 இல் முதல் முதலாக பலூசிஸ்தான் மண்ணில் இஸ்லாமியப் படையெடுப்பு நிகழ்ந்தது. அல் ஹக்கிம் இப்ன் ஜபாலா அல் அப்தி என்னும் கலீபா அதனைத் தொடங்கி வைத்தார். முதல் படையெடுப்பில் வளங்கள் கொள்ளை போயின. மரணங்கள் ஏராளமாக நிகழ்ந்தன. அழிவுகள், சிதைவுகள் அதிகம். ஆனால் அம்முறை மதமாற்றம் அதிகம் ஏற்படவில்லை. பிறகு முஹம்மத் பின் காசிம் படையெடுப்பின்போதுதான் பலூசிஸ்தானின் பெரும்பாலான நிலப்பரப்பு கையகப்படுத்தப்பட்டது. ஊர் ஊராக, கிராமம் கிராமமாக, நகரம் நகரமாக மக்கள் கொத்துக் கொத்தாக மத மாற்றம் செய்யப்பட்டார்கள்.

ஏழாம் நூற்றாண்டு பாதியில் தொடங்கி எட்டாம் நூற்றாண்டின் முற்பகுதி வரை இரானை ஆண்ட

மன்னர் பரம்பரைகள் அனைத்தும் தீர்த்த யாத்திரை போவது போல ஆண்டுக்கொரு முறை நிச்சயமாக பலூசிஸ்தான்மீது படையெடுத்துவிடுவார்கள். பிறகு மங்கோலியர்கள் படையெடுத்தார்கள். செங்கிஸ் கான் வந்து போனார். அதற்கும் பிறகு தைமூரின் வாரிசுகள் படையெடுத்தார்கள். விளம்பர இடைவேளைகூட இல்லாமல் பலூச்சிகள் சண்டையிட்டுக்கொண்டே இருக்கும்படி இருந்தது.

இந்தப் போர்க்காலங்களில் இரண்டு மிக முக்கியமான விஷயங்கள் நடந்தன. முதலாவது, பலூசிஸ்தானின் எல்லைகள் நாலாபுறமும் மாறிக்கொண்டே இருந்தன. ஐயாயிரம் வருடங்களாக, இதுதான் எங்கள் நிலம் என்று அவர்கள் ஒரு மானசீகக் கோடு போட்டுக்கொண்டு வாழ்ந்து வந்தது போக, அபகரிப்புத் திலகங்கள் ஆளுக்கொரு எல்லை வகுத்துக்கொண்டு ஊருக்கொரு கொடி நட்டுக்கொண்டார்கள். அபகரித்தவர்களை வேறு யாராவது அபகரிப்பார்கள். அவர்களை இன்னும் யாராவது அபகரிப்பார்கள். எல்லை இங்கே விரியும், அங்கே குறையும். அங்கே ஏறும், இங்கே சரியும். எங்கும் நடப்பதுதான். எல்லா காலத்திலும் உள்ளதுதான். பலூசிஸ்தானில் சற்று அதிகம்.

இந்தப் படையெடுப்புகளாலும் நீடித்த யுத்தங்களாலும் பலூச்சி இன மக்கள் தொகை கணிசமாகக் குறைய ஆரம்பித்தது இரண்டாவது முக்கியமான விஷயம். மறுபுறம், படையெடுப்புகளின் பொருட்டு இரான், ஆப்கனிஸ்தான், அன்றைய (அதாவது, இன்றைய பாகிஸ்தானையும் சேர்த்த) இந்திய நிலப்பரப்புகளில் இருந்து பலூச்சிகள் இடம் பெயர்ந்துகொண்டே இருந்தார்கள். இதனால் உயிருடன் உள்ள பலூச்சிகள் அத்தனை பேரையும் ஒருங்கிணைத்து ஓரிடமாக அமர்த்த வேண்டும் என்ற எண்ணம் பலூச் இனக்குழுத் தலைவர்களிடம் உண்டானது. தொடக்கத்தில் அவர்கள் பலூச்சி, பிராஹுய், பஷ்தூ உள்ளிட்ட பல்வேறு

ஆதிவாசி மொழிகளைப் பேசிக்கொண்டிருந்தார்கள். பல்வேறு பிராந்தியங்களில் இருந்து இடம் பெயர்ந்து வந்தவர்கள் இன அடிப்படையில் ஒருவராக இருந்தாலும் வேறு வேறு மொழிகளைப் பேசுவது இடைஞ்சலாக இருந்திருக்கிறது. இஸ்லாமியப் படையெடுப்புக்குப் பிறகு இங்கே முஸ்லிம்கள் பேசிய உர்தூ அவர்களுக்குச் சரிப்பட்டு வரவில்லை. அரபி அடியோடு தெரியாது. எனவே பெரும்பான்மை மக்கள் பேசிய பலூச்சியைத் தங்கள் மொழி அடையாளமாக அமைத்துக்கொண்டு அனைவரும் அதிலேயே பேசத் தொடங்கினார்கள்.

இப்போதும் பலூசிஸ்தானில் பஷ்தூ பேசுபவர்கள், பிராஹூய் பேசுபவர்கள், வேறு சில மொழிகளைப் பேசுபவர்கள் உண்டு. ஆனால் எல்லோருக்கும் பலூச்சி தெரியும். அதைத்தான் தங்கள் இனத்தின் அடையாளமாகக் கருதுகிறார்கள்.

6. ஒரு நீண்ட வரலாறு

படையெடுப்புகளாலும் கட்டாய மதமாற்ற நடவடிக்கைகளாலும்தான் பலூச்சிகள் முஸ்லிம்கள் ஆனார்கள் என்று பார்த்தோம். அந்த முதல் தலைமுறை முஸ்லிம்கள் அம்மாற்றத்தை எதிர்கொண்டது முதல், இஸ்லாத்தை விரும்பத் தொடங்கிய தலைமுறை உருவானது வரையிலான காலகட்டத்து பலூசிஸ்தான் மக்கள் வரலாறு எங்கும் எழுதப்பட்டதாகத் தெரியவில்லை. வரலாறு எழுதுவோரிடம் ஒரு சிக்கல் உண்டு. மக்களைப் பற்றிய தகவல் கிடைக்காமல் போனால் கூசாமல் மன்னர்களைப் பற்றியும் அந்தப்புரங்களைப் பற்றியும் எழுதி வைத்துவிட்டுப் போய்விடுவார்கள். உண்மையில், வரலாற்றுக்கு கௌரவம் சேர்க்கும் விதமான ஆட்சியாளர்கள் எப்போதாவதுதான் வந்து போவார்கள். இடைப்பட்ட காலங்களில் வெந்து தணிந்து, நொந்து நொடித்துப் போன தலைமுறைகள், 'மற்றும் பலர் ஸ்டிக்கர்' ஒட்டிய கல்லறைகளுக்குள் மறைந்து போய்க் கிடக்கும்.

பலூச்சிகள் இஸ்லாத்துக்கு மாறுவதற்கு முன்னால், தங்களை பலூச்சிகள் என்று சொல்லிக்கொண்டாலும் ஒவ்வொருவருக்கும் அவரது இனக்குழு அடையாளம் முக்கியமானதாக இருந்திருக்கிறது. எக்காலத்திலோ

மேற்கொள்ளப்பட்ட ஒரு தோராயமான கணக்கெடுப்பின் அடிப்படையில் இன்றைக்கு உள்ள பலூச்சிகள் சுமார் நூற்று முப்பது இனக்குழுக்களைச் சார்ந்தவர்கள் என்பார்கள். பெரும்பாலான பலூச்சிகள் ஜொராஸ்டிர மதத்தவர்களாக இருந்தாலும் பல இனக்குழுக்கள் சிறு தெய்வ வழிபாடுகளிலும் குலக்குழு நம்பிக்கைகளிலும் ஊறிக் கிடந்திருக்கிறார்கள். அவர்கள் மொத்தமாக இஸ்லாத்துக்கு மாறிய பின்பே (சுன்னி பிரிவு) 'நாங்கள் பலூச்சிகள்; எங்கள் மதம் இஸ்லாம்' என்று சுருக்கமாக அறிமுகம் செய்துகொள்ளத் தொடங்கினார்கள். இது நடப்பதற்கு அவர்கள் பன்னிரண்டாம் நூற்றாண்டு வரை காத்திருக்க வேண்டியிருந்தது. காரணமாக இருந்தவர், மிர் ஜலால் கான் என்கிற மனிதர்.

ஜலால் கான், இன்றைய பாகிஸ்தான் பகுதி பலூசிஸ்தானைச் சேர்ந்தவர் அல்லர். அன்றைக்கு பெர்சியா என்று அழைக்கப்பட்ட இன்றைய இரானின் எல்லைக்குட்பட்ட பலூச் பிராந்தியத்தைச் சேர்ந்தவர். பல்வேறு இனக்குழுக்களைச் சார்ந்த மக்கள் ஒருங்கிணையாமல் பலூசிஸ்தானுக்கு நிம்மதியோ அமைதியோ போரற்ற வாழ்வோ சாத்தியமில்லை என்று திடமாக நம்பினார். தமது கருத்துகளை எடுத்துச் சொல்லி, நாற்பத்து நான்கு இனக் குழுக்களை அவரால் ஒருங்கிணைக்க முடிந்தது. அப்படி ஒன்றுசேர்த்த பலூச் இன மக்களை இரானிலிருந்து இன்றைய பாகிஸ்தான் எல்லைக்குள் வருகிற பலூசிஸ்தான் பிராந்தியத்துக்கு வழிநடத்தி வந்து, அங்கிருந்த இனக்குழுவினரையும் ஒருங்கிணைத்து, பலூச் மக்களின் ஒற்றுமைக்கான அவசியத்தை எடுத்துச் சொன்னார்.

விளைவு, முதல் முதலாக ஒரு பலூச் கூட்டமைப்பு உருவானது. ஒரு நாடாக, முடியரசாக, கான்களின் சாம்ராஜ்ஜியமாகப் பின்னாளில் பலூசிஸ்தான் புதிய தோற்றம் கண்டதற்கெல்லாம் தொடக்கப் புள்ளி அதுதான். ஜலால் கானின் வாரிசுகள் பலூசிஸ்தானை

ஒரு சாம்ராஜ்ஜியமாக்கும் முயற்சியில் தீவிரமாக ஈடுபட்டார்கள். அவருக்கு 'பலூசிஸ்தானின் தந்தை' என்ற பெயரைக் கொடுத்துவிட்டுப் பக்கத்து ராஜ்ஜியமான பஞ்சாபின் மீதெல்லாம் படையெடுத்துச் சில பகுதிகளைக் கைப்பற்றும் அளவுக்கு பலூச்சிகள் முன்னேறத் தொடங்கியதும் அப்போதுதான்.

பதினைந்தாம் நூற்றாண்டில் (கிபி 1487 முதல் 1511 வரை) இன்னொரு பலூச் ராஜ்ஜியம் உருவானது. இன்னொரு தலைவர் உருவானார். அவர் பெயர் மிர் சக்கர். இவரும் பஞ்சாபின்மீது படையெடுத்தார். மூல்தானை பலூச் ராஜ்ஜியத்துடன் இணைத்தார். ஆனால் அதுவல்ல அவரது ஆட்சியின் சாதனை. பலூச் இன மக்களின் இனக்குழு அடையாளங்கள், பல்வேறு குழுவினரின் தனித்துவம் மிக்க கலாசார நடவடிக்கைகளை யாரும் தொலைத்துவிடாமல் தொகுத்து, அவற்றை பலூசிஸ்தான் மக்கள் அனைவருக்கும் பொதுவான கலாசார அடையாளங்களாக நிறுவிவைத்ததைத்தான் மிர் சக்கரின் பெருஞ்செயல் என்று சொல்ல வேண்டும். பலூச்சி மொழியுடன்கூட பலூச்சிகளின் இதர மொழிகளும் அழிந்துவிடாமல் பாதுகாக்க வேண்டும் என்ற கருத்தை இடைவிடாமல் பலூச் மக்கள் மத்தியில் விதைத்துக்கொண்டிருந்தவர் அவர்.

மிர் சக்கர் காலத்தில் பலூசிஸ்தான் பிராந்தியத்தில் பெரிய படையெடுப்புகள் நிகழவில்லை. முதல் முதலில் ஒருங்கிணைந்த வலுவான பலூச்சி ராணுவம் ஒன்றனை உருவாக்கியதும் எல்லைக் காவலில் பல நவீன உத்திகளைப் புகுத்தியதும் கிராமங்கள்தோறும் தன்னார்வலர்களான இளைஞர்களை ஒருங்கிணைத்து ஊர்க்காவல் படைகளை உருவாக்கியதும் அவர்களுக்குத் தொழில்முறை வீரர்களைக் கொண்டு பயிற்சியளித்ததும் பதினாறாம் நூற்றாண்டுக்கு அந்தப் பிராந்தியத்தில் மிகவும் புதிது. விவசாயம் உள்ளிட்ட பல தொழில் துறைகளில் பலூசிஸ்தான் அவரது காலத்தில் தன்னிறைவு கண்ட

ராஜ்ஜியமாகத் திகழ்ந்தது. இதெல்லாம் இருந்ததால் மிர் சக்கர் காலத்தை அவர்கள் பொற்காலம் என்று சொன்னார்கள்.

மிர் சக்கரின் காலத்துக்குப் பிறகு ஒரு சிறிய இடைவெளி ஏற்பட்டது. கிபி **1666** இல்தான் அடுத்த மன்னரை பலூச்சிகள் கண்டறிந்து ஆட்சியில் அமர்த்தினார்கள். கலாட் ராஜ்ஜியத்தின் முதல் கான் என்று அறியப்படும் மிர் அகமது கான் ஆட்சிப் பொறுப்புக்கு வந்தார். பலூசிஸ்தானின் நவீன கால வரலாறு என்பது அந்தப் புள்ளியில் தொடங்குவதாகக் கொள்ளலாம்.

இன்றைக்கு கலாட் என்பது பலூசிஸ்தானில் ஒரு மாவட்டத்தின் பெயர். இதே பெயரில் புராதன கலாட் நகரமும் அங்கே இருக்கிறது. ஆதியில் இந்தப் பிராந்தியத்தைக் கிகான் (Qiqan) என்று அழைத்தார்கள். பிறகு கிலாட் என்று சொன்னார்கள். எப்படியோ பின்பு கலாட் ஆகி இன்றுவரை அந்தப் பெயரே நிலைத்திருக்கிறது.

பலூசிஸ்தானின் இதர பகுதிகளுக்கும் இந்தக் கலாட்டுக்கும் ஒரு வேறுபாடு உண்டு. மாநிலமெங்கும் பரவி வசிக்கும் பலூச்சிகள் மேற்கே ஆர்மேனிய எல்லைப்புறங்களில் இருந்து ஆடு மாடு மேய்த்தபடி வந்த ஆதி இனத்தவரின் வம்சத்தார் என்றால், கலாட்டில் அப்போது இருந்தவர்களில் பெரும்பாலானவர்கள் கிழக்கில் இருந்து (இன்றைய பாகிஸ்தானின் இதர பகுதிகள். குறிப்பாகப் பஞ்சாப், சிந்து மாகாணங்களில் இருந்து.) இடம் பெயர்ந்து வந்தவர்கள் என்று சில வரலாற்று ஆய்வாளர்கள் கருதுகிறார்கள். இவர்கள் பிரஹுய் என்னும் மொழி பேசுபவர்கள். இவர்களது இனக்குழுவுக்கு பிராவி அல்லது புரோஹி என்று பெயர்.

இன்றைய பலூசிஸ்தானில் வசிக்கும் இந்துக்கள் என்போர் இந்த புரோஹி வம்சத்திலிருந்து வந்தவர்கள்தாம் என்று ஒரு கருத்து உண்டு. ஆனால், அதை ஏற்பதில் ஒரு சிறிய

சிக்கலும் உண்டு. புரோஹிகள் சிந்துவெளி நாகரிக காலத்து திராவிடர்கள் என்பதில் சந்தேகமில்லை. அவர்கள் பிற்காலத்தில் இந்து மதத்தைப் பின்பற்றியிருக்கலாம் என்பதிலும் ஆட்சேபம் இல்லை. ஆனால், இன்றுவரை அந்த இந்துக்கள்தாம் பலூசிஸ்தானில் மீதமிருக்கும் இந்துக்கள் என்றால் கலாட்டை ஆண்ட கான்களின் காலத்தில் மிக நிச்சயமாக அவர்கள் பெரும்பான்மை மக்களாகத்தான் இருந்திருக்க வேண்டும். இந்து மக்கள் பெரும்பான்மையாக இருக்கும்போது, தொடர்ச்சியாக முஸ்லிம் மன்னர்களை அவர்கள் தேர்ந்தெடுத்திருக்க வாய்ப்பில்லை அல்லவா?

பதினைந்தாம் நூற்றாண்டில் இந்தப் புரோஹிகள் கலாட்டை மையமாகக் கொண்டு ஒரு பெரும் சாம்ராஜ்ஜியத்தை நிறுவி ஆண்டுகொண்டிருந்ததாகவும் பிறகு முஸ்லிம்களிடம் அதனை இழந்துவிட்டதாகவும் ஒரு வரலாற்றுக் குறிப்பு இருக்கிறது. ஆனால் கலாட்டை ஆண்ட கான் வம்சத்தினர் அத்தனை பேரும் பிரஹுய் மொழியைத்தான் பேசினார்கள். பலூச்சியை அல்ல. இதையும் நினைவில் கொள்ள வேண்டும்.

சாம்ராஜ்ஜியம் என்கிறோம். தலைநகரம் என்கிறோம். கான் வம்சம் என்கிறோம். கோட்டை கொத்தளங்களுடன்தான் அந்நாளைய கலாட் ஜொலித்திருக்க வேண்டும். ஆனால் பலூசிஸ்தானின் இதர பிராந்தியங்கள் அளவுக்கு கலாட் வளமான மண் என்று சொல்ல முடியாது. வரைபடத்தில் பார்த்தீர்கள் என்றால் இது கிட்டத்தட்ட பலூசிஸ்தானின் மத்தியப் பகுதி. போலன் கணவாய்க்கு நெருக்கமான பிராந்தியம். தனது சரித்திரம் முழுவதும் ஏராளமான படையெடுப்புகளையும் உக்கிரமான போர்களையும் கண்டு வந்திருக்கும் பிராந்தியம். வறண்ட பாலை நிலமும் மொட்டை மலைத் தொடர்களும் கொண்டது. ஆனால் கடுங்குளிர் வீசும். இங்கே நாம் ஏசிக்கு வைத்துக்கொள்ளும் இருபத்து நான்கு டிகிரிதான் கலாட்டின் சராசரி வெப்பநிலை. குளிர்

காலமென்றால் கண்டிப்பாகப் பதிநான்கு டிகிரிக்குக் கீழேதான். ஆயிரத்துத் தொள்ளாயிரத்து எழுபத்து ஏழு அல்லது எட்டில் ஒரே ஒரு முறை ஒரு டிகிரி வெப்ப (அல்லது குளிர்) நிலைக்குச் சென்றிருக்கிறது. கலாட் கண்ட ஆகக் குறைந்த வெப்பநிலை அதுதான்.

காலநிலை என்னவாக இருந்தாலும் சமாளித்துக்கொள்ளலாம். காலம் சாதகமாக இருந்தால் போதாதா? கான்களின் ஆட்சிக் காலத்தைப் பலூச்சிகளின் பொற்காலம் என்றோ, தகரக் காலம் என்றோ ஒற்றைச் சொல்லில் வகைப்படுத்திவிட்டு நகர்ந்துவிட இயலாது. உண்மையில் அவர்கள் அப்போதுதான் அரசியல் என்றால் என்னவென்று தெரிந்துகொண்டார்கள். அண்டை அயலாரைப் புரிந்துகொண்டார்கள். கொள்ளையடித்துச் செல்ல வருவோருக்கும் நிலத்தைக் கைப்பற்ற வருவோருக்குமான வித்தியாசங்களை அறிந்துகொண்டார்கள். 1740 ஆம் ஆண்டுக் காலம் வரை நிறையப் போர்கள், அதனாலேயே அவசியமாகியிருந்த ராணுவப் பெருக்கம், அதனாலேயே நலிவடைய ஆரம்பித்திருந்த வாழ்க்கைத் தரம், அதனாலேயே பெருக ஆரம்பித்திருந்த மனச்சோர்வு என்று பலூச்சிகள் சிறிது சிரமப்பட்டார்கள்.

பிறகு பத்தொன்பதாம் நூற்றாண்டு தொடங்கும் வரை ஓரளவு நிம்மதியாக வாழ்ந்தார்கள் என்று சொல்லலாம். கஷ்டங்கள் இல்லாமல் இல்லை. ஒன்று, சமாளிக்கப் பழகியிருக்க வேண்டும். அல்லது பொருட்படுத்தாமல் இருந்திருக்க வேண்டும். ஆனால் போர்களின் எண்ணிக்கை குறைவாக இருந்தது அந்தக் காலகட்டத்தின் முக்கியமான முன்னேற்றமாகவே வரலாற்றாசிரியர்களால் கருதப்படுகிறது.

ஆனால் கிபி 1800க்குப் பிறகு மெல்ல மெல்ல அவர்களது நிம்மதி பறிபோகத் தொடங்கியது. ஆட்சியதிகாரம் யாருக்கு என்பதில் கான் வம்சத்தினரிடையே உருவாகத்

தொடங்கிய போட்டி பொறாமைகள், அடிதடி வெட்டுக் குத்துகள், அனைத்துக்கும் சிகரமாக இந்தப் பக்கம் இந்தியத் துணைக்கண்டத்தைக் கொஞ்சம் கொஞ் சமாக எடுத்து விழுங்கத் தொடங்கியிருந்த பிரிட்டிஷ் அரசாங்கம், பலூசிஸ்தானைக் கவனிக்கத் தொடங்கியது எல்லாமும் இணைந்து அம்மக்களை நீண்ட நெடுங்கால சிக்கல் சிங்காரவேலர்களாக மாற்றும் திருப்பணியைத் தொடங்கி வைத்தன.

பலூசிஸ்தானின் நவீன கால நாராச வாழ்வென்பது 1800களின் தொடக்கத்தில் உருவாக ஆரம்பித்தது.

7. வாரிசுக் காலம்

நியாய தர்மம் என்று ஒன்று உள்ளது. மனசாட்சி என்று இன்னொன்று உள்ளது. நடைமுறை சௌகரியம் என்று வேறொன்றும் உள்ளது. இந்த மூன்றில், எதன் அடிப்படையில் சிந்தித்துப் பார்த்தாலும் பலூசிஸ்தானை ஆள வேண்டும் என்று பலூச்சிகளைத் தவிர வேறு யாருக்கும் ஆசை எழாது. அவர்களுக்கு அது பூர்வீக நிலம். ஆகக் குறைந்தபட்சம் ஐயாயிரம் வருட பாத்தியதை இருக்கிறது. எனவே அவர்கள் அங்கே தங்களைத் தாங்களே ஆண்டுகொண்டு வாழ விரும்புவது சரி. ஆனால் படையெடுத்தவர்களும் சரி; பக்கத்தில் சற்றுத் தள்ளி நின்று பார்த்துக்கொண்டிருந்தவர்களும் சரி; பக்கத்து வீட்டாருமே சரி. முதல் இரண்டு காரணங்களைக் கண்டுகொள்ளாமல் கடந்தாலும், மூன்றாவது காரணத்தைப் பொருட்படுத்தியிருக்க வேண்டும்.

ஏனெனில் பலூச்சி அல்லாத யாரும் பலூசிஸ்தானை ஆள்வது அத்தனை எளிதல்ல. மக்களை விடுங்கள். மிரட்டி ஒரு வழிக்குக் கொண்டுவந்துவிடலாம். ஆனால் இயற்கையை ஒன்றும் செய்ய முடியாதல்லவா?

முதல் பெரும் பிரச்னை, பலூசிஸ்தானின் இருப்பிடம். அன்றைய இரானியப் பேரரசு, ஆப்கனிஸ்தான், பழைய

வரைபடங்களில் காணக் கிடைக்கும் அகண்ட இந்தியா என்று மூன்று பெரும் நிலப்பரப்புகளுக்கும் அது ஒரு கிளாம்பாக்கம் பேருந்து நிறுத்தம். மேற்படி மூவரில் யார் எந்தப் பக்கம் போகவேண்டுமென்றாலும் அங்கே வந்து தொட்டுக் கும்பிட்டுவிட்டுத்தான் திசைமாற வேண்டும். தவிர கலாட்டின் காலநிலை குறித்து ஏற்கெனவே பார்த்தோம். இதமான குளிர் என்பது வேறு. ரஷ்யா போன்ற பனிப் பிரதேசக் குளிர் என்பது வேறு. இங்கே உள்ள குளிர் பெரும்பாலும் அந்நியர்களால் சகிக்க முடியாத குளிர். ஒருமாதிரி வறட்டுத்தனமான, முரட்டுத்தனமான, குத்தும் குளிர். பாலை நிலம் வேறு. எளிதாகக் கடந்து சென்றுவரப் பட்டுப்பாதைகள் ஏதும் அக்காலத்தில் போடப்பட்டிருக்கவில்லை. பாலைப் புயல், குளிர்ப்புயலாகவும் உருக்கொண்டு தாக்கத் தொடங்குமானால் எப்பேர்ப்பட்ட படைகளும் சுருண்டு விழுவதைத் தவிர வேறு வழியில்லை.

அதுகூடப் பரவாயில்லை. பத்தொன்பதாம் நூற்றாண்டின் தொடக்கத்தில் கலாட் சாம்ராஜ்ஜியத்துக்கு உட்பட்ட பிராந்தியங்களில் பெரிய விவசாய சாத்தியங்கள் இருக்கவில்லை. எனவே அதன் வழி வருமானம் என்பது கிட்டத்தட்ட அறவே கிடையாது.

எல்லாம் பரவாயில்லை என்று யாராவது கைப்பற்றி ஆட்சியமைக்க வந்தால், ஆட்சி நடத்தவும் மக்களைக் காக்கவும் ஆகும் செலவுக்கான பணத்தையும் வரும்போதே மூட்டை கட்டி ஒட்டகங்களின் மீது ஏற்றிக்கொண்டு வரவேண்டும். ஏனென்றால், பலூசிஸ்தானுக்குள் சம்பாதிப்பது எப்படி என்பது பலூச்சிகளுக்கு மட்டுமே தெரியும். வந்து போகிறவர்கள் அதனை அறிய மாட்டார்கள்.

1749 லிருந்து *1794* வரை கலாட் சாம்ராஜ்ஜியத்தை மிர் நாசிர் கான் என்கிற சுல்தான் ஆண்டு வந்தார். இவர் காலத்தில்தான் முதல் முதலாக இருபத்தையாயிரம்

வீரர்களைக் கொண்ட சற்றே பெரிய பலூச்சி ராணுவம் ஒன்று உருவாக்கப்பட்டது. இது போக ஒட்டகப்படை ஒன்றையும் நாசிர் கான் உருவாக்கி வைத்திருந்தார். அந்நாளில் தனியாக ஒட்டகப் படை இருந்த ராணுவம் வேறு எங்கும் இல்லை என்பதைக் கவனிக்க வேண்டும்.

இவை, 'விருந்தாளி'களைக் கவனிப்பதற்கு. மக்களையும் கவனிக்க வேண்டும் அல்லவா? மிர் நாசிர் கான் காலத்தில் பலூசிஸ்தான் நிர்வாகம் என்பது இரண்டு பகுதிகளாகப் பிரிக்கப்பட்டது. மக்கள் இதனை விரும்பவில்லை என்றாலும் மன்னர் அதுதான் வசதி என்று கருதியதால், அப்படித்தான் அது நடந்தது. கலாட் சாம்ராஜ்ஜியம், அது கைப்பற்றிய நிலப்பரப்புகள் அனைத்தும் சுல்தானின் நேரடிக் கட்டுப்பாட்டில் ஆட்சி செய்யப்படும். சாம்ராஜ்ஜியத்துக்குள்ளேயே இருந்த சரவான் மற்றும் ஜால்வான் என்னும் இரண்டு பிராந்தியங்களை மன்னர் நியமிக்கும் செயல் அதிகாரிகள் (சர்தார்கள் என்பர்) ஆள்வார்கள். ஒரு குத்துமதிப்பான தன்னாட்சி அதிகாரம் பெற்ற பிராந்தியங்கள் என்று இவற்றைச் சொல்லலாம். பெரும்பாலும் நாசிர் கான் இந்தப் பகுதி நிர்வாக விவகாரங்களில் தலையிட மாட்டார். சர்தார்கள் சரியில்லை என்று தகவல் வந்தால் மட்டும் தூக்கிக் கடாசிவிட்டு வேறு சர்தார்களை நியமித்துவிடுவார்.

ஆனால் இந்தப் புதிய ஏற்பாட்டின் அடிப்படைக் காரணம் முன் சொன்னதுதான். ஆட்சி நடத்தப் பெரும் பணம் வேண்டும். பலூசிஸ்தானின் அன்றைய வளத்தைக் கொண்டு அதெல்லாம் நிச்சயமாகவே சாத்தியமில்லை. தவிர, தொடர்ச்சியான போர்களால் பொருளாதாரம் மிகவும் நசித்துவிட்டிருந்தபடியால், பொறுப்பை இன்னொருவர் வசம் கொடுத்துவிட்டு, மகனே உன் சமத்து என்று துண்டை உதறித் தோளில் போட்டுக்கொண்டு தள்ளி அமர்ந்து நாட்டாமை செய்வதே பிழைக்கிற பிள்ளைக்கு வழி என்று நாசிர் கான் நினைத்திருக்க வேண்டும்.

ஆனால் அவரிடம் ஒரு நேர்த்தி இருந்திருக்கிறது. சிந்தனை அளவிலும் சரி; செயல் அளவிலும் சரி. எதிர்பாராத சிக்கல்கள் எந்தப் பக்கத்தில் இருந்தும் வந்துவிடாதிருக்கும் பொருட்டுச் சில எளிய பாதுகாப்பு ஏற்பாடுகளைச் செய்து வைத்திருந்தார். உதாரணமாக, வெறுமனே பத்திருபது அமைச்சர்களை வைத்துக்கொண்டு அவர் ஆட்சி செய்யவில்லை. மாறாக, பலூச்சி இனத்தில் உள்ள அனைத்து ஆதிவாசிக் குழுக்களுக்கும் பிரதிநிதித்துவம் தரும்படியாக ஒரு நிர்வாகக் கட்டமைப்பை உருவாக்கினார். அந்த நிர்வாகக் குழுவின் ஆலோசனையின் பேரிலேயே அவர் முடிவுகள் எடுத்தார். பதிலுக்கு அந்த ஆதிவாசி சர்தார்கள் மன்னரின் அனைத்துவிதமான ராணுவ நடவடிக்கைகளுக்கும் பதில் பேசாமல் ஒப்புதல் அளிக்க வேண்டும்.

அன்பே வடிவான மனிதப் புனிதர் என்றெல்லாம் சொல்வதற்கில்லை. தமது கருத்துகள், கட்டளைகள் எங்காவது, யாரையாவது முணுமுணுக்கச் செய்கிறது என்று தெரிந்தால் அந்தப் பக்கம் திரும்பிப் பார்த்து முறைக்கிற மன்னர்தாம். மன்னரின் முறைப்புக்கு இலக்கானால் என்னவாகும் என்று அவரவர் கற்பனைத் திறனுக்கேற்ப அஞ்சி நடுங்கிவிட்டு, மன்னவனும் நீதான், வளநாடும் நீதான், உன்னை அறிந்தே பலூச்சியை ஓதினேன் என்று தாள் பணிந்துவிடுவார்கள்.

முடியாட்சிதான். சர்வாதிகாரம்தான். பலூசிஸ்தானில் இஸ்லாத்தைத் தவிர இன்னொரு மதம் இருக்கக் கூடாது என்பதில் எல்லாம் நாசிர் கான் மிகத் தீர்மானமாக இருந்தார். எங்காவது சில இனக்குழுவினர் இன்னும் மதம் மாறாமல் ஒளிந்து வாழ்கிறார்கள் என்று தெரிந்தால், முதல் காரியமாக அவர்களைப் பிடித்து இழுத்து வந்து மாற்றிவிட்டுத்தான் மறு காரியம் பார்ப்பார். குறிப்பாக, ராஜதந்திர அடிப்படையில் அன்றைய இரானிய மன்னர் வம்சத்துடன் நெருக்கமான அரசியல் உறவு

கொள்வது ஒரு தரப்புப் போர் அபாயத்தைத் தவிர்க்க உதவும் என்று கருதி, அதற்கான ஆயத்தங்களில் அவர் ஈடுபடத் தொடங்கியபோது இதுவும் சேர்ந்து நடந்தது. இதற்கெல்லாம் அப்பால் இரண்டு மிக முக்கியமான காரணங்களுக்காக மிர் நாசிர் கான் இன்றுவரை நினைவுகூரப்படுகிறார்.

முதலாவது, ஒன்றுபட்ட பலூசிஸ்தான் என்கிற கருத்தாக்கம் உருவாகி வேரூன்ற வழிசெய்தது. புவியியல் ரீதியாகவும் சரி, இனக்குழுக்களை ஒன்று சேர்த்த வகையிலும் சரி. அவர் காலத்தில்தான் அது முழுமையாக நடந்தேறியது.

இரண்டாவது இதனினும் முக்கியமான காரணம். ஒரு நாடு என்கிற அடையாளம் நாசிர் கான் காலத்தில்தான் பலூசிஸ்தானுக்கு ஏற்பட்டது. அவர்கள் தம்மைச் சொல்லிக்கொண்டதல்ல விஷயம். சுற்றுவட்டாரத்து சமஸ்தானங்கள், சற்றே பெரிய ராஜ்ஜியங்கள், மாபெரும் தேசங்கள் பலூசிஸ்தானை ஒரு 'நாடு' என்று கருதவும் குறிப்பிடவும் ஆரம்பித்தது நாசிர் கான் காலத்தில்தான் முதல் முதலில் நடந்தது. அதுவரை பலூச்சிகளின் கூட்டமைப்பாகவும் ஆதி மனிதர்களின் வசிப்பிடமாகவும் மட்டுமே அம்மாநிலம் கருதப்பட்டு வந்தது. உலக அரங்கில் பலூசிஸ்தானை ஒரு தேசமாகக் கருதக் காரணமாக இருந்த நாசிர் கானை பலூச்சிகள் மறக்கவில்லை. இன்றைய அவர்களது தேசிய கீதம் வரை அவர் பெயரை பத்திரமாகச் சொருகி வைத்திருக்கிறார்கள்.

நமக்குத் தெரியாததல்ல. உலகில் நடக்காததும் அல்ல. தந்தை பெரிய நட்சத்திரமாக ஜொலித்துவிட்டால், வாரிசுகள் சற்று முன்னப்பின்னதான் அமையும். விதிவிலக்குகள் எல்லாவற்றிலும் உண்டென்றாலும், இது ஒரு விதியேகூட இல்லை என்றாலும் நாசிர் கானுக்கு வாய்த்த பிள்ளை அவர் அளவுக்கு சாமர்த்தியசாலியாக இல்லாமல் இருந்திருக்கிறார் என்றுதான் வரலாறு சுட்டிக்காட்டுகிறது.

அவர் பெயர், மிர் மஹ்மூத் கான். நல்ல வளர்ப்புதான். நாசிர் கான் அருகிலேயே அமர வைத்து ஆட்சி செய்யும் கலையைச் சொல்லிக்கொடுத்திருந்தார்தான். அவரது நாற்பதாண்டுகளுக்கும் மேற்பட்ட ஆட்சிக்காலத்தில் நடைபெற்ற பல போர்கள், பேச்சுவார்த்தைகள், ராஜதந்திர நடவடிக்கைகள் அனைத்தையும் நெருக்கமாக இருந்து பார்க்க வாய்ப்புக் கிடைத்திருந்ததுதான். பலூசிஸ்தானின் அனைத்து இனக்குழுவினரையும் தந்தை எப்படிச் சமாளித்தார், எவ்வாறு ஒருங்கிணைத்தார், ஒற்றுமையை எப்படிக் கட்டிக் காத்தார் என்பதையெல்லாம் மஹ்மூத் கான் கவனிக்காமல் இல்லை. ஆனாலும் சொந்த சாகித்தியம் பாடத் தொடங்கிய காலத்தில் படித்த பாடங்கள் அவருக்கு நினைவுக்கு வராமல் போய்விட்டன. விளைவு, அவரது காலத்தில் பலூசிஸ்தானின் மூலை முடுக்குகளில் எல்லாம் கிளர்ச்சி தோன்ற ஆரம்பித்தது. சர்தார்கள் ஆளாளுக்குக் கூட்டணி சேர்க்கத் தொடங்கினார்கள். நீ பெரியவனா, நான் பெரியவனா என்கிற மோதல் எழுந்தது. அனைத்துக்கும் உச்சம், இந்த மஹ்மூத் கானையே தூக்கிவிட்டு நாம் ஆட்சி அமைத்தால் என்ன என்று பல பிராந்திய இனக்குழுத் தலைவர்கள் சிந்திக்கத் தொடங்கிவிட்டார்கள். ஒவ்வொருவரும் தத்தமது பலம் என்னவென்று அறிவதற்குத் தமது இனக்குழு மக்களைக் கூப்பிட்டு உட்கார வைத்து மாநாடு நடத்திக்கொண்டிருந்தார்கள்.

சுருக்கமாகச் சொல்வதென்றால் நாசிர் கான் காலத்தில் அவர்கள் பலூச்சிகளாகவும் முஸ்லிம்களாகவும் இருந்தார்கள். மஹ்மூத் கான் காலத்தில் மீண்டும் பல்வேறு இனக்குழுவினராக உதிர ஆரம்பித்தார்கள்.

இது நடக்கும்வரை இந்தியத் துணைக்கண்டத்தை ஆண்டுகொண்டிருந்த பிரிட்டிஷ் கிழக்கிந்திய

கம்பெனி, பலூசிஸ்தானை வெறும் வேடிக்கை மட்டும் பார்த்துக்கொண்டிருந்தது. இப்போது, வேடிக்கை பார்த்தது போதும் என்று புன்னகையுடன் எழுந்துகொண்டது.

8. கணக்குகளும் பிணக்குகளும்

உலகின் சில பகுதிகளில் வசிப்பவர்களுக்குப் பெரிய சிரமங்கள் இராது. வாழ்க்கை பெரும்பாலும் இன்பமாக இருக்கும். நார்வே, டென்மார்க், ஸ்வீடன், ஆஸ்திரேலியா, நியூசிலாந்து போன்ற நாடுகளைக் கூர்ந்து கவனித்தீர்களென்றால் புரியும். நவீன காலத்தில் கூட்டணிக் காரணங்களால் சில போர்களுக்கு இந்த நாடுகள் தமது வீரர்களை அனுப்பலாம். அதிலுமே மருத்துவ உதவி செய்ய அனுப்புகிறேன், வீரர்களுக்கு சட்டைத்துணி தைத்து அனுப்புகிறேன், சாப்பாட்டு கேரியர் அனுப்புகிறேன் என்று கழண்டுகொள்ளும் நாடுகள் உண்டு. போர் என்றால் அழிவுதான் நிகரம் என்பதைப் புரிந்துகொண்ட நாடுகள் இவை. பெரும்பாலும் உலகப் போர்களின் விளைவுகளிலிருந்து பாடம் படித்தவர்கள். படித்ததைச் செயல்படுத்துவதால் சொகுசாக இருப்பவர்கள்.

ஆனால் இவர்கள் மிகச் சிறுபான்மையினர் மட்டுமே. இன்றுவரை போர் வெறி குன்றாத அமெரிக்காவும் ரஷ்யாவும் உலகின் பெரும்பாலான பகுதிகளில் நேரடியாகவும் மறைமுகமாகவும் யுத்தங்களை நடத்திக்கொண்டேதான் இருக்கின்றன. அப்படிப் போர் நடக்கும் நாடுகளில் நிம்மதி இருப்பதில்லை. அவற்றால்

பெரிய வளர்ச்சியையோ தன்னிறைவையோ காண முடிவதில்லை. அப்படியொரு நிம்மதியை அவர்கள் பார்த்துவிடக் கூடாது என்பதில் உத்தமோத்தமர்கள் கண்ணும் கருத்துமாக இருப்பார்கள்.

இன்றைக்கு அமெரிக்காவும் ரஷ்யாவும் அப்படி. இருபதாம் நூற்றாண்டுக்கு முன்னர் அந்தத் திருப்பணியைச் செவ்வனே செய்த நாடுகளுள் பிரிட்டன் தலையாயது. பிரிட்டனின் காலனி ஆதிக்க வரலாறு மிகப் பெரிது. அது தனிக்கதை. இங்கே அதற்கு இடமில்லை. ஆனால் பலூசிஸ்தான் எப்படி அதன் பிடியில் விழுந்தது என்பதைத் தெரிந்துகொள்ள வேண்டியது அவசியம்.

தொடக்கத்தில் பலூசிஸ்தான் பிரிட்டனின் நாடுபிடிப் பட்டியலிலேயே இல்லை. இந்தியாவுக்கு வந்தவர்கள் அடுத்தபடியாக ஆப்கனிஸ்தானைத்தான் குறிவைத்தார்கள். அன்றைய புவியியல் எல்லைக் கோடுகளின் அடிப்படையில் இந்தியாவின் மேற்கே இருந்த பெரிய நாடு அதுதான் அல்லவா?

இன்னொரு காரணம், பத்தொன்பதாம் நூற்றாண்டின் பிற்பகுதியில் ரஷ்யா தனது எல்லைகளை விரித்துக்கொண்டே செல்வதில் கொலைவெறித் தீவிரம் கொண்டிருந்தது. உஸ்பெகிஸ்தான், கசகஸ்தான், துர்க்மெனிஸ்தான், தஜிகிஸ்தான், கிர்கிஸ்தான் என்று அக்கம்பக்கத்துத் தான்களையெல்லாம் அள்ளித் தன் கூடைக்குள் போட்டுக்கொண்டிருந்தது. இன்னும் மிச்சம் என்ன? ஆப்கனிஸ்தான். அப்படி ரஷ்யா ஆப்கனிஸ்தானை ஆக்கிரமிக்குமானால், அதன் அடுத்த குறி இந்தியாதான் என்று அன்றைய அரசியல் வல்லுநர்கள் அத்தனை பேரும் திரும்பத் திரும்பச் சொல்லிக்கொண்டே இருந்தார்கள். அதாவது, பிரிட்டன் பிடித்து வைத்திருந்த இந்தியா.

பிரிட்டனும் ரஷ்யாவும் நேரடியாக மோதிக்கொள்ள வாய்ப்பில்லை என்கிற கணிப்பு ஒருபுறம் இருந்தாலும் ரஷ்யா மேற்கொண்ட போர்களில்

அடைந்த தொடர்ச்சியான வெற்றி, அந்நாடு என்ன வேண்டுமானாலும் செய்யலாம் என்கிற அச்சத்தை பிரிட்டனுக்கு அளித்துக்கொண்டே இருந்தது. எனவே, பந்திக்கு முந்திக்கொள்ளும் எண்ணத்துடன் பிரிட்டன், ஆப்கனிஸ்தானை எடுத்துச் சாப்பிட முடிவு செய்தது.

சந்தர்ப்ப சூழ்நிலை அப்போது அதற்குச் சாதகமாக இருந்தது இங்கே முக்கியம். பலூசிஸ்தானுக்கு மேற்கே இருந்த ஆப்கனிஸ்தானிலும் கிழக்குப் பக்கம் இருந்த சிந்து, பஞ்சாப் பிராந்தியங்களிலும் ஆட்சி லொடலொடத்துக்கொண்டிருந்தது. உள்நாட்டுக் குழப்பங்கள், பதவிப் போட்டி, ஒருவரையொருவர் கவிழ்த்து ஆடும் ஆட்டங்கள் அதிகரித்துக்கொண்டிருந்தன. ரஷ்யா இதனைத் தனக்குச் சாதகமாகப் பயன்படுத்திக்கொள்ள நினைக்குமானால் உடனடியாக ஆப்கன் மீது படையெடுத்து அப்படியே கிழக்குத் திசையில் முன்னேறி இந்தியா வரை வந்துவிடும் என்று அன்றைய பிரிட்டிஷ் இந்திய உளவுத் துறையினர் தொடர்ச்சியாக மேலிடத்துக்குக் கடிதம் எழுதிக்கொண்டே இருந்தார்கள்.

ஆப்கனிஸ்தான் எமிரேட்டில் அன்றைக்கு இரண்டு பெருந்தலைவர்கள் இருந்தார்கள். தோஸ்த் முஹம்மத் கான் என்று ஒருவர். அவர் அப்போது ஆட்சியில் இருந்தவர். ஷா ஷுஜா துரானி என்று இன்னொருவர். அவர் ஆட்சியை இழந்திருந்தவர். இதில் தோஸ்த் முஹம்மத் கான்மீது பிரிட்டனுக்கு நல்ல அபிப்பிராயம் கிடையாது. அம்மனிதர் எப்போது வேண்டுமானாலும் அன்றைய இரானிய மன்னருடன் கூட்டணி வைத்து கிழக்குப் பக்கம் முன்னேறி வந்து பஞ்சாப்பைத் தாக்கலாம் என்று அவர்கள் நினைத்தார்கள். ஏற்கெனவே அவர் பஞ்சாபின் மீது ஒரு சிறிய தாக்குதல் முயற்சியைச் செய்திருந்ததும் இதற்கொரு காரணம்.

எனவே ஷா ஷுஜா துரானியைத் தன் பக்கம் சேர்த்துக்கொண்டு (அவர் பிரிட்டன் சொல் பேச்சு கேட்பவராக இருந்தபடியால்) தோஸ்த் முஹம்மத் கான் கோட்டை கட்டி ஆண்டுகொண்டிருந்த மண்ணின் மீது ஒரு படையெடுப்பை நடத்தலாம் என்பது முதல் கட்டச் செயல்திட்டமாக இருந்தது.

இதில் ஒரு விசித்திரம் உண்டு. அன்றைய ஆப்கனிஸ்தான் அரசுக்கென்று ராணுவம் ஒன்று கிடையாது. ஒரு போர் என்று வந்தால் நாடு முழுவதிலும் உள்ள பல்வேறு இனக்குழுத் தலைவர்கள் தத்தமது ஆட்களை அனுப்பி வைப்பார்கள். அவர்கள் போர் வராத காலங்களில் எல்லாம் சனி ஞாயிறு விடுமுறை கூட விடாமல் தமக்குள் அடித்துக்கொண்டிருப்பவர்கள். ஆப்கன் இனக்குழு மோதல்கள் இன்னொரு பெரிய வரலாறு.

இப்படி ராணுவமே இல்லாத ஒரு நாட்டில் போர் புரிவதற்கு முடிவுசெய்த பிரிட்டிஷ் கிழக்கிந்திய கம்பெனியிடம் அன்றைக்கு இரண்டு லட்சம் வீரர்களைக் கொண்ட மாபெரும் ராணுவம் இருந்தது. இது மூன்று பிரிவுகளாகப் பிரிக்கப்பட்டிருந்தது. முதலாவது, வங்காள ராணுவம். அடுத்தது பம்பாய் ராணுவம். மூன்றாவது மதராஸ் ராணுவம். பிரசிடென்ஸி படைகள் என்று அழைக்கப்பட்ட கிழக்கிந்திய கம்பெனியின் இந்த ராணுவத்துக்குத் தலைமையகம் அன்றைக்கு சிம்லாவில் இருந்தது.

ஆப்கனிஸ்தான் போருக்கு கிழக்கிந்திய கம்பெனி, மதராஸ் ராணுவத்தைத் தவிர்த்து, மற்ற இரண்டு படைப்பிரிவுகளில் இருந்தும் வீரர்களைத் திரட்டினார்கள். போதாக்குறைக்கு அன்றைய பஞ்சாபின் மன்னர் ரஞ்சித் சிங் (படுத்த படுக்கையாக இருந்த வயதான காலம்) தம் பங்குக்கு ஒரு படையைக் கொடுத்து

உதவினார். தோஸ்த் முஹம்மத் படைகள் முன்பொரு முறை பஞ்சாப்பைத் தாக்கியதல்லவா? அந்தப் பகை காரணம். அங்கே ஆப்கனிஸ்தானில் கிழக்கிந்திய கம்பெனி யாரை ஆட்சியில் அமர வைக்க நினைத்து இந்தப் போரைத் தொடங்கவிருந்ததோ, அந்த ஷா ஷுஜா தம் பங்குக்கு ஆறாயிரம் வீரர்கள் தயாராக இருப்பதாகச் சொன்னார். அதாவது, முன்சொன்ன இனக்குழுப் போராளிகள். அடிதடி வல்லுநர்கள் என்று அவர்களைச் சொல்லலாம். முறையான போர்ப்பயிற்சியெல்லாம் கிடையாது.

எல்லோரும் கூடிப் பேசி, போருக்கான ஆயத்தங்கள் அனைத்தையும் செய்து முடித்துவிட்டு, *1838* ஆம் ஆண்டின் இறுதிக்குள் போரைத் தொடங்கிவிடுவது என்று தீர்மானம் செய்தார்கள். திட்டமிட்டபடி படைகள் பஞ்சாப் எல்லையிலிருந்து புறப்பட்டன. பலூசிஸ்தான் எல்லையைத் தொடும் வரை அவர்களுக்கு எந்தப் பிரச்னையும் இல்லை. ஆனால் பலூசிஸ்தானுக்குள் நுழைந்து போலன் கணவாயைக் கடந்தால்தான் ஆப்கனிஸ்தானைத் தொட முடியும். அது அத்தனை சுலபமாக இருக்கவில்லை.

பலூசிஸ்தானை அப்போது மிர் நாசிர் கான் ஆட்சி செய்துகொண்டிருந்தார். அவருக்கு ஆப்கனிஸ்தான் நிலைமையும் தெரியும். பிரிட்டிஷ் படைகளின் அளவும் தெரியும். முறைத்துக்கொண்டு தடுத்து நிறுத்தி சண்டை போட்டுக்கொண்டிருப்பது அர்த்தமற்ற செயல் என்பது அனைத்தினும் தெளிவாகவே தெரியும். இந்தியத் துணைக்கண்டத்தின் பெரும்பாலான பகுதிகளைக் கைப்பற்றி ஆண்டுகொண்டிருந்த கிழக்கிந்திய கம்பெனி, பலூசிஸ்தானை முழுதாக எடுத்து விழுங்குவதற்கு அதிக அவகாசம் பிடிக்காது. எனவே ராஜதந்திர ரீதியில் பிரிட்டிஷ் படைகளைக் கையாளுவதே பலூசிஸ்தானுக்கு நல்லது என்று நாசிர் கான் நினைத்தார். ஒப்புக்கு

ஆரம்பத்தில் சிறிது மோதிவிட்டுப் பிறகு வெள்ளைக்கொடி காட்டி, ஓர் ஒப்பந்தம் செய்துகொண்டார்.

ஆப்கனிஸ்தானுக்குச் செல்லும் பிரிட்டிஷ் படைகள் பலூசிஸ்தானை ஒரு பாதையாகப் பயன்படுத்திக்கொள்ளலாம். கலாட் மற்றும் அதனைச் சுற்றியுள்ள (போலன் கணவாயை ஒட்டிய) சில பகுதிகளில் பிரிட்டிஷ் ராணுவத் தளங்களை அமைத்துக்கொள்ளலாம். இது ஒன்றும் ஒரு நாள், ஒரு வாரம், ஒரு மாதத்தில் முடியக்கூடிய போராக இருக்கப் போவதில்லை. ஆண்டுக்கணக்கில் இழுத்தாலும் தாக்குப் பிடிக்க வசதியாக பலூசிஸ்தானின் சில பகுதிகளில் பிரிட்டிஷார் தமது வசதிக்கேற்பத் தங்குமிடங்களையும் அலுவலகங்களையும் அமைத்துக்கொள்ளலாம். இதர உதவிகள் ஏதாவது தேவைப்படுமானால் கலாட் அரசு செய்து கொடுக்கும். பதிலுக்கு பிரிட்டிஷ் படைகளின் பாதுகாப்பு அவர்களுக்கு இருக்கும். தவிர ஆண்டுக்கு ஐம்பதாயிரம் ரூபாய் மானியம் கிடைக்கும்.

மேலோட்டமான பார்வைக்கு இது ஒரு மாதிரியான புரிந்துணர்வு ஒப்பந்தம் போலப் புலப்படும். நட்பு ரீதியிலான உடன்படிக்கை போன்ற தோற்றம் இருக்கும். உண்மையில் அன்று நடந்தது சரணாகதியே அன்றி வேறல்ல. அப்போதைக்கு கிழக்கிந்திய கம்பெனியின் பார்வை ஆப்கனிஸ்தான் மீது மட்டுமே இருந்தது. எப்படியாவது அங்கே உள்ள ஆட்சியை அகற்றிவிட்டுத் தான் விரும்பும் ஆட்சியொன்றை ஏற்படுத்திவிட்டுத் திரும்பும்வரை பலூசிஸ்தானுக்கு பிரிட்டன் படைகளால் பிரச்னை இருக்காது என்று நாசிர் கான் நினைத்தார். அதற்கு இந்த ஒப்பந்தம் உதவினால் போதும் என்பதே அவரது நிலைப்பாடாக இருந்தது.

தவிர, ஆப்கனிஸ்தான் மீது பிரிட்டன் படைகள் கண் வைக்கிறதென்றால் அதற்கு நியாயமான காரணங்கள் உண்டு. இந்தியாவைக் கைப்பற்றியதற்கு இருந்த

காரணங்களைப் போலவே அதுவும் பொருளாதாரம் சார்ந்தது, வளங்கள் சார்ந்தது. ஒப்பீட்டளவில் பலூசிஸ்தான் ஒன்றுமில்லாத ராஜ்ஜியம். தனக்குப் பெரிய லாபம் தர வக்கில்லாத ஓர் அரசின்மீது பிரிட்டன் கைவைக்க நினைக்காது என்று நாசிர் கான் நினைத்தார். அதனாலேயே, பிரிட்டிஷ் படைகளுடன் இணக்கமாகப் போய்விட்டால் பிறகு எக்காலத்திலும் பலூசிஸ்தானுக்கு என்ன பிரச்னை வந்தாலும் அவர்கள் உதவ வருவார்கள் என்பது இன்னொரு கணக்கு.

நாசிர் கான் போட்ட கணக்கு கிட்டத்தட்ட சரிதான். ஆனால் முழுச் சரி அல்ல.

9. மேலிருந்து கீழ்; வலமிருந்து இடம்

பிரிட்டிஷ் கிழக்கிந்திய கம்பெனியின் படைகளுக்கும் ஆப்கனிஸ்தான் முல்லாக்களுக்கும் இடையில் நடந்த முதல் யுத்தம் கிட்டத்தட்ட நான்கு வருட காலத்துக்கு நீடித்தது. உலகம் எதிர்பாராத மாபெரும் திருப்பமாக அந்தப் போரில் பிரிட்டன் தோல்வியடைந்தது.

போர் தொடங்கிய வேகத்தில் காபூலைக் கைப்பற்றி, ஷா ஷுஜாவை அவர்கள் ஆட்சியில் உட்கார வைத்தது உண்மை. ஆனால் தோஸ்த் முஹம்மதின் படையினரும் சரி; பெரும்பாலான ஆப்கன் மக்களும் சரி. அந்த மாற்றத்தை ஒப்புக்கொள்ளவில்லை. பிரிட்டிஷ் கிழக்கிந்திய கம்பெனி எதிர்பார்த்தது, அங்கே ஒரு நிரந்தர அடிமை ஆட்சி. ஆனால் அவர்களால் நம்ப முடியாத அளவுக்கு மக்கள் நாடெங்கும் அந்த பொம்மை ஆட்சிக்கு எதிரான கிளர்ச்சியில் ஈடுபடத் தொடங்கினார்கள். ஒரு கட்டத்தில் பிரிட்டன் படைகளால் அதைத் தாங்கவே முடியாமல் போய் அவர்கள் இந்தியாவுக்குத் திரும்பிவிடவே முடிவு செய்தார்கள். ஆனால் அதற்குக் கூட வழியின்றிக் காபூல் மக்கள் அங்கிருந்த பிரிட்டிஷ் படையினரில் ஒருவரைக் கூட மிச்சம் வைக்காமல் மொத்தமாகக் கொன்று தீர்த்துவிட்டார்கள்.

பழங்குடி கெரில்லாக்களின் பேயாட்டம் என்றால் அது. அப்போதுதான் ஆப்கனிஸ்தானை உலகம் முதல் முதலாக எப்பேர்ப்பட்ட தாதா என்று வியந்து பார்த்து, 'சாம்ராஜ்ஜியங்களின் கல்லறை' என்று அழைக்க ஆரம்பித்தது. மறுபுறம் பிரிட்டன் தோற்றிருக்கிறது. அது சாதாரண அவமானமல்ல. ஒரு பிரம்மாண்டமான சாம்ராஜ்ஜியத்தின் அவமானம். உலகையே கட்டியாளும் வல்லமை தனக்கு மட்டுமே உண்டு என்று இங்கிலீஷ் ஒக் உயரத்துக்குத் தலையை நிமிர்த்தியபடியே வாழ்ந்துகொண்டிருந்தவர்கள் அல்லவா? அந்த எதிர்பாராத பெருந்தோல்வியில் நிலைகுலைந்து போனார்கள்.

ஆனால் காட்டிக்கொள்ள முடியாது. விட்டுக் கொடுக்கவும் முடியாது. என்றைக்காவது இன்னும் தீவிரமான, மேலும் உக்கிரமான, பிரிட்டிஷ் படைகளின் சரித்திரத்தில் ஒரு தனிச் சிறப்பு அத்தியாயமாக எழுதும் அளவுக்கு மாபெரும் வெற்றியை இறுதி வரியாகக் கொண்ட தாக்குதல் காண்டத்துக்குத் தயாராகப் பார்ப்பார்கள் என்று அனைவருமே நினைத்தார்கள். மற்றவர்களால் நினைக்க மட்டுமே முடியும். பலூச்சிகளுக்கு மட்டும் அது தெள்ளத் தெளிவாகப் புரிந்துவிட்டது.

ஆப்கனிஸ்தானுக்கு மிகவும் அண்டை நாடான பலூசிஸ்தானில் இனி பிரிட்டன் கொடி நிரந்தரமாகப் பறக்கத்தான் செய்யும். அது தவிர்க்கவே முடியாதது. இப்போதைக்கு ஒப்பந்த அடிப்படையில் சரணாகதி நடந்திருக்கிறது. ஆண்டுக்கு ஐம்பதாயிரம் மானியம் வாங்கிக்கொண்டு கேள்வி கேட்காமல் இருக்க வேண்டுமென்பது நிபந்தனை. இதற்கு மேலே என்னென்ன வரப்போகிறது என்பதை இறைவன்தான் அறிவான் என்று ஆளாளுக்குச் சொல்லிப் புலம்பிக்கொண்டிருந்தார்கள்.

ஒரு சிறிய நம்பிக்கை மட்டும் இருந்தது. அது, மார்ச் 28, 1839 அன்று மேற்கொள்ளப்பட்ட Safe Passage Agreement

இன் (போலன் கணவாய் வழியாக அந்தப் பக்கம் போய் வருவதற்கான ஒப்பந்தம்) ஓர் அம்சத்தினால் உண்டான நம்பிக்கை.

நாசிர் கானும் அவரது வாரிசுகளும் பலூசிஸ்தானின் அனைத்துப் பழங்குடி இனத் தலைவர்களும் மக்களும் அவர்தம் வாரிசுகளும் ஒப்புக்கொண்டபடி பிரிட்டிஷ் கிழக்கிந்திய கம்பெனியுடன் நல்லுறவு காத்து, உதவி உபகாரங்கள் செய்து, நட்போடு நடந்துகொள்வார்களேயானால், என்றென்றும் கலாட் சாம்ராஜ்ஜியம் விட்டுவைக்கப்படும். கான்களே அதனை ஆண்டுகொள்ளலாம். பலூசிஸ்தானின் உள்நாட்டு விவகாரங்களில் பிரிட்டிஷ் பேரரசு தலையிடாமல் இருக்கும்.

இது ஒப்பந்தத்தின் ஒரு பகுதி. பிரிட்டிஷ் அரசு இதனைத் தொடர்ந்து காப்பாற்றுமா என்று இப்போது கேட்டுக்கொண்டிருக்க முடியாது. கை வைக்காத வரை நிம்மதி என்று இருந்துகொள்ள வேண்டியதுதான்.

இவ்வாறு பலூச்சிகள் நினைத்துக்கொண்டிருந்தபோது பிரிட்டிஷ் அரசுக்கு வேறொரு பெரும் சிக்கல் உருவாகிக்கொண்டிருந்தது. அது இரு பெரும் பேரரசுகளின் எல்லை தொடர்பானது.

வடக்கே ரஷ்யாவை ஆண்டுகொண்டிருந்த ஜார் வம்சத்தினர் மெல்ல மெல்லத் தமது எல்லைகளை விரித்துக்கொண்டே வந்து மத்திய ஆசியாவுக்குள் நுழையப் பார்த்துக்கொண்டிருந்தார்கள். இந்தப் பக்கம் பிரிட்டிஷ் அரசும் தனது எல்லை விரிவாக்க நடவடிக்கைகளில் தீவிரமாக இருந்ததைப் பார்த்தோம். அவர்கள் மேலிருந்து கீழாக, இவர்கள் வலமிருந்து இடமாகக் குறுக்கெழுத்துப் போட்டி நடத்திக்கொண்டிருந்தபோது ஒரு கட்டத்தில் இரு தரப்பு எல்லைகளும் முட்டிக்கொள்ளும் அபாயம் உண்டாகியிருந்தது.

பேரரசுகள் சிற்றரசுகளுடன் மோதலாம். வெல்லலாம். சிக்கல் இல்லை. ஆனால் இரண்டு பேரரசுகள் மோதிக்கொள்ளுமானால் பூமி தாங்காது. இதைத் தவிர்க்கும் பொருட்டு அன்றைய பிரிட்டிஷ் இந்திய அரசாங்கம் ஒரு புதிய எல்லைக் கொள்கையை உருவாக்கியது. இதன்படி பிரிட்டிஷ் இந்தியாவின் எல்லைப் பகுதிகளை அவர்கள் மூன்றாகப் பிரிக்க நினைத்தார்கள்.

முதலாவது, பிரிட்டிஷ் அரசு நேரடியாக நிர்வகிக்கும் எல்லைப் பிரந்தியங்கள். அங்கெல்லாம் பிரிட்டிஷ் இந்தியச் சட்டங்களும் நிர்வாக முறைகளும் அச்சு பிசகாமல் அப்படியே கடைப்பிடிக்கப்படும்.

இரண்டாவது எல்லைக் கொள்கை என்பது, மறைமுக நிர்வாகம். இந்தப் பகுதிகளில் பிரிட்டிஷ் ராணுவம் இருக்கும். அதிகாரிகள் இருப்பார்கள். அலுவலகங்கள் இருக்கும். எல்லாம் இருக்கும். ஆனால் நிர்வாகம் பிரிட்டிஷ் இந்தியாவினுடையதாக இருக்காது. அந்தந்தப் பகுதி மன்னர்கள்தாம் ஆள்வார்கள். அதாவது சிற்றரசர்கள். சட்டம் ஒழுங்கு, வரி விதிப்பு உள்ளிட்ட அனைத்தும் அந்தந்தப் பிராந்திய மன்னரின் விருப்பப்படியும் அவரவர் வழக்கப்படியும் நடக்கும். இனக்குழுத் தலைவர்கள் தத்தமது குடிகளை வழி நடத்திக்கொள்ளலாம். அனைவருக்கும் அனைத்துக்கும் மேலே ஒரு சட்டாம்பிள்ளை போல பிரிட்டிஷ் அதிகாரிகள் சும்மா நின்று பார்த்துக்கொண்டிருப்பார்கள். ஆனால் தலையிட மாட்டார்கள்.

மூன்றாவது எல்லைக் கொள்கை, பிரிட்டனின் ஆளுகைக்கு உட்படாத - ஆனால் ஏதாவது ஒப்பந்த அடிப்படையில் நட்புணர்வுடன் இருக்கும் எல்லைப் பகுதிகளுக்கானது. அங்கே பிரிட்டிஷ் ராணுவம்கூட இருக்காது. தேவைப்பட்டால் அனுமதிக்கவும் உதவிக்கு வரவும் அவர்கள் எப்போதும் தயாராக இருக்க வேண்டும்.

இந்த மூன்று விதமான கொள்கைகளுள் பலூசிஸ்தான் இரண்டாவது வகையறாவுக்குள் கொண்டுவரப்பட்டது. மேலோட்டமான பார்வையில், இது ஏற்கெனவே பேசப்பட்டது, ஒப்பந்தம் செய்யப்பட்டதுதானே என்று தோன்றும். உள்ளுக்குள் ஆடப்பட்ட அரசியல் சதுரங்கங்கள் அநேகம்.

நாம் ஏற்கெனவே பார்த்தோம். பலூச்சிகள் ஒரு தனி இனம். அவர்கள் இரானியர்கள் அல்லர். ஆப்கானியர்கள் அல்லர். இந்தியர்களும் அல்லர். இன்றைய வரைபடங்களில் பலூசிஸ்தான் இரான், ஆப்கன், பாகிஸ்தான் என்று மூன்று நாடுகளில் பிரிந்து இருப்பதன் காரணம் அன்றைய பிரிட்டிஷ் அரசு. ஆனால் பலூச்சிகளைப் பொறுத்தவரை அவர்கள் மூன்று நாட்டவரும் இல்லை. அவர்கள் பலூச்சிகள். அது பலூசிஸ்தான். அவ்வளவுதான்.

ஆனால் பிரிட்டன் அதையெல்லாம் பொருட்படுத்தவில்லை. தனது அன்றைய அரசியல் தேவைகளை மட்டும் கருதி, நீ கொஞ்சம் வைத்துக்கொள், நீ கொஞ்சம் வைத்துக்கொள் என்று இரானுக்கும் ஆப்கனிஸ்தானுக்கும் பலூசிஸ்தான் அப்பத்தில் இரண்டு துண்டுகள் பிய்த்துக் கொடுத்துவிட்டு, மீதமிருந்த (இன்றைய பாகிஸ்தான் பகுதி) பலூசிஸ்தானின் பகுதிகளை ஐந்தாகப் பிரித்து, முக்கியமான, அளவில் பெரிய இரண்டைத் தனது கட்டுப்பாட்டில் வைத்துக்கொண்டு மூன்று சிறிய பிராந்தியங்களை (கரான், மக்ரான், லஸ்பேலா) நீங்கள் ஆண்டுகொள்ளுங்கள் என்று பலூச்சி பழங்குடி இனத் தலைவர்களிடம் ஒப்படைத்தார்கள்.

கலாட், அதனைச் சுற்றியுள்ள பகுதிகள், போலன் கணவாய் உள்ளிட்ட பிராந்தியங்களெல்லாம் அன்று முதல் பிரிட்டிஷ் பேரரசின் ஓரங்கமாயின. கான் இருந்தார். வாரிசுகள் இருந்தார்கள். மக்கள் இருந்தார்கள். எல்லாம், எல்லோரும் இருக்கத்தான் செய்தார்கள். உரிமைதான் இல்லாமல் போய்விட்டது.

ஒரே காரணம், அச்சம். அன்றைய பிரிட்டிஷ் கிழக்கிந்திய கம்பெனிக்கு ரஷ்யாவின் படையெடுப்புகள் அவ்வளவு அச்சத்தை அளித்துக்கொண்டிருந்தன. கிழக்கிந்திய கம்பெனி கைப்பற்றி வைத்திருந்த இந்திய நிலப்பரப்புக்குள் ரஷ்யப்படைகள் நுழைவதைத் தடுக்க என்னவெல்லாம் செய்ய முடியுமோ, அவை அனைத்தையும் ஒரே இரவில் செய்துவிடத் துடித்தார்கள். அதன் ஒரு விளைவுதான் பெர்சியாவுக்குக் (இன்றைய இரான்) கொஞ்சமும் ஆப்கனிஸ்தானுக்குக் கொஞ்சமும் பலூசிஸ்தானைப் பிய்த்துக் கொடுத்து நல்லுறவுப் பயிர் வளர்க்கப் பார்த்தது. ரஷ்யப்படைகள் ஆப்கன் வழியாக முன்னேறிவருமானால் அதை அங்கேயே தடுக்கவும் இரான் மன்னர் அவர்களுக்கு உதவி செய்யாமல் இருப்பதற்குமான லஞ்சமாக அவர்கள் பலூசிஸ்தானைப் பிய்த்துப் போட்டார்கள்.

இந்த இடத்தில் ஒரு கேள்வி எழலாம். நிலவியல் ரீதியில் பிரிட்டிஷ் அரசுக்கு பலூசிஸ்தான் இந்த அளவுக்கு முக்கியமான பிராந்தியமாக இருக்கும்போது எதற்காக இரண்டாவது பிரிவில் அதனைச் சேர்க்க வேண்டும்? மொத்தமாக எடுத்துக்கொண்டு ஆண்டு தொலைக்க வேண்டியதுதானே? எதற்காக நீ பாதி நான் பாதி கண்ணே என்று பாட்டெல்லாம் பாடிக்கொண்டிருக்க வேண்டும்? அவர்கள் அவ்வளவு நல்லவர்களா?

என்றால், காரணம் வேறு. குத்துமதிப்பாக அதனை நாம் முன்பே பார்த்திருக்கிறோம். என்னதான் போலன் கணவாய்ப் பாதை பிரிட்டிஷ் அரசுக்கு அவசியத் தேவை என்றாலும் பலூசிஸ்தானை ஆள்வது பிரிட்டனுக்கு என்றல்ல; பலூச்சிகள் அல்லாத வேறு யாருக்குமே அவ்வளவு எளிதல்ல. விவசாயம் உள்பட எதுவுமே பெரிய அளவில் அப்போது அங்கே வளர்ச்சி பெறவில்லை. வளமான மண்தான். ஆனால் எந்த வளமும் உரிய முறையில் பயன்படுத்தினால்தானே பலன் தரும்? தொடர்ச்சியான, நீடித்த போர்க்காலங்களிலேயே

ஏராளமான வருடங்களைக் கழித்திருந்த பலூசிஸ்தானில் வளமிருந்தும் வாழ்க்கை அத்தனை சிறப்பாக இல்லை. அதாவது, யாருக்கும் வருமானம் கிடையாது.

அங்கே உருப்படியான வருமான வழி என்பது ஒன்றே ஒன்றுதான் அப்போது. இந்தப் பக்கத்தில் இருந்து அந்தப் பக்கமும் அந்தப் பக்கத்தில் இருந்து இந்தப் பக்கமும் பயணம் செய்யும் வியாபாரிகள், பொது மக்களிடம் (போலன் கணவாய்ப் பாதையில்) வசூலிக்கப்படும் வரிப்பணம் மட்டும்தான்.

எனவே பிரிட்டிஷ் அரசு அதை மட்டும் தனது கட்டுப்பாட்டில் எடுத்துக்கொண்டுவிட்டது. வளமே இல்லாத, வருமானமே இல்லாத பிராந்தியங்களை நீங்களே ஆண்டுகொள்ளுங்கள் என்று சொல்லிவிட்டது. கிழக்கிந்திய கம்பெனி இந்திய நிலப்பரப்புக்கு வருவதற்கு முன்னால்கூட மூலைக்கொரு சமஸ்தானம், வீதிக்கொரு சிற்றரசர்கள் இருந்தார்கள் அல்லவா? அவர்களும் எப்போதும் ஒருவர் மீது ஒருவர் படையெடுத்துக்கொண்டும் எல்லைகளை விரிவாக்கிக்கொண்டும்தான் இருந்தார்கள். சொல்லப் போனால் பிரிட்டன் இங்கே வந்து நடத்திய யுத்தங்களைக் காட்டிலும் அவர்களுக்கு முந்தைய சிற்றரசர்கள் செய்த போர்கள் அநேகம். ஆனால் அவர்கள்கூட பலூசிஸ்தான் பக்கம் போகவே மாட்டார்கள். போரிட்டு வென்றால் மட்டும் என்ன கிடைத்துவிடப் போகிறது? சேர்த்து ஆளும் செலவு மட்டும்தான் நிகர லாபம் என்று கண்டுகொள்ளாமல் விட்டுவிடுவார்கள். எனவே பலூச்சிகள் தமது சரித்திரம் முழுவதும் அந்நியர்களுடன் சண்டையிட்டுக்கொண்டிருந்தார்களே தவிர, அக்கம்பக்கத்தாரால் பெரிய பிரச்னை இல்லாமல்தான் இருந்தார்கள்.

அப்படியே இருந்திருக்கலாம். பிரிட்டன்கூடப் பொருட்படுத்தாமல் பாதை வசதி இருந்தால் போதும்

என்று அமைதியாக இருந்திருக்கும். எப்போது அவர்கள் சிந்து-பஞ்சாப் மீது படையெடுக்கலாம் என்று ஆசைப்பட்டு ஆவன செய்தார்களோ, அன்றைக்குப் பிடித்தது சனி.

10. தனி

மன்னர்கள் காலத்தில் ஒரு நாடு இன்னொன்றின் மீது படையெடுப்பது, அவர்கள் பதிலுக்குப் படையெடுப்பது, படையெடுப்புகளுக்குக் கூட்டணி சேர்த்துக்கொள்வது, முதுகில் குத்துவது, பிறகு மலர்வளையம் வைப்பது எல்லாம் சாதாரணம். கலாட் அரசு சிந்து-பஞ்சாப்பைத் தாக்கியதெல்லாம் அதனினும் சாதாரணம். எல்லை விரிவாக்க ஆசை இல்லாத மன்னருண்டா உலகில்?

ஆனால், பகுதியளவேனும் பொருட்படுத்திவிடலாம் என்று பிரிட்டிஷ் அரசு நினைக்கும்படி ஆனதற்கு கிரக நிலைகள்தாம் காரணமாக இருந்திருக்க வேண்டும். நடந்ததை எண்ணி வருந்திப் பயனில்லை. பலூச்சிகளுக்கு அந்தப் பகுதியளவு பிரிட்டிஷ் கவனிப்பு ஒரு மாதிரி பழகத் தொடங்கியிருந்தது. சொந்த நாடு, தனி நாடு சொகுசு இனி இல்லை என்றாலும் நாடு என்கிற அந்தஸ்து அப்படியேதான் இருந்தது. பிரிட்டிஷார் அதில் கை வைக்கவில்லை. மொத்த பலூசிஸ்தானும் பிரிட்டிஷ் இந்தியாவின் ஒரு பகுதி என்று சொல்லித் தூக்கி விழுங்கிவிடவில்லை. கலாட்டை ஆண்ட கான்களுக்கு உரிய மரியாதை தரத் தவறவும் இல்லை. 1839 ஆம் ஆண்டு மிர் நாசிர் கானுடன் செய்து கொண்ட ஒப்பந்தத்தை 1854 ஆம் ஆண்டு ஒருமுறை

புதுப்பித்துக்கொண்டார்கள். அதே ஒப்பந்தத்தை இன்னும் சில சேர்மானங்களுடன் **1876** ஆம் ஆண்டு திரும்பவும் புதுப்பித்தார்கள்.

இம்முறை அந்தச் 'சேர்மான'த்தில் சில விசேடங்கள் இருந்தன. அதுவரை பலூசிஸ்தான் அரசின் உள்நாட்டு விவகாரங்களில் தலையிடுவதில்லை என்ற கொள்கை வைத்திருந்தார்கள். இப்போது, கொஞ்சம் தலையிட்டுப் பார்க்க முடிவுசெய்தார்கள்.

சிக்கல் ஏதும் உண்டாகாதவரை அன்பே அன்பே. ஏதாவது ஒன்று கிடக்க ஒன்று ஆகி வைத்து வழக்கு, விசாரணை என்று வருமானால் சுல்தானின் நீதிமன்றத்தில் ஒரு பிரிட்டிஷ் ஏஜெண்ட் வந்து உட்காருவார். மன்னராகவே இருந்தாலும் சரி. அவரது நியமன சர்தார்களானாலும் சரி. வழக்குகளை அந்த ஏஜெண்ட்டின் முன்னால்தான் நடத்த வேண்டும். தீர்ப்புகளில் பிரிட்டிஷ் ஏஜெண்ட் சொல்லும் கருத்துகளை 'நட்புடன் ஏற்க' வேண்டும். விசாரணையின்போதே அவர் தோழமைச் சுட்டல் எதையாவது செய்வாரானால் அதையும் ஏற்க வேண்டும்.

ஒப்பந்தத்தின் இன்னொரு பகுதி, கலாட் மன்னருக்கு மகிழ்ச்சிதரும் விதமான ஓர் அம்சத்தைக் கொண்டிருந்தது. பலூசிஸ்தான் எங்கும் பிரிட்டிஷ் படைகளைப் பல்வேறு இடங்களில் நிறுத்தி வைத்திருந்தார்கள் என்று பார்த்தோம் அல்லவா? அதில் சில இடங்களில் இருந்து படைகள் திரும்பப் பெறப்படும்.

என்னதான் பலூசிஸ்தான் ஒரு 'நாடு' என்றே பிரிட்டிஷ் அரசால் அங்கீகரிக்கப்பட்டிருந்தாலும் பிரிட்டிஷ் இந்தியாவின் ஒரு மறைமுக உறுப்புதான் என்பதை நல்லவிதமாக வலியுறுத்தும்படி இன்னொரு காரியம் செய்தார்கள். அது வர்த்தகம் தொடர்பானது. நீங்கள் பிரிட்டிஷ் இந்தியாவின் எந்தப் பகுதிக்கும் எப்போதும் வரலாம். வியாபாரம் செய்யலாம். யாரும் தடுக்க மாட்டார்கள். கேள்வி கேட்க மாட்டார்கள்.

வெளிநாட்டினரென்று பார்க்க மாட்டார்கள். எல்லாம் சொந்தச் சகோதரர்கள். அதேபோல இந்திய நிலப்பரப்பிலிருந்தும் பலூசிஸ்தானுக்கு வியாபார நிமித்தம் வந்து போவார்கள். இரு தரப்பும் வர்த்தகம் செய்யும் சுதந்தரத்தில் இரு தரப்பு ஆட்சியாளர்களும் தலையிடவே மாட்டார்கள். தவிர, வர்த்தகப் பாதைகள் மேம்பாட்டுக்காக ஆண்டுக்கு இருபதாயிரத்து ஐந்நூறு ரூபாய் தனியே தருவார்கள்.

இவ்வாறெல்லாம் இரு தரப்பும் பேசி ஒப்பந்தம் செய்துகொண்ட பின்பு கலாட்டின் மன்னருக்கு வருடாந்திர மானியத் தொகையாக ஒரு லட்சம் ரூபாய் தருவதாகவும் பிரிட்டிஷ் அரசு ஒப்புக்கொண்டது. 1839 இல் நாசிர் கானுக்கு ஐம்பதாயிரம் கொடுத்தவர்கள் 1876 இல் வாரிசு கானுக்கு ஒரு லட்சம் தர முன்வந்ததற்கு அந்நாளைய விலைவாசிதான் காரணமாக இருக்க வேண்டும்.

இதுவல்ல. வேறு எதுவுமல்ல. இந்த ஒப்பந்தங்கள் அனைத்தும் இறுதியில் வைத்த முத்தாய்ப்பே நமக்கு முக்கியம். பலூசிஸ்தானின் கலாட் ராஜ்ஜியத்துக்கு பிரிட்டிஷார் தருகிற அந்தஸ்து என்ன?

அதை அவர்கள் மாற்றவில்லை. சந்தேகமில்லாமல் நாடுதான் என்று ஒவ்வொரு முறை ஒப்பந்தம் புதுப்பிக்கப்பட்டபோதும் எழுதிக் கையெழுத்திட்டுக் கொடுத்தார்கள். இந்த 1876 ஆம் வருடத்து ஒப்பந்தத்தில் அப்படிக் கையெழுத்திட்ட பிரிட்டிஷ் அதிகாரி, எட்வர்ட் ராபர்ட் புல்வர் லிட்டன்.

புரிகிறதா? கலாட் ஒரு தனி நாடு. அது பிரிட்டிஷ் இந்தியாவின் ஒரு பகுதி அல்ல. பிரிட்டிஷ் இந்தியாவுக்குள் இருந்த சமஸ்தானங்கள் வேறு, அவற்றின் நிலை வேறு; பலூசிஸ்தானின் சட்டபூர்வமாக அங்கீகரிக்கப்பட்ட இடம் முற்றிலும் வேறு. பிரிட்டிஷாருடன் கலாட் மன்னருக்கும் மக்களுக்கும் உள்ள உறவு அல்லது தொடர்பு

என்பது ஒப்பந்தங்களின் அடிப்படையில் ஆனது. முன்சொன்னபடி, அன்றைய பிரிட்டிஷ் படைகளுக்கு போலன் பாதை வேண்டும். என்னவானாலும் அதை விட்டுத்தர முடியாது. ஆப்கனிஸ்தான் மட்டுமல்ல. மத்திய ஆசியாவின் பிற எந்தப் பகுதிக்குள் நுழைய வேண்டுமானாலும் அன்றைக்கு அதுதான் எளிய வாசல். அதைப் பெருக்கி, தண்ணீர் தெளித்து, கோலம் போட்டு மங்கலகரமாக வைத்துக்கொள்ள வேண்டியது பிரிட்டிஷ் அரசுக்கு அவசியம். அவர்களுக்கு அங்கே தபால் ஆபீஸ் முக்கியம். தந்தி ஆபீஸ் முக்கியம். இருப்புப்பாதைகள் மிகவும் முக்கியம். காலம் மாறுகிறது. குதிரை மீதும் கழுதை மீதும் ஏற்றியே எல்லாவற்றையும் கொண்டு போய்க்கொண்டிருக்க முடியாது அல்லவா?

முதல் ஆங்கிலோ-ஆப்கன் யுத்தத்துக்கு இதே போலன் கணவாய் வழியாக பிரிட்டிஷ் படைகள் சென்றபோது அதிகாரிகளுக்கும் சிப்பாய்களுக்கும் தேவையான சிகரெட் பெட்டிகள் அடைக்கப்பட்ட மூட்டைகளைச் சுமந்து செல்வதற்கே தனியொரு ஒட்டகப் படையை உடன் அழைத்துச் சென்றவர்கள் அவர்கள். போர் முக்கியம், நாடு பிடிப்பது முக்கியம், எல்லாம் முக்கியம்தான். எல்லாவற்றையும்விட சொந்த சொகுசு முக்கியம் என்பதே பிரிட்டிஷ் அதிகாரிகளின் சித்தாந்தமாக இருந்திருக்கிறது.

பலூச்சிகளுக்கு இதன் நிகர லாபம் என்னவென்றால், அவர்கள் அதுவரை பார்த்திராத ரயில் பாதைகள் அவர்களது மண்ணில் உருவாயின. போக்குவரத்து எளிதானது. நாட்டின் எந்தப் பகுதியில் இருந்தும் எங்கு வேண்டுமானாலும் எளிதாகப் போய் வர முடிந்ததில் அவர்கள் உண்மையிலேயே பரவசமாகிப் போனார்கள். ஏனென்றால், அடிப்படையில் பலூசிஸ்தான் மலைகள் நிறைந்த மண். பாதைகள் உண்டென்றாலும் எதுவும் எக்காலத்திலும் ஒழுங்காக இருந்ததில்லை. எங்கிருந்து எங்கு செல்ல வேண்டுமானாலும் வாரக் கணக்கில், மாதக் கணக்கில் பயண நாள்களைக் கணக்கிடுவதே

முதல் பணியாக இருக்கும். பிரிட்டன் உள்ளே வந்த பிறகு அவர்களுக்கு அது மிகவும் எளிதாகிப் போனது.

இந்தக் காலகட்டத்தில்தான் இந்தியர்கள் (குறிப்பாக இந்துக்கள்) பலூசிஸ்தானுக்கு வர ஆரம்பித்தார்கள். ஒப்பந்தம் இருக்கிறதல்லவா? வர்த்தகக் காரணங்களுக்காக இரு தரப்பினரும் எங்கிருந்து எங்கு வேண்டுமானாலும் சுதந்தரமாகப் போய் வரலாம் என்பது ஏற்பாடு. அப்படி வர்த்தக நிமித்தம் கலாட் பேரரசுக்குள் காலெடுத்து வைத்தவர்களில் சிலர் அங்கேயே தங்கினார்கள். வாழ்ந்து முடித்து இறந்தும் போனார்கள். அவர்கள் சந்ததியினருக்கு அதுவே பிறந்த மண் ஆனது.

2017 ஆம் ஆண்டுக் கணக்கின்படி சுமார் ஐம்பதாயிரம் இந்துக்கள் பலூசிஸ்தானில் வசிப்பதாக பாகிஸ்தான் அரசுக் குறிப்பு ஒன்று தெரிவிக்கிறது. பலூசிஸ்தானின் மக்கள் தொகையே மிகவும் சொற்பம். இன்றைய தேதிக்கு மொத்தமே அவர்கள் சுமார் பதினைந்து லட்சம் பேர் இருந்தால் அதிகம். நிலம்தான் பெரிதே தவிர, வசிப்போர் எண்ணிக்கை என்றுமே அதிகம் இருந்ததில்லை. அவ்வகையில் மொத்த பலூசிஸ்தான் மக்கள் தொகையில் இந்துக்களின் சதவீதம் என்பது அரை சதவீதம் கூடக் கிடையாது.

பிரிட்டிஷ் அரசு அவர்களை இந்துக்களா முஸ்லிம்களா என்று பார்க்கவில்லை. இங்கிருந்து அங்கே போகிறவர்கள், அங்கிருந்து இங்கே வருபவர்கள் என்று மட்டும் பார்த்துக் கணக்கு வைத்துக்கொண்டது.

இதில் நமக்குள்ள முக்கியமான செய்தி ஒன்றுதான். 1876 இல் புதுப்பிக்கப்பட்ட அந்த இரு தரப்பு ஒப்பந்தம் (ஒரு லட்ச ரூபாய் மானியம் சேர்த்து), 1947 ஆம் ஆண்டு இந்தியாவும் பாகிஸ்தானும் பிரிந்து இரு தனி நாடுகளான வரை பிக்கல் பிடுங்கல் இல்லாமல் உயிருடன் பத்திரமாக இருந்தது.

இதை இருவரிச் சுருக்கமாக்கினால் இப்படி வரும்: பிரிட்டிஷார் காலத்தில் பலூசிஸ்தான் தனி நாடு. பாகிஸ்தான் பிறந்தபோதும் அது தனிநாடு.

11. அங்கே என்ன சத்தம்?

பொதுவாக மனிதகுலத்துக்கு உப்புமா பிடிக்காது என்று சொல்லப்படும். ஆனால், நாம் வாழ்வில் அதிகம் அருந்திய சிற்றுண்டி அதுவாகத்தான் இருக்கும். உப்புமாவை வெறுத்தாலும் மனைவியை வெறுக்க முடியாது. மறுவேளை சோறு பிரச்னையாகிவிடும் என்பது எளிய காரணம். மனைவி இனம் இருக்கும் வரை உப்புமா இருக்கும். இது புரிந்தவர்கள், கடாயின் அடியில் இருந்து சுரண்டி எடுக்கும் காந்தலையும் ருசி என்று சொல்வார்கள்.

வரலாறும் ஒருவிதத்தில் உப்புமாவை நிகர்த்ததுதான். சுரண்டினால் வெளிப்படும் காந்தலும் அது சார்ந்த கசப்புணர்வும் என்றென்றும் உள்ளவை. நிராகரித்துவிட்டு இன்னொன்றைத் தேடிச் செல்லவும் வழியில்லை. வழிநடத்துவது பேரரசுகள். வாழ்வளிப்பதும் வறுத்தெடுப்பதும்கூட அவைதாம்.

சென்ற அத்தியாயத்தில் இரானுக்கும் ஆப்கனிஸ்தானுக்கும் பலூசிஸ்தானின் பகுதிகளை பிரிட்டிஷ் பேரரசு கொஞ்சம் கொஞ்சம் பிய்த்துக் கொடுத்ததை ஒரு வரியில் கடந்துவிட்டோம். அப்படிக் கொடுப்பதற்கு முன்னாலும் அந்நிலத்தின் சதை கூறுபோடப்பட்டுக்கொண்டேதான் இருந்தது. குறிப்பாக அன்றைய பெர்சியப் பேரரசு,

பலூசிஸ்தானின் மேற்குப் பகுதிகளை மொத்தமாக அபகரித்துக்கொள்ளக் கணக்கற்ற முறை முயற்சி செய்திருக்கிறது. நாசிர் கானுக்கு முந்தைய காலகட்டத்தில் பெரும்பாலான சந்தர்ப்பங்களில் உலக வரைபடத்தில் மேற்கு பலூசிஸ்தான் பிராந்தியமே இராது. அது பெர்சியப் பேரரசின் பகுதியாகவே இருக்கும். அந்தப் பகுதியில் வசித்து வந்த பலூச்சிகள் அந்நாள்களில் அந்த ஆக்கிரமிப்பை எப்படி எதிர்கொண்டார்கள், எதிர்த்தார்களா, விரும்பினார்களா, அடங்கிப் போனார்களா, அடக்கி வைக்கப்பட்டார்களா என்பதுகூட வெளியுலகுக்குத் தெரியாது. சுதந்தர பலூசிஸ்தான் சார்ந்த அவர்களது விருப்பமோ விழைவோ முயற்சிகளோ எடுபடாமல் போகச் செய்வதற்கென்றே தனியொரு உளவுப் பிரிவை அந்தப் பிராந்தியத்தில் நிறுவி, அம்மக்களை நிரந்தரமாகப் பிரித்து வைக்கப் பார்த்தது இரான்.

இதனை அவர்கள் மிகவும் திட்டமிட்டு, நுணுக்கமாகச் செய்தார்கள்.

- ராணுவத்தைக் கொண்டு அச்சுறுத்தி வைப்பது.
- உளவுத் துறையைக் கொண்டு பிரித்தாள்வது.
- தேசியவாத மனப்பான்மை மேலெழாத வண்ணம் பெர்சிய தேசியவாதத்தை அனைத்து வழிகளிலும் உள்ளே திணிப்பது.
- மீறி, மக்களை ஒன்றுதிரட்டும் முயற்சியில் யார் ஈடுபட்டாலும் உடனே அவர்களைக் காணாமல் போகச் செய்துவிடுவது (கொலை செய்வது, நாடு கடத்துவது இரண்டும் உண்டு).
- பலூசிஸ்தான் பகுதியில் ராணுவத் தளங்களை நிறுவி, அவற்றின் பாதுகாப்பில் குடியேற்றங்களை அமைப்பது.

- குடியேற்றங்களை எதிர்ப்பவர்களைச் சிறைபிடித்துக் காணாமலாக்குவது. படிப்படியாக பலூச்சிகளை அங்கே சிறுபான்மையினராக்கி, இரானியர்களின் எண்ணிக்கையை அதிகரிப்பது.

இருபதாம் நூற்றாண்டில் இது நடந்ததை உலகே அறியும். ஆனால், பத்தொன்பதாம் நூற்றாண்டிலேயே இந்நடவடிக்கைகள் அங்கே இருந்திருக்கின்றன. என்ன ஆனாலும் இரான் இதனைச் செய்வதை நிறுத்தாது என்பதைத் தெரிந்துகொண்டுதான் இரானுக்கே அப்பகுதியைப் பிரித்துக் கொடுத்தது பிரிட்டிஷ் அரசு.

என்னதான் 1876 ஆம் ஆண்டு பிரிட்டிஷ் அரசின் இந்திய வைசிராய் லிட்டன், கலாட்டின் மன்னருடன் ஒப்பந்தம் செய்துகொண்டு, பலூசிஸ்தானின் சுதந்தரத்துக்குத் தங்களால் கேடு நேராதென்று எழுதியே கொடுத்திருந்தாலும் பேரரசுகளின் அரசியலில் அதற்கெல்லாம் பெரிய முக்கியத்துவம் இருக்காது. இந்தப் பக்கம் கலாட்டின் கான் சாகிபைச் சந்திக்கும் போதெல்லாம் தனக்குச் சமமான மரியாதை அவருக்கும் வழங்கப்பட வேண்டும் என்று வைசிராய் சொல்வார். மாபெரும் சபைகளில் இருவருக்கும் சம அந்தஸ்து இருக்கைகள் போடப்படும். எழுந்து நின்று வணங்குவது, எல்லாம் உங்களால்தான் என்பது, இந்தியாவில் இருந்து விக்டோரியா மகாராணிக்கு அனுப்பும் கடிதங்களில் பலூசிஸ்தான் நமது ஆளுகைக்கு உட்பட்ட சமஸ்தானமல்ல; அது ஒரு சுதந்தர நாடு என்று குறிப்பிடுவது - எல்லாம் இருக்கும். அதையெல்லாம் கலாட் மன்னர் அனுபவித்துக்கொள்ளலாம். ஆனால் நாட்டின் பகுதிகளை யாரைக் கேட்டு நீ பிய்த்துக்கொடுத்தாய் என்று கேட்டுவிட முடியாது. கேட்டால், மீதமிருக்கும் நிலமும் இல்லாமல் போகும்.

1876 ஒப்பந்த நீட்டிப்பின்போதே பிரிட்டிஷ் பலூசிஸ்தான் ஏஜென்சி வலுப்படுத்தப்பட்டிருந்தது.

பெரிய நெருக்கடி நேராதவரை தனி நாடாகச் சொல்லிக்கொண்டிருக்கட்டும்; ஒரு தேவை வந்தால் பார்த்துக்கொள்ளலாம் என்பது அவர்கள் தமக்குள் எடுத்திருந்த ரகசிய முடிவு. இதற்கு மிக முக்கியமானதொரு காரணம் இருந்தது. மிகவும் நுணுக்கமான, தொட்டால் பற்றிக்கொள்ளக்கூடிய காரணமும்கூட.

பத்தொன்பதாம் நூற்றாண்டின் இறுதி வருடங்களில் இந்தியத் துணைக்கண்டத்தின் பெரும்பாலான பகுதிகளில் (குறிப்பாக வட இந்தியா) சுதந்தரப் போராட்டம் வலுப்பெறத் தொடங்கியிருந்தது. காங்கிரஸ் மக்கள் மத்தியில் செல்வாக்குப் பெற்றுப் பெரிய அளவில் உருப்பெறத் தொடங்கிய காலம் அது. இன்றைய பாகிஸ்தானின் பகுதிகளான சிந்து, பஞ்சாப், வடமேற்கு எல்லைப்புற மாகாணம்வரை காணும் இடமெல்லாம் பிரிட்டிஷ் எதிர்ப்பு. எங்கெங்கும் போர்க்குரல். எதிர்ப்புப் பேரணி.

ஆனால் பிரிட்டிஷ் வைசிராய் திகைத்துப்போகும் விதமாக பலூசிஸ்தானில் ஒரே ஒரு எதிர்ப்புக் குரல் கூட எழவில்லை. நீ சௌக்கியமா? நான் சௌக்கியம் என்று அவர்கள் பாட்டுக்குத் தம் வேலைகளைப் பார்த்துக்கொண்டிருந்தார்கள். இந்திய சுதந்தரப் போராட்டத்துக்கும் தமக்கும் எந்தத் தொடர்பும் இல்லை என்பதில் பலூச்சிகள் தெளிவாக இருந்தது இங்கே முக்கியம். இந்தியாவை ஆண்டுகொண்டிருந்த பிரிட்டிஷ் அரசுதான் பலூசிஸ்தானிலும் நாட்டாமை செய்துகொண்டிருந்தது. துணைக்கண்டத்தின் மூலை முடுக்கெல்லாம் சுதந்தர தாகம் பொங்கிப் பெருகத் தொடங்கியிருந்தது. ஆனபோதிலும் பலூசிஸ்தானில் அதன் நிழல்கூட விழவில்லை.

பலூசிஸ்தானில் ஒருவேளை இந்த எதிர்ப்புக் குரல் ஒலிக்கத் தொடங்குமானால் மொத்தமாக எடுத்து விழுங்கிவிடலாம் என்று பிரிட்டிஷ் அரசு எதிர்பார்த்து,

எதிர்பார்த்து முற்றிலும் ஏமாற்றமடைந்ததே அவர்கள் கண்ட நிகரம். ஆனால், இதை பலூச்சிகளின் ராஜதந்திரம் என்று புரிந்துகொள்ளக்கூடாது. உண்மையிலேயே அவர்கள் இந்திய தேசியத்துக்குத் தொடர்பற்றவர்கள் என்பதே காரணம். சரி, பக்கத்து நாட்டில் ஏதோ நடக்கிறது; நமக்கும் அதற்கும் தொடர்பில்லை என்று இருந்தார்கள்.

உண்மையில், அந்தப் புள்ளியில்தான் பிரிட்டிஷாருக்கே பலூச்சிகளுக்கும் இந்தியர்களுக்கும் தொடர்பில்லை என்பது தெள்ளத் தெளிவாகப் புரிந்தது. அதற்கு முன், அவர்கள் கனாட் பேரரசுக்கு உட்பட்ட நிலப்பரப்பில் எப்போது வேண்டுமானாலும் சுதந்தர முழக்கம் எழலாம் என்று எதிர்பார்த்தார்கள். இப்போது அவர்கள் புரிந்துகொண்டது, அப்படி ஒரு சுதந்தரக் குரல் எழுமானாலும் அது அவர்களது தனிப்பட்ட குரலாக மட்டுமே இருக்குமே தவிர, இந்திய சுதந்தரப் போராட்ட நீரோட்டத்தில் இணையாது என்பது.

இருபதாம் நூற்றாண்டு பிறந்து, **1919** இல் இங்கே கிலாபத் இயக்கம் உக்கிரமடையத் தொடங்கியபோதும் பலூசிஸ்தானில் நிலைமை அதுதான். பிரிட்டிஷ் அரசுக்கு அதுதான் வியப்பளித்தது. இத்தனைக்கும் கிலாபத் இயக்கம், முஸ்லிம்களால் தொடங்கப்பட்டது. பலூச்சிகளும் முஸ்லிம்கள்.

முதல் உலகப்போரின் முடிவில் துருக்கியை அதுவரை ஆண்டுகொண்டிருந்த ஒட்டாமான் பேரரசு வீழ்ந்தது. துருக்கி மன்னரைத்தான் அப்போது கலீபா என்பார்கள். துருக்கிப் பேரரசுக்கு உட்பட்ட முஸ்லிம்களுக்கு மட்டுமல்ல; உலகெங்கும் பரவி வசித்து வந்த அனைத்து முஸ்லிம்களுக்கும் அந்நாளில் அவர்தான் மானசீக கலீபா. தகர்க்க முடியாத பெருந்தலைவர். முஸ்லிம்களின் நம்பிக்கை நட்சத்திரம். அவருக்கு அதிகாரம் போய்விட்டது என்பது இந்திய முஸ்லிம்களிடையே

பெரும் பதற்றத்தை உருவாக்கியது. எப்படியாவது கலீபாவின் அதிகாரங்களை மீட்க வேண்டும். அவர் ஆட்சி செய்த நிலப்பகுதிகளெல்லாம் புனிதப் பிரதேசங்கள் என்று அவர்கள் அன்று நிச்சயமாக நம்பினார்கள். அவற்றை மீட்டெடுக்க வேண்டும். முஸ்லிம் உலகம் முழுவதையும் கிறிஸ்தவ ஐரோப்பியர்கள் எடுத்து விழுங்கிவிடும் அபாயம் உண்டாகியிருக்கிறது. அதை அறவே களைந்தாக வேண்டும். இது நம் பிரச்னை இல்லை என்று நினைத்து ஒதுங்கியிருப்போமானால் நாளைக்கு நாமும் இருந்த இடம் தெரியாமல் அடையாளமற்றுத்தான் போவோம்.

கிலாபத் இயக்கத்தின் மிகச் சுருக்கமான அடிப்படைக் காரணம் இதுதான். இந்த அச்சத்தின் அடியொற்றியே முஹம்மத் அலி, ஷௌகத் அலி என்கிற இரு சகோதரர்கள் இதனைத் தொடங்கினார்கள். மௌலானா அபுல் கலாம் ஆசாத், ஹக்கீம் அஜ்மல்கான் போன்ற தலைவர்கள் இந்த இயக்கத்தினை வலுவாக ஆதரித்துக் குரலெழுப்பத் தொடங்கியபோது, எதிர்பாராத சாதக அம்சமொன்று கிலாபத் இயக்கத்துக்குச் சேர்ந்தது. அது, மகாத்மா காந்தியின் ஆதரவு.

காந்திக்கு ஒரே நோக்கம்தான். இந்திய முஸ்லிம்கள் முன்னெடுக்கும் கிலாபத் இயக்கத்தை ஆதரிப்பதன் மூலம், இந்தியாவில் இந்துக்களுக்கும் முஸ்லிம்களுக்கும் இடையில் ஒற்றுமை வலுப்படும். பிரிட்டிஷ் அரசை எதிர்ப்பதற்கு அதுதான் முதல் தேவை. எனவே, ஆதரிப்போம்.

இருபதாம் நூற்றாண்டின் தொடக்கத்தில் பிரிட்டிஷ் அரசு இங்கே கண்ட மாபெரும் மக்கள் எழுச்சிகளுள் கிலாபத் இயக்கம் மிக முக்கியமானது. எப்போது அது காந்தியின் அகிம்சை இயக்கத்துடன் இணைக்கப்பட்டதோ, அப்போது அதற்கு மதம் கடந்த தேசிய அடையாளம் சேர்ந்து மேலும் வலுப்பெற்றது. அன்றைய ஒருங்கிணைந்த

இந்தியாவின் மூலை முடுக்குகளிலெல்லாம் இயக்கம் பரவி, கிளர்ச்சிகளும் போராட்டங்களும் சூடுபிடித்து, வேகமெடுக்கத் தொடங்கியது.

கவனியுங்கள். அப்போதும் பலூசிஸ்தான் அமைதியாகவே இருந்தது. முஸ்லிம்கள்தாம். அவர்களுடைய பிரச்னையும்தான். இன்னும் சொல்லப்போனால் இந்திய முஸ்லிம்களைக் காட்டிலும் பலூச்சிகளுக்கு துருக்கி நெருங்கிய சொந்தம். இயேசு பிறப்பதற்குச் சுமார் மூவாயிரம் வருடங்களுக்கு முன்னர் அவர்கள்தாம் துருக்கிக்குப் பக்கத்துப் பிராந்தியத்திலிருந்து புறப்பட்டு பலூசிஸ்தானுக்கு வந்தார்கள். அதெல்லாம் பழங்கதை என்று நகர்த்தி வைத்தாலும், பலூசிஸ்தானுக்குப் பக்கத்து சமஸ்தானங்களான சிந்து, பஞ்சாப், வடமேற்கு எல்லைப்புற மாகாணம்வரை இயக்கம் வேகமெடுத்துத் தீவிரமடைந்துகொண்டிருந்ததை அவர்கள் தெளிவாகக் கண்டார்கள்.

ஆயினும் அமைதி காத்தார்கள். காரணம், கிலாபத் இயக்கத்தை நடத்துவது இந்தியர்கள். நாம் பலூச்சிகள்.

புரிகிறதா?

12. போடா, சர்தான்.

ஆரியப் படையெடுப்புக் காலத்தில் சிந்து நதிக்குக் கிழக்கே இருந்த நிலப்பரப்பை அவர்கள் இந்துஸ்தான் என்று குறிப்பிட்டார்கள். முகலாயர்கள் காலத்தில் இந்தியாவின் மேற்கு எல்லை ஆப்கனிஸ்தான்வரை நீண்டிருந்தது. அது காலம்தோறும் மாறிவந்து இறுதியில் பாகிஸ்தானின் இன்றைய வடமேற்கு எல்லைப் புற மாகாணமே இந்தியாவின் எல்லையென்று நெடுங்காலம் இருந்தது. எங்கே சென்று காலனி அமைத்தாலும், பிரிட்டிஷாருக்குப் பிராந்திய மக்களைக் குறைந்தபட்சம் இரண்டாகப் பிரித்து வைத்து ஆள்வதில்தான் விருப்பம். அடிமைப்படுத்தப்பட்டவர்கள் ஒன்றுசேர்ந்தால் அது தம் ஆட்சிக்குக் கேடு என்பது அவர்களது அசைக்க முடியாத நம்பிக்கை.

இந்தியாவில் முஸ்லிம் லீக் என்றொரு அமைப்பு உருவானதற்கே கர்சன் பிரபு வங்காளத்தை இந்து பெரும்பான்மையினர் - முஸ்லிம் பெரும்பான்மையினர் வசிக்கும் பகுதிகளாகப் பிரித்ததுதான் முக்கியக் காரணம் (இது 1905 இல் நடந்தது) என்பதை நாம் அறிவோம். பிறகு இந்திய முஸ்லிம்களின் தனி உரிமைகள், தனி அரசியல் அமைப்பு, அவர்களது சமூக, பொருளாதார உரிமைகள்-நலனைப் பாதுகாப்பதன் முக்கியத்துவம்

குறித்தெல்லாம் அன்றிருந்த முஸ்லிம் தலைவர்களுடன் பேசிப் பேசி, டிசம்பர் 30, 1906 இல் டாக்காவில் அகில இந்திய முஸ்லிம் லீக் உருவான பின்புதான் அவர்கள் அமைதிகொண்டார்கள்.

இந்தியாவில் இந்துக்கள், முஸ்லிம்கள். பிரிட்டன் எங்கெல்லாம் வென்று காலனி அமைத்ததோ அங்கெல்லாம் அந்தந்த இடத்தின் வசதிக்கேற்ப இன அடிப்படையிலோ, மத அடிப்படையிலோ, மொழி அடிப்படையிலோ மக்களைப் பிரித்துத்தான் போட்டது. கணவன்கள் தனிக்கட்சி, மனைவிகள் தனிக்கட்சி என்று மட்டும்தான் அவர்கள் உருவாக்கி வைக்கவில்லை. மற்றபடி அனைத்துவிதமான கெட்ட காரியங்களையும் ஆத்ம சுத்தியுடன் செய்திருக்கிறார்கள்.

ஆனால் அவர்களுக்குப் புரியவே புரியாத விஷயம் ஒன்றிருந்தது. என்ன செய்தால் பலூசிஸ்தான் மக்களைப் பிரிக்க முடியும்?

நிலத்தைப் பிரித்து இரானுக்கும் ஆப்கனிஸ்தானுக்கும் கொடுத்துப் பார்த்தார்கள். பெரிய விளைவுகள் ஏதும் ஏற்படவில்லை. பலூச்சிகள் எங்கிருந்தாலும் பலூச்சிகளாகவே இருந்தார்கள். நூற்று முப்பது இனக்குழுக்கள் அவர்களிடையே இருந்தபோதிலும், இனக்குழுத் தகராறுகளுக்குக் குறைவே இல்லாத போதிலும், இன்றைக்கு அடித்துக்கொண்டு நாளைக்குச் சேர்ந்துவிடும் குணம் அவர்களிடம் இருந்தது. அதனைக் காட்டிலும் பெரிய அபாயமாக பிரிட்டிஷ் அரசு கருதிய வேறொன்று அவர்களிடம் இருந்தது. அவர்களாக அடித்துக்கொள்வார்கள், பிறகு அணைத்துக்கொள்வார்களே தவிர, நீ அவனை அடி என்று வெளியாள் யார் சொன்னாலும் கேட்க மாட்டார்கள்.

சரி, அடித்துக்கொள்ள வேண்டாம். பிரிட்டிஷ் இந்தியா - குறிப்பாக வட இந்தியா முழுவதும்

கிலாபத் இயக்கத்தை உயர்த்திப் பிடித்துக்கொண்டு ஊர்வலம் போய்க்கொண்டிருக்கிறது. இயல்பான மத உணர்ச்சி தூண்டப்பட்டேனும் இந்தக் கூட்டம் ஒரு குரல் கொடுக்காதா? என்றால், கிடையாது. கிலாபத் மட்டுமல்ல. இன்றைய பாகிஸ்தானின் இதர பகுதிகளில் அன்று முன்னெடுக்கப்பட்ட எந்தவிதமான அரசியல் நடவடிக்கையும் பலூசிஸ்தானைக் கடுகளவும் பாதிக்கவில்லை.

1925 ஆம் ஆண்டு முதல் 1930 ஆம் ஆண்டு வரையிலான காலக்கட்டத்தில் பிரிட்டிஷ் பலூசிஸ்தான் ஏஜென்சியில் இருந்து மேலிடங்களுக்கு அனுப்பப்பட்ட அத்தனை அறிக்கைகளிலும் இது குறிப்பிடப்பட்டுள்ளது. அவர்களுக்கு மத நம்பிக்கை இருக்கிறது. ஆழமாகவே இருக்கிறது. ஆனால் இந்தியாவில் நடைபெறும் இந்து-முஸ்லிம் அரசியலில் அவர்கள் தலையிட்டுக்கொள்ள விரும்பவில்லை. சொல்லப்போனால், இந்திய அரசியலுக்கும் தங்களுக்கும் தொடர்பே இல்லாதது போலத்தான் நடந்துகொள்கிறார்கள்.

இதனைச் சரியாகப் புரிந்துகொள்ள வேண்டும். பிரிட்டிஷ் அரசைப் பொறுத்தவரை அவர்கள் கைப்பற்றிய இடங்கள் அனைத்தும் அவர்கள் காலனி. நடப்பது அவர்கள் ஆட்சி. நிர்வாக சௌகரியங்களுக்காக இடத்துக்கு ஒரு விதமாக அந்தஸ்து அளித்து வைத்திருந்தார்களே தவிர, எல்லாம் அவர்களின் பேட்டை. பலூசிஸ்தானில் அவர்கள் நடத்தியது மறைமுக ஆட்சி. கான் இருந்தாலும் அவரது வால் பிரிட்டிஷாரின் பிடிக்குள்தான் இருந்தது. நினைத்த நேரத்தில் அப்பன் கானை நகர்த்திவிட்டுப் பிள்ளை கானை ஆட்சியில் அமர்த்துகிற காரியத்தையெல்லாம்கூடச் செய்து பார்த்தார்கள். பலூச்சிகள் எல்லாவற்றையும் சகித்துக்கொண்டார்களே தவிர, எதற்கும் போர்க்குரல் எழுப்பவில்லை. இந்தியாவில் நடைபெறும் சுதந்தரப் போராட்டம் ஒருவேளை வெற்றி கண்டு பிரிட்டிஷார் இந்த மண்ணை விட்டுப் புறப்பட்டுச் செல்வார்களானால்,

தங்கள் நிலமும் பூரண சுதந்தரமடையும்; பழையபடி தங்களைத் தாங்களே முழுதாக ஆண்டுகொண்டு சௌக்கியமாக இருக்கலாம் என்று மட்டுமே அவர்கள் நினைத்தார்கள். அதற்காகவே அவர்கள் காத்திருக்கவும் செய்தார்கள்.

1920 ஆம் ஆண்டுவரை அநேகமாக இந்த நிலை மட்டுமே அங்கே நீடித்துக்கொண்டிருந்தது. பிறகு வெளிநாடுகளுக்குச் சென்று படித்துத் திரும்பிய தலைமுறை ஒன்று அங்கே வாயைத் திறந்து பேசத் தொடங்கிய பின்புதான் முதல் முதலாக அவர்கள் தங்களை பிரிட்டிஷ் இந்தியாவின் பிற பகுதி மக்களோடு ஒப்பிட்டுப் பார்க்கத் தொடங்கினார்கள்.

பிரிட்டிஷ் பலூசிஸ்தான் ஏஜென்சி, அங்கே தபால் அலுவலகங்கள் முதல் இருப்புப்பாதை வசதிகள்வரை செய்து கொடுத்ததைக் குறித்து முன்னர் பார்த்தோம். பிரிட்டிஷ் ஆட்சி எங்கெல்லாம் நடக்கிறதோ, அங்கெல்லாம் அது அவர்களது சொந்த வசதி கருதிச் செய்யப்படுபவை. ஆனால் சமூக, பொருளாதார அடிப்படையில் தங்களது வளர்ச்சி மிகவும் பின்தங்கியிருப்பதை முப்பதுகளில்தான் முதல் முறையாக பலூச்சிகள் உணரத் தொடங்கினார்கள்.

அதே பிரிட்டிஷார்தான். ஆனால் அவர்கள் நேரடியாக ஆளும் இந்திய நிலப்பரப்புக்குச் செய்து தந்திருக்கும் வசதிகளில் நூற்றில் ஒரு பங்குகூட பலூசிஸ்தானில் செய்யவில்லை என்பதை அவர்கள் முதல் முறையாக அப்போதுதான் கண் திறந்து பார்த்தறிந்தார்கள்.

இந்த 'ஞானம்' அவர்களுக்குக் கிடைக்கக் காரணமாக இருந்தவர்கள் பிராந்திய சர்தார்களின் படித்த வாரிசுகளும் பிரிட்டிஷாரின் மகிழ்ச்சிக்கு ஏதேதோ வகைகளில் காரணமாக இருந்து, அதனால் வெளியே சென்று சுற்றிப் பார்க்கும் வாய்ப்பைப் பெற்றுத் திரும்பியிருந்த சில பழங்குடி இனத் தலைவர்களும்தான்.

குறிப்பாக, வெளிநாடுகளுக்குச் சென்று கல்வி கற்றுத் திரும்பியிருந்த பலூச்சி இன இளைஞர்கள் உலகெங்கும் பல்வேறு பகுதிகளில் மக்கள் பிரிட்டிஷ் அரசுக்கு எதிராக எவ்வாறு போராடிக்கொண்டிருக்கிறார்கள்; போராட்டங்களின் மூலம் அவர்கள் பெற்ற லாபங்கள் என்னென்ன என்று ஆதாரங்களுடன் எடுத்துச் சொல்லத் தொடங்கிய பின்பு பலூசிஸ்தான் மக்களும் கலாட்டின் மன்னரும் மற்ற முக்கியஸ்தர்களும் சிறிது சிந்திக்கத் தொடங்கினார்கள்.

1920 ஆம் ஆண்டு 'இளம் பலூச்சிகள்' என்றொரு அமைப்பாக பலூசிஸ்தான் இளைஞர்கள் திரளத் தொடங்கினார்கள். அப்துல் அஜிஸ் குர்த் என்பவர் அதற்குக் காரணமாக இருந்தார். சுமார் ஆறு ஆண்டுகள் இந்த அமைப்பினர் பலூசிஸ்தான் முழுதும் பயணம் செய்து தமது மக்களின் நிலைமையை நேரில் கண்டறிந்தார்கள். வாய்ப்பிருந்த இடங்களில் எல்லாம் பழங்குடி இனத் தலைவர்களையும் மக்களையும் சந்தித்துப் பேசினார்கள். அமைப்பு ரீதியில் பலூச்சிகள் ஒன்றுசேர வேண்டியதன் அவசியத்தை எடுத்துச் சொல்லிப் புரிய வைத்தார்கள். உலகம் எங்கே சென்றுகொண்டிருக்கிறது; நாம் எங்கே இருக்கிறோம் என்று படம் வரைந்து விளக்கம் கொடுத்தார்கள். இதுவே பின்னர் 1926 ஆம் ஆண்டு Anjuman-e-Itehaad-e-Balochan-wa-Balochistan என்னும் அமைப்பாகவும் பிறகு கலாட் தேசியக் கட்சியாகவும் (Kalat State National Party) உருப்பெறக் காரணமானது.

பலூச்சிகளை எப்படிப் பிரித்து ஆள்வது என்று யோசித்துக்கொண்டிருந்த பிரிட்டிஷாருக்கு இது பெரும் அதிர்ச்சியளித்தது. ஏற்கெனவே அவர்கள் சேர்ந்துதான் இருந்தார்கள். இப்போது அமைப்பாகவும் திரளத் தொடங்கியிருக்கிறார்கள் என்றால், இது விபரீதம். நிச்சயமாக இதைத் தொடக்கத்திலேயே கலைத்துப் போட்டாக வேண்டும்.

தீவிரமாக யோசித்து, பலூசிஸ்தான் பிரிட்டிஷ் ஏஜென்சியின் மூலம் பிராந்தியத்தில் சட்டங்களைக் கடுமையாக்கினார்கள். பொதுக் கூட்டங்கள், ஊர்வலங்கள் அனைத்துக்கும் தடைவிதிக்கப்பட்டன. மீறி நடத்தும் தலைவர்களைக் கட்டாயப்படுத்தி வெளிநாடுகளுக்கு அனுப்பி வைத்து, அவர்கள் திரும்பி வராமல் பார்த்துக்கொள்ளத் தொடங்கினார்கள்.

இப்போது கலாட்டின் மன்னர் யோசித்தார். இங்கே ஆள்வது நானா? நீங்களா?

சந்தேகமென்ன, நாங்கள்தான் என்கிற பதிலை வேறு விதமாகத் தருவதற்கு பிரிட்டிஷ் அரசு முடிவுசெய்தது. 1930 ஆம் ஆண்டு அவர்கள் பலூசிஸ்தானின் 'தனி நாடு' அந்தஸ்தை முடிவுக்குக் கொண்டுவரும் முடிவுக்குக் கிட்டத்தட்ட வந்துவிட்டார்கள். இறுதி முயற்சியாக ஒரு சிறிய விளையாட்டை ஆடிப் பார்த்தார்கள். மானமுள்ள, ரோஷமுள்ள, தன்னைக் காட்டிலும் தன் சிம்மாசனத்தின் கௌரவம் பெரிதென்று நினைக்கும் எந்த மன்னரும் அதற்குச் சம்மதிக்க மாட்டார்.

அந்த ஆண்டு பிரிட்டிஷ் இந்தியாவில் ஆங்கிலேயர்களுக்குக் கப்பம் அல்லது கைகட்டிக்கொண்டிருந்த சிற்றரசர்களின் மாநாடு ஒன்று ஏற்பாடானது. வைசிராய் கலந்துகொள்ளவிருந்த அக்கூட்டத்துக்கு கலாடின் மன்னருக்கு அழைப்பு அனுப்பப்பட்டது. மாட்சிமை பொருந்திய மகாராணியின் கருணைக் குடையின் அடியில் குடியிருக்கும் அத்தனை சிற்றரசர்களும் கூடியிருந்து குளிர வருக.

சிற்றரசர்கள் அன்றைக்கு எப்படி வாழ்ந்தார்கள், என்னவெல்லாம் செய்தார்கள் என்பது தனி வரலாறு. இங்கே அதற்கு இடமில்லை. நாம் கவனிக்க வேண்டியது பலூசிஸ்தானின் மன்னர் அந்த அழைப்புக்கு என்ன பதில் சொன்னார் என்பதை மட்டும்தான்.

என்ன சொல்லப் போகிறீர்கள் என்று அவரது மந்திரி பிரதானிகளும் பழங்குடி இனத் தலைவர்களும் சர்தார்களும் பிற முக்கியஸ்தர்கள் அனைவரும் சுற்றி நின்று கேட்டார்கள். கான் சொன்ன பதிலை இரண்டு சொற்களில் அடக்கலாம்.

போடா சர்தான்.

13. ஐந்நூற்று அறுபத்திரண்டு + ஒன்று

பலூசிஸ்தானின் அன்றைய கலாட் ராஜ்ஜியத்தின் மன்னராக இருந்தவர் பெயர், மிர் சிர் அஹ்மத் யார் கான் அஹ்மத்சாய் (Mir Sir Ahmed Yar Khan Ahmedzai). நாசிர் கானைப் பார்த்தோம். பிறகு இந்த கானைப் பார்க்கிறோம். முன்னும் பின்னும் வந்த மற்ற கான்கள் அவ்வளவு முக்கியமில்லையா என்றால், அப்படியல்ல. எல்லா நாடுகளிலும் எல்லா காலகட்டங்களிலும் இருந்த எல்லா மன்னர் வகையறாக்களையும் போல பலூசிஸ்தானிலும் அது குடும்பப் பதவியாக இருந்தது. தந்தை. தந்தைக்குப் பின் மகன். மகனுக்குப் பிறகு அவனது மகன். நடுவே ஏதாவது இடறுமானால் மன்னர், அவரது தம்பி அல்லது சித்தப்பா மாமன் மச்சான் என்று பொன்னியின் செல்வன் வழி. ஜனநாயகக் காலத்திலும் இங்கே அப்படித்தான் என்றாலும் ஐந்தாண்டுகளுக்கு ஒருமுறை ஓட்டு மாற்றிப் போட ஒரு வாய்ப்பாவது மக்களுக்கு உண்டு. மன்னர் காலத்தில் அது கிடையாது. அவ்வளவே வித்தியாசம்.

இருக்கட்டும். இந்த கானைக் கவனிப்போம். அஹ்மத் யார் கான் ஆட்சிப் பொறுப்புக்கு வந்து அப்போது இரண்டு வருடங்கள்தாம் ஆகியிருந்தன. அதாவது **1933**. குறிப்பாக, சிறப்பாகச் சொல்வதற்கு ஆட்சியில் ஏதுமில்லை

என்றாலும் சிக்கல் இல்லாமல் அவர்பாட்டுக்குத் தன் காரியங்களைக் கவனித்துக்கொண்டிருந்தார். பிரிட்டிஷ் அரசுக்குக் கொடுக்க வேண்டிய மரியாதையில் குறை கிடையாது. பலூசிஸ்தான் முழுவதும் அவர்கள் தங்குதடை இன்றித் தமக்கு வேண்டியதைச் செய்துகொண்டு, சுதந்தரமாக உலா வந்துகொண்டிருந்தார்கள். ராணுவப் போக்குவரத்திலோ, வர்த்தகப் போக்குவரத்திலோ, இதர வேறு எந்த வகையிலோ சற்றும் உரசல் உண்டாகாமல், தளுக்காகத்தான் பார்த்துக்கொண்டார்.

உண்மையில் அது அவ்வளவு எளிதாக ஆளக்கூடிய காலமாக இருக்கவில்லை. அந்த 'இளம் பலூச்சிகள்' அமைப்பு வீறுகொண்டு எழுந்து எங்கெங்கும் பிரிட்டிஷாருக்கு எதிராகக் குரல் கொடுத்துக்கொண்டிருந்தார்கள். 'அஞ்சுமான்' என்ற பெயரில் அவர்கள் இன்னும் வலுவான அமைப்பாகத் திரண்டு மிர் முஹம்மத் அலி என்பவர் தலைமையில் சுதந்தர பலூசிஸ்தான் மட்டுமல்லாமல், ஜனநாயக பலூசிஸ்தான், பெண் விடுதலை பலூசிஸ்தான், சமூக நீதி பலூசிஸ்தான், அனைவருக்கும் கல்வி பலூசிஸ்தான், பழங்குடிச் சட்டங்களை ஒழித்த பலூசிஸ்தான் என்று ஏகப்பட்ட எதிர்காலக் கனவுகளை எழுதி வைத்துக்கொண்டு ஒவ்வொன்றுக்காகவும் போராட ஆரம்பித்திருந்தார்கள். பிரிட்டிஷ் அரசு, இப்படிப் போராட வீதிக்கு வரும் பலூச்சிகளையெல்லாம் சத்தமில்லாமல் தூக்கி வண்டியில் போட்டுக்கொண்டு பலூசிஸ்தான் எல்லைக்கு அப்பால் கொண்டு இறக்கிவிட்டு வருவதை வாடிக்கையாகக் கொண்டிருந்தது. அதற்கு எதிராகவும் மக்கள் புரட்சி செய்யத் தொடங்க, பிராந்தியமெங்கும் சிறிது கலவரம் கூடித்தான் இருந்தது.

ஆனபோதிலும் இந்தப் புதிய கான் அனைத்தையும் சமாளித்து, எல்லா தரப்பினரையும் அரவணைத்துக்கொண்டு போகத்தான் பார்த்தார். ஆனால், எப்போது பிரிட்டிஷ் அரசு, தனது இதர

அனைத்து சமஸ்தானங்களின் மன்னர்களோடு பலூசிஸ்தான் மன்னரையும் ஒன்றாகக் கூப்பிட்டு உட்கார வைக்கப் பார்த்ததோ, அப்போது அவர் சிலிர்த்துக்கொண்டு முடியாது என்று சொன்னார்.

ஒருவகையில் அவர்களும் அதற்காகத்தான் காத்திருந்தார்கள். எப்படியும் கான் மறுப்பார், அதைக் காரணமாக வைத்து, பலூசிஸ்தானை முழுதாக எடுத்துச் சாப்பிட்டுவிடலாம் என்பது திட்டம். நினைத்தபடி எல்லாம் நடந்ததால் 1935 ஆம் வருடத்து இந்திய அரசியல் சட்டத்தின் வட்டத்துக்குள் (Government of India Act 1935) பலூசிஸ்தானைக் கொண்டுவருவதாக அறிவித்துவிட்டார்கள். இந்த வரலாற்றின் மிக முக்கியமான இந்தக் கட்டத்தை இப்படி மொட்டையாகச் சொல்லி முடித்துவிடுவது தகாது. சிறிது விரிவாகப் பார்த்தால்தான் பின்னாளில் வரப் போகிற மாபெரும் சிக்கல்களைப் புரிந்துகொள்ள வசதியாக இருக்கும்.

Government of India Act 1935 என்பதற்கு ஒரு நீண்ட வரலாறு உண்டு. இந்தியாவின் அரசியலை நிர்ணயிக்கும் சட்ட வரைவு ஒன்றை உருவாக்கும் நோக்கத்துடன் பிரிட்டிஷார் அனுப்பிய சைமன் கமிஷனைக் குறித்துக் கேள்விப்பட்டிருப்பீர்கள். 1927 ஆம் ஆண்டு சைமன் கமிஷன் அமைக்கப்பட்டது. ஆனால் இந்த ஆணையத்தில் இந்தியப் பிரதிநிதிகள் யாரும் கிடையாது. எல்லோரும் பிரிட்டிஷ் அதிகாரிகள். எனவே இந்திய சுதந்தரப் போராட்டக் களத்தில் இருந்த அத்தனை பேரும் சைமன் கமிஷனை எதிர்த்துக் கொடி பிடித்தார்கள். இந்தியப் பிரதிநிதிகளே இல்லாமல் இந்தியாவின் அரசியலைத் தீர்மானிக்க இவர்கள் யார் என்கிற நியாயமான எதிர்ப்புணர்வு.

எதிர்ப்பு மிகவும் வலுவாக இருந்தது. இந்த கமிஷன் உதவாது என்று பிரிட்டனுக்குத் தெரிந்துபோனது. பிறகு 1930-32 காலகட்டத்தில் லண்டனில் மூன்று

வட்டமேசை மாநாடுகள் நடத்தினார்கள். மகாத்மா காந்தி உள்பட, இந்தியத் தலைவர்கள் சிலரும் பங்குகொண்ட இந்த வட்டமேசை மாநாடுகளும் நமக்குத் தெரியும். இந்தியாவின் எதிர்கால அரசியல் எவ்வாறு அமையலாம் என்பது குறித்து இந்த மாநாடுகளில் பேசி, விவாதிக்கப்பட்டது.

மாநில சுயாட்சி, அதிகாரப் பகிர்வு, ஒரேவிதமான குற்றவியல், விவாக - விவாகரத்துச் சட்டங்கள் போன்ற பல முக்கியமான விஷயங்கள் விவாதிக்கப்பட்டு சட்ட வரைவாயின.

இதன் இன்னொரு முக்கியமான அம்சம், அன்றைக்கு பிரிட்டிஷ் இந்தியாவின் கூட்டாட்சி அமைப்பாக விளங்கிய 562 சமஸ்தானங்களின் நிர்வாகம் சம்பந்தப்பட்டது. இந்த சமஸ்தானங்களில், இரண்டு அவைகள் கொண்ட மத்திய சட்டமன்றம் ஒன்றை நிறுவவும் முடிவு மேற்கொள்ளப்பட்டது. ஆனால் சில நிபந்தனைகள் உண்டு. மொத்தம் இருந்த 562 சமஸ்தானங்களில் குறைந்தபட்சம் சரி பாதி அளவேனும் இதில் சேர வேண்டும். அந்த சமஸ்தானங்களின் மொத்த மக்கள் தொகையில் ஐம்பது சதவீதப் பிரதிநிதித்துவம் இருக்க வேண்டும். அந்த ஐம்பது சதவீதப் பிரதிநிதிகளில் ஐம்பது சதவீதத்தினராவது வாக்களித்து ஆதரிக்க வேண்டும்.

இதனை அன்றைய சமஸ்தான மன்னர்கள் பெரும்பாலும் ஒப்புக்கொள்ளவில்லை. காங்கிரஸும் இதனை ஆதரிக்கவில்லை. இது உண்மையான சுயாட்சிக்கான சட்டங்கள் இல்லை என்று சொல்லிவிட்டது. மறுபுறம் முஸ்லிம் லீக் தலைவர் முகம்மது அலி ஜின்னாவும் இதனை நிராகரித்தார். கூட்டாட்சி அமைப்பில் முஸ்லிம்கள் அதிகம் உள்ள மாகாணங்களில்கூட அவர்களுக்குப் போதிய அதிகாரம் வழங்கப்படவில்லை என்பது அவர் முன்வைத்த முக்கியக் காரணம். இந்தப்

பக்கம் அம்பேத்கருக்கு இது பிடிக்கவில்லை. அந்தப் பக்கம் காந்திக்கும் பிடிக்கவில்லை.

யாருக்கும் பிடிக்காத சட்டத்தை வைத்துக்கொண்டு யாரைக் கட்டி மேய்ப்பது?

மொத்த பேரையும் இதனைக் கொண்டுதான் கட்டி மேய்ப்போம் என்றது பிரிட்டிஷ் அரசு. இப்பேர்ப்பட்ட இடர்பாடுகள் மிகுந்த, யாருக்கும் பிடிக்காத இந்திய அரசியல் சட்டத்தின் (1935) வட்டத்துக்குள் பலூசிஸ்தானைக் கொண்டுவருவதாக அவர்கள் அறிவித்தார்கள். அதாவது, இனி தனி நாடு என்றெல்லாம் சொல்லிக்கொண்டிருக்க முடியாது. 562 சமஸ்தானங்கள் இருக்கின்றன அல்லவா? பத்தோடு பதினொன்று. அத்தோடு இது ஒன்று.

கான் இதனைக் கடுமையாக எதிர்த்தார். பலூசிஸ்தான் முழுவதிலும் எதிர்ப்பு ஊர்வலங்களும் பேரணிகளும் அநேகமாக எல்லா நாள்களுமே இருந்தன. பிரிட்டிஷ் வீரர்கள் பொதுக்கூட்டங்களுக்கும் ஊர்வலங்களுக்கும் தடைவிதித்துப் பார்த்தார்கள். மக்கள் பொருட்படுத்தவில்லை. கைது செய்து சிறை வைத்தார்கள். எதிர்ப்பு இன்னும் அதிகரித்தது. தலைவர்களை மீண்டும் நாடு கடத்த ஆரம்பித்தார்கள். பழங்குடியினர் தாக்குதல்களில் ஈடுபட ஆரம்பித்தார்கள்.

கவனியுங்கள். இந்தப் புள்ளிவரை பலூசிஸ்தான் மக்கள் தமது பிரச்னையைத் தாங்களே பார்த்துக்கொள்ளும் மனநிலையில்தான் இருந்தார்கள். எப்போது அடக்குமுறை அத்துமீறத் தொடங்கியதோ, அப்போதுதான் அவர்கள் இந்திய விடுதலைப் போராட்ட வீரர்கள் பிரிட்டிஷ் அரசை எவ்வாறு எதிர்கொள்கிறார்கள் என்று கவனிக்க ஆரம்பித்தார்கள். குறிப்பாக முப்பதுகளில் காங்கிரஸ் ஒவ்வொரு பிரச்னையில் எவ்வாறு நிலைப்பாடு எடுக்கிறது, அதை எப்படி மக்களிடம் கொண்டு சேர்க்கிறது, போராட்டங்களை எவ்வாறு வடிவமைக்கிறது, தலைமை

தாங்குபவர்கள் என்ன பேசுகிறார்கள், எம்மாதிரியான சொற்களைக்கொண்டு பேசுகிறார்கள் என்று படித்த பலூச்சிகள் ஊன்றிக் கவனித்துத் தமது பழங்குடி இனத் தலைவர்களுக்கு எடுத்துச் சொல்லிப் புரிய வைத்தார்கள். அவர்கள் மக்களிடம் பேசி விளக்கம் தரத் தொடங்கினார்கள்.

1932 ஆம் ஆண்டு ஜகோபாபாத்தில் ‘பலூசிஸ்தான்-அனைத்திந்திய பலூச் மாநாடு’ ஒன்று முதல் முதலாக ஏற்பாடானது.

அனைத்திந்திய!

ஆனால் அவர்களுக்கு அப்போது வேறு வழியிருக்கவில்லை. பிரிட்டிஷ் அரசு தன்னிச்சையாக பலூசிஸ்தானைத் தனது ஆளுகைக்கு உட்பட்ட இரண்டாம் நிலை மாகாணமாக அறிவித்துவிட்டபடியால் அப்படித்தான் குறிப்பிட வேண்டியதானது. அது ஒரு புறமிருக்க, அம்மாநாட்டில் பேசப்பட்ட விஷயங்கள் இங்கே மிகவும் முக்கியமானவை.

‘அஞ்சுமான்’ தலைவர் மிர் முஹம்மத் அலி கான் மக்ஸி தெளிவாகச் சொன்னார். ஆம். நாம் போராடித்தான் ஆகவேண்டும். பலூசிஸ்தானின் சூழ்நிலையைப் பொறுத்த அளவில் அது மிதவாத காங்கிரஸ்காரர்களின் போராட்டத்தினைப் போல இருக்க இயலாது. இந்தப் பிராந்தியத்துக்கு அது பலனளிக்காது. எனவே நாம் ஆயுதம் ஏந்தித்தான் தீர வேண்டும். பலூச்சிகளின் ஒற்றுமை, பலூசிஸ்தானின் பூரண சுதந்தரம் என்கிற இரண்டு நோக்கம் இதன் அடிப்படை. இரண்டும் பிழைக்க வேண்டுமானால் போரைத் தவிர வேறு வழியில்லை.

இதற்கு முன்பு அவர்கள் தேர்தல், வாக்களிப்பு, ஜனநாயகம் என்றெல்லாமும் பேசிக்கொண்டிருந்தார்கள். ஆனால் எப்போது கலாட் ராஜ்ஜியம் ஒரு குட்டி சமஸ்தானமாக பிரிட்டிஷ் அரசின் சட்டை பாக்கெட்டுக்குள் இருக்கும்

என்று அறிவிக்கப்பட்டதோ, அக்கணம் அந்தப் 'புதிய' கோஷங்களை அவர்கள் நிறுத்திக்கொண்டார்கள். கலாட் ராஜ்ஜியத்தின் முடியாட்சியை எப்பாடுபட்டாவது காப்பாற்றியாக வேண்டும். அது முற்றிலும் கைவிட்டுப் போய்விட்டால் பிறகு மீட்பது முடியவே முடியாத செயலாகிவிடும் என்று முடிவு செய்தார்கள்.

தமது முடிவினை மன்னருக்குத் தெரிவித்தார்கள். மொத்த பலூச்சிகளும் கலாட் அரசை ஆதரிப்பார்கள். பொது எதிரி பிரிட்டிஷ் அரசுதான். அதை முதலில் ஒழித்துக் கட்டுவோம். பிறகு இங்கே தேர்தல் முறையைக் கொண்டுவருவோம். சர்தார் குறுங்குழு ஆட்சி முறையை மாற்றுவோம். ஆனால் அதெல்லாம் பிறகு. இப்போது போர்.

அவர்கள் தயாரானபோது, அஞ்சுமானின் தலைவர் மிர் முஹம்மத் அலி கான் மக்ஸி இறந்து போனார். போர் தவிர்க்கப்பட்டு, அஞ்சுமான், Kalat State National Party என்ற புதுப் பிறப்பெடுத்தது.

14. மன்னரும் மக்களும்

ஆயிரத்துத் தொள்ளாயிரத்து முப்பதிலிருந்து நாற்பது வரையிலான பத்தாண்டுகளில் கிரகங்கள் மட்டும் சாதகமாக இருந்திருந்தால் பலூசிஸ்தான் மிக வலுவானதொரு தேசமாக உருக்கொண்டிருக்கும். விதி, ரிதம், கர்மா என்று என்ன பெயர் சொல்லி அழைத்தாலும் நடந்தவை நிச்சயமாக நியாயமே அல்ல.

பைசா பெறாத பலூசிஸ்தானில் படைகளைக் குவித்து வைத்துக்கொண்டிருப்பது வேண்டாத வேலை; பேசாமல் மூட்டைகட்டிக்கொண்டு கிளம்பிவிடலாம் என்று பிரிட்டிஷ் அரசே ஒரு கட்டத்தில் நினைக்கும் அளவுக்கு எல்லாம் நம்ப முடியாதபடியே நடக்கும் போலிருந்தது. மக்களும் இதைப் புரிந்துகொண்டார்கள். இந்தியாவெங்கும் சுதந்தரப் போராட்டம் தீவிரமடைந்துகொண்டிருந்தது. ஆண்டதுவரை போதும்; கிளம்பிவிடலாமா என்று பிரிட்டன் சிந்திக்கத் தொடங்கியிருப்பது போன்ற தோற்றம் அல்லது தோற்ற மயக்கம் உருவாக ஆரம்பித்திருந்தது. இந்தியாவுக்கு ஒரு நல்லது நடக்குமென்றால் பலூசிஸ்தானுக்கும் அது நடப்பதுதானே நியாயம் என்பது அவர்களது கேள்வி.

ஆனால் இந்தியாவில் போராடிக்கொண்டிருந்தார்கள். காங்கிரஸ் ஒரு பக்கம், முஸ்லிம் லீக் ஒரு பக்கம்,

சமஸ்தானச் சக்கரவர்த்திகள் ஒரு பக்கம் என்று ஆளாளுக்கு அவரவர் எதிர்பார்ப்புகளை, கனவுகளை, லட்சியங்களை முன்வைத்துச் சலிக்காமல் முட்டி மோதிக்கொண்டிருந்தார்கள். ஆனால் பலூசிஸ்தானில் நடப்பது என்ன?

மக்கள் சிந்திக்கத் தொடங்கியிருந்தார்கள். அமைப்பாகத் திரள ஆரம்பித்திருந்தார்கள். ஊர்வலங்கள், பேரணிகள், பொதுக்கூட்டங்கள், கண்டன ஆர்ப்பாட்டங்கள் என்று அன்றைய இந்திய மாடலுடன், தங்களுக்கே உரித்தான தடாலடி முறையிலும் பிரிட்டிஷாருக்குத் தங்கள் எதிர்ப்புணர்வைக் காட்ட ஆரம்பித்திருந்தார்கள். ஆனால் சிக்கல் இன்னோர் இடத்தில் இருந்தது.

கான்.

எதற்கு பிரிட்டிஷாரை எதிர்த்துக்கொண்டு, போராடிக்கொண்டு, பிழைப்பைக் கெடுத்துக்கொள்ள வேண்டும்? இன்றைக்கு அவர்கள் எத்தனை கெடுபிடிகளை மறைமுகமாகத் திணிக்கப் பார்த்தாலும் கலாட்டை ஒரு தனி ராஜ்ஜியமாக இன்னும் விட்டு வைத்திருக்கிறார்கள். போராட்டம் அது இதுவென்று இறங்கி, உள்ளதும் போச்சுடா நொள்ளக்கண்ணா என்று ஆகித் தொலைத்தால் என்ன செய்வது?

தவிர, என்றைக்காவது அவர்கள் இந்தியத் துணைக்கண்டத்தை விட்டு வெளியேறுவது என்று முடிவுசெய்தால் நிச்சயமாக அன்றைக்கு பலூசிஸ்தானை விட்டும் வெளியேறித்தான் செல்லப் போகிறார்கள். அதுவரை அமைதியாக இருந்துவிட்டுப் போவதில் என்ன சிக்கல்?

அவர் பெயர் மிர் அசம் கான் (Mir Azam Khan). அவருக்கு முந்தைய கான் பன்னெடுங்காலம் ஆட்சியில் இருந்துவிட்டு அப்போதுதான் இறந்து, இவர் ஆட்சிக்கு வந்திருந்த நேரம். பதவிக்கு வந்த உடனேயே புரட்சி போராட்டமெல்லாம் செய்ய அவர்

தயாராக இல்லை. தனக்கு ஆர்வமில்லாத விஷயங்களில் பலூசிஸ்தான் மக்களும் ஈடுபடாதிருப்பதே நாட்டுக்கு நல்லது என்று அவர் நினைத்தார். மக்கள் சோர்ந்து போனார்கள். பிராந்திய ஆளுநர்களான சர்தார்கள் வெறுப்படைந்தார்கள். ஆனாலும் மன்னர் அல்லவா? நிதானமாக, பொறுமையாக, சூழலை விளக்கிச் சொல்லி சுதந்தர பலூசிஸ்தானுக்காகக் குரல் கொடுக்க வேண்டியதன் அவசியத்தை எடுத்துச் சொல்லிப் பார்த்தார்கள். அவர் கேட்கத் தயாராக இல்லை. இது முதல் முதலாக பலூசிஸ்தான் மண்ணில் மக்களுக்கும் மன்னருக்கும் இடையில் ஒரு பெரிய இடைவெளி உண்டான தருணமாக அமைந்தது.

அந்த கான், அதிக காலம் ஆட்சியில் இல்லை. பதவிக்கு வந்த இரண்டாண்டுகளில் அவரும் இறந்து, அவரது மகனான அடுத்த கான் (மிர் அஹ்மத் யார்), செப்டெம்பர் **20 1933** ஆம் ஆண்டு ஆட்சிப் பொறுப்பை ஏற்றார். அப்போது அவருக்குத் தெரியாது, பலூசிஸ்தான் கான் வம்சத்தின் கடைசிக் கோன் தான்தான் என்பது. மிர் அஹ்மத் யார், படித்தவர். பொது அறிவு - குறிப்பாக, அரசியல் தெளிவு கொண்டவர். காலத்துக்கேற்ப, உலகத்தோடு ஒட்டி ஒழுகுதலே தனது இருப்புக்கும் சிறப்புக்கும் நல்லது என்று அவர் நினைத்தார்.

என்ன சிக்கல் என்றால், அவரது அரசியலும் பலூசிஸ்தான் மக்கள் முன்னெடுக்க விரும்பிய அரசியலும் முற்றிலும் வேறு. நாம் ஏற்கெனவே ஒரு விஷயத்தைப் பார்த்திருக்கிறோம். என்னதான் நிலப்பரப்பளவில் பலூசிஸ்தான் பாகிஸ்தானுடன் ஒட்டியிருந்தாலும் மனத்தளவில் அவர்கள் முற்றிலும் விலகியிருப்பவர்கள். மதம் ஒன்று, அதற்குள் உட்பிரிவும் ஒன்றே (சுன்னி) ஆயினும் பாகிஸ்தான் முஸ்லிம்களுக்கும் பலூசிஸ்தான் முஸ்லிம்களுக்கும் சம்பந்தமே கிடையாது. பலூச்சிகள், மொழி-இனம் என்கிற இரண்டு அடையாளங்களை மட்டுமே தங்களது பெரும் சொத்தாகக் கருதுபவர்கள்.

மதம் அவர்களுக்கு முக்கியம்தான். சொல்லப்போனால், பாகிஸ்தானிகளைக் காட்டிலும் பலூச்சிகள் தீவிர இஸ்லாமியர்கள். அதில் சற்றும் சந்தேகமில்லை. ஆயினும் மத அடிப்படையில் தங்களைப் பாகிஸ்தானிகளுடன் இணைத்துப் பேசுவதை அவர்கள் எக்காலத்திலும் விரும்பியதில்லை. அதிலும் குறிப்பாக, முஸ்லிம் லீகின் மத அரசியலை அவர்கள் அறவே வெறுத்தார்கள்.

இதெல்லாம் இங்கே எதற்கு என்றால், அன்றைக்கு கலாட் ராஜ்ஜியத்தின் புதிய கானாகப் பொறுப்பேற்றிருந்த மிர் அஹ்மது யார் கான், முகம்மது அலி ஜின்னாவுடன் மிக நெருக்கமாகப் பழகக்கூடியவராக இருந்தார். முஸ்லிம் லீகின் அரசியல் உத்திகளைப் பாராட்டக்கூடியவராக இருந்தார். பாகிஸ்தான் என்கிற தனி நாடு முஸ்லிம்களுக்கு நிச்சயமாகத் தேவை என்று ஜின்னாவைக் காட்டிலும் ஓங்கிக் குரல் கொடுக்கக்கூடியவராக இருந்தார்.

இது பலூச்சிகளுக்குத் தாங்க முடியாத அதிர்ச்சியையும் அருவருப்புணர்வையும் அளித்தது. ஒரு கான், பாகிஸ்தான் ஆதரவாளராகவும் இருக்க முடியும் என்பதை அவர்களால் கற்பனை செய்யக்கூட முடியவில்லை. அந்த அதிர்ச்சியில் அப்படியே உறைந்துவிடாமல், சுதந்தர பலூசிஸ்தானுக்கான போராட்டங்களை மேலும் தீவிரமாக முடுக்கிவிடுவதற்கு என்ன செய்யலாம் என்று யோசித்ததன் விளைவுதான் அஞ்சுமான் அமைப்பை அதன் தலைவர் நவாப் மக்ஸியின் மறைவை அடுத்து ஓர் அரசியல் கட்சியாக மாற்றி, மறு அறிமுகப்படுத்தினார்கள். இது நடந்தது பிப்ரவரி **5, 1937.**

இப்போது பலூச்சிகளுக்கு இன்னொரு தெளிவு உண்டாகியிருந்தது. அதுவரை அவர்கள் சுதந்தர பலூசிஸ்தான் என்பதை ஒரு சுதந்தரமான மன்னராட்சி நாடாக மட்டுமே மனத்துக்குள் எண்ணிக் கொண்டிருந்தார்கள். ஆனால், எப்போது கலாட்டின் கான் பாகிஸ்தான் உருவாவதை ஆதரிக்கக்கூடியவராகத் தன்னை வெளிப்படுத்திக்கொண்டாரோ, அப்போது

அவர்கள் முடிவுசெய்துவிட்டார்கள். சுதந்தர பலூசிஸ்தான் என்பது ஒரு சுதந்தர ஜனநாயக நாடாக மட்டுமே இருக்க வேண்டும். இந்த முடியாட்சிக் கல்யாணமெல்லாம் போதும்.

Kalat State National Party என்ற பெயரில் புதிதாகப் பிறந்த அஞ்சுமான், அடிப்படையில் முஸ்லிம் லீகின் அனைத்து வகையான அரசியல் காய் நகர்த்தல்களையும் நிராகரித்தது. முக்கியமாக, பாகிஸ்தான் என்கிற தனி நாடு, ஜின்னா அதன் தலைவர் என்ற கருத்தாக்கத்தை முன்வைத்து நாடெங்கும் நடத்தப்பட்ட தீவிரப் பிரசாரத்தை மிகக் கடுமையாக விமரிசித்தார்கள். மதத்தின் அடிப்படையில் ஒரு நாட்டைப் பிரிப்பது எல்லா காலகட்டங்களிலும் சிக்கல்களை மட்டுமே உருவாக்கும் என்று 1937 ஆம் ஆண்டிலேயே பகிரங்கமாகக் குரல் கொடுத்தது இந்த கலாட் தேசியக் கட்சிதான்.

ஆனால், கலாட்டின் மன்னர் மிர் அஹ்மத் யார் கான் இந்த எதிர்ப்புக் குரலை ஓர் அபத்த சிந்தனை என்றே கருதினார். அவர் ஜின்னாவை விரும்பினார். உண்மையில், முஸ்லிம் லீக் உறுப்பினர்களைக் காட்டிலும் ஜின்னாவின்மீது மிகுந்த நம்பிக்கை கொண்டவராக இருந்தார். தன்னால் முடிந்த அனைத்து விதங்களிலும் அவரது அரசியலுக்கு உறுதுணையாக இருக்க வேண்டும் என்று நினைத்தார். சொல்லப்போனால் ஜின்னாவே எதிர்பாராத மகத்தான பேராதரவு அது.

கலாட்டின் கான் வெறுமனே வாய்ச்சொல் ஆதரவாளர் அல்லர். செயல் அளவிலும் ஜின்னாவின் தனி நாடு திட்டத்துக்குத் தன்னால் என்னவெல்லாம் செய்ய முடியும் என்று சிந்திக்கத் தொடங்கியிருந்தார். பலூச்சி இன மக்களிடையே உள்ள முஸ்லிம் லீக் வெறுப்பைச் சுலபமாகக் களைந்துவிட முடியும் என்று அவர் மனப்பூர்வமாக நம்பியதுதான் இங்கே முக்கியம். ஆயிரம் இருந்தாலும் அவர் மன்னர். எனவே ஓர்

உத்தரவில் அனைத்தையும் சரிசெய்துவிட முடியும் என்று நினைத்தார்.

அதுதான் பிசகாகிப் போனது. மிர் அஹ்மத் யார் கானின் இந்த முஸ்லிம் லீக் ஆதரவு மனப்பான்மை, பெரும்பாலான பலூச்சி இனப் பழங்குடித் தலைவர்களுக்குப் பிடிக்கவில்லை. பிராந்திய ஆட்சியாளர்களான சர்தார்களுக்குப் பிடிக்கவில்லை. இளைய தலைமுறையினருக்கு அறவே பிடிக்கவில்லை. பாகிஸ்தான் இயக்கத்தை ஆதரிப்பது, பலூசிஸ்தானின் தனித்துவத்தை - அடையாளத்தைச் சிதைத்துச் சின்னாபின்னமாக்கிவிடும் என்று அவர்கள் சொன்னார்கள்.

இல்லவேயில்லை; முஸ்லிம் லீகை ஆதரிப்பதும் பலூசிஸ்தானில் முஸ்லிம் லீகை அங்கீகரித்து ஏற்று அதன் உறுப்பினர்களாவதுமே நமது எதிர்காலத்துக்கு நல்லது என்று கான் தனது மக்களிடையே பேசினார். அது பெரிதாக எடுபடவில்லை. என்ன இருந்தாலும் மன்னர் சொல் முக்கியம் என்று கருதிய மிகச் சிறுபான்மையினர் மட்டும் அவர் சொல்லுக்குக் கட்டுப்பட்டு முஸ்லிம் லீக் ஆதரவாளர்களாக மாறினார்கள். பெரும்பான்மை பலூச்சிகள் தமது லீக் எதிர்ப்பு நிலைப்பாட்டில் உறுதியாக நின்றார்கள். கூடவே பிரிட்டிஷ் அரசுக்கு எதிரான போராட்டங்களையும் விடாமல் தொடர்ந்தார்கள்.

பூரண சுதந்தரம்.

அதைத் தவிர இன்னொரு திட்டமே இல்லை என்று பலூச்சிகள் தீர்மானமாக அறிவித்தபோது, பலூசிஸ்தான் தனித்திருந்தாலும் பக்கத்தில் உருவாகவிருக்கும் பாகிஸ்தானின் ஆதரவுடன்தான் இருக்க முடியும் என்று கலாட்டின் கான் நினைத்தார். ஜின்னாவுடன் தனக்கு இருந்த நட்பு அதனைச் சாத்தியமாக்கித் தரும் என்று மிகவும் நம்பினார்.

முதல் வரியில் பார்த்தோமல்லவா? விதி, ரிதம் அல்லது கர்மா. அது இங்கேதான் வேலை செய்யத் தொடங்கியது.

15. வாராந்திர வாசகர் கடிதம்

கலாட் ராஜ்ஜியத்தின் அன்றைய மன்னர் மிர் அஹ்மத் யார் கான் முட்டாள் அல்ல. நிச்சயமாக அல்ல. அவர் முஸ்லிம் லீகை ஆதரித்ததும் ஜின்னாவுடன் நட்பு பாராட்டியதும் ரசிக மனோபாவத்தினாலோ, இயல்பான விருப்பத்தினாலோ அல்ல. ஜின்னாவுடன் அவருக்கு இருந்த நட்பு உண்மையானது. அதில் சந்தேகமில்லை. ஆனால், பலூசிஸ்தானின் எதிர்காலத்துக்கு எது நல்லது என்று யோசிக்கும்போது, பாகிஸ்தானின் (அது அப்போது உருவாகியிருக்கவில்லை. உருவாகுவதற்கான சாத்தியங்கள் மெல்ல மெல்ல உயர்ந்துகொண்டிருந்தன.) நட்புறவு இன்றியமையாததாக இருக்கும் என்று அவர் கருதினார். என்ன இருந்தாலும் அண்டை நாடு. என்ன இருந்தாலும் முஸ்லிம் நாடு. என்ன இருந்தாலும் ஜின்னா நண்பர். அதனாலேயே பலூசிஸ்தானின் சுதந்தரத்தை அவர் ஆதரிப்பார் என்று இந்தக் கான் நினைத்தார்.

ஆனால் பலூச்சிகளுக்கு இது ஏன் புரியவில்லை? எதனால் அவர்கள் பாகிஸ்தான் என்ற நாடு உருவாவதை ஒரு பொருட்டாகவே கருதாமல், பலூசிஸ்தானின் விடுதலையை மட்டும் பேசுகிறார்கள் என்று அவருக்கு விளங்கவில்லை. அல்லது அவர் அதை விளங்கிக்கொள்ள விரும்பவில்லை. தன்னால் முடிந்தவரை பலூசிஸ்தான்

பழங்குடித் தலைவர்கள் அனைவரையும் அழைத்துப் பல சுற்றுப் பேச்சுவார்த்தைகள் நடத்திப் பார்த்தார். கலாட் தேசியக் கட்சியின் பிரதிநிதிகளுடன் பேசிப் பார்த்தார். இளைஞர்களைத் தனியே சந்தித்து உரையாடிப் பார்த்தார். யாரும் அவர் சொல்வதைப் பொருட்படுத்தத் தயாராக இல்லை.

அவர் தமது மக்களுக்குத் தெரிவிக்க விரும்பியதெல்லாம் ஒன்றுதான். 'நாம் பாகிஸ்தானுடன் சேரப்போவதில்லை. கலாட் ராஜ்ஜியம் என்றைக்கும் இருக்கும். தனி நாடாகத்தான் இருக்கும். ஆனால் பாகிஸ்தான் உருவானால், நமக்கு அதன் ஆதரவு நிச்சயமாகத் தேவைப்படும். இருபதாம் நூற்றாண்டின் அரசியல்-சமூகச் சூழ்நிலையை முன்வைத்து யோசிப்போமானால், சுற்றுவட்டார சுதந்தர நாடுகளுக்கு நடுவே, வளர்ச்சியே காணாத பலூசிஸ்தான் நீடித்து நிலைப்பது சிரமம்.'

அப்படியானால் வளர்ச்சிக்கு வழிசெய்யுங்கள் என்று சொல்லிவிட்டு முறைத்துக்கொண்டு போனது பலூச்சி சமூகம். இந்த கான் பத்துக் காசு பெற மாட்டார்; நாம் வேறு வழி யோசிப்போம் என்று ஆங்காங்கே ரகசியக் கூட்டங்கள் போடப்பட்டன. சர்தார்களும் இதர பழங்குடித் தலைவர்களும் மன்னரை அகற்றிவிட்டு மாற்று ஆட்சி அமைக்கலாமா என்பதுவரை பேசத் தொடங்கியிருந்தார்கள்.

அந்த மாற்று ஆட்சி என்பது மாற்று மன்னராட்சியாக இல்லாமல், தேர்ந்தெடுக்கப்பட்ட உறுப்பினர்களைக் கொண்ட ஜனநாயக ஆட்சியாக இருக்க வேண்டும் என்று ஒரு சாரார் கருத்துச் சொன்னார்கள். திடீரென்று ஜனநாயகம் என்றால் அது நம்மால் முடியுமா, நமக்குத் தெரியுமா, சரிப்பட்டுவருமா என்று இன்னொரு சாரார் குழம்பினார்கள். அதெல்லாம்கூடப் பிரச்னையே இல்லை; மன்னருக்கு எதிராக ஒரு மக்கள் புரட்சி நடக்குமானால் பிரிட்டிஷ் பலூசிஸ்தான் ஏஜென்சி

பார்த்துக்கொண்டு சும்மா இருக்குமா என்று மூப்பர்கள் கவலைப்பட்டார்கள்.

யாருக்கும் நிம்மதி இல்லை. யார் மனத்திலும் தெளிவு இல்லை. எல்லாம் குழப்பமாக, எல்லாம் பூச்சி பறப்பது போலவே இருந்தது.

மறுபுறம் கலாட்டின் மன்னர், பாகிஸ்தான் என்னும் சுதந்தர நாடு உருவாகும்போது பலூசிஸ்தானுக்கும் முழு சுதந்தரம் தரவேண்டும் என்பதை வலியுறுத்தி வாரம் ஒருமுறை பிரிட்டிஷ் அரசுக்கு வாசகர் கடிதம் அனுப்பிக்கொண்டிருந்தார். இந்தக் கோரிக்கையை ஜின்னாவும் முஸ்லிம் லீகும் ஆதரிக்கும் என்பது அவரது எதிர்பார்ப்பு. அப்படி ஆதரித்து அறிக்கை வெளியிடுவார்களேயானால், பாகிஸ்தானும் பலூசிஸ்தானும் ஒற்றுமை மிக்க அண்டை நாடுகளாக என்றென்றும் விளங்கும் என்று பிரிட்டிஷார் நம்புவார்கள். விட்டுச் செல்லும்போது பாகிஸ்தானுக்கு என்னென்ன சகாயங்களைச் செய்து வைத்துவிட்டுப் போவார்களோ, அதில் பாதியையாவது பலூசிஸ்தானுக்கும் செய்வார்கள் என்று எதிர்பார்த்தார்.

அவருக்கு ஒரு பயமும் இருந்தது. **1876** ஆம் வருடத்து ஒப்பந்தத்தை பிரிட்டிஷார் கடைசிவரை மதிப்பார்கள் என்றால், விட்டுச் செல்லும்போது தனி பலூசிஸ்தான் சாத்தியம். அதை மறந்துவிட்டு இந்தியாவுக்குள் இருக்கும் ஏராளமான குட்டி சமஸ்தானங்களுள் ஒன்றெனவே பலூசிஸ்தானையும் நினைத்துவிட்டார்கள் என்றால் முடிந்தது கதை. அந்த **1935** ஆம் வருடத்து இந்திய அரசமைப்புச் சட்டத்தின் கீழே பலூசிஸ்தானைக் கொண்டுவந்த விவகாரம் அவரை மிகவும் கலக்கமுற வைத்திருந்தது. எனவே பழைய ஒப்பந்தத்தை நினைவூட்டியும் அடிக்கடி கடிதம் எழுதிக்கொண்டிருந்தார்.

கொடுத்த வாக்கை மீறாதீர்கள். இன்றுவரை நாங்கள் பிரிட்டிஷ் பலூசிஸ்தான் ஏஜென்சியை மதிக்கிறோம். மாட்சிமை தாங்கிய மகாராணியின் மேலாதிக்கத்தை மதிக்கிறோம். நீங்கள் சொல்வதற்கெல்லாம் தலையாட்டுகிறோம். பதிலுக்கு ஒப்பந்தத்தை உயிரோடு வையுங்கள். நீங்கள் இந்தியத் துணைக்கண்டத்தை விட்டுச் செல்வீர்கள் என்றால், பலூசிஸ்தானில் நீங்கள் குத்தகை எடுத்திருக்கும் பகுதிகளையும் உங்கள் கட்டுப்பாட்டில் இருக்கும் இதர பழங்குடிப் பகுதிகளையும் முறைப்படி கலாட் ராஜ்ஜியத்துடன் இணைத்துவிட்டுச் செல்லுங்கள். நீங்கள் செல்லும்போது, பலூசிஸ்தான் சுதந்தர நாடாகிவிட்டதென்று அறிவிக்கும் உரிமையை எனக்குக் கொடுங்கள். பிரிட்டிஷ் வழக்கப்படி நான் ஒரு பிரதம மந்திரியை நியமிக்கிறேன். பழைய சர்தார்கள், ஜமீன்தார்கள், பழங்குடியினத் தலைவர்களின் கட்டைப் பஞ்சாயத்து ஆட்சி முறை இனி இருக்காது. நீங்கள் கொண்டு வந்த ஜனநாயகம், நீங்கள் விரும்பும் மக்களாட்சியே பலூசிஸ்தானில் இருக்கும். ஆனால் மன்னராக நான் இருப்பேன். எப்படி உங்கள் ஊரில் ஒரு மகாராணி இருக்கிறாரோ, அப்படி.

இதெல்லாம் கான் எழுதிய கடிதங்களின் சாரம். தனது ஒவ்வொரு கடிதத்தையும் அவர் பதைப்புடனும் தவிப்புடனும்தான் எழுதினார். எப்படியாவது தன் சொல் வெல்ல வேண்டும் என்று மிகவும் விரும்பினார். ஆனால் பிரிட்டிஷ் அரசு, கலாட்டின் மன்னர் அனுப்பிய கடிதங்களை ஒரு பொருட்டாகவே எடுத்துக்கொள்ளவில்லை. லெட்டர் வந்திருக்கா, சரி வை; அப்பறம் பாப்போம் என்று தூக்கி மேசை டிராயரில் போட்டுவிடுவார்கள்.

எந்தக் கடிதத்துக்கும் பதிலே வராததில் கான் சிறிது பயந்து போனார். அவசரமாகத் தனது அவையைக் கூட்டினார். சர்தார்களையும் பிற பழங்குடி முக்கியஸ்தர்களையும் வரவழைத்துத் தனது திட்டத்தைச் சொன்னார்.

உங்களுக்கு வேண்டியது என்ன? ஜனநாயக அடிப்படையில் ஓர் அரசு. சுதந்தர அரசு. நான் உங்கள் விரோதி அல்ல. நானும் அதற்காகத்தான் போராடிக்கொண்டிருக்கிறேன். இதோ நான் பிரிட்டிஷாருக்கு அனுப்பிய கடிதங்கள். இன்னும் ஏன் பதில் வரவில்லை என்று மட்டும்தான் தெரியவில்லை. ஆனால் நாம் அதற்காகக் காத்திருக்க வேண்டாம். இப்போதே நீங்கள் விரும்பிய ஒரு மாதிரி அரசை நாம் அமைப்போம். சர்தார்கள் தேவையில்லை. ஒரு பிரதம மந்திரியை நியமிப்போம். அவரது தலைமையில் ஒரு கவுன்சில் நியமிக்கப்பட்டு, அது நாட்டை ஆளட்டும். நான் மாடத்தில் இருந்து கவனித்துக்கொள்கிறேன். நேரடியாகப் பிரதமரின் முடிவுகளில் தலையிடவில்லை. ஒரு கேபினட்டும் அமைப்போம். அமைச்சர்கள் இருப்பார்கள். அவர்கள் பிரதம மந்திரிக்கு ஆலோசனை தரட்டும். எனக்கு மன்னர் என்ற மரியாதையை மட்டும் கொடுத்துவிடுங்கள். மற்ற அனைத்தையும் ஜனநாயகம் பார்த்துக்கொள்ளட்டும். நாம் இப்படி ஆட்சி முறையை மாற்றி அமைத்ததும் பிரிட்டிஷார் நிச்சயமாக நம்மைப் பொருட்படுத்துவார்கள். விட்டுச் செல்லும்போது சுதந்தரத்தைக் கொடுத்துவிட்டே போவார்கள். சம்மதமா?

கான் எடுத்த முடிவை அன்றைய பலூசிஸ்தான் சர்தார்களும் மற்றவர்களும் ஒப்புக்கொண்டாலும் பிரிட்டிஷ் அரசு ஒப்புக்கொண்டதா, அதற்குச் சம்மதம்தானா என்று அவர்களால் தெரிந்துகொள்ளவே முடியவில்லை. உண்மையில், பலூசிஸ்தான் விஷயத்தில் பிரிட்டன் இரண்டு விதமான நிலைப்பாடுகளில் அன்றைக்கு இருந்தது. ஒன்று, கடுமையாக நடந்துகொள்வது. மிரட்டிக்கொண்டே இருப்பது. கண்டுகொள்ளாமல் புறக்கணிப்பதன் மூலம் அச்சத்தை உயிருடன் பராமரிப்பது.

இரண்டாவது, நேரில் பார்க்கும் சந்தர்ப்பம் வருமானால் மாட்சிமை பொருந்திய மன்னர்

பிரானுக்கு உரிய மரியாதை தந்து, வணங்கி, உங்களைப் போல உண்டா என்று நாலு நல்ல வார்த்தை சொல்லிவிட்டு நைசாக நழுவிவிடுவது. கடிதப் புரட்சி செய்துகொண்டிருந்த மன்னர் அதே விஷயங்களை நேரில் கேட்டுவிடுவாரேயானால், ஒன்றிரண்டை ஒப்புக்கொண்டு அப்போதைக்கு அவரைச் சமாதானப்படுத்தி அனுப்பி வைப்பது. ஆனால் பலூசிஸ்தானின் பூரண சுதந்தரம் பற்றி வாய்திறப்பதில்லை என்பதில் அவர்கள் தெளிவாக இருந்தார்கள்.

இதைச் சரியாகப் புரிந்துகொள்ள வேண்டும். இது ஒரு திட்டமிட்ட சதியோ, அல்லது பலூசிஸ்தானின் விடுதலையில் பிரிட்டிஷ் அரசுக்கு விருப்பமே இருக்கவில்லை என்பதோ அல்ல. பலூசிஸ்தானைப் பாகிஸ்தானுடன் இணைக்க வேண்டும் என்றுகூட அவர்கள் திட்டமிட்டதாகத் தெரியவில்லை. ஒரு வரியில் சொல்வதென்றால், பலூச்சிகளின் பிரச்னை என்பது அவர்களுக்குத்தான் மிகப் பெரிது. பிரிட்டன் அவர்களை ஒரு பொருட்டாக நினைக்கவேயில்லை. போகும்போது பார்த்துக்கொள்ளலாம் என்றுகூட அவர்கள் முடிவெடுத்திருந்ததாகத் தெரியவில்லை. இந்த வரலாற்றுச் சோகத்துக்குத்தான் பிறகு பலூச்சிகள் வாழ்நாள் விலை தர வேண்டியிருந்தது.

பெரிய மக்கள் தொகை கிடையாது. பணம் கொழிக்கப் பெரிய வளங்களும் கிடையாது. எனவே தனி நாடு என்றெல்லாம் சிந்தித்துப் பொருட்படுத்த அவசியம் கிடையாது என்பதுதான் பிரிட்டனின் நிலைப்பாடு. இந்தியாவையும் பாகிஸ்தானையும் பிரித்து வைப்போம். அதோடு நமது பணி முடிந்தது. கிளம்பிவிடலாம். மற்றதை அவர்கள் பார்த்துக்கொள்ளட்டும் என்று இருந்துவிட்டார்கள்.

இதை வெளிப்படையாகவேனும் சொல்லியிருந்தால் **1947**க்கு முன்னரே கலாட் ராஜ்ஜியம் தனக்கென ஒரு

சரியான வழியைத் தேர்ந்தெடுத்திருக்கும். இருக்கும்வரை அடிமை செய்வதே விட்டுச் செல்லும்போது நல்ல வாழ்க்கை அமைய வழி செய்யும் என்று கலாட்டின் கான் நினைக்காதிருந்திருப்பார். அதற்கெல்லாம் வழியில்லாமல் போய்விட்டது.

ஆனால் ஒன்று. இந்தியாவில் பிரிட்டிஷ் ஆட்சி நடந்துகொண்டிருந்த கடைசிக் கணம்வரை கலாட் சுதந்தர ராஜ்ஜியம் என்றே கருதப்பட்டது. அப்படித்தான் அது இருந்தது. இதர சமஸ்தானங்களைப் போல அல்ல. அவற்றுக்கு மேலே. அனைத்துக்கும் மேலே.

அந்த உயரத்திலிருந்து விழ நேர்ந்ததால்தான் அடி பலமாக இருந்தது.

16. முஸ்லிம் லீக்

பலூசிஸ்தானில் இருந்து சிறிது வெளியே நகர்ந்து வரவேண்டிய நேரம் இது. அவர்கள் அங்கே போராடிக்கொண்டிருக்கட்டும். கலாட்டின் கான் ஒரு பக்கம் தனி ஆவர்த்தனம் வாசித்துக்கொண்டிருக்கட்டும். அவர் என்ன சொன்னாலும் கண்டுகொள்ளாமல் பிரிட்டிஷார் கள்ள அமைதி காக்கட்டும். கொஞ்சம் மூச்சைப் பிடித்துக்கொண்டு நாம் இந்தியாவில் முஸ்லிம் லீக் உருவான கதையைக் கொஞ்சம் பார்த்துவிடுவோம். ஏனென்றால் பலூசிஸ்தானின் வரலாற்றை இருபதாம் நூற்றாண்டில் தனது வரலாற்றின் ஒரு பக்கமாகத் திருத்திப் பணிகொள்ள பாகிஸ்தான் மேற்கொண்ட அனைத்து முயற்சிகளுக்கும் அடித்தளம் அங்கேதான் போடப்பட்டது.

முஸ்லிம் லீகின் பிறப்பு, பாகிஸ்தான் உருவாக எந்த அளவுக்கு உதவியதோ, அதே அளவுக்கு பலூசிஸ்தானின் விடுதலைக் கனவைச் சிதைத்துச் சின்னாபின்னமாக்கிக் கசக்கி எறியவும் காரணமாக இருந்தது. முஸ்லிம்களின் நலன் என்பதுதான் அந்த அமைப்பின் குறிக்கோள். துரதிருஷ்டவசமாக பலூச்சிகளை அவர்கள் முஸ்லிம்களாகப் பார்க்கவில்லை. பலூச்சிகளாகத்தான் பார்த்தார்களா என்றால் இல்லை. ஒழிகிறது, தம்மைப்

போலவே சுதந்தரத்தை விரும்பும் மனிதகுலத்தின் ஒரு பிரிவினர் என்ற அளவிலாவது பொருட்படுத்தினார்களா என்றால் கிடையாது.

இத்தனைக்கும் முஸ்லிம் லீகுக்கு மிக நன்றாகத் தெரியும். பலூச்சிகள் இந்திய வம்சாவளியினர் அல்லர். இந்திய முஸ்லிம்களுக்கும் அவர்களுக்கும் எந்தச் சம்பந்தமும் கிடையாது. இந்திய முஸ்லிம்கள் பேசும் உர்தூவில் அவர்களுக்கு அ ஆ இ ஈ கூடத் தெரியாது. ஆனாலும் நிலம். அதன் பரப்பளவு. புதைந்திருக்கும் அதன் வளங்கள். இருக்கட்டும், பிறகு விரிவாகப் பார்க்கத்தான் போகிறோம். இப்போது முஸ்லிம் லீகைக் கொஞ்சம் தெரிந்துகொண்டுவிடலாம்.

டிசம்பர் *30, 1906* ஆம் ஆண்டு, அன்றைய கிழக்கு வங்காளத்தின் முக்கிய நகரமாகவும் இன்றைய பங்களாதேஷ் தலைநகரமாகவும் இருக்கும் டாக்காவில் அனைத்திந்திய முஸ்லிம் லீக் என்ற அரசியல் அமைப்பு தோன்றியபோது முகம்மது அலி ஜின்னாவுக்கு முப்பது வயது. எதற்கு இப்படி ஒரு மதச் சட்டை அணிந்த அமைப்பு? இது நாட்டு நலனுக்கு நல்லதே அல்ல. குறிப்பாக, இந்தியாவில் ஒற்றுமையாக வசிக்கும் இந்துக்களையும் முஸ்லிம்களையும் இது மிக நிச்சயமாகப் பிரித்துப் போடும். இது ஒரு வெட்டி வேலை, வேண்டாத வேலை என்று மேடைகளில் ஆக்ரோஷமாக முழங்கிய காங்கிரஸ்காரராக அப்போது அவர் இருந்தார்.

காந்திக்கு அரசியல் குருவாக இருந்த கோபால கிருஷ்ண கோகலே, ஜின்னாவையும் வசீகரித்த தலைவராக அப்போது இருந்தார். தவிர, தாதாபாய் நௌரோஜியின் மிதவாதக் கொள்கைகளால் மிகவும் ஈர்க்கப்பட்டு, இந்திய சுதந்தரத்துக்கு அமைதி வழிப் போராட்டமே சரியான வழி என்று நம்பி ஏற்றுக்கொண்டு, தன்னால் முடிந்த அனைத்து விதங்களிலும் காங்கிரஸின் செயல்பாடுகளுக்கு உறுதுணையாக இருந்தார்.

அவர் அங்கே அப்படி வளர்ந்துகொண்டிருந்தபோது இந்தப் பக்கம் முஸ்லிம்கள் ஓர் அமைப்பாகத் திரண்டு எழ வேண்டியது காலத்தின் தேவை என்று சுல்தான் முகமது ஷா ஆகா கான், நவாப் சலீமுல்லா கான், நவாப் மொஹிசின் உல் முக் போன்றவர்கள் தமது சமுதாய மக்களிடையே தொடர்ந்து பேசியும் எழுதியும் வந்தார்கள். சந்தர்ப்பம் கிடைக்கும்போதெல்லாம் கூட்டங்கள் போட்டுக் காரணங்களைச் சொல்வார்கள். அவர்கள் சொன்ன காரணங்களின் நியாயம் அன்றைய இந்திய முஸ்லிம்களை யோசிக்க வைத்தது.

என்றைக்கு இந்தியாவில் முகலாய மன்னர்களின் காலம் முடிந்து பிரிட்டிஷ் ஆட்சி நடைபெறத் தொடங்கியதோ, அன்று முதல் அவர்கள் சமூக-பொருளாதார ரீதியில் மிகவும் பின்தங்கிப்போகத் தொடங்கினார்கள். 1857 ஆம் ஆண்டு நடைபெற்ற சிப்பாய்ப் புரட்சிக்குப் பிறகு, பிரிட்டிஷ் அரசு அதிகாரிகளில் ஒருவரென்றால் ஒருவர்கூட இந்தியாவில் அன்றைக்கு வசித்து வந்த முஸ்லிம்களை நல்லவிதமாகப் பார்க்கவேயில்லை. எல்லா முஸ்லிம்களும் அபாயகரமானவர்கள் என்பதே அவர்களது தீர்மானமாக இருந்தது. இது, அவர்கள் சாதாரணமாக வீட்டை விட்டு வெளியே புறப்பட்டுக் கடை வீதிக்குச் சென்று வருவதைக் கூடச் சிக்கலுக்கு உள்ளாக்கக் கூடியதாக இருந்தது. எப்போது வேண்டுமானாலும், எங்கே வேண்டுமானாலும், எந்நேரத்தில் வேண்டுமானாலும் முஸ்லிம்களை பிரிட்டிஷ் போலிசார் தடுத்து நிறுத்தி விசாரணைக்கு அழைத்துச் சென்றுவிடுவார்கள். அது என்ன விசாரணை, எப்படி நடக்கும், எத்தனை நாள் நடக்கும் என்றெல்லாம் யாருக்கும் தெரியாது. படியிறங்கிச் சென்றாலே ஏழரை என்றால் மக்கள் எப்படி வாழ்வார்கள்?

இது ஒரு தொடக்கம் மட்டுமே. அந்நாளில் முஸ்லிம்களால் ஒழுங்காகப் படிக்க முடியவில்லை. பள்ளிக்கூடங்களில் முஸ்லிம் சிறுவர்களைச் சேர்க்க

யோசிப்பார்கள். கல்வியறிவுக் குறைபாட்டின் காரணமாக வேலை வாய்ப்புகள் இல்லாமல் போயின. சுய தொழில் செய்யலாம் என்றால் அதற்கும் பிரிட்டிஷார் அனுமதி தரமாட்டார்கள். ஏன் இப்படி வயிற்றில் அடிக்கிறீர்கள் என்று கதறிக் குரல் கொடுத்தால் பிடித்து உள்ளே வைத்துவிடுவார்கள்.

இவையெல்லாம்கூட சாதாரணம். இந்திய முஸ்லிம்கள் அன்றைக்கு அனுபவித்த மிகப்பெரிய கொடுமை, ஆட்சியாளர்களால் எப்போதும் சந்தேகத்துடன் மட்டுமே பார்க்கப்பட்டது. இந்தக் கொடுமையிலிருந்து விடுபட வேண்டுமென்றால் முஸ்லிம்களுக்கு முதலில் கல்வியறிவு முக்கியம் என்று சையத் அஹமத் கான் போன்ற சில முதல் தலைமுறை முஸ்லிம் தலைவர்கள் எடுத்துச் சொல்லிப் புரியவைத்ததன் தொடர்ச்சியாகத்தான் அலிகார் முஸ்லிம் பல்கலைக்கழகம் 1875 ஆம் ஆண்டு நிறுவப்பட்டது. கல்வி சார்ந்து முதல் முதலில் உண்டான இந்த விழிப்புணர்வே பிறகு அவர்களது அரசியல் விழிப்புணர்வுக்கும் அடித்தளம் அமைத்துத் தந்தது.

1905 ஆம் ஆண்டு கர்சன் பிரபு வங்காளத்தை நிர்வாகக் காரணங்களுக்காக இரண்டு மாகாணங்களாகப் பிரித்தார். இந்து பெரும்பான்மையினர் வசிக்கும் பிராந்தியம் மேற்கு வங்காளமானது. முஸ்லிம் பெரும்பான்மையினர் வசிக்கும் பிராந்தியம், கிழக்கு வங்காளம் எனப்பட்டது.

மத அடிப்படையில் இந்திய மக்களை இரண்டாகப் பிளந்து வைக்க வேண்டும் என்பதுதான் அடிப்படை நோக்கம். அதை நிர்வாகக் காரணங்களுக்காக என்று சொல்லி, அன்றைய வைசிராய் கச்சிதமாக நிறைவேற்றிவிட்டார். ஆனால் இந்தப் பிரிவினை, இந்திய மக்களிடையே உண்டாக்கிய குழப்பமும் அதிர்ச்சியும் சிறிதல்ல.

கவனியுங்கள். அதற்கு முன்னால் இந்தியத் துணைக்கண்டத்தில் 'நான் இந்து, நீ முஸ்லிம். நாம் வேறு

வேறு' என்று யாரும் எண்ணியதில்லை; பேசியதில்லை. அப்படி நினைப்பதற்கான தருணங்கள் பெரிதாக உருவானதில்லை. இந்துக்களும் கிறித்தவர்களும் முஸ்லிம்களும் சீக்கியர்களும் பார்சிகளும் பவுத்தர்களும் சமணர்களும் அவரவர் வேலையைப் பார்த்துக்கொண்டு ஒன்றாகத்தான் இருந்தார்கள். அப்படி இருப்பது நல்லதல்ல என்று பிரிட்டிஷ் அரசு நினைத்தது. அதனால் பிரித்துப் போட்டது.

இந்துக்கள் முற்றிலுமாக இந்தப் பிரிவினையை எதிர்த்தார்கள். முஸ்லிம்களில் இரு தரப்பு இருந்தது. இது வேண்டாத பிரிவினை என்று நினைத்தவர்கள் இருந்தார்கள். அதே சமயம் அடையாளமற்றுப் போய்க்கொண்டிருந்த முஸ்லிம் சமூகத்தினருக்கு அரசியல்-சமூக-பொருளாதார ரீதியில் இதனால் சில குறைந்தபட்ச லாபங்களாவது கிடைக்குமானால் நல்லதே என்று நினைப்போரும் இருந்தார்கள். ஒப்பீட்டளவில் அப்படி நினைத்தவர்களே மிகுதி.

இன்னொரு காரணம் அவர்களுக்கு இருந்தது. அன்றைக்கு காங்கிரஸின் மேலிடம் என்பது முற்றிலும் இந்து மேல்தட்டு வர்க்கத்தினரால் நிறைந்திருந்தது. அவர்கள், சிறுபான்மையினரான முஸ்லிம்களுக்காக உரிய குரல் கொடுப்பதில்லை; அவர்களுடைய பிரச்னைகளை முன்னிலைப்படுத்திப் பேசுவதில்லை என்று நினைத்தார்கள். மாகாண சுயாட்சி என்று பேசத் தொடங்கியபோது முஸ்லிம்களுக்கான ஒதுக்கீடு - பிரதிநிதித்துவம் என்பது முதன்மையாக முன்வைக்கப்பட வேண்டும் என்று அவர்கள் வலியுறுத்த ஆரம்பித்தார்கள்.

1906 ஆம் ஆண்டு ஆகா கான் தலைமையில் முஸ்லிம் தலைவர்கள் அடங்கிய குழு ஒன்று சிம்லாவில் அப்போதைய வைசிராய் மிண்டோவைச் சந்தித்துப் பேசியது. அதுதான் தொடக்கப் புள்ளி. அது முஸ்லிம்கள் தன்னிச்சையாகச் சென்று சந்தித்ததா

அல்லது மிண்டோவால் வரவழைக்கப்பட்டு ஏற்பாடு செய்யப்பட்ட சந்திப்பா என்பது விடையற்ற வினா. இந்த வரலாற்றுக்கு அது அவ்வளவு முக்கியமானதும் இல்லை. ஆனால், அந்தச் சந்திப்பின் தொடர்ச்சியாகத்தான் டாக்காவில் மூவாயிரம் முஸ்லிம் பிரதிநிதிகள் கலந்துகொண்ட மாபெரும் மாநாடு நடத்தப்பட்டது. அனைத்திந்திய முஸ்லிம் லீக் என்னும் அரசியல் அமைப்பு நிறுவப்பட்டது.

தொடக்கத்தில் முஸ்லிம் லீக்கின் இருப்பும் செயல்பாடுகளும் காங்கிரஸின் மிதவாதப் பிரிவினை போலவே இருந்தது. இந்தியாவில் உள்ள முஸ்லிம்களுக்குக் கல்வி அளிப்பது, அவர்களுடைய சமூக-பொருளாதார நிலையை உயர்த்துவது; இந்து முஸ்லிம் ஒற்றுமை சிதையாமல் பாதுகாப்பது; மாகாண அவைகளில் முஸ்லிம்களுக்கான இட ஒதுக்கீட்டைக் கேட்டுப் பெறுவது, அவர்களுக்குத் தனித் தேர்தல் முறையைக் கடைப்பிடிப்பது; இவையெல்லாம் சரியாக நடைபெறுவதன் பொருட்டு பிரிட்டிஷ் அரசுடன் சுமுகமான உறவைப் பராமரிப்பது, முஸ்லிம்களின் நியாயமான கோரிக்கைகளை அரசிடம் எடுத்துச் சொல்லி, நிறைவேற்றக் கோருவது என்பதெல்லாம்தான் முஸ்லிம் லீகின் தொடக்க காலக் குறிக்கோள்களாக இருந்தன.

தோன்றிய காலத்தில் அவ்வியக்கம் பாகிஸ்தானைக் குறித்துச் சிந்திக்கவில்லை. அதற்கொரு தேவை இருப்பதாகக் கூடக் கருதவில்லை. இந்தியாவுக்கு சுதந்தரம் வேண்டும். சுதந்தர இந்தியாவில் முஸ்லிம்களுக்குச் சரியான பிரதிநிதித்துவம் இருக்க வேண்டும். அவ்வளவுதான். இது நடந்தால் போதும் என்றே நினைத்தார்கள்.

இவற்றையெல்லாம்விட இன்றைய தலைமுறைக்குத் திகைப்பூட்டும் இன்னொரு கொள்கை அவர்களிடம் அப்போது இருந்தது.

மதச்சார்பின்மை.

ஆம். தொடக்க கால முஸ்லிம் லீக் தன்னையொரு மதச்சார்பற்ற இயக்கமாகத்தான் மக்கள் மத்தியில் முன்னிறுத்தியது. அதனால்தான் காங்கிரஸில் இருந்த முகம்மது அலி ஜின்னா, முஸ்லிம் லீகிலும் தன்னை இணைத்துக்கொள்ளச் சம்மதித்தார். சொல்லப் போனால் அவர் முஸ்லிம் லீகிலும் உறுப்பினராக வேண்டும் என்று வற்புறுத்திச் சம்மதிக்கச் செய்தவர்கள் காங்கிரஸ் தலைவர்கள்தாம்.

அந்நாளில் இரண்டு கட்சிகளில் ஒருவர் உறுப்பினராக இருப்பது ஒரு பெரிய விஷயமாகவே கருதப்படவில்லை.

17. ஜின்னா V 1.0

பாகிஸ்தான் என்ற பகுதியைப் பிரித்து எடுத்துச் சென்றவர் என்கிற காரணத்தால் இந்தியாவில் முகம்மது அலி ஜின்னாவைக் குறித்துப் பேசுவதும் எழுதுவதும் மிகவும் குறைவு. வெற்றியடைந்த முதல் தலைமுறைப் பிரிவினைவாதி என்பதால் சரித்திரம் பேசும் திரைப்படங்கள், வெப் சீரிஸ்களில்கூடக் கண்ணை மூடிக்கொண்டு அவரை வில்லனாகச் சித்திரித்துவிடுவார்கள். இருபதாம் நூற்றாண்டின் தொடக்க வருடங்களில் காங்கிரஸின் நட்சத்திரப் பிரமுகர்களுள் ஒருவராக அவர் இருந்தார். காந்தி படித்த அதே கோகலே பள்ளிதான். காந்தி கடைப்பிடித்த அதே அமைதி வழிதான். காந்தி வலியுறுத்திய அதே மதச்சார்பின்மைதான்.

பஹல்காம் தாக்குதலின் தொடர்ச்சியாக இந்திய ராணுவம் மேற்கொண்ட ஆப்பரேஷன் சிந்தூர் தாக்குதல் நடவடிக்கை குறித்து உலக நாடுகளுக்கு எடுத்துச் சொல்லி, இந்தியாவின் நியாயங்களைப் புரியவைப்பதற்குக் கனிமொழி தலைமையில் ஓர் உயர்மட்டக் குழுவினை மத்திய அரசு அனுப்பிவைத்தது நினைவிருக்கிறது அல்லவா? அதே மாதிரிதான் ‘நீங்கள் போய் முஸ்லிம் லீகிலும் உறுப்பினராக

இருங்கள்; மத அடிப்படையில் ஒன்றிணைக்கப்பட்ட இயக்கம் என்றாலும், அனைத்து மதங்களையும் அது அரவணைத்துச் செல்வதை உறுதிசெய்ய நீங்கள் அங்கே இருப்பதுதான் சரியாக இருக்கும்' என்று காங்கிரஸே வற்புறுத்தி அவரை முஸ்லிம் லீகுக்கு அனுப்பி வைத்தது. ஜின்னாவின் மீது அன்றைய காங்கிரஸுக்கு அவ்வளவு நம்பிக்கை. காங்கிரஸுக்கு மட்டுமல்ல. மக்களுக்கும்கூட. அவரது தொடக்க கால அரசியல் நடவடிக்கைகள் அதற்கேற்பத்தான் இருந்தன.

1876 ஆம் ஆண்டு பலூசிஸ்தானின் கலாட் மன்னருடன் பிரிட்டிஷ் அரசு செய்துகொண்ட ஒப்பந்தத்தைக் குறித்து முன்னர் பார்த்தோம். அதன் அடிப்படையில், கலாட் ராஜ்ஜியம் என்றென்றும் சுதந்தர ராஜ்ஜியமாகவே இருக்கும்; அதே சமயம் பிரிட்டிஷ் பலூசிஸ்தான் ஏஜென்சியும் உள்ளே ஒரு மார்க்கமாகக் குறுக்குச்சால் ஓட்டிக்கொண்டிருக்கும் என்ற மறு உறுதிப் பத்திரம் கையெழுத்தானது.

இது நடந்த அதே 1876 இல்தான் முகம்மது அலி ஜின்னா கராச்சியில் பிறந்தார். நிச்சயமாக அவருக்கோ, அவரது பெற்றோருக்கோ தெரிந்திருக்காது. அந்த பலூசிஸ்தானின் சுதந்தரத்தை முற்று முழுதாகப் பறிக்கப் போவது அவர்தான் என்பது. அது பிரிட்டிஷார் செய்யாத செயல். 1757 ஆம் ஆண்டிலிருந்து 1947 ஆம் ஆண்டு வரை இந்தியாவை ஆண்ட பிரிட்டிஷ் வைசிராய்களுள் ஒருவருக்குக் கூட அந்த எண்ணம் தோன்றியதில்லை. 1930களில் இந்திய சமஸ்தானங்களுள் ஒன்றாக அதுவும் இருந்துவிட்டுப் போனாலென்ன என்று நினைத்திருக்கிறார்கள். மாட்டேன்; நான் வேறு என்று கலாட்டின் கான் முரண்டுபிடித்தபோதுகூட முறைத்துவிட்டு அமைதியாகத்தான் இருந்தார்களே தவிர, இழுத்துச் சொருகிக்கொண்டு ஒன்றுமில்லாமல் ஆக்கவில்லை.

முகம்மது அலி ஜின்னாவை சர்ச்சைக்குரிய மனிதர் என்று குறிப்பிடுவார்கள். அவரது பல அரசியல் முடிவுகள், செயல்பாடுகளைக் கொண்டு அம்முடிவுக்கு வருவது வழக்கம். தவறில்லை; அவர் எப்படிச் சிந்தித்தார், எதனால் அப்படியெல்லாம் சிந்தித்தார் என்றும் சிறிது அகழ்ந்து பார்க்கலாம்.

ஜின்னாவின் தந்தை, ஜின்னாபாய் பூஞ்சா ஒரு வர்த்தகர். கராச்சியில் புகழ்பெற்ற தோல் பொருள்கள் விற்பனையாளர். கராச்சி ஒரு சிறந்த துறைமுக நகரமாக இருந்ததால், உள் நாட்டு விற்பனை தவிர அவரால் தமது தயாரிப்புகளை எளிதாக ஏற்றுமதி செய்யவும் முடிந்தது. வியாபாரம் செழிப்பாக இருந்ததால் வசதிக்குக் குறைவின்றி இருந்தது.

ஜின்னா பள்ளிப் படிப்பைக் கராச்சியில் முடித்துவிட்டு மேற்படிப்புக்கு லண்டன் செல்வதற்கு முன்னால் சிறிது காலம் கராச்சியில் தன் தந்தையின் தொழிலில் அவருக்கு உதவியாகப் பணியாற்றியிருக்கிறார். குடும்பத் தொழில், தோல் வர்த்தகம். எப்படியும் பையன் அதில் சிறப்பாகத் தேறிவிடுவான் என்று குடும்பமே எதிர்பார்த்துக்கொண்டிருந்தபோது, தனக்கு அந்த வியாபாரத்தில் பெரிய விருப்பம் இல்லை என்று ஜின்னா சொன்னார்.

அவரது தந்தைக்கு முதலில் அது அதிர்ச்சியளித்தது. ஏன், ஆர்வமாகத்தானே இந்தத் தொழிலுக்கு வந்தான்? கற்பதில் குறையில்லை. பணியாற்றுவதிலும் குறையில்லை. வெற்றிகளிலும் குறையில்லை. அப்படியும் ஏன் விருப்பம் இல்லை?

கேட்டபோது, ஜின்னா சொன்ன பதில்: 'முயன்று பார்க்காமலேயே பிடிக்கவில்லை என்று சொல்ல விருப்பமில்லை. எனக்குச் சட்டம் படிக்க வேண்டும் என்று விருப்பம். அரசியலில் விருப்பம். இந்தத் தொழில் அவற்றை விஞ்சி என்னை உள்ளே இழுக்கிறதா

என்று பார்த்தேன். இல்லை. என் விருப்பங்கள் மாறவில்லை. எனவே என்னை என் வழியில் செல்ல அனுமதித்துவிடுங்கள்.'

அதற்குப் பிறகு அவரது தந்தை அவரை வற்புறுத்தவில்லை. லண்டனுக்கு அனுப்பிப் படிக்க வைத்தார். பொதுவாக, அந்த அளவு வசதியான குடும்பப் பின்னணியிலிருந்து அன்றைக்கு லண்டனுக்குப் படிக்கப் போகிற இளைஞர்கள் படிக்கவும் செய்வார்கள்; அவ்வளவுதான். கேளிக்கைகளில்தான் பெரும்பாலும் அவர்கள் ஆர்வம் செல்லும். செலவுக்குப் பிரச்னை இல்லை. ஊரில் இருந்து பணம் வந்துகொண்டே இருக்கும். பிறகென்ன?

ஆனால் தமது இளமைக்காலத்தில்கூட ஜின்னா அந்தப் பக்கம் எட்டிப் பார்த்ததாகத் தெரியவில்லை. அவர் படித்தார். மேலும் படித்தார். மேலும் மேலும் படித்தார். லண்டனில் படித்துக்கொண்டிருந்த காலத்தில் அவரது ஆகப்பெரிய கேளிக்கை என்பது நூலகங்களுக்குச் செல்வதும் சர்வதேச அரசியல் விவகாரங்களையும் இந்திய அரசியலையும் நுணுக்கமாகக் கற்றுத் தேர்ந்ததும்தான் என்று அவரது ஆய்வாளர்கள் எழுதுகிறார்கள். அதெல்லாம் இல்லை; ஊர் பேர் தெரியாத ஏதோ ஒரு கல்விக்கூடத்தில் படிப்பதாகப் பேர் பண்ணிவிட்டு வந்தவர்தான் அவர் என்று எதிர்த்தரப்பு எப்போதும் சொல்லும். பெருந்தலைவர்களின் கல்வி ஒரு விவாதப் பொருளாவது சரித்திரம்தோறும் நடப்பதுதான். இருந்துவிட்டுப் போகட்டும். படிப்புக்கு அப்பால் அந்நாளில் லண்டனில் மையம் கொண்டு, இந்திய சுதந்தரத்துக்காக வேலை செய்துகொண்டிருந்த பலருடன் ஜின்னாவுக்கு நல்ல தொடர்பு இருந்திருக்கிறது.

1896 ஆம் ஆண்டு படிப்பு முடிந்தது. பாரிஸ்டர் ஜின்னா இந்தியாவுக்குத் திரும்பினார். பம்பாய் உயர் நீதிமன்றத்தில் பதிவு செய்துகொண்டு வழக்கறிஞராகப் பணியாற்றத் தொடங்கினார். தொடக்கம் முதலே ஜின்னாவுக்குத்

தொழிலாளர்கள், அவர்கள் நலன் சார்ந்த வழக்குகள் நிறைய வந்தன. அவற்றில் அவர் தொடர்ச்சியாக வெற்றியும் கண்டார். இதன் தொடர்ச்சியாக அவருக்குத் தொழிற்சங்க நடவடிக்கைகளின்மீது ஆர்வம் ஏற்பட்டது. அப்படியே மெல்ல மெல்ல காங்கிரஸ் பொதுக்கூட்டங்களில் கலந்துகொள்ளத் தொடங்கினார். பம்பாயில் அந்நாளில் வசித்து வந்த காங்கிரஸ் தலைவர்களுடன் அவருக்கு நெருக்கமான உறவு இருந்திருக்கிறது.

1906 ஆம் ஆண்டு முறைப்படி அவர் காங்கிரஸ் உறுப்பினரானபோது தீவிரமான தேசியவாதியாக இருந்தார். ஏதாவது தகிடுதத்தம் செய்து பிரிட்டிஷார் இந்தியர்களைப் பிரித்து வைத்து ஆளவே பார்ப்பார்கள்; அதற்கு இடமே தரக்கூடாது என்று அடித்துப் பேசிய முதல் தலைமுறைத் தலைவர்களுள் ஜின்னா ஒருவர். காங்கிரஸில் இதனாலேயே அவர் மிக விரைவில் ஒரு நட்சத்திர அந்தஸ்தைப் பெற்றார். ஏனெனில், அக்காலகட்டத்தில் டாக்காவை மையமாகக் கொண்ட கிழக்கு வங்காளத்தில் முஸ்லிம்கள் தனியே அணிதிரண்டு தமக்கொரு அரசியல் முகமும் அடையாளமும் தேவையென்று தீவிரமாகச் செயல்படத் தொடங்கியிருந்தார்கள்.

ஜின்னாவைப் பொறுத்த அளவில் முஸ்லிம்களுக்கு எதுவும் கூடாது என்பதல்ல. ஆனால் உரிமைகளும் வசதிகளும் முஸ்லிம் என்பதனால் வரக்கூடாது; மாறாக, இந்தியர் அனைவருக்கும் பொதுவான நியாயங்கள் அவர்களுக்கும் உண்டு என்பதே அவரது நிலைப்பாடாக இருந்தது. இது கோகலே பள்ளியில் அவர் கற்றதாக இருக்கலாம். இந்து-முஸ்லிம் ஒற்றுமையே படிப்படியாக சுயராஜ்ஜியத்தை நோக்கி முன்னேற வழிசெய்யும் என்பது அவரது கருத்தாக இருந்தது. ஜின்னாவின் தொடக்க கால உரைகள் அனைத்தும் இதனை வலியுறுத்தியே அமைந்திருந்ததைக் காண முடிகிறது.

ஆனால் முஸ்லிம் லீக்கின் தோற்றம் அன்றைய காலகட்டத்தின் தவிர்க்க முடியாத தேவைகளுள் ஒன்றாக இருந்தது. இதற்கான காரணங்களை முன்பே நாம் பார்த்திருக்கிறோம். முஸ்லிம்கள் முன்னுக்கு வரத் துடித்தது இதன் நியாயமான ஒரு பக்கம். தனித்து இயங்க ஆர்வம் காட்டிய முஸ்லிம்களைப் பகடைக்காயாகப் பயன்படுத்தி, இந்தியர்களுக்குள் ஒரு நிரந்தரப் பிரிவினையை உருவாக்க பிரிட்டிஷார் நினைத்தது, கறுமை படர்ந்த இன்னொரு பக்கம்.

ஜின்னா, திரும்பத் திரும்ப இதனைத் தனது பேச்சில் சுட்டிக்காட்டிக்கொண்டே இருந்தார். இந்திய விடுதலைக்கு முஸ்லிம் லீக் குரல் கொடுக்க வேண்டுமே தவிர, வேறெந்த சுயநல நோக்கமும் அதற்கு இருக்கக்கூடாது; அப்படி இருக்குமானால் அது நாட்டுக்கு நல்லதல்ல என்று அடித்துப் பேசிய ஒரே முஸ்லிம் தலைவர் அன்றைக்கு அவர்தாம்.

இதையே காரணமாகக் காட்டித்தான், அவர் முஸ்லிம் லீகிலும் உறுப்பினராகச் சேர்வது நல்லது என்று அன்றைய காங்கிரஸ் தலைவர்கள் வற்புறுத்தி அனுப்பி வைத்தார்கள்.

அவர் ஒரு சிறந்த வழக்கறிஞர். பாதிக்கப்பட்டவர்களின் தரப்பை நீதிமன்றத்தில் தெளிவாக எடுத்துச் சொல்லி நியாயம் கிடைக்கப் போராடுவதில் விற்பன்னர். அப்படிப்பட்ட ஒருவர் முஸ்லிம் லீக்கில் இருப்பது, இயக்கத்தின் வளர்ச்சிக்கு உறுதுணையாக இருக்கும் என்று முஸ்லிம் லீக் தலைவர்களும் நம்பினார்கள். எப்படியாவது ஜின்னா இயக்கத்துக்குள் வந்துவிட வேண்டும் என்பதற்காக என்னவேண்டுமானாலும் செய்ய அவர்கள் தயாராக இருந்தார்கள். மீண்டும் மீண்டும் அவர்கள் ஒரு விஷயத்தை ஜின்னாவிடம் வலியுறுத்த விரும்பினார்கள். முஸ்லிம் லீக் பிரிவினைவாத இயக்கமல்ல. இந்திய சுதந்தரப் போராட்டத்துக்கு எதிரான இயக்கமும் அல்ல. மாறாக, முஸ்லிம்களுக்கு

நியாயமான அரசியல் பிரதிநிதித்துவம் கிடைக்கப் பாடுபடுவதே அதன் முதன்மையான பணி.

அக்டோபர் 10, 1913 ஆம் ஆண்டு ஜின்னா முஸ்லிம் லீக்கில் முறைப்படி இணைந்தார். அதாவது அப்போது அவர் காங்கிரஸிலும் உறுப்பினர். முஸ்லிம் லீக்கிலும் உறுப்பினர். இரண்டு இயக்கங்களுக்கும் இடையே ஒரு பாலமாக அவர் செயல்படுவார் என்று காங்கிரஸார் நம்பினார்கள். அவரது மிதவாத மனப்பான்மை, வங்காளத்து முஸ்லிம்களின் ஆவேசத்தை மட்டுப்படுத்த உதவும் என்று நினைத்தார்கள்.

ஜின்னாவின் நோக்கமும் அன்றைக்கு அதுதான். ஒருங்கிணைந்த இந்திய முஸ்லிம் சமுதாயத்தினரை இந்திய சுதந்தரப் போராட்டத்தில் முழு மூச்சாக ஈடுபடுத்தி, காங்கிரஸின் மிதவாதப் பிரிவுக்குக் கணிசமான வலு சேர்க்க விரும்பினார். பெரும்பான்மை முஸ்லிம்களின் வெளிப்படையான பங்கேற்புடன் போராட்டங்கள் முன்னெடுக்கப்படுவது, பிரிட்டிஷாரின் பிரித்தாளும் எண்ணத்தை வலுவிழக்கச் செய்யும்; நீண்ட நாள் நோக்கில் அது விடுதலையைத் துரிதப்படுத்த மிகவும் உதவும் என்று அவர் மனப்பூர்வமாக நம்பினார்.

1916 ஆம் ஆண்டு அகில இந்திய முஸ்லிம் லீகின் தலைவராக முகம்மது அலி ஜின்னா தேர்ந்தெடுக்கப்பட்டார். அந்த ஆண்டு அவரது தீவிர முயற்சியின் விளைவாகக் காங்கிரஸுக்கும் முஸ்லிம் லீக்குக்கும் இடையில் மேற்கொள்ளப்பட்ட ஒப்பந்தம் (லக்னோ ஒப்பந்தம் என்பார்கள்) இந்திய சரித்திரத்தில் மிக முக்கியமான ஓர் அத்தியாயம். இந்து-முஸ்லிம் ஒற்றுமை சார்ந்த பயனுள்ள அரசியல் முன்னெடுப்பு அது.

ஆனால் எல்லாம் அடுத்த நான்காண்டுகள்தாம் உயிருடன் இருந்தன. அதன் பிறகு அடியோடு மாறிப்போயின. அல்லது ஜின்னா மாறிப்போனார்.

18. ஜின்னா V 2.0

ஒரு நாட்டின் வரலாற்றை அடியோடு திசைமாற்றிவிடும் காரணிகளாகச் சில அமைந்துவிடும். இந்தியா என்றல்ல. உலக நாடுகள் அனைத்துக்கும் இது பொது. ஒரு நபர். ஒரு தருணம். ஒரு சூழ்நிலை. எது காரணம், ஏன் அது காரணம் என்பதல்ல. நடந்துவிடும். அது மட்டும் நடக்காதிருந்தால் வரலாறு முற்றிலும் வேறொன்றாக எழுதப்பட்டிருக்கும் என்று எண்ணிப்பார்க்கும்தோறும் தோன்றும்.

ஜின்னாவைக் குறித்துப் பேசிக்கொண்டிருந்தோம். மிதவாத அணுகுமுறையில் தீவிரவாதியாகவும், இந்திய தேசியம் என்னும் கருத்தாக்கத்தில் ஆழ்ந்த நம்பிக்கை கொண்டவராகவும், இந்து-முஸ்லிம் ஒற்றுமைக்காக முழு மூச்சாகப் பாடுபட்டவராகவும் இருந்த அம்மனிதர் எந்தப் புள்ளியில் பிரிவினையின்மீது பற்றுக் கொண்டார் என்று தேடத் தொடங்கினால், கிடைக்கும் விடைகள் ஒன்றுடன் ஒன்று பொருந்தாதவையாகவே பெரும்பாலும் இருக்கும்.

துருக்கியில் கலீஃபாக்களின் ஆட்சி முடிவுக்கு வந்ததை அடுத்து இந்திய முஸ்லிம்கள் கிலாபத் இயக்கத்தைத் தொடங்கித் தீவிரமாகக் கிளர்ச்சியில் ஈடுபட்டபோது மகாத்மா காந்தி அவர்களை ஆதரித்தார். அது

முஸ்லிம்களுக்கு மட்டுமான கவலை அல்லது அச்சம் என்று யாரும் எண்ணிவிடக் கூடாது; ஒட்டுமொத்த இந்தியாவும் அவர்களுடன் இருக்கிறது என்று உலகத்துக்குத் தெரியப்படுத்தும் விதமாக அமைந்தது அவரது நடவடிக்கை.

ஆனால் காந்தி கிலாபத் இயக்கத்தை ஆதரித்ததை ஜின்னா எதிர்த்தார். மதத்தை முன்வைத்த அரசியல் மிகுந்த ஆபத்தை விளைவிக்கும் என்று சொன்னார்.

அது ஒரு தொலைநோக்குப் பார்வை என்பதில் சந்தேகமில்லை. ஒருவிதத்தில் சரியானதும்கூட. ஆனால் அன்றைய சூழ்நிலையில் காந்தியின் அம்முடிவே பலன் அளித்தது. கிலாபத்தைக் காங்கிரஸ் ஆதரித்ததன் விளைவாகப் பெரும்பாலான இந்துக்களும் முஸ்லிம்களின் தரப்பை நியாயமென்று ஒப்புக்கொண்டார்கள். இந்து முஸ்லிம் ஒற்றுமை என்கிற காந்தியின் ஒற்றை இலக்கின் வெற்றி அது. ஆனால் காந்திக்கும் ஜின்னாவுக்குமான கருத்து வேறுபாடுகளின் தொடக்கப் புள்ளியாகவும் அதுவேதான் அமைந்தது.

இரண்டாவது வேறுபாடு, இருவரும் முன்னெடுக்க விரும்பிய அரசியலின் தன்மை சார்ந்தது. காந்தியின் அகிம்சை, சத்தியாகிரகம் என்னும் போராட்ட வழி இரண்டுமே ஜின்னாவுக்கு உவப்பானவையாக இல்லை. அவர் மிதவாதிதான். ஆனால் சத்தியாகிரகம் என்கிற கருத்தாக்கத்தை ஒருவிதப் பணிந்துபோதலாக அவர் பார்த்தார். அவரைப் பொறுத்தவரை அமைதியாக எதிர்ப்பது என்பது சட்டபூர்வமான அணுகுமுறை மட்டுமே. எதையும் நீதிமன்றத்தின் மூலம் சாதித்துக்கொள்ள முடியும் என்பதில் அவர் மாற்றுக்கருத்தே இருக்கவில்லை.

மூன்றாவது வேறுபாடு, மாண்டேகு-செம்ஸ்ஃபோர்ட் சீர்திருத்தச் சட்டங்கள் சார்ந்து உருவானது. 1919 ஆம் ஆண்டு அறிமுகப்படுத்தப்பட்ட இந்தச் சட்டங்களின்படி

மாகாண அரசுகள் இரண்டாகப் பிரிக்கப்பட்டன. விவசாயம், கல்வி, உள்ளாட்சி நிர்வாகமெல்லாம் மாநில அரசின் பொறுப்பு. அதாவது இந்தியர்கள் இதனைப் பார்த்துக்கொள்ளலாம். நிதித் துறை, காவல் துறை, நீதித் துறை, நீர்ப்பாசனம் போன்றவை ஆங்கிலேயர்களின் கட்டுப்பாட்டில் இருக்கும். இது போக, சொத்து மதிப்பு, கல்வித் தகுதியின் அடிப்படையில் வாக்குரிமை வழங்கும் நடைமுறையை உருவாக்கலாம் என்று இந்தச் சட்டம் சொன்னது. முஸ்லிம்களுக்குத் தனித் தேர்தல் முறை, சீக்கியர்களுக்கு சிறப்புப் பிரதிநிதித்துவம் என்று மேலும் சில அம்சங்கள் இதில் இருந்தன.

மாகாண சுயாட்சி என்பது இதுவல்ல என்பது காங்கிரஸின் தரப்பு. உரிமைகள் போதுமானதல்ல என்று சொல்லிக் காங்கிரஸ் இந்தச் சீர்திருத்தச் சட்டங்களை நிராகரித்தது. ஆனால் ஜின்னாவுக்கு அதில் உடன்பாடில்லை. ஒரு தொடக்கம் என்ற வகையில் இதனை நாம் ஏற்கத்தான் வேண்டும்; மாகாணத் தேர்தல்களில் பங்கேற்று, ஆட்சி அதிகாரத்தைப் பெறத்தான் வேண்டும் என்று அவர் சொன்னார்.

இவற்றுக்கெல்லாம் அப்பால் வேறொரு காரணம் அவருக்கு இருந்தது. காங்கிரஸில் ஜவாஹர்லால் நேருவுக்கு அதிகரித்து வந்த முக்கியத்துவம். காந்தி, நேருவின் மீது கொண்டிருந்த நம்பிக்கையும் அதனை விஞ்சிய பாசமும் ஜின்னாவுக்கு மிகவும் நெருடலாக இருந்தன. **1929** ஆம் ஆண்டு லாகூரில் நடந்த காங்கிரஸ் மாநாட்டில் அவர் காங்கிரஸின் தலைவராகத் தேர்ந்தெடுக்கப்பட்டார். ஜின்னா அதைக் கடுமையாக எதிர்த்தார். ஆனால் காந்தியின் ஆதரவு நேருவுக்கு இருந்ததால் ஜின்னாவின் எதிர்ப்பு அர்த்தம் இழந்தது.

அதுதான் இறுதிக் காட்சி. காங்கிரஸ் தன்னை அவமானப்படுத்திவிட்டதாக ஜின்னா நினைத்தார். அந்த லாகூர் காங்கிரஸ் மாநாட்டுப் பந்தலில் இருந்து

வெளியேறியதுடன் காங்கிரஸை விட்டும் அவர் முற்றிலுமாக வெளியேறிச் சென்றார்.

இப்போது சிந்திக்கலாம். மேலே கண்ட எந்தக் காரணமுமே முற்றிலும் நிராகரிக்கப்படக்கூடியவை அல்ல. ஜின்னாவின் அரசியல் அனுபவம், கல்வித் தகுதி, தலைமைப் பண்பு அனைத்துமே சந்தேகத்துக்கு அப்பாற்பட்டவை. ஆனால் ஜின்னாவைக் காட்டிலும் நேரு பொருத்தமானவர் என்று காந்தி ஏன் நினைத்தார்? அதில் உள்ளது சூட்சுமம்.

ஒரு கோபத்தில், வெறுப்பில், விரக்தியில், பழிவாங்கும் முடிவில் - அல்லது இவை எதுவுமே அல்லாத, வேறு ஏதோ பிரத்தியேகக் காரணத்தால் ஜின்னா தனது அரசியல் பாதையை அடியோடு மாற்றிக்கொண்டதுதான் சரித்திரம். ஆனால் காந்தியுடன் நூற்றுக்கணக்கான கருத்து வேறுபாடுகள் இருந்தாலும், காங்கிரஸிலேயே மற்ற பல தலைவர்களுடன் ஆயிரம் அபிப்பிராய மாறுபாடுகள் கொண்டிருந்தாலும் கடைசிவரை நேருவின் குணமோ நிலைப்பாடோ மாறவேயில்லை என்பதை நினைவுகூர்ந்தால், காந்தியின் முடிவு ஏன் சரி என்பது புலப்படும். சாதாரண மனிதர்களுக்கும் தீர்க்கதரிசிகளுக்குமான அடிப்படை வித்தியாசம் இதுதான். சிந்தித்தால் அல்ல; தியானம் செய்தால் விளங்கும்.

அந்த லாகூர் காங்கிரஸ் மாநாடுதான் ஜின்னாவின் இரண்டாவது அரசியல் பயணத்தின் தொடக்கம். அதுவரை இந்து முஸ்லிம் ஒற்றுமை குறித்து மட்டுமே ஒவ்வொரு நாளும் பேசிக்கொண்டிருந்தவர், அப்போது முதல் முஸ்லிம்கள் எப்படியெல்லாம் வஞ்சிக்கப்படுகிறார்கள் என்று பேச ஆரம்பித்தார். காந்தியோ, காங்கிரஸோ அவரை முஸ்லிம் என்று ஒருபோதும் பார்த்ததில்லை என்பதை நினைவுகூர கவனமாக அவர் மறந்தார்.

காங்கிரஸ் இனி இல்லை என்று ஆனபின்பு ஜின்னாவின் அரசியல் முற்றிலும் வேறு முகம் கொண்டதற்கு அவரது பதற்றம் மட்டுமல்ல காரணம். அன்றைய கிழக்கு வங்காள முஸ்லிம் தலைவர்களும் பிரிட்டிஷ் ஆட்சியாளர்களும் தொடர்ச்சியாக அவருடன் பேச்சுவார்த்தை நடத்திக்கொண்டிருந்தார்கள். இந்தியாவில் இருந்து என்றேனும் ஒருநாள் பிரிட்டிஷார் மொத்தமாக வெளியேறும் சூழ்நிலை வரும்போது, சிறுபான்மையினரான முஸ்லிம்களுக்கு காங்கிரஸ் உரிய முக்கியத்துவம் அளிக்காது என்று திரும்பத் திரும்பச் சொல்லப்பட்டது. அதுவரை இந்தியர்கள் - பிரிட்டிஷார் என்று மட்டுமே சிந்தித்துக்கொண்டிருந்த ஜின்னா, இந்துக்கள்-முஸ்லிம்கள் என்று எண்ணிப் பார்க்கத் தொடங்கினார். காங்கிரஸில் தனது குரல் எடுபடாமல் போனது, தனக்குரிய முக்கியத்துவம் வழங்கப்படாமல் போனது அனைத்தையுமே மதத்தை முன்வைத்து மட்டுமே சிந்திக்க ஆரம்பித்ததன் விளைவு, அவருக்கு முன்பிருந்த முஸ்லிம் லீக் தலைவர்கள்கூட எண்ணிப் பார்க்காத வகையில் முஸ்லிம்களுக்குத் தனி நாடு என்று சிந்திக்கும் அளவுக்கு அவர் முற்றிலுமாகவே மாறிப் போனார்.

மார்ச் 22, 1940 அன்று லாகூரில் அகில இந்திய முஸ்லிம் லீக்கின் மாபெரும் மாநாடு ஒன்று நடைபெற்றது. இந்திய வரலாற்றில் மிக முக்கியமான அத்தியாயம் ஒன்று அங்கே தொடங்கியது. அதுவரை இந்தியர்கள், இந்திய முஸ்லிம்கள் என்று மட்டுமே குறிப்பிடப்பட்டு வந்தவர்களை ஜின்னா முதல் முதலாகப் பிரித்துத் தனியே அடையாளப்படுத்திக் காட்டினார். முஸ்லிம்கள் தனி இனம் என்று பகிரங்கமாகச் சொன்னார். முஸ்லிம் பெரும்பான்மை வசிக்கும் இந்தியாவின் வட மேற்கு மற்றும் கிழக்குப் பகுதி மாகாணங்களை முஸ்லிம்களே ஆளும் தனி அரசாக்க வேண்டும் என்று கோரினார். இரட்டை தேசியம் இந்தியாவுக்கு ஏன் அவசியம் என்று

விளக்கம் தர ஆரம்பித்தார். இந்துக்களும் முஸ்லிம்களும் முற்றிலும் வேறுபட்ட தேசிய அடையாளங்களைக் கொண்டவர்கள் என்று சொன்னார். இந்தியாவுக்கு சுதந்தரம் என்ற சூழ்நிலை வருமானால் அது மிக நிச்சயமாக பாகிஸ்தான் என்கிற முஸ்லிம்களுக்கான தனி நாடு உருவாக்கத்தையும் உள்ளடக்கியதாகவே இருக்க வேண்டும் என்கிற முஸ்லிம் லீகின் மாபெரும் நிபந்தனைக்கான வித்து அம்மாநாட்டில் அழுத்தம் திருத்தமாக ஊன்றப்பட்டது.

அக்கணம் முதல் பிரிட்டிஷ் ஆட்சிக்கு உட்பட்ட பிராந்தியங்களில் முஸ்லிம்கள் பெரும்பான்மையாக வசிக்கும் பகுதிகளைக் குறிவைத்தே அவரது அனைத்துச் செயல்பாடுகளும் திட்டமிடப்பட்டன. அதுவரை ஒற்றுமைக்காக மட்டுமே பேசிக்கொண்டிருந்த ஜின்னா, நாம் வேறு என்று எடுத்துச் சொல்வதற்காகவே பேசத் தொடங்கினார். பலூசிஸ்தான் அப்படித்தான் அவரது கவனத்துக்குள் வந்து சேர்ந்தது.

என்ன வித்தியாசமென்றால், பலூச்சிகள் ஜின்னாவையே நீ வேறு என்று சொல்பவர்களாக இருந்தார்கள்.

19. அணையாத நெருப்பு

அந்தப் பச்சை நிற மர மாளிகைக்கு இன்றைய வயது 133. பாகிஸ்தானில் அச்சிடப்படும் நூறு ரூபாய் நோட்டுகளில் அது இருக்கும். பலூசிஸ்தானுக்கு அது ஓர் அடையாளம். பிரிட்டிஷ் பலூசிஸ்தான் ஏஜென்சி அங்கே மடம் கட்டி வாழ்ந்த காலத்தில் கட்டப்பட்ட மாட மாளிகை. ஸியாரத் மாவட்டத்தில் உள்ளது. எனவே ஸியாரத் மாளிகை (Ziarat Residency) என்று பிரிட்டிஷார் குறிப்பிட்டார்கள்.

ஜியாரத் என்பது உருதுச் சொல். அம்மொழியில் அதற்குப் புனிதத் தல யாத்திரை என்று பொருள். ஜியாரத் மாவட்டத்தின் இதமான குளிரும் (கோடை காலத்திலும் குளிரும்) அடர்ந்த கானகமும் அங்கே விளையும் பழ வகைகளும் சுற்றுலாப் பயணிகளை எப்போதும் ஈர்த்துக்கொண்டே இருக்கும். புனிதம் உண்டோ இல்லையோ, ஜியாரத்துக்கு யாத்திரை செல்ல விரும்பாதவர்கள் கிடையாது.

பிரிட்டிஷ் காலத்தில் கட்டப்பட்ட அந்தப் பச்சை நிற மர மாளிகையில்தான் முகம்மது அலி ஜின்னா தனது இறுதி நாள்களைக் கழித்தார். சுமார் எழுபது நாள்கள். அவரது காசநோய் அவரைத் தின்றது. ஓய்வெடுக்கத்தான் அங்கே சென்றார். அது நிரந்தரத் துயிலாக நிறைந்தது.

விஷயம் அதுவல்ல. ஜின்னாவின் நினைவாக அந்தப் பச்சை நிற மர மாளிகைக்குப் பாகிஸ்தான் அரசு 'காய்தே அஸம் மாளிகை' என்று பெயரிட்டது. அதனை ஒரு நினைவில்லம் ஆக்கி, ஜின்னா பயன்படுத்திய பொருள்கள், அவர் தொடர்பான புகைப்படங்கள், கடைசியாக அவர் உபயோகித்த கட்டில், படுக்கை, மேசை, நாற்காலி வரை காட்சிக்கு வைத்து, அதை அரசு பராமரிக்கும் சுற்றுலா இல்லமாக்கி வைத்தார்கள். நல்ல வலுவான காவல் உண்டு. இருபத்து நான்கு மணி நேரமும் உண்டு.

அதனாலென்ன. அழித்துவிடலாம் என்று பலூசிஸ்தான் விடுதலைப் படையினர் (BLA) முடிவு செய்தார்கள்.

அது 2013 ஆம் வருடம். ஜூன் மாதம் பதினைந்தாம் தேதி. நள்ளிரவு கடந்து ஒரு மணி நேரம் ஆகியிருந்தது. காயிதே அஸம் நினைவில்லத்தின் காவலர்களும் சிறிது கண்ணயர்ந்திருந்தார்கள். அப்போது பி.எல்.ஏவின் நான்கு வீரர்கள் இரண்டு மோட்டார் சைக்கிள்களில் அங்கே வந்து சேர்ந்தார்கள். நினைவில்லத்துக்குச் சிறிது தொலைவில் வண்டியை நிறுத்திவிட்டு, கண்ணெட்டும் தொலைவைக் கணக்கிட்டு மறைவாக நின்றுகொண்டு ஆரம்பித்தார்கள்.

அங்கிருந்தபடி முதலில் மூன்று ராக்கெட் குண்டுகளை அக்கட்டட வளாகத்தை நோக்கிச் செலுத்தினார்கள். அவை சென்று வெடித்து, அங்கிருந்த காவலர்கள் திடுக்கிட்டு எழுவதற்குள் கையெறி குண்டுகளை வீசியபடியே நினைவில்லத்தை நோக்கி ஓடத் தொடங்கினார்கள். போலிசார் துப்பாக்கியை எடுத்துச் சுடத் தொடங்குவதற்குள் பி.எல்.ஏவினர் அவர்களைச் சுட்டபடி சுற்றுச்சுவரைத் தாண்டி உள்ளே பாய்ந்தனர்.

அந்த இரவு மிக மோசமான இரவாகிப் போனது. ஓயாத குண்டுச் சத்தம். எங்கெங்கும் புகை. வந்தவர்கள் யார், எத்தனை பேர் என்று எதுவும் தெரியாத முழு இருட்டு. போதாக்குறைக்கு, வந்தவர்கள் மின்சாரத்தையும்

துண்டித்துவிட்டிருந்ததால் யாரும் யாரையுமே முகம் பார்க்க முடியாத சூழ்நிலை. சுற்றுவட்டாரத்து மக்கள் அனைவரும் உறக்கம் கலைந்து வெளியே வந்து பார்த்தபோது, காய்தே அஸம் நினைவில்லத்தின் ஒரு பகுதி தீப்பிடித்து எரியத் தொடங்கியிருந்தது.

உடனடியாக குவெத்தாவில் உள்ள காவல் தலைமையகத்துக்குத் தகவல் பறந்தது. போன் செய்த காவலரை பி.எல்.ஏவினர் சுட்டுக் கொன்றார்கள். அவர் பெயர் முகம்மது தாஹிர் கான். அவரைக் காப்பாற்ற வந்த வேறு இரண்டு காவலர்களும் கையோடு சுட்டு வீழ்த்தப்பட்டார்கள். வந்தவர்களுக்குக் காவலர்களைச் சுடுவது நோக்கமாக இருக்கவில்லை. அச்சத்தில் அவர்கள் விலகி ஓடியதும் வந்த காரியத்தை முடித்துவிட்டுப் போய்விடலாம் என்பதே திட்டமாக இருந்திருக்கிறது. ஆனால் நடந்தது முற்றிலும் வேறு.

காவலுக்கு இருந்த அனைவரையும் சுட்டுக் கொன்றுவிட்டு அவர்கள் அம்மாளிகையின் பல்வேறு பகுதிகளில் வெடிகுண்டுகளைப் பொருத்தினார்கள். அவை சுமாரான செயல்திறன் கொண்ட குண்டுகள்தாம். எதற்கும் இருக்கட்டும் என்று சாத்தியமிருந்த அனைத்து மரப் பகுதிகளிலும் தீ வைக்கவும் செய்தார்கள். இதற்குள் ஒருவர் மாளிகையின் உப்பரிகைக்கு ஏறி, அங்கே பறந்துகொண்டிருந்த பாகிஸ்தான் கொடியைக் கிழித்துக் கடாசிவிட்டு பி.எல்.ஏவின் கொடியை ஏற்றினார்.

இதற்குள் குவெத்தாவில் இருந்து காவல் படையும் தீயணைப்புப் படையும் புறப்பட்டுவிட்டிருந்தன. எவ்வளவுதான் பிசாசு வேகத்தில் பறந்து வந்தாலும் நூற்று முப்பது கிலோ மீட்டர் தொலைவைக் கடக்க நூற்று முப்பது நிமிடங்களாவது ஆகுமல்லவா?

அந்த இடைவெளியில் அம்மாபெரும் மாட மாளிகை முற்றிலுமாக எரிந்து, உதிர்ந்து விழுந்திருந்தது. தீயை முழுவதுமாக அணைப்பதற்குப் பிறகு ஐந்து மணி நேரம்

ஆனது. இதில் வியப்புக்குரிய அம்சம் ஒன்று உண்டு. 133 ஆண்டு காலப் பழமையான மர மாளிகை முற்றிலும் எரிந்து சேதமாகிக்கொண்டிருந்தபோதும் பி.எல்.ஏவினர் அங்கே பொருத்தி வைத்த குண்டுகள் இறுதிவரை வெடிக்கவில்லை. பிறகு வெடிபொருள் செயலிழப்பு நிபுணர்கள் வந்து அவற்றைச் செயலிழக்கச் செய்துவிட்டுப் போனார்கள்.

பலூசிஸ்தான் விடுதலை ராணுவம் இந்தத் தாக்குதலை மேற்கொண்டதன் நோக்கம் ஒன்றுதான். உங்கள் ஜின்னாவை உங்கள் ஊரில் கொண்டாடிக்கொள்ளுங்கள். இது பலூசிஸ்தான். அவருக்கு இங்கே நினைவில்லம் எல்லாம் வேண்டாம்.

1948 ஆம் ஆண்டிலிருந்து அந்தப் பச்சை நிற மர மாளிகை ஜின்னா நினைவில்லமாக இருந்து வருகிறது. நடுவே 2008 ஆம் ஆண்டு அந்தப் பிராந்தியத்தில் ஏற்பட்ட சக்தி மிக்க நிலநடுக்கத்தால் சிறிது சேதமடைந்து, பின்னர் சரிசெய்தார்கள். ஆனால் நிலநடுக்கம் ஏற்படுத்திய சேதத்தைக் காட்டிலும் இந்தத் தாக்குதலால் உண்டான சேதம் மிக அதிகம். கிட்டத்தட்ட அக்கட்டடம் முற்றிலுமாகவே எரிந்துவிட்டிருந்தது. உள்ளே பாதுகாத்து வைக்கப்பட்டிருந்த நினைவுச் சின்னங்கள் அனைத்தும் தீயில் கருகின. வரலாற்று முக்கியத்துவம் வாய்ந்த பல புகைப்படங்கள் முற்றிலும் கருகி, இல்லாமல் ஆயின.

பின்னர் பாகிஸ்தான் அரசு மாளிகையைப் புதுப்பித்து, பொருள்களை முடிந்தவரை மீட்டுச் சரிசெய்து மீண்டும் ஒழுங்காக்கி, பாதுகாப்பை மேலும் வலுப்படுத்தி, நினைவில்லத்தைக் காப்பாற்றிவிட்டது. ஆனால் இழந்தவை இழந்தவைதானே?

அதுகூடப் பெரிதல்ல. நமக்கு காந்தி எப்படியோ, பாகிஸ்தானிகளுக்கு ஜின்னா அப்படி. பலூசிஸ்தானில் அவரது நினைவில்லத்தின் மீது நிகழ்த்தப்பட்ட தாக்குதலை அவர்களால் தாங்கவே முடியவில்லை.

பலூசிஸ்தான் பிரிந்து போகத் துடிப்பது அவர்களுக்குத் தெரியும். அங்கே இருந்து செயல்படும் விடுதலை இயக்கங்களைத் தெரியும். அவர்கள் அனைவரையும் பாகிஸ்தான் அரசு தீவிரவாதிகள் என்று சொல்லிப் பல தலைமுறைகளை உருவாக்கி வைத்திருந்தது. 2013 இல் இந்தச் சம்பவத்தை நேரில் கண்ட பாகிஸ்தானியர்கள், இதனை ஒரு தீவிரவாத வெறிச்செயல் என்று சொன்னார்கள்.

நீங்கள் சுடுங்கள். கொல்லுங்கள். தீ வைத்துக் கொண்டாடுங்கள். போராடுங்கள். என்ன வேண்டுமானாலும் செய்யுங்கள். ஆனால் தேசத் தந்தையின் நினைவில்லத்தையா குறிவைப்பீர்கள்? குறைந்தபட்ச நன்றியுணர்ச்சி கூடவா உங்களுக்கு இல்லை என்று கதறாத மக்கள் இல்லை.

ஒரு வகையில் இது பரிதாபகரமான சூழ்நிலை. பலூசிஸ்தானில் உண்மையில் என்ன நடக்கிறது என்பது பெரும்பான்மை பாகிஸ்தானிகளுக்குத் தெரியாது. செய்தித் தாள்களில் அம்மாகாணத்துச் செய்திகள் வராது. தொலைக்காட்சியில் அங்கே நடைபெறும் எதுவும் இடம்பெறாது. பலூச்சிகள் போராடுவது அவர்களுக்குத் தெரியும். ஆனால் அதன் நியாயம் அறவே தெரியாது. பலூசிஸ்தான் நிலவரம் குறித்துப் பாகிஸ்தானில் உண்மையாக ஒரே ஒரு கட்டுரைகூட யாரும் எழுதிவிட முடியாது. புத்தகங்கள் கிடையாது. பாடப் புத்தகங்களில் ஏதும் இராது. காஷ்மீர் குறித்து ஒன்றாம் வகுப்பில் இருந்தே தமது தரப்பைப் பாடபுத்தகங்களின் வழியே மெல்ல மெல்லக் குழந்தைகளின் சிந்தைக்குள் விதைப்பதில் தீவிரமாகச் செயல்படும் பாகிஸ்தான் அரசு, பலூசிஸ்தானைப் பற்றி வாயே திறக்காது. அவர்கள் தீவிரவாதிகள். அவ்வளவுதான்.

இதுகுறித்துப் பின்னர் விரிவாகப் பார்க்கலாம். இப்போது இந்தச் சம்பவத்தைத் தொட்டதன்

காரணம் மிக எளிமையானது. பலூச்சிகளைப் பொறுத்தவரை, ஜின்னா என்பவர் ஒரு துரோகி. கலாட் மன்னருடன் நட்புகொண்டு, பலூசிஸ்தானுக்கு நல்லது செய்யவிருப்பதாகவே கடைசிவரை காட்டிக்கொண்டு, எதிர்பாராத தருணத்தில் படைகளை அனுப்பி, வலுக்கட்டாயமாக பலூசிஸ்தானை பாகிஸ்தானுடன் இணைத்துக்கொண்ட நூறு சதவீத சுயநலவாதி.

எல்லாம் 1947 இல் நடந்தவைதாம். 2013லும் அவர்களது ஆத்திரம் அடங்கியிருக்கவில்லை என்பதைச் சுட்டத்தான் இந்தச் சம்பவத்தை முதலில் விவரிக்க வேண்டியிருந்தது. இனி நாம் நிம்மதியாக 1940 ஆம் ஆண்டுக்குச் செல்லலாம். விட்ட இடத்திலிருந்து மீண்டும் தொடரலாம்.

20. போர்க் கணக்கு

கலாட்டின் மன்னர் மிர் அஹ்மத் யார் கான், பிரிட்டிஷார் சமூகத்துக்கு வாராந்திர வாசகர் கடிதங்கள் அனுப்பிக்கொண்டிருந்ததைப் பார்த்துக்கொண்டிருந்தோம். வேறு வழியே இல்லாமல் அங்கிருந்து நேரடியாக இந்திய அரசியலுக்கு - குறிப்பாக, முஸ்லிம் லீக்கின் தோற்றம் முதல் ஜின்னா அதன் தலைமைப் பொறுப்புக்கு வந்ததுவரை கவனிக்க வேண்டியதாகிவிட்டது. அந்தக் கதையின் அடிப்படை தெரியாமல் இந்தச் சரித்திரம் சரியாகப் புரியாது என்பதால்தான் இந்தத் தாவிக் குதிப்பு. பரவாயில்லை. விட்ட இடத்தில் இருந்து தொடர்வோம்.

1939 ஆம் ஆண்டு மிர் அஹ்மத் யார் கானின் கவலை ஜின்னா அல்ல. மிக நிச்சயமாக அல்ல. அவரைப் பொறுத்தவரை ஜின்னா அவரது நண்பர். தவிர பலூசிஸ்தான் மக்கள் மீது அன்பு கொண்டவர். கலாட் பேரரசின் உரிமைகளை மதிப்பவர். மக்களுக்கு அது புரியவில்லை என்றால் அது ஜின்னாவின் தவறல்ல. பிரிட்டிஷார் இந்தியாவில் இருந்து மொத்தமாகக் கிளம்பிப் போகும்போது இந்துஸ்தான் - பாகிஸ்தான் என்று இரண்டு நாடுகளாகப் பிரித்துக் கொடுத்துவிட்டுப் போகத்தான் போகிறார்கள். அப்போது பலூசிஸ்தான்

என்கிற நாடு பழையபடி சுதந்தரமாக அங்கே இருக்கும். இந்தியாவுக்கோ பாகிஸ்தானுக்கோ அதன் இருப்பிலும் சுதந்தரத்திலும் எந்தச் சம்பந்தமும் இருக்க வாய்ப்பே இல்லை என்றுதான் அவர் நினைத்தார்.

ஆனால் பிரிட்டன் குறுக்கே புகுந்து குட்டையைக் குழப்பிவிடாதிருக்க வேண்டும். 1876 ஆம் வருடத்து ஒப்பந்தத்தை மதித்து, பலூசிஸ்தானின் சுதந்தர அந்தஸ்தை மறு உறுதி செய்துவிட்டுப் போனால் நல்லது. அது ஒன்றுதான் அவரது பெருங்கவலை. அதற்காகத்தான் அவர் கடிதங்கள் எழுதிக்கொண்டிருந்தார்.

ஆனால் முன்பே விவரித்தபடி, அன்றைக்கு இந்தியாவை ஆண்டுகொண்டிருந்த பிரிட்டிஷ் ஆட்சியாளர்கள் கலாட்டின் மன்னரை ஒரு பொருட்டாகவே எடுத்துக்கொள்ளவில்லை. அவரது தவிப்பும் பதற்றமும் நிறைந்த கடிதங்கள் யாவும் அவர்களுக்குக் குறுக்க வந்த கௌசிக்காகவே காட்சியளித்தன. உண்மையில் அவர்கள் பொருட்படுத்திச் சிந்திக்கும் தரத்தில் பலூசிஸ்தான் அன்றைக்கு இல்லை என்பதுதான் அடிப்படைக் காரணம். பெரிய வருமானம் தராத மாகாணம். பெரும்பாலும் பழங்குடி இன மக்கள். அவர்களுக்குள் நூற்றுக்கணக்கான குழுக்கள். முரட்டு இயல்பு. உலகெங்கும் ஆதி மக்கள் எப்படி இருப்பார்களோ அப்படித்தான் அவர்களும் இருக்கிறார்கள். ஒரு தேவை ஏற்பட்டால் நான்கு பீரங்கிகளைக் கொண்டு நிறுத்தி அடக்கிவிட முடியும். ஆனால் மன்னர் பிரிட்டிஷ் அரசுக்குப் பணிந்து நடந்துகொள்வதால் பொறுத்திருந்தார்கள். அவ்வப்போது அவரது கோரிக்கைகளில் சிலவற்றை ஏற்பார்கள். பெரும்பாலும் நிராகரித்துவிடுவார்கள். ஏற்றுக்கொள்ளப்பட்டவற்றை எண்ணி மன்னர் மனம் மகிழ்ந்து மக்களைக் கூப்பிட்டு அறிவித்துக் கொண்டாடிக்கொள்வார்.

இப்படித்தான் காலம் போய்க்கொண்டிருந்தது. பலூசிஸ்தானின் அன்றைய பழங்குடி இனத் தலைவர்களும் சர்தார்களும் பிறரும் இடைவிடாமல் மன்னரைச் சந்தித்து இதுபற்றி எச்சரித்துக்கொண்டே இருந்தார்கள். இரண்டாம் உலகப்போர் மிக நெருக்கத்தில் வந்துகொண்டிருந்தது. ஐரோப்பாவில் சூழும் போர் மேகங்கள் உலகம் மொத்தத்தையும் ஆட்டி வைக்கக்கூடியதாக இருக்கும் என்றெல்லாம் அன்றைக்கு யாரும் எண்ணிப் பார்த்திருக்கவில்லை. ஜெர்மனியை ஆண்டுகொண்டிருந்த ஹிட்லரின் அட்டகாசம் பொறுக்காமல் மொத்த ஐரோப்பிய நாடுகளும் விரோத உணர்வுடன் இருந்தது மட்டும் அனைவருக்கும் தெரியும். பிரிட்டனுக்குப் பிடிக்கவில்லை, அமெரிக்காவுக்குப் பிடிக்கவில்லை, வேறு எந்த வளர்ந்த நாட்டு அரசுக்கும் ஜெர்மனியின் வளர்ச்சியும் வீச்சும் அச்சுறுத்தும் சங்கேதமாகவே இருப்பதை அனைவராலும் உணர முடிந்தது. ஒருவேளை யுத்தம் மூண்டு, பிரிட்டன் அதில் முக்கியப் பங்கு வகிக்குமானால் அதன் காலனி நாடுகள் அனைத்தும் யுத்தத்தில் ஈடுபடுத்தப்படும் என்பதை அனைவரும் அறிந்திருந்தார்கள்.

அப்படியொரு சூழ்நிலை ஏற்பட்டு, பிரிட்டிஷ் படைகளுக்கு உதவ சந்தர்ப்பம் நேருமானால் பலூசிஸ்தான் மிக நிச்சயமாக முன்னணியில் நிற்கும் என்று கலாட்டின் மன்னர் பகிரங்கமாகத் தெரிவித்தார். பிரிட்டன் போரில் வெற்றிபெற்றுவிடுமானால் அதன் தொடர்ச்சியாக இந்தியாவுக்கு சுதந்தரம் கொடுத்துவிடுவார்கள். அப்போது பலூசிஸ்தானின் சுதந்தர நிலையை உறுதிசெய்துவிட்டுப் போக வேண்டுமல்லவா? அதற்காக.

இதனை மனத்தில் இறுத்தி, அந்தப் பழைய ஒப்பந்தத்தை மீண்டும் ஒருமுறை எடுத்து தூசு தட்டி, முன்னும் பின்னும் சில மாறுதல்களை மட்டும் செய்து பிரிட்டிஷ்

ஆட்சியாளர்களுக்கு அவர் அனுப்பிவைத்தார். எங்களைக் கவனியுங்கள். நாங்கள் உங்கள் பக்கம் இருக்கிறோம். கிளம்பிச் செல்லும்போது கைவிட்டுவிடாமல் இருந்தால் போதும்.

எப்போதும் போல அந்தக் கடிதத்துக்கும் குறிப்பிடும்படியான பதில் ஏதும் வரவில்லை. மாறாக மாட்சிமை பொருந்திய பிரிட்டிஷ் அரசுக் கட்டிலின் பிரதிநிதி ஒருவர் கலாட் மன்னருக்குத் தனிப்பட்ட முறையில் கடிதம் ஒன்றை மட்டும் அனுப்பியிருந்தார்.

இதோ பாருங்கள், புதிய ஒப்பந்தமெல்லாம் வேண்டாம். உங்களிடம் இருக்கும் 1876 ஆம் ஆண்டு ஒப்பந்தத்தின் பிரதி எங்களிடமும் இருக்கிறது. இந்தியாவில் இருக்கும் பிரிட்டிஷ் அரசின் வைசிராய் வசமும் ஒரு பிரதி இருக்கிறது. எதுவும் தொலைந்து போய்விடவில்லை; யாரும் எதையும் மறந்துவிடவும் இல்லை. உங்களுக்கு என்ன வேண்டும்? முழு அதிகாரம். பிரிட்டிஷ் பலூசிஸ்தான் ஏஜென்சி வசம் இருந்த பகுதிகளுக்கும் சேர்த்த அதிகாரம். ஆதிவாசிகளின் நிலப்பகுதிகளையும் உள்ளடக்கியது. அவ்வளவுதானே? வைத்துக்கொள்ளுங்கள். சௌக்கியமாக இருங்கள். சந்தோஷமாக இருங்கள். நீங்கள்தான் கலாட்டின் மன்னர். சகல அதிகாரமும் உங்களுக்கே உரியது. போதுமா? திருப்தியா? போலன் கணவாய் வழியை மட்டும் இப்போதைக்குத் திருப்பித் தர இயலாது. அதன் கட்டுப்பாடு பிரிட்டிஷ் படைகள் வசமே இருக்கும்.

அந்தக் கடிதத்தின் சுருக்கம் என்று இதனைச் சொல்லலாம். இது கலாட்டின் மன்னருக்கு முழுத் திருப்தி அளித்ததா, பலூசிஸ்தான் மக்கள் நிம்மதி கொண்டார்களா என்பது இங்கே முக்கியமில்லை. இந்தியாவில் அன்றைய தேதியில் இருந்த வேறெந்த சமஸ்தானத்து மன்னருக்கும் பிரிட்டிஷ் அரசுத் தரப்பில் இருந்து இப்படியொரு கடிதம் எழுதப்பட்டதில்லை. அதுதான் முக்கியம். அந்தக்

கடிதத்தில் இருந்து நாம் தெரிந்துகொள்ள வேண்டிய செய்தி ஒன்றுதான். பலூசிஸ்தானின் சுதந்தர நிலையை பிரிட்டன் அன்றைக்கு ஆதரிக்கவும் அங்கீகரிக்கவும் செய்தது. தனது தேவைகளுக்காக அந்தப் பகுதியை அவர்கள் பயன்படுத்திக்கொண்டார்களே தவிர, அதன்மீது உரிமை கொண்டாடவோ, இந்தியாவின் ஒரு பகுதியாக அதனைக் கருதி, அதற்கும் சேர்த்து ஒரு தீர்வு தரவோ நினைக்கவேயில்லை. இன்னும் சுருக்கம் என்றால், பலூசிஸ்தானை அவர்கள் பொருட்படுத்தவில்லை. என்ன ஒன்று, இந்தியா, பெர்சியா, ஆப்கனிஸ்தான் என்று அடுத்தடுத்த நாடுகளைச் சொன்னதைப் போல இந்தியா, பலூசிஸ்தான், ஆப்கனிஸ்தான் என்று எங்கும் குறிப்பிட்டதில்லை. அதைச் செய்திருந்தால் கலாட் மன்னரின் ஆன்மா அப்போதே அமைதியுற்றிருக்கும்.

இருக்கட்டும். விதியை மாற்றினாலும் சரித்திரம் மாறாது. அது அப்படித்தான். இந்தப் பக்கம் அவர்கள் எதிர்பார்த்திருந்தபடி உலகப் போர் சூடுபிடிக்கத் தொடங்கி, பிரிட்டன் அதில் தீவிரமாகக் களமிறங்கியது. ‘இந்தியர்களின் ஒப்புதல் இல்லாமல் போர் எங்கள்மீது திணிக்கப்படுகிறது’ என்று காங்கிரஸ் சொன்னது. அதற்கு எதிர்ப்புத் தெரிவிக்கும் விதமாக, மாகாண அரசுகளில் காங்கிரஸ் உறுப்பினர்கள் வகித்து வந்த அனைத்துப் பொறுப்புகளில் இருந்தும் ராஜிநாமா செய்தார்கள்.

ஆனால் முஸ்லிம் லீக் இதனை வேறு விதமாக அணுக முடிவு செய்தது. அந்தத் தருணத்துக்குக் காத்திருந்தாற்போல, பிரிட்டிஷ் அரசுக்குத் தனது முழுமையான ஆதரவை உடனடியாகவும் பகிரங்கமாகவும் அறிவித்தது. ஜின்னா ஒரு கணக்கு வைத்திருந்தார். போர் போகும் விதத்தைப் பார்த்தால் எப்போது முடிவுக்கு வரும் என்று தெரியவில்லை. ஒன்றைத் தொட்டு ஒன்றாக அனைத்து உலக நாடுகளும் ஏதோ ஒருவகையில் போரில் சம்பந்தப்பட்டுக்கொண்டேதான் இருக்கிறது. ஒரே வினாதான். நீ எந்தக் கட்சி?

கெட்ட சக்திகளை அழிக்கக் கிளம்பியிருக்கும் நல்லவர்களின் கட்சியா? அல்லது கெட்ட சக்திகளுள் ஒன்றா? முடிந்தது விஷயம்.

இந்தச் சூழ்நிலையில் பிரிட்டிஷ் காலனிகளுள் ஒன்றான இந்தியாவில் போர் வேண்டாம், அல்லது எங்கள் சம்மதத்தை நீ கேட்டிருக்க வேண்டும் என்றெல்லாம் பேசிக்கொண்டிருப்பதே அபத்தம் என்று அவர் கருதினார். போரில் பிரிட்டனை முஸ்லிம் லீக் ஆதரிக்கும் என்று அறிவித்துவிடுவது. அதன் தொடர்ச்சியாக, பிரிட்டிஷ் ஆட்சியாளர்களுடன் நெருக்கமான தொடர்பையும் உறவையும் உருவாக்கிக்கொண்டு, அவர்களது அந்தரங்க ஆலோசனைக் கூட்டங்களில் பங்கேற்பது. எப்படியாவது போருக்குப் பிறகு முஸ்லிம்களுக்கான தனி நாட்டைக் கோரிப் பெற்றுவிடுவது. எந்த முஸ்லிம்களின் மீது தொடக்கம் முதலே பிரிட்டிஷார் அவநம்பிக்கை மட்டுமே கொண்டிருந்தார்களோ, அந்த முஸ்லிம்கள்தாம் இந்தியாவில் நம்பகமான ஒரே மதத்தவர் என்று எண்ணும்படியாகச் செய்துவிட இதனைக் காட்டிலும் ஒரு நல்ல சந்தர்ப்பம் வரவே வராது என்று அவர் நினைத்தார்.

இதன் தொடர்ச்சியாக, அன்றைக்கு முஸ்லிம் மக்கள் பெரும்பான்மை இருந்த இந்திய மாகாணங்கள் அனைத்தில் இருந்தும் (முக்கியமாகக் கிழக்கு வங்காளம், சிந்து) ஏராளமான முஸ்லிம் இளைஞர்கள், பிரிட்டிஷ் படையில் சேர்வதற்காக அனுப்பி வைக்கப்பட்டார்கள். முஸ்லிம் லீக் இம்முயற்சியின் பின்னணியில் வலுவாகக் காலூன்றி நின்றது. பிரிட்டிஷ் வீரர்களுக்குத் தேவையான உதவிகள் அனைத்தையும் அக்கட்சி தயங்காமல் செய்தது. ஆடைகள், உணவுப் பொருள்கள், மருந்துகள் என்று என்னவெல்லாம் தேவைப்படுமோ, எல்லாவற்றிலும் தனது பங்களிப்பு இருக்கும்படிக் கவனமாகப் பார்த்துக்கொண்டது.

ஜின்னாவின் கோரிக்கையெல்லாம் ஒன்றுதான். போருக்குப் பிறகு நீ விட்டுச் செல்வாய் அல்லவா? அப்போது எங்களைப் பிரித்துத் தனி நாட்டு மக்களாக்கிவிட்டுச் செல். போதும்.

இந்தக் கணக்குகள் ஏதுமில்லாமல், பலூசிஸ்தான் முஸ்லிம்களும் போரில் பிரிட்டனை ஆதரிக்கும் நிலைப்பாட்டையே எடுத்தார்கள். நீ யாரை வேண்டுமானாலும் எப்படி வேண்டுமானாலும் நடத்திக்கொள். இந்தியாவை எத்தனையாக வேண்டுமானாலும் பிரித்துப் போடு. ஆனால் போகும்போதும் எங்களைப் பொருட்படுத்தாமல் அப்படியே போய்விட்டால் போதும். எங்கள் சுதந்தரம் எங்களுக்கு இப்படியே இருந்தால் போதும். இந்தியாவுடன் சேர்ந்துவிடு, பாகிஸ்தானுடன் சேர்ந்துவிடு என்று புதிய பல்லவி எதையும் பாடாதிரு. அது ஒன்றே போதும்.

அதெல்லாம் இருக்காது; நான் பார்த்துக்கொள்கிறேன் என்று அப்போதும் கலாட்டின் மன்னருக்கு நம்பிக்கை அளித்தார் ஜின்னா. அதனால்தான் உலகப் போரில் பிரிட்டனுக்கு உதவி செய்ய பலூசிஸ்தான் படை என்ற ஒரு தனிப்பெரும் படைப்பிரிவு அனுப்பி வைக்கப்பட்டது.

21. வேண்டாவெறுப்பும் காண்டாமிருகமும்

எல்லா ஆட்சியாளர்களும் எல்லைப் பகுதி மாநிலங்களைப் பற்றி நிறைய கவலைப்படுவார்கள். அந்தப் பிராந்தியத்தின் பாதுகாப்பை வலுப்படுத்தவும் அங்குள்ள ராணுவப் பிரிவின் திறனை மேம்படுத்தவும் நிறைய செலவு செய்வார்கள். ஆனால், பெரும்பாலும் அந்தப் பகுதியில் வசிக்கும் மக்களைக் குறித்து நினைக்க மறந்துவிடுவார்கள். அவர்களது விருப்பம், அவர்களது சௌகரியம், அவர்களது பழக்கவழக்கங்கள், அவர்களது நம்பிக்கை, அவர்களுடைய எதிர்பார்ப்புகள். இதனால்தான் உலகம் முழுவதிலும் உள்ள பெரும்பாலான நாடுகளில் சிக்கல்களின் கருப்பையாக விளங்குவது எல்லைப்புற மாநிலங்களாக இருக்கின்றன.

பலூசிஸ்தானைப் பொறுத்தவரை, பிரிட்டிஷ் இந்திய ஆட்சியாளர்கள் அந்தப் பகுதியைத் தமது மேற்கு எல்லையின் ஒரு பெரும்பகுதியாகக் கருதினார்கள். தவிரவும் இந்தியாவுக்குள் இருந்து மத்தியக் கிழக்கின் அனைத்துப் பகுதிகளுக்கும் படைகளை நகர்த்திச் செல்ல போலன் கணவாய் ஒரு தவிர்க்க முடியாத இயற்கைத் தேவையாக இருந்தது. அங்கே பெரிய சிக்கல்கள் ஏதும் வந்துவிடக் கூடாது என்பதால்தான் கலாட் அரசின் சுதந்தர முழக்கங்களுக்கு முக்கியத்துவம்

கொடுக்காவிட்டாலும், பெரிய அளவில் அடக்குமுறை உத்திகளையும் பயன்படுத்தாமல் இருந்தார்கள். இல்லாவிட்டால் கலாட்டின் தனி நாடு அந்தஸ்து சார்ந்த முதல் குரல் எழுந்தபோதே கழுத்தை அமுக்கிக் கல்லறை கட்டியிருப்பார்கள்.

முன்னதாக பிரிட்டிஷ் பலூசிஸ்தான் ஏஜென்சி, அந்தப் பிராந்தியத்தில் ஒரு வலுவான ராணுவத்தை உருவக்கி வைத்திருந்தது. இது பெரும்பாலும் பலூச்சி-பிராஹி என்கிற இரண்டு இனக்குழு இளைஞர்களை உள்ளடக்கியது. பிரிட்டிஷ் ராணுவத்தில் சேர விருப்பமா என்று பலூசிஸ்தான் முழுவதிலும் போஸ்டர் ஒட்டி, கிராமங்கள்தோறும் தேர்வு மையங்கள் நிறுவி இதனை அவர்கள் ஆரம்பித்தார்கள். கட்டாயமில்லை. ஆனால் ராணுவ வீரர்களுக்குச் சம்பளத்தைவிட சலுகைகள் அதிகம். இது ஒன்றுதான் தூண்டும் சக்தி. மற்றபடி இந்தியாவின் மற்ற பகுதிகளில் இருந்த அளவுக்கு பலூசிஸ்தானில் அவர்களுக்கு வீரர்களைத் தேர்வு செய்வதில் பெரிய சிக்கல்கள் அங்கே இல்லை. ஏனெனில், பலூச்சிகளும் பிராஹிகளும் ஆளும் தோளும் வேல்முருகா என்று இயற்கையாகவே உயரமும் ஆகிருதியும் படைத்தவர்கள். தவிர கடும் உழைப்பின் மூலம் உடலைக் கல்லாக வைத்திருப்பவர்கள். காடு மேடு வெயில் மழை குளிர் என்று எதையும் பொருட்படுத்தாத இயல்பினைக் கொண்டவர்கள். அவர்களிடம் இல்லாதது ஒன்றுதான். முறையான கல்வி அறிவு. அதில் கணிசமான அளவு குறைபாடு இருந்தது. ஓரளவு படித்த பழங்குடி இனத்தவர்களைத் தேடித் திரட்டுவதே பெரும்பணி.

சிக்கல் என்னவென்றால் அப்படி ஓரளவு படித்தவர்கள்கூட பிரிட்டிஷ் ராணுவத்தில் சேர முன்வர மாட்டார்கள். அவர்கள் சுதந்தர பலூசிஸ்தான் இயக்கங்களுடன் சேரப் போய்விடுவார்கள்.

இதையெல்லாம் மீறி அன்றைய பிரிட்டிஷ் பலூசிஸ்தான் ஏஜென்சி திரட்டிய ராணுவத்தின் அளவு பெரிதுதான். பிரிட்டிஷ் படையின் பத்தாவது பட்டாலியன் என்று தனியே குறிப்பிடும் அளவுக்குக் கணிசம். அவர்களை மதராஸ், பம்பாய் ரெஜிமெண்ட்டில் முதலில் பிரித்து அனுப்பிப் போர்ப்பயிற்சி அளித்துப் பிறகு ஒருங்கிணைத்து ஒரு தனி படைப்பிரிவாக்கினார்கள்.

இதில் கவனிக்க வேண்டிய முக்கியமான அம்சம் ஒன்றுண்டு. பொதுவாக ராணுவத்தில் உள்ளவர்கள் ஆட்சியாளர்களின் முழுநேர விசுவாசிகளாக இருப்பார்கள். தேசியம் என்கிற கருத்தாக்கம்தான் ராணுவத்தை இயங்க வைக்கும் அடிப்படைக் காரணி. பிரிட்டிஷ் ராணுவத்தில் இருந்த அன்றைய இந்தியர்கள்கூட பிரிட்டிஷ் அரசின் நூறு சதமான விசுவாசிகளாகத்தான் இருந்தார்கள். பலூச்சிகள் விஷயத்தில் மட்டும் இதில் ஒரு மாறுபாடு இருந்தது.

அவர்கள் ராணுவத்தில் சேர்ந்தார்கள். போர்க்கலை பயின்றார்கள். இரண்டாம் உலகப் போரில் பிரிட்டன் வெற்றிபெறத் தம்மால் முடிந்த அளவு நேர்மையாக உழைத்தார்கள். போரில் பலூச்சி ராணுவத்தின் வீரதீரங்கள் குறித்து பிரிட்டிஷாரே வியந்து பேசும் அளவுக்கு நடந்துகொண்டார்கள். இவை எதிலும் ஐயமில்லை. ஆனால் எல்லாம் போர் முடியும்வரை மட்டும்தான் என்பதில் தெளிவாக இருந்தார்கள். போருக்குப் பிறகு பிரிட்டிஷார் இம்மண்ணில் இருந்து இடம் பெயர்ந்துவிடுவார்கள்; அதன் பிறகு சுதந்தர பலூசிஸ்தானுக்கு யார் மூலமாகவும் எந்தச் சிக்கலும் வராது என்று நம்பினார்கள். அதைவிட முக்கியமாக, இந்தியா-பாகிஸ்தான் என்ற இரு நாடுகள் சுதந்தர நாடுகளாக அறிவிக்கப்படும்போது பாகிஸ்தானின் மேற்குப் புற அண்டை நாடு ஆப்கனிஸ்தான் மட்டுமல்ல; பலூசிஸ்தானும்கூட என்பதை பிரிட்டன் தெள்ளத்

தெளிவாகச் சுட்டிக்காட்டிவிட்டே போகும் என்று நினைத்தார்கள்.

இது பிரிட்டிஷ் அரசுக்குத் தெரியாதா என்றால், நிச்சயமாகத் தெரியும். அவர்கள் பலூசிஸ்தான் விஷயத்தில் தங்களுடைய கொள்கையை இறுதிவரை மாற்றிக்கொள்ளவேயில்லை. கண்டுகொள்ளாதே. அப்படியே விட்டுவிடு.

இந்த மனப்பான்மை, கலாட்டை ஆண்டுகொண்டிருந்த மன்னரை நிரந்தரமாகக் கலவர உணர்விலேயே வைத்திருந்தது. ஒன்று, சரி என்று சொல். அல்லது இல்லை என்று சொல். பேசாமடந்தையாகவே இருந்தால் என்ன அர்த்தம்? இந்த மௌனத்தை எப்படிப் புரிந்துகொள்வது? நீ கேட்டதையெல்லாம் செய்கிறேன். போரில் உன்னை ஆதரிக்கிறேன். ஒரு படைப்பிரிவையே அனுப்பிவைத்திருக்கிறோம். இவ்வளவு செய்யும் பலூச்சிகளுக்கு பதிலுக்கு நீ என்ன செய்யப் போகிறாய்?

அவர் தமது வழக்கப்படி இதையும் கேட்டுக் கடிதங்கள் அனுப்பிக்கொண்டிருந்தார். பிரிட்டிஷாரும் தமது வழக்கப்படி, இந்தக் கடிதங்களையும் பத்திரமாகப் பாதுகாத்து வைத்துவிட்டு வேறு வேலை பார்த்துக்கொண்டிருந்தார்கள்.

பலூசிஸ்தானின் அன்றைய மன்னரும் சரி; விடுதலை இயக்கத் தலைவர்களும் சரி; பழங்குடி இனத் தலைவர்களும் சரி. ஒருவேளை நினைத்தது நடக்காவிட்டால் மாற்று என்ன என்று அப்போதே சிந்திக்கத் தொடங்கியிருந்தார்கள். என்ன ஆனாலும் விடுதலை. முழுச் சுதந்தரம். அந்தக் கோரிக்கையிலோ, அதற்கான போராட்டங்களிலோ சமரசமே கிடையாது. அடைந்துவிட முடிந்தால் மகிழ்ச்சி. ஒருவேளை முடியாவிட்டால்?

இரண்டாவது வழியாக அவர்கள் கருதியது, இரானுடன் இணைவது. தனி நாடு இல்லாத பட்சத்தில், என்றைக்காவது அதற்கான சாத்தியங்களையாவது அதுதான் விட்டுவைக்கும் என்று நினைத்தார்கள். ஏனெனில், ஏற்கெனவே பலூசிஸ்தானின் ஒரு பகுதியை பிரிட்டிஷார் இரானுக்கு 'அன்பளிப்பாக'க் கொடுத்திருந்த விவரத்தை முன்னர் பார்த்தோம். அங்கும் மக்கள் விடுதலை தாகத்துடன்தான் இருக்கிறார்கள். சுதந்தர பலூசிஸ்தான் என்றைக்காவது கிடைத்துவிடாதா என்றுதான் ஏங்குகிறார்கள். தவிர, இரான் மன்னர் வம்சம் அப்படியொன்றும் பலூச்சிகளை நல்லவிதமாக நடத்திக்கொண்டிருக்கவில்லை. எந்த வசதி வாய்ப்புகளும் உருவாகாத, மிகவும் பின்தங்கிய பகுதியாகவே இரானிய பலூசிஸ்தான் இருந்து வந்தது. அது ஒரு தண்டச் சுமை என்று என்றைக்காவது நினைத்து, ஒழிந்து போ என்று தனியே பிரித்துக் கொடுக்கும் சாத்தியம் அங்கே இருக்கலாம் என்பது கலாட் மன்னரின் எண்ணம்.

மூன்றாவது திட்டமாக அவர்கள் ஆப்கனிஸ்தானுடன் இணைவதை உத்தேசித்தார்கள். இதற்கும் அதே காரணம்தான். ஆப்கனிலும் பலூசிஸ்தானின் ஒரு பகுதி இருக்கிறது. அதே பிரிட்டிஷ் அன்பளிப்பு. அதே விடுதலை வேட்கை. அதே பின்தங்கிய பகுதி. அதே பலூச்சிகள், அதே ஆதிவாசிக் குழுவினர்.

இதில் உள்ள ஒரு சங்கடம் என்னவென்றால் ஆப்கனிஸ்தான் எப்போது வேண்டுமானாலும் சோவியத் யூனியனின் கைகளுக்குச் சென்றுவிடும் அபாயம் இருக்கிறது. இப்போதைக்கு பிரிட்டிஷ் கை மேலோங்கியிருந்தாலும் அவர்கள் விட்டுச் சென்ற மறுநாளே சோவியத் படைகள் வண்டி கட்டிக்கொண்டு புறப்பட்டு வந்துவிடலாம். ஆப்கன் பழங்குடி மன்னர் யாராவதென்றால் பேசிப் புரிய வைத்து பலூசிஸ்தானைப் பிரிப்பது சுலபம். சோவியத் யூனியனுக்கு எப்படி எடுத்துச்

சொல்லி விளங்கச் செய்வது? இத்தனை காலமாக இந்தப் பிராந்தியத்தை ஆண்டுகொண்டிருக்கும் பிரிட்டிஷாரே, நூற்றைம்பது வருடங்களுக்குப் பிறகுதான் இனம் வேறு, மொழி வேறு, மதம் வேறு, அவரவர் தேசிய அடையாளம் என்பது முற்றிலும் வேறு என்று புரிந்து நடந்துகொள்ள ஆரம்பித்திருப்பது போலத் தெரிகிறது. அவர்கள் விட்டுச் சென்ற இடத்தை சோவியத் யூனியன் வந்து நிரப்பிவிடுமானால் இன்னுமொரு நூற்றாண்டிரும் என்று வாழ்த்தி உட்கார வைத்துவிட்டு வழிமேல் விழி வைத்துக்கொண்டிருக்கவா முடியும்? எனவே ஆப்கனுடன் இணைவது என்பது மூன்றாவது வழி.

நான்காவது வழியாகத்தான் அவர்கள் இடைக்கால இந்திய அரசாங்கத்தின் உதவியைக் கோருவது என்று திட்டமிட்டார்கள். அதாவது, பிரிட்டிஷார் விட்டுச் சென்ற பிறகு உருவாகவிருக்கும் இடைக்கால இந்திய அரசாங்கம். பலூசிஸ்தானை இந்தியாவுடன் இணைப்பது என்பது புவியியல் மற்றும் நடைமுறைக் காரணங்களால் சாத்தியமற்றது. இது இரு தரப்புக்கும் நன்கு தெரியும். ஆனால் பலூசிஸ்தான் பாகிஸ்தானுடன் இணையலாம் என்று இடைக்கால இந்திய அரசு ஆலோசனை சொல்லுமானால், சரி என்று அப்படியே ஏற்றுக்கொண்டுவிட முடியாது. இப்போது பிரிட்டிஷ் அரசுடன் இணைந்தும் இணையாமலும் இருப்பது போல, பலூசிஸ்தானின் முடியாட்சி உரிமை பாதுகாக்கப்பட வேண்டும். உள்நாட்டு நிர்வாகம் மொத்தமும் மன்னர் வசம்தான் இருக்க வேண்டும். கால மாற்றத்தின் தேவைக்கேற்ப மன்னர் ஒரு பக்கம், மக்கள் அவை ஒரு பக்கம் இருக்கட்டும்; தேர்தல் நடக்கட்டும்; பிரதமர் வரட்டும். அதிலெல்லாம் ஆட்சேபணை இல்லை. ஆனால் பலூசிஸ்தான், பாகிஸ்தானின் குடைக்குக் கீழே தன்னாட்சி பெற்ற ஒரு முடியாட்சிப் பிராந்தியமாகத்தான் இருக்க வேண்டும். அது நடக்க இந்திய அரசின் உதவியைக் கோரலாம்.

இதுதான் கலாட் மன்னரின் கட்டக்கடைசித் திட்டம். அதாவது பாகிஸ்தானுடன் இணைவது என்பது வேண்டாவெறுப்புக்குப் பிள்ளை பெற்று காண்டாமிருகம் என்று பெயர் வைப்பது போன்ற நிலை. வேறு வழியே இல்லை என்றால்தான் அது.

இவ்வாறெல்லாம் அவர்கள் யோசித்துக் கவலைப்பட்டுக்கொண்டிருந்தபோது உலகப் போர் ஒரு முடிவுக்கு வந்து, இந்திய சுதந்தரம் ஒருவழியாக உறுதியாகத் தொடங்கியது. பாகிஸ்தான் பிரிந்தே தீர வேண்டும், முஸ்லிம்களுக்கான தனி நாடு உருவாகியே ஆகவேண்டும் என்று மிகத் தீவிரமாக ஜின்னா மிரட்டத் தொடங்கினார்.

22. நண்பனே, நண்பனே.

மிர் அஹ்மத்யார் கானுக்கு முகம்மது அலி ஜின்னாவின் மீதிருந்த அன்பு, மதிப்பு, மரியாதை, நட்புணர்வு, அனைத்துக்கும் மேலான நம்பிக்கை - இவற்றை மையமாகக் கொண்டு உணர்ச்சிகரமான, நல்ல திரைக்கதை எழுத முடியும். உலகின் எந்த மொழியில், எந்த நாட்டில், எக்காலத்தில் அதனைப் படமாக எடுத்தாலும் தீ வைத்தாற்போலப் பற்றிக்கொண்டு பரவும். நிகரற்ற வெற்றி அடையும். இதில் சந்தேகமே தேவையில்லை.

கலாட்டின் மன்னராக இருந்தாலும் ஜின்னா விஷயத்தில் அவர் நெடுங்காலம் ஒரு ரசிகராகவே இருந்திருக்கிறார். தொடக்கத்தில் இருந்த வழிபடு மனநிலையை அந்த துரோகக் காட்சி அரங்கேறும்வரை தக்க வைத்துக்கொண்டிருந்திருக்கிறார். கலாட்டுக்கு ஜின்னா வருகிறார் என்றால் மன்னருக்கு உறக்கம் இல்லாமல் போய்விடும். பதற்றம் கூடி, வேளைக்குச் சரியாகச் சாப்பிடக்கூட மாட்டார். தலைபோகிற வேலைகள் என்ன இருந்தாலும் தள்ளிவைத்துவிட்டு, ஜின்னாவை எப்படி வரவேற்பது, அவரை எப்படி மகிழ்ச்சிப்படுத்துவது, அவருக்குப் பிடித்த எல்லாம் சரியாக இருக்கிறதா, முகம் சுளிக்கும்படி ஏதுமில்லாமல்

உள்ளதா என்று ஒவ்வொன்றையும் அவரே முன்னின்று கவனிப்பார். ஜின்னா தங்குமிடம், அமரும் இருக்கை, படுக்கும் படுக்கை, உண்ணும் மேசை வரை அவரே ஆராய்வார். எல்லாம் தயார் என்று முழுத் திருப்தி வந்த பின்பு வரவேற்பு ஏற்பாடுகள் களைகட்டத் தொடங்கும்.

அந்நாளில் பிரிட்டிஷ் இந்திய வைசிராய் எங்கே போனாலும், எந்த விழாவில் கலந்துகொண்டாலும் அவருக்கு இருபத்தொரு குண்டுகள் முழங்க வரவேற்பளிப்பது வழக்கமாக இருந்தது. கலாட்டின் மன்னர், ஜின்னா அங்கே வரும்போதெல்லாம் அதே போல இருபத்தொரு குண்டுகள் முழங்க வரவேற்பு அளிப்பார். இவைபோக, ஜின்னா பலூசிஸ்தானுக்கு வரும்போதெல்லாம் அவரை மகிழ்விக்க விலையுயர்ந்த பரிசுகள் தருவது, ஜின்னாவின் இறுதிக்காலம் வரை அவரது அனைத்துச் செயல்பாடுகளுக்கும் பக்கத்துணையாக இருந்த அவரது சகோதரி பாத்திமாவையும் அதே தரத்தில் வைத்துச் சீராட்டுவது என்று ஒவ்வொரு அம்சத்தையும் பார்த்துப் பார்த்துச் செய்வார். கலாட்டுக்கு ஜின்னா வருகிறார் என்றால் அவருக்கு மன்னரின் மெய்க்காப்பாளர்கள்தாம் காவலுக்குச் செல்வார்கள். **1943** ஆம் ஆண்டு பம்பாயில் ஜின்னாவின் மீது ஒரு கொலை முயற்சித் தாக்குதல் மேற்கொள்ளப்பட்டது. கேள்விப்பட்ட கலாட்டின் மன்னர் துடித்துப் போனார். மறுநாளே தனது நம்பிக்கைக்குரிய மெய்க்காப்பாளர்கள் சிலரை ஜின்னாவின் பாதுகாப்புக்காக பம்பாய்க்கு அனுப்பி வைத்தார்.

முப்பதுகளின் தொடக்கத்தில் இருந்தே கானுக்கு ஜின்னாவைத் தெரியும் என்றாலும் **1936** ஆம் ஆண்டில் இருந்துதான் நெருக்கம் ஆரம்பித்தது. அதாவது, அந்த ஆண்டுதான் முதல் முதலாக ஜின்னா பலூசிஸ்தானின் முடியாட்சி, பூரண சுதந்தரத்துடன் என்றென்றும் நிலைத்திருக்கும் என்றும் அதற்குத் தன்னுடைய ஆதரவு நிச்சயமாக உண்டு என்றும் மன்னரிடம்

தெரிவித்திருந்தார். நெகிழ்ந்து போன கலாட்டின் மன்னர், ஜின்னாவின் அனைத்து அரசியல் முயற்சிகளுக்கும் தான் பக்கபலமாக நிற்பேன் என்றும், முக்கியமாகப் பாகிஸ்தான் உருவாக வேண்டும் என்கிற அவரது கனவுக்குத் தன்னால் இயன்ற அனைத்து விதங்களிலும் உதவுவதாகவும் சொன்னார்.

இதனைச் சரியாகப் புரிந்துகொள்ள வேண்டும். கலாட்டின் மன்னர், பாகிஸ்தான் உருவானால் அதைத் தாம் ஆதரிப்பதாகத்தான் சொன்னார். பாகிஸ்தானுடன் இணைவதாகச் சொல்லவில்லை. ஜின்னாவும் கலாட்டின் முடியரசை ஆதரிப்பதாகவே சொன்னார். அது பாகிஸ்தான் உருவானால் அதனுடன் இணைய வேண்டும் என்று கேட்கவில்லை. இந்தப் பரஸ்பரப் புரிதல் அன்றைக்கு இருவருக்கும் இருந்தபடியால்தான் அத்தனை சிறந்த நட்பைக் கட்டிக்காக்க முடிந்தது.

பின்னாளில் மெல்ல மெல்ல ஜனநாயகத் தேர்தல் முறையின் தேவை பலூசிஸ்தான் மக்களுக்குப் புரியத் தொடங்கி, பலூசிஸ்தானுக்கு நாடாளுமன்ற ஜனநாயகமே சரி என்ற முடிவுக்கு அவர்கள் வந்து, மன்னரும் அதனை ஏற்றுக்கொண்டு, மன்னரும் இருப்பார்; நாடாளுமன்றமும் இருக்கும் என்ற பொதுவான ஏற்பாட்டுக்கு மனத்தளவில் அவர்கள் தயாரானபோது உலகப் போர் மூண்ட கதையைப் பார்த்தோம். போருக்குப் பிறகு இந்தியாவுக்கு சுதந்தரம் வழங்கும் ஏற்பாடுகளில் பிரிட்டன் மும்முரமானது. என்ன ஆனாலும் பாகிஸ்தான் பிரிந்தே தீர வேண்டும் என்று ஜின்னாவும், தேசத்தைத் துண்டாக்க விடமாட்டோம் என்று காங்கிரஸும் இழுபறியில் ஈடுபட்டது தனி வரலாறு.

மார்ச் 24, 1946 ஆம் ஆண்டு தேசப் பிரிவினைக்கான முதல் கட்ட நடவடிக்கையை பிரிட்டன் ஆரம்பித்துவைத்தது. பெதிக் லாரன்ஸ், ஏ.வி. அலெக்சாண்டர், ஸ்டாஃபோர்ட்

க்ரிப்ஸ் என்று மூன்று அதிகாரிகளைக் கொண்ட குழு ஒன்றை இந்தியாவுக்கு அனுப்பி வைத்தார்கள். கவனிக்க வேண்டும். இந்தக் குழுவின் நேரடி நோக்கம் பாகிஸ்தானைப் பிரித்தளிப்பதல்ல. மாறாக, அதிகாரங்களை இந்தியாவிடம் முறைப்படி மாற்றி ஒப்படைப்பதே இலக்கு. அப்படித்தான் அது ஆரம்பிக்கும், எப்படியும் முஸ்லிம் லீக் எகிறிக் குதிக்கும், அதன் பிறகு திட்டம் தன் பாதையைத் தானே தேர்ந்தெடுத்துக்கொள்ளும் என்பதை அவர்கள் அறிவார்கள். தவிர, இருக்கவே இருக்கிறார் மவுண்ட்பேட்டன். இரு தரப்பினருடனும் பேசி முடிக்க வேண்டியவற்றை அவர் செவ்வனே செய்துவிடுவார்.

இந்திய அரசியல் சூடேறத் தொடங்கியது. எல்லோரும் சுதந்தரத்தை எதிர்பார்த்தார்கள். எல்லோரும் பிரிவினையை எண்ணி அஞ்சிக்கொண்டிருந்தார்கள். எல்லோரும் ஜின்னாவை எண்ணி மனம் கசந்தார்கள். ஜின்னா யாரையும் பொருட்படுத்தாமல் தனது நோக்கத்தை மட்டும் முன்வைத்து, பிரிட்டிஷாருடன் தீவிரமாகப் பேசிக்கொண்டிருந்தார். ஒன்று பாகிஸ்தான் உருவாக வேண்டும். அல்லது உள்நாட்டுப் போரைத் தவிர்க்க முடியாது போகும். இரண்டில் உங்களுக்கு எது வேண்டும் என்று கேட்டார். காந்தி உள்பட அத்தனை பேருமே பேச்சற்றுப் போனார்கள்.

இங்கே இது இப்படியாகச் சூடேறிக்கொண்டிருக்க, அங்கே கலாட்டின் மன்னருக்கு வேறொரு அச்சம் பிடித்துக்கொண்டது. இந்திய சுதந்தரம் நெருங்கிவிட்டது. பிரிட்டனில் இருந்து அதிகார ஒப்படைப்புக் குழு வந்துவிட்டது. எந்தக் கணமும் எதுவும் நடக்கலாம். பந்திக்கு முந்திக்கொள்வதே புத்திசாலிக்கு அழகு என்று முடிவுசெய்து, பிரிட்டிஷ் அதிகாரிகள் குழுவினைச் சந்திக்க விண்ணப்பம் செய்துகொண்டார்.

அவருக்கு வேண்டியதெல்லாம் ஒன்றுதான். நீங்கள் இந்தியாவுக்குச் சுதந்தரம் வழங்குங்கள். பாகிஸ்தானைப் பிரித்துக் கொடுங்கள். கையோடு பலூசிஸ்தான் சுதந்தர நாடு என்று அறிவித்துவிட்டுப் போய்விடுங்கள். இல்லாவிட்டால் இந்தப் பிராந்தியத்தில் யாரும் எங்களை நிம்மதியாக வாழ விடமாட்டார்கள்.

ஆனால் கலாட்டின் மன்னர் அனுப்புகிற கடிதங்களுக்கு அங்கே என்ன மதிப்பு என்பது குறித்து ஏற்கெனவே பார்த்திருக்கிறோம். இதனை எதிர்பார்த்து, மன்னர் ஏற்கெனவே ஒரு காரியம் செய்திருந்தார். நண்பர் இருக்க பயம் எதற்கு?

ஜின்னா, மன்னரின் நண்பர். தவிர கலாட் ராஜ்ஜியத்தின் நலம் விரும்பி. அதன் சுதந்தரம், முடியாட்சி என்றென்றும் நிலைத்திருப்பதில் தீரா விருப்பம் கொண்டவர். தவிரவும் அவர் ஒரு வழக்கறிஞர், சட்ட வல்லுநரும் கூட. எனவே நண்பரே, நீங்கள் ஏன் கலாட் ராஜ்ஜியத்தின் சட்டப் பிரதிநிதியாக இருக்கக் கூடாது?

எப்போதோ கேட்டு, எப்போதோ ஒப்புக்கொள்ளப்பட்டதுதான். பலூசிஸ்தான் முழு சுதந்தரம் அடைந்து தனி நாடு அந்தஸ்து பெற்று, ஜனநாயக முறைப்படி தேர்தலும் நடந்து ஆட்சி அமையும்போது ஒரு மன்னராக லட்சணமாகப் புதிய ஜனநாயக நாட்டுக்குத் தேவையான அரசியல் அமைப்புச் சட்டங்களை அறிமுகம் செய்து வைக்க வேண்டிய கடமை அவருக்கு உண்டு. அந்த வகையிலும் சட்ட வரைவைத் தயாரிக்கும் பொறுப்பை அவர் ஜின்னாவிடம்தான் கொடுத்திருந்தார். இப்போது அதனை அவருக்கு நினைவூட்டி, கலாட்டின் சார்பாக பிரிட்டிஷ் பிரதிநிதிகளுடன் ஒரு பேச்சுவார்த்தை நடத்த வேண்டும் என்று கேட்டுக்கொண்டார், மிர் அஹ்மத்யார் கான் சாகிப்.

ஒருமுறை இருமுறை அல்ல. ஒவ்வொரு முறையும் ஜின்னா கலாட் மன்னரைச் சந்திக்கும்போதும் சொல்லியிருக்கிறார். கலாட் எக்காலத்திலும் பிரிட்டிஷ் இந்தியாவின் ஒரு பகுதியாக இருந்ததில்லை. சட்டபூர்வமாக அதற்கான வரைவுகள் ஏதும் தயாரிக்கப்பட்டதேயில்லை. கலாட்டின் சுதந்தர நிலையை பிரிட்டிஷ் இந்திய அரசு ஒப்புக்கொண்டு எழுதப்பட்ட ஒப்பந்தங்கள் கைவசம் இருக்கின்றன. அவை நமக்குப் போதும். எப்போது பிரிட்டன் இந்தியாவை விட்டு விலகுகிறதோ, அக்கணமே கலாட் ஒரு சுதந்தர ராஜ்ஜியம். மொத்த பலூசிஸ்தானும் மன்னரின் கட்டுப்பாட்டுக்கு வந்துவிடும். தேர்தல் உள்ளிட்ட அனைத்து விவகாரங்களையும் அதன் பிறகு அவர் விருப்பப்படி நடத்திக்கொள்ளலாம்.

இதையெல்லாம் நினைவுகூர்ந்துதான் கலாட்டின் மன்னர், ஜின்னாவைத் தம் சார்பில் பிரிட்டிஷ் கேபினட் பிரதிநிதிகளுடன் பேச்சுவார்த்தை நடத்தச் சொல்லிக் கேட்டார். ஒரு சொல். ஒரே ஒரு சொல் போதும். உங்கள் கோரிக்கை ஏற்கப்பட்டது. பலூசிஸ்தான் ஒரு சுதந்தர நாடுதான். முடிந்தது.

எப்படியாவது ஜின்னா இதனைச் சாதித்து முடிப்பார் என்பதில் கலாட்டின் மன்னருக்குச் சற்றும் சந்தேகம் ஏற்படவில்லை. அவர் விவரத்தைச் சொல்லிப் பேச்சுவார்த்தை நடத்தச் சொல்லிக் கேட்டபோதும் ஜின்னா அதற்கு எந்த மறுப்பும் சொல்லாமல் சம்மதிக்கவே செய்தார்.

'இது ஏற்கெனவே பேசப்பட்ட விஷயம்தானே? நான் பார்த்துக்கொள்கிறேன்.'

ஆனால் கலாட்டின் மன்னர் யோசிக்க மறந்தது ஒன்று உண்டு. ஜின்னா அவருக்கு நண்பர். ஆனால் பிரிட்டிஷ் ஆட்சியாளர்களுக்கு அவர் அதற்கும் மேலே.

23. உனக்காகக் குரல் கொடுப்பேன்!

ஜின்னா, முஸ்லிம் லீக்கின் தலைவர். இந்தியத் துணைக்கண்டம் முழுவதிலும் பரவி வசித்து வந்த அந்நாளைய முஸ்லிம்கள் அத்தனை பேரும் அவரது ஒவ்வொரு அசைவையும் கவனித்துப் பின்பற்றிக்கொண்டிருந்தார்கள். குறிப்பாக வட மாநிலங்களில், இன்னும் குறிப்பாக முஸ்லிம் பெரும்பான்மை உள்ள மாநிலங்களில் அவர் கிட்டத்தட்ட கடவுள். அவர் என்ன சொன்னாலும் உடனே கேட்பார்கள். இந்தச் சிந்திப்பது, கூடிப் பேசுவது, விவாதிப்பது, சாதக பாதகங்களை ஆராய்வது போன்ற வழக்கங்களே கிடையாது. அவருக்கு ஒரு லட்சியம் இருந்தது. சுதந்தர பாகிஸ்தான். முஸ்லிம்களுக்கு மட்டுமான ஒரு நாடு. அந்த லட்சியத்தை நோக்கி மெல்ல மெல்ல முன்னேறி, கிட்டத்தட்ட அதனை அடைந்துவிடும் இடத்துக்கு வந்துவிட்டிருந்தார். பிரிட்டிஷார் இந்தியத் துணைக்கண்டத்தை விட்டு முழுதாக வெளியேறிவிட்டால் மறுகணம் அவர்தான் புதிய பாகிஸ்தானின் பெருந்தலைவர். அவர் வைப்பதுதான் அங்கே சட்டம். அவர் சொல்வதுதான் வேதம். அவ்வளவு பெரிய ஆளுமை அவர்.

ஆனால், கலாட்டின் மன்னருக்கு நெருங்கிய நண்பர். மிர் அஹ்மத்யார் கான் தன்னை நம்பியதைவிட ஜின்னாவைத்தான் நம்பினார். பலூசிஸ்தான் விஷயத்தில் பேசா மடந்தையாகவே இருக்கும் பிரிட்டிஷ் ஆட்சியாளர்களை எப்படியாவது சரிக்கட்டி, நல்லதாக நாலு வார்த்தை வாங்கிவிடுவதற்கு ஜின்னாவை விட்டால் வேறு ஆளே இல்லை என்று அவர் தீர்மானமாக நம்பியதன் விளைவு அது. கலாட் மன்னரின் எதிர்பார்ப்புகளை, கோரிக்கைகளை, பழைய ஒப்பந்தங்களை ஒட்டி வடிவமைக்கப்பட்ட புதிய ஒப்பந்தப் பத்திரங்களை பிரிட்டிஷ் கேபினட் நிர்வாகக் குழுவினரிடம் ஒப்படைத்து, அவர்களை பலூசிஸ்தானுக்குச் சாதகமாக ஒரு வரி பேசச் செய்யும் பொறுப்பை அவரிடமே தந்தார்.

கலாட் ஒரு சுதந்தர ராஜ்ஜியம். இந்தியாவுக்கு சுதந்தரம் வழங்கிவிட்டுச் செல்லும்போது அதை உறுதிசெய்ய வேண்டும். இவ்வளவுதான் சாரம்.

மார்ச் 1946 இல், கலாட் மன்னர் தயாரித்து அனுப்பிய இரண்டு சட்ட வரைவுகள் ஜின்னா மூலம் முன்சொன்ன, வந்திறங்கிய மூவர் குழுவினரிடம் ஒப்படைக்கப்பட்டது. முதலாவது சட்ட வரைவு, மிக நேரடியானது. கலாட் அரசு ஒரு சுதந்தர அரசு என்று அறிவிக்க வேண்டும் என்ற கோரிக்கையைக் கொண்டது. இரண்டாவது சட்ட வரைவு, குவெத்தா, நாசிராபாத், நுஸ்கி பிராந்தியங்களைப் பற்றியது. நாம் முன்பே இது குறித்துப் பார்த்திருக்கிறோம். பிரிட்டிஷ் பலூசிஸ்தான் ஏஜென்சி தனது சொந்த சௌகரியங்களுக்காக பலூசிஸ்தானின் சில பகுதிகளைத் தனது கட்டுப்பாட்டில் வைத்திருந்தது. அது அவர்கள் முதல் முதலில் ஆப்கன் மீது படையெடுத்துச் சென்றபோது செய்யத் தொடங்கிய காரியம். முதலில் போலன் கணவாயை ஒட்டிய சில பகுதிகள். பிறகு தேவைக்கேற்பக் கொஞ்சம் கொஞ் சமாக அவர்கள் விஸ்தரித்துக்கொண்டார்கள். மேலே

சொன்ன மூன்று முக்கிய நகரங்களைத் தவிரவும் சில பழங்குடி கிராமங்களும் பிரிட்டிஷாரின் நேரடிக் கட்டுப்பாட்டில் இருந்து வந்தன. கலாட் மன்னர் அதையெல்லாம் கண்டுகொள்ளவில்லை. நரி வலம் போனாலென்ன, இடம் போனாலென்ன? மேலே விழுந்து பிடுங்காதவரை சரி என்று அமைதியாக அனைத்துக்கும் தலையாட்டிக்கொண்டிருந்தார்.

இப்போது இந்தியத் துணைக்கண்டத்தை காலி செய்து கொடுத்துவிட்டு மொத்தமாகக் கப்பல் ஏறிவிடுவார்கள் என்றால் பலூசிஸ்தானில் கைப்பற்றி வைத்துக்கொண்ட பகுதிகளுக்கும் தமக்கும் இனி சம்பந்தமில்லை; அவை கலாட் ராஜ்ஜியத்துக்குரியவை என்று எழுதிக் கொடுக்க வேண்டுமல்லவா? அதைக் கேட்டுத்தான் அந்த இரண்டாவது சட்ட வரைவு.

இந்த இடத்தில் மேற்படி இரண்டு சட்ட வரைவுகளின் முக்கிய அம்சங்களைச் சற்று விரிவாகத் தெரிந்துகொண்டுவிடுவது மேற்கொண்டு இந்தச் சரித்திரத்தைத் தெளிவாகப் புரிந்துகொள்ள உதவும். இதுவரை நாம் பார்த்ததெல்லாம் ஒருவரிச் சுருக்கம்தானே? இது என் பேட்டை. நீ போனபிறகு எனக்கே சொந்தம். ஆனால், அது போதாது. கொஞ்சம் விரிவாக. ஆனால் போரடிக்காமல் ஒரு வரிச் சுருக்கங்களாக மட்டும்.

- கலாட், பிரிட்டிஷ் இந்தியாவின் ஒரு பகுதி அல்ல.
- வரலாற்றின் அடிப்படையிலும் சரி; புவியியல் காரணங்கள் அடிப்படையிலும் சரி. கலாட் வேறு, இந்தியா வேறு.
- இந்திய மொழிகளுக்கும் பலூச்சி மொழிக்கும் எந்தத் தொடர்பும் கிடையாது. இது வேறு. நாங்கள் வேறு. முற்றிலும் வேறு.
- ***1876*** ஆம் ஆண்டு பிரிட்டிஷார் கலாட் மன்னருடன் செய்துகொண்ட உடன்படிக்கையின் அடிப்படையில் கலாட் ஒரு சுதந்தர நாடு.

- பிரிட்டிஷார் இந்தியாவுக்கு சுதந்தரம் வழங்கி, அதிகாரங்களைக் கைமாற்றும்போது பலூசிஸ்தான் மன்னர்களுடன் பல்வேறு காலகட்டங்களில் செய்துகொண்ட ஒப்பந்தங்கள் காலாவதியாக வேண்டும்.
- அதன்பிறகு மன்னரும் பிரிட்டிஷாருக்குக் கடமைப்பட்டவராக இருக்க மாட்டார்.
- நீங்கள் கப்பல் ஏறிய மறுகணமே கலாட் ஒரு சுதந்தர ராஜ்ஜியமாகிவிடும்.
- பிறகு, தேவைக்கேற்ப கலாட் ராஜ்ஜியம் தனது அண்டை நாடுகளுடனும் அண்டைக்கு அப்பால் உள்ள எந்த நாட்டுடனும் சுதந்தரமாக ஒப்பந்தங்கள் செய்துகொள்ளலாம். சொந்தமாக எந்த முடிவும் எடுக்கலாம்.
- உள்துறை, வெளியுறவு இரண்டிலும் கலாட் ராஜ்ஜியத்தைக் கட்டுப்படுத்தும் சக்தி என்று ஏதும் இராது.
- பிரிட்டிஷார் தமது வசதிக்காகத் தம்மிடம் வைத்திருந்த பலூசிஸ்தானின் சில பகுதிகள் பழையபடி கலாட் ராஜ்ஜியத்தின் உறுப்புப் பிராந்தியங்களாகிவிடும்.

இதுதான் அந்தச் சட்ட வரைவின் அம்சங்கள். இப்படி விரித்துப் பார்த்தாலும் அந்த ஒருவரிச் சுருக்கத்துக்கும் இதற்கும் எந்த வித்தியாசமும் தென்படாதது போலவே தோன்றுகிறதா? இப்போது அப்படித்தான் தோன்றும். பிற்காலக் கசமுசாக்களுக்கு இந்த விரிவும் தெளிவும் அவசியமாக இருக்கும்.

ஆனால் இதில் ஓர் ஆழமான சோகம் உள்ளது. ஒரு மன்னர் எவ்வளவு தவிப்புடன் இருந்தால் இப்படி அங்குலம் அங்குலமாக விளக்கி ஒரு சட்ட வரைவைத் தயாரித்து அனுப்பிவைப்பார்? ஜின்னா உதவியுடன் பிரிட்டிஷ்

கேபினட் குழுவினரைச் சந்தித்து சலாம் போட்டு இதையெல்லாம் நேரிலும் விளக்கி ஒப்படைத்தும் அவர்கள் பலூசிஸ்தானைப் பொருட்படுத்தவேயில்லை. பிறகு 1947ஆம் ஆண்டில் ஜின்னா தானே தனியாகவும் இது விஷயமாக கேபினட் குழுவினரைச் சந்தித்துப் பேசியிருக்கிறார். பலூசிஸ்தான் சார்பில் ஒரு சட்ட வரைவையும் முன்வைத்திருக்கிறார். அப்போதும் பிரிட்டிஷ் தரப்பு பதில் சொல்லவில்லை.

கவனிக்க வேண்டும். அவர்கள் பதில் சொல்லவில்லையே தவிர, கிடையாது போ என்றும் சொல்லவில்லை. இதனை முன்வைத்தே ஜின்னா, கலாட் மன்னரிடம், 'கவலைப்படாதீர்கள். பிரிட்டிஷ் ஆட்சி முற்றிலும் முடிவடையும்போது கலாட் சுதந்தர ராஜ்ஜியமாகவே நிலைத்திருக்கும்; அந்த நிலையில் எந்த மாற்றமும் நேராது' என்று சொன்னார். பிறகு அதே ஆண்டின் ஜூன் மாதம் ஒரு பத்திரிகையாளர் சந்திப்பில் இந்த விவகாரத்தை இன்னும் அழுத்தந்திருத்தமாக, மேலும் ஆணித்தரமாகவும் அவர் உறுதிசெய்தார்.

'சமஸ்தானங்களின் இணைப்புப் பேச்சுவார்த்தைகள் மும்முரமாகப் போய்க்கொண்டிருக்கிறது. கலாட், எந்நாளும் இந்தியாவுடனோ பாகிஸ்தானுடனோ இணையும் விருப்பம் கொண்டிருக்கவில்லை. 1946 இல் அவர்கள் முன்வைத்த சட்ட வரைவிலும்கூட அது குறித்த எந்த அம்சமும் இடம்பெறவில்லை. தனிப்பட்ட முறையில் என்னைக் கேட்டால், அது அவர்கள் விருப்பம் என்றுதான் சொல்லுவேன். இரண்டு நாடுகளில் எதனோடாவது இணைந்தே தீர வேண்டும் என்று யாரும் யாரையும் கட்டாயப்படுத்துவதை நான் ஏற்கவில்லை. கலாட்டின் சுதந்தரத்தை மதிக்கிறேன். அவர்கள் சுதந்தர நாடாக இருக்க விரும்பினால் அப்படியே இருக்கலாம் என்பதுதான் இந்த விஷயத்தில் என் நிலைப்பாடு' என்று ஜின்னா சொன்னார்.

இந்தப் புள்ளிவரை அண்ணாந்து பார்த்தால் கழுத்து வலிக்கக்கூடிய உயரத்தில் ஜின்னா நிற்பது போலத் தெரிகிறது அல்லவா? அவர் அப்படித்தான் இருந்தார். அப்படித்தான் பேசினார். அப்படித்தான் செயல்பட்டார். 1947 ஜூன் மாதம்வரை பலூசிஸ்தானுக்கும் பாகிஸ்தானுக்கும் எந்த சம்பந்தமும் இல்லை என்றே அவர் வெளி உலகுக்குக் காட்டிக்கொண்டிருந்தார். ஆதி முதல் அந்தத் தேதிவரை பலூசிஸ்தான் விஷயத்தில் தான் பேச ஒன்றுமில்லை என்ற நிலைப்பாட்டை மாற்றிக்கொள்ளாமல் அமைதி காத்த பிரிட்டிஷார் இதையெல்லாம் கவனிக்காமலும் கண்டுகொள்ளாமலுமா இருந்திருப்பார்கள்?

நிச்சயமாக அவர்கள் கவனித்தார்கள். மிக நிச்சயமாக ஜின்னாவுடன் பலூசிஸ்தான் தொடர்பாகப் பேசியும் இருப்பார்கள். விவரம் வெளியே வராதவரை அது வதந்தி. வந்துவிட்டால் சரித்திரம். அவ்வளவுதானே வித்தியாசம்?

இதில் முக்கியமான சங்கதி ஒன்றுதான். கலாட் சம்பந்தமாக என்றுமே வாய்திறந்து பேசாமல் இருந்த பிரிட்டிஷ் அரசு, கிளம்பிச் செல்லும்போதும் ஒன்றும் சொல்லவில்லை. ஆனால் சொல்ல வேண்டிய அனைத்தையும் அவர்கள் ஜின்னாவிடம் சொல்லிவிட்டிருக்கிறார்கள். செய்ய வேண்டியதை ஜின்னாவும் மனத்துக்குள் வரிசைப்படுத்தி, உறுதி செய்துவிட்டிருக்கிறார்.

பிரிட்டிஷார் விட்டுச் சென்ற இந்திய நிலப்பரப்பில் முஸ்லிம்கள் வாழும் இடம் அனைத்தும் பாகிஸ்தானைச் சேர்ந்தது என்பதே அவரது நிலைப்பாடு. அது இந்த மூலையில் உள்ள கிழக்கு வங்காளமானாலும் சரி; அந்த மூலையில் உள்ள பலூசிஸ்தான் ஆனாலும் சரி. இதை ஏன் அவர் வெளிப்படையாக ஒருமுறைகூடத் தமது நண்பரான கலாட் மன்னர் மிர் அஹ்மத்யார் கானிடம் சொன்னதில்லை என்பதில் உள்ளது, இந்த

சரித்திரத்தின் ஆணிவேர்.

இனி அதை நிதானமாகப் பிடுங்கி ஆராயலாம்.

24. சிந்தனை செய் மனமே!

சுதந்தரத் தனி நாடாகவே இருப்பது, இரானோடு சேருவது, ஆப்கனிஸ்தானுடன் சேருவது, வேறு வழியே இல்லாது போனால் பாகிஸ்தானுடன் பேரம் பேசி, அதன் ஆளுமைக்குள் தனது முடியாட்சி அந்தஸ்தைத் தக்க வைக்கப் பார்ப்பது என்று கலாட்டின் மன்னர் நான்கு திட்டங்கள் வைத்திருந்ததை ஏற்கெனவே பார்த்தோம். எண்ணிப் பார்த்தால் மிர் அஹ்மத்யார் கான் என்கிற அம்மனிதர் எவ்வளவு அப்பாவியாக இருந்திருக்கிறார் என்கிற பரிதாப உணர்வே யாருக்கும் முதலில் வரும். அன்றைய தேதியில் (அதாவது 1947ஆம் ஆண்டின் தொடக்கம்) மாறிக்கொண்டே இருந்த காட்சிகளின் வேகத்துடன் ஒப்பிட்டால் அவரது முதல் மூன்று திட்டங்களும் பள்ளிக்கூட நாடக மேடைகளுக்குக் கூடச் சரிப்பட்டு வராது என்று அவருக்கே தோன்றிவிட்டது. அவர் முன்னால் இருந்தது இரண்டே சாத்தியங்கள்தாம். ஒன்று பலூசிஸ்தானைப் பாகிஸ்தானுடன் இணைத்துவிட வேண்டும். அல்லது இந்தியாவுடன் இணைத்துவிட வேண்டும். இதற்கு அவர் யாரிடமும் ஒப்புதல் கேட்க அவசியமில்லை. இரண்டில் ஒன்றைத் தேர்ந்தெடுக்கும் உரிமை அன்றைய இந்திய சமஸ்தானங்கள் அனைத்துக்கும் அளிக்கப்பட்டிருந்தன.

கானின் பிரச்னை, அவர் மேற்படி இந்திய சமஸ்தானங்களுள் ஒன்றை நிர்வகிப்பவர் அல்லர் என்பதுதான். எனவே அவருக்கு இரண்டு சாத்தியங்கள் கிடையாது. ஒன்றே ஒன்றுதான். பாகிஸ்தானுடன் இணைவது. இந்த பிரிட்டிஷ்காரர்கள் எதையாவது ஒன்றை வாயைத் திறந்து பேசினால் பரவாயில்லை. அதுவும் மாட்டேனென்கிறார்கள். வேறு யாரிடம் போய்ப் பேசுவது? என்ன பேசுவது?

சுதந்தரத்துக்கு முன்பு இடைக்கால அரசுகள் ஏற்படுத்தப்பட்டன. அதாவது பொறுப்புகளை ஒப்படைத்துவிட்டுப் புறப்பட வேண்டுமல்லவா? அதற்கு ஓர் அரசு. இந்தியாவுக்கு ஒன்று. பாகிஸ்தானுக்கு ஒன்று. பாகிஸ்தான் இடைக்கால அரசின் தலைவராக (கவர்னர் ஜெனரலாக) முகம்மது அலி ஜின்னா எதிர்பார்த்தாற்போல நியமிக்கப்பட்டார். கலாட் மன்னரின் முதலும் கடைசியுமான நம்பிக்கை அவர்தாம். எப்படியாவது ஜின்னா கலாட்டின் தனி நாடு அந்தஸ்தைக் காப்பாற்றிக் கொடுத்துவிடுவார் என்று அக்கணம்வரை அவர் நம்பிக்கொண்டிருந்தார். ஆனாலும் அச்சம் இல்லாமல் இல்லை.

அச்சத்தின் காரணம், அதுவரை அடிக்கொரு தரம் பேசிக்கொண்டிருந்த ஜின்னா 1947 பிறந்த பிறகு கலாட் மன்னருடன் அவ்வளவாகப் பேச்சு வைத்துக்கொள்ளவில்லை. பத்து முறை அழைத்தால் ஒருமுறை பதில் சொல்வார். 'அதெல்லாம் ஒண்ணும் பிரச்னை இல்லிங்க. பாத்துக்கலாம்' என்ற தொனியில் நாலு வரி பேசிவிட்டு வைத்துவிடுவார்.

மறுபுறம் சமஸ்தானங்களை ஒருங்கிணைத்து பாகிஸ்தானுடன் இணைக்கும் முயற்சியில் அவர் மிகத் தீவிரமாக ஈடுபட்டிருந்தார். இதற்காக மூவர் குழு ஒன்றை அமைத்து அதைத் தாமே வழிநடத்தவும் செய்தார். அவருக்கு இருந்த உச்சக்கட்டக் குடைச்சல் உலகறிந்தது. காஷ்மீர்.

அங்கே ஹரிசிங், இந்தப் பக்கம் அந்தப் பக்கம் யாருக்கும் மசியாமல் என் காஷ்மீர் என் உரிமை என்று முரண்டுபிடித்துக்கொண்டிருந்தார். கலாட்டின் மன்னர், காஷ்மீர் மன்னரின் நடவடிக்கைகளைத்தான் கண்ணில் விளக்கெண்ணெய் ஊற்றிக்கொண்டு கவனித்துக்கொண்டிருந்தார். அது முஸ்லிம் பெரும்பான்மை உள்ள சமஸ்தானம். ஆனால் ஆள்வது இந்து மன்னர். சிறுபான்மையினரே என்றாலும் இந்துக்களும் அங்கே கணிசமாக வசிக்கிறார்கள். தவிர, பிரிட்டிஷ் இந்தியாவில் காஷ்மீர் ஒரு அதிகாரபூர்வ சமஸ்தானம். இரண்டில் ஒரு தேசியத்தைத் தேர்ந்தெடுத்தே தீர வேண்டும். அப்படியெல்லாம் சும்மா விட்டுவைக்க மாட்டார்கள். காஷ்மீர் விஷயத்தில் ஜின்னா என்ன செய்கிறார் என்று கலாட் மன்னர் கவனித்துக்கொண்டிருந்தார். உண்மையில் ஜின்னாவாலும் பட்டேலாலும் ஹரிசிங்கை ஒன்றும் செய்ய முடியாதிருந்தது.

கடைசிவரை அவர் அப்படியே இருந்துவிடுவாரா, காஷ்மீரின் முடியாட்சி அந்தஸ்து தக்கவைக்கப்பட்டுவிடுமா என்று கவனிப்பதே கலாட் மன்னரின் முழுநேர உத்தியோகமாகிப் போனது. என்ன இருந்தாலும் தனக்கொரு ஜோடி கிடைத்தாற்போல அல்லவா?

சர்தார் நிஸ்தார், இக்ரமுல்லா என்கிற (முஸ்லிம் லீக்கின் அன்றைய மூத்த தலைவர்கள்) இரண்டு இணைப்பு வல்லுநர்கள் துணையுடன் காஷ்மீர் உள்பட அனைத்து முஸ்லிம் பெரும்பான்மை சமஸ்தானங்களுடனும் இணைப்புப் பேச்சுவார்த்தை நடத்திவந்த முகம்மது அலி ஜின்னா, இரண்டு சாத்தியங்களை சமஸ்தானங்களுக்கு முன்மொழிந்துகொண்டிருந்தார்.

முதலாவது, எந்தச் சிக்கலும் இல்லாமல் பாகிஸ்தானுடன் இணைந்துவிடத் தயாராக இருந்த

சமஸ்தானங்களுக்கானது. அதில் சூட்சுமக் குறிப்புகள் ஏதும் இராது. மிக நேரடியான இணைப்புப் படிவம் இருக்கும். சமஸ்தானத்தை இணைத்துவிட்டு மன்னராக லட்சணமாக ஏதாவது மானியம் வாங்கிக்கொண்டு சௌக்கியமாக இருந்துவிடலாம்.

இரண்டாவது, என்ன முடிவெடுப்பது என்று தெரியாமல் குழம்பிக்கொண்டிருந்த சமஸ்தான மன்னர்களுக்கானது. இரண்டில் ஒரு தேசத்துடன் இணையத்தான் வேண்டும். ஆனால் முடிவெடுக்க நேரம் போதவில்லை. எனவே இப்போதைக்கு இணைப்பு ஒப்பந்தத்தில் கையெழுத்திட இயலாது என்று எழுதிக்கொடுத்துவிட வேண்டும். பிறகு நிதானமாக யோசித்து, முடிவெடுத்து இரண்டில் ஒரு நாட்டுடன் இணைந்துகொள்ளலாம் என்பது இதன் ஏற்பாடு.

கவனியுங்கள். இப்போதைக்கு இணைய வேண்டாம். அவ்வளவுதான். என்றாவது ஒருநாள் இணையத்தான் வேண்டும் என்பதே இதன் மறைபொருள்.

இந்தத் தாற்காலிக ஒப்பந்தத்தையும் முதலில் கண்ட உறுதியாக இணையும் ஒப்பந்தத்தையும் கையில் வைத்துக்கொண்டு ஜின்னாவின் குழு, சமஸ்தானங்களுடன் பேசிக்கொண்டிருந்தது. மறுபுறம் இந்திய தேசிய காங்கிரஸ், உறுதியாக இணைவோருடன் மட்டுமே ஒப்பந்தம் செய்துகொள்வது என்ற முடிவை எடுத்திருந்தது. தாற்காலிக ஒப்பந்தமெல்லாம் வேண்டாம் என்று சொல்லிவிட்டார்கள். ஆகஸ்ட் 15 சுதந்தரம் என்பது முடிவாகியிருந்தது. அதற்குள் 560 சமஸ்தானங்கள் இந்தியாவுடன் தம்மை இணைத்துக்கொண்டன. பேரங்கள் எதுவும் கிடையாது. எளிய, சுலபமான இணைப்பு நடவடிக்கைகள். நான்கு சமஸ்தானங்கள் மட்டும் முரண்டுபிடித்தன. ஹைதராபாத் சமஸ்தானம் அதில் ஒன்று. முஸ்லிம் மன்னர் ஆண்டுகொண்டிருந்தார். சமஸ்தானத்தில் முஸ்லிம்கள் அதிகம்பேர் வசித்தார்கள்.

ஆனால் இந்துக்களும் கணிசமான அளவுக்கு இருந்தார்கள். மத அடிப்படையில் பார்ப்பதென்றால் நிஜாம் மன்னர் தமது முஸ்லிம் மக்களை பாகிஸ்தானுடன் இணைப்பதே சரி என்று நினைத்ததை நியாயப்படுத்த முடியும். ஆனால் நடைமுறை சாத்தியங்கள், புவியியல் ரீதியிலான காரணங்களின் அடிப்படையில் அது நடக்க ஒரு சதவீத வாய்ப்பும் இல்லை. பள்ளிப் பிள்ளைகளிடம் இந்தியா-பாகிஸ்தான் வரைபடத்தைக் கொடுத்தால், அவர்களே இதற்கான காரணங்களைச் சொல்லிவிடுவார்கள். இருப்பினும் அன்றைக்கு ஹைதராபாத் நிஜாம் முடிவெடுப்பதற்கு இரண்டு மாத கால அவகாசத்தைக் கேட்டுப் பெற்றார்.

குஜராத்தில் இருந்த ஜுனாகத், அதன் துணைப் பகுதிகளான பாபரியாவாட் மற்றும் மங்ரோல் அடுத்தது. இந்த சமஸ்தானம், ஆகஸ்ட் 15 ஆம் தேதி வரை சிந்தனை செய்து இறுதியில் இந்திய சுதந்தரம் அறிவிக்கப்பட்டபோது, தான் பாகிஸ்தானுடன் இணைவதாகச் சொன்னது. செப்டெம்பரில் பாகிஸ்தான் இதனை ஏற்றுக்கொண்டு அதன் பிறகு கலவரமாகி, இந்தியா ஜுனாகத்தைக் கைப்பற்றியது வேறு வரலாறு. இங்கே அதற்கு இடமில்லை.

கடைசியாகக் காஷ்மீர். இது தெரிந்த கதை. ஆனால் ஒரு வித்தியாசம் உண்டு. ஹைதராபாத்தும் சரி, ஜுனாகத்தும் சரி. புவியியல் ரீதியில் அன்றைய மேற்கு அல்லது கிழக்கு பாகிஸ்தானில் இருந்து மிகவும் விலகியிருந்தன. அதாவது, புதிதாக உருவாகியிருந்த இந்தியாவுக்குள் ஒரு பகுதியாக மட்டுமே அவை இருந்தன. நடைமுறையில் அந்த இரண்டு சமஸ்தானங்களும் பாகிஸ்தானால் ஆளப்படுவதென்பது பத்து நாள்களுக்குக் கூடத் தாக்குப் பிடிக்காது. இதனால்தான் அவை வலுக்கட்டாயமாக இந்தியாவுடன் இணைக்கப்பட்டன. ஆனால் காஷ்மீர், புவியியல் ரீதியில் இந்தியாவுக்கும் பாகிஸ்தானுக்கும் சமமாகத் தனது எல்லைகளைப் பகிர்ந்துகொண்டிருந்த

சமஸ்தானம். அங்கே வசித்துக்கொண்டிருந்த மக்களின் பெரும்பான்மையானோர் முஸ்லிம்கள். அன்றைய தேதியில் பாகிஸ்தானுடன் இணைவதை விரும்பிய மக்கள் அங்கே பலர் இருந்தார்கள். இது மறுக்க முடியாத உண்மை. காஷ்மீரின் மன்னர் இந்துவாக இருந்ததால் அவர் பாகிஸ்தானை விரும்பவில்லை. அதே சமயம் இந்திய யூனியனுடன் இணைவதையும் அவர் விரும்பவில்லை. காஷ்மீர் எதற்கு இன்னொரு நாட்டுடன் இணைய வேண்டும்? நாமே ஒரு சுதந்தர நாட்டின் பிரஜைகள்தாம் என்று அவர் நினைத்தார்; அதையேதான் சொன்னார்.

ஆனால் இரண்டில் ஒன்றுதான் சாத்தியம் என்கிற கட்டாயம் இருந்தபடியால், மேலே குறிப்பிட்ட தாற்காலிக ஒப்பந்தத்தில் அவர் கையெழுத்திட்டிருந்தார். அதாவது, என்னால் இப்போது உடனே முடிவெடுக்க முடியவில்லை. எனக்கு சிந்தித்து முடிவெடுக்க கால அவகாசம் தேவை.

காஷ்மீர் மன்னர் இதனைத் தெரிவித்த மறுகணமே ஜின்னா அதை ஏற்றுக்கொண்டார். அதற்கென்ன, நேரம் எடுத்துக்கொண்டு நிதானமாக யோசியுங்கள். காஷ்மீர் முஸ்லிம்களின் எதிர்காலத்தைக் கருத்தில் கொண்டு நல்ல முடிவை எடுங்கள் என்று சொல்லிவிட்டார்.

முடிந்ததா? இந்தப் பின்னணியை மனத்தில் ஆழப் பதிவு செய்துகொள்ளுங்கள். எங்கள் பிரச்னைக்கு என்னதான் தீர்வு? நாங்கள் தனிநாடு தானே என்று இப்போதும் கலாட்டின் மன்னர் ஜின்னாவிடம் கேட்டார். அவரது கவலையும் பதற்றமும் ஜின்னாவுக்குப் புரியாமல் இல்லை. ஆனால் அவர் தனது மனத்துக்குள் ஏற்கெனவே ஒரு முடிவுக்கு வந்துவிட்டிருந்தார்.

ஜுனாகத், ஹைதராபாத் விவகாரம் வேறு. அதில் பாகிஸ்தானால் ஒன்றும் செய்ய முடியாது. என்றைக்கு இருந்தாலும் அவை இந்தியாவுக்குள் ஐக்கியமாகிவிடும்

என்பது ஜின்னாவுக்குத் தெரியும். காஷ்மீர் விஷயம் சற்று இழுபறிதான். ஆனால் மக்கள் முஸ்லிம்கள் என்பதால் அது எப்படியும் பாகிஸ்தானுடன் சேர்ந்துவிடும் என்று எதிர்பார்த்திருந்தார். இந்தக் குறைந்தபட்சச் சிக்கல்கள்கூட இல்லாத மாநிலம், பலூசிஸ்தான்.

மிகப்பெரிய மாகாணம். இன்றைய பாகிஸ்தானில் அந்தளவுக்குப் பெரிய மாகாணம் இன்னொன்றில்லை. அத்தனை பேரும் முஸ்லிம்கள். மன்னரும் முஸ்லிம். பிறகென்ன தனி ஆவர்த்தனம்? கேட்டால் ஆதியிலே நாங்கள் தனி நாடு, பாதியிலே நாங்கள் தனிநாடு, மீதியிலேயும் அப்படியே இருந்துவிடுகிறோம் என்கிறார் கான். என்ன செய்தால் அவர் வாயை அடைக்கலாம்? ஒருவேளை வாயை அடைக்க முடியாது போனால் வேறு எதை அடைக்கலாம்?

எப்படியானாலும் பலூசிஸ்தான், பாகிஸ்தானில் இணைந்துதான் தீர வேண்டும். மன்னரைப் பேசி சரிக்கட்டவெல்லாம் முடியாது. தவிரவும் நண்பர் என்று உலகம் நம்பிக்கொண்டிருக்கிறது. அவர்களுக்காக பிரிட்டிஷ் அரசிடம் நாம் பேச்சுவார்த்தையெல்லாம் நடத்தியிருக்கிறோம். அனைத்தையும் கருத்தில் கொண்டு, சேதாரமின்றி மொத்த பலூசிஸ்தானையும் அப்படியே தூக்கி பாகிஸ்தான் வரைபடத்துக்குள் வைப்பது எப்படி?

வழக்கறிஞர் ஜின்னா உட்கார்ந்து யோசித்து ஒரு முடிவுக்கு வந்தார். அதுதான் இன்றைய பலூசிஸ்தானின் அனைத்துப் பிரச்னைகளுக்கும் அடிப்படை ஆனது.

25. கையெழுத்தும் தலையெழுத்தும்

நீங்கள் ஒரு பெட்டிக் கடைக்கோ, பிளாட்பாரக் கடைக்கோ போகிறீர்கள். காய்கறியோ, பழங்களோ ஏதோ ஒன்று விற்கும் கடை. நெடுநேரம் பேரம் பேசுகிறீர்கள். இறுதியில் கடைக்காரரர் வெறுத்துப் போய், 'வேணுமா? வேணாமா?' என்று கேட்கிறார் என்று வையுங்கள். என்ன செய்வீர்கள்?

வேண்டும் என்றால் காசைக் கொடுத்துவிட்டு வாங்கிக்கொள்வீர்கள். வேண்டாம் என்றால் நகர்ந்துவிடுவீர்கள். கடைக்காரரர் அடுத்த வாடிக்கையாளரைக் கவனிக்கத் தொடங்கிவிடுவார். அவ்வளவுதானே? எனக்கு இன்றைக்கு வேண்டாம்; ஆனால் நாளை ஒருவேளை உன் கடையில் நான் வாங்க வரலாம். அப்போது நான் கேட்பதை, கேட்கும் விலைக்குக் கொடுக்க வேண்டும் என்று நீங்களும் சொல்லப்போவதில்லை; சொன்னால் கடைக்காரரும் பொருட்படுத்தப்போவதில்லை.

அல்லவா? இதை மனத்தில் இருத்தி, ஜின்னாவின் அந்தத் தாற்காலிக ஒப்பந்தத்தைச் சற்று சிந்தித்துப் பார்க்கலாம். பாகிஸ்தானுடன் இணைய விருப்பம் இருக்கிறது; இணைகிறேன். இது நேரடி பதில். சட்டபூர்வமாக்குவதற்காக ஒப்பந்தம், கையெழுத்து

இன்ன பிற. அதில் பிழையில்லை, பிசிறில்லை. ஆனால் அந்த இரண்டாவது ஒப்பந்தத்தில் என்ன உள்ளது?

இப்போது என்னால் அவசரத்தில் முடிவெடுக்க முடியவில்லை. சிறிது அவகாசம் கொடுங்கள். பிறகு யோசித்து முடிவைச் சொல்கிறேன்.

இதுதான் சாரம். இதற்கு எதற்கு ஒப்பந்தம்? பிறகு யோசித்து, பாகிஸ்தானுடன் இணைவதே சரி என்ற முடிவுக்கு ஒரு மன்னர் வருவாரானால் அது அவரது விருப்பம். ஜின்னாவுக்கும் விருப்பம் இருந்தால் சேர்த்துக்கொள்ளப்போகிறார். மேற்படி மன்னர் இந்தியாவுடன் சேரலாம் என்று நினைத்து, இந்தியாவும் ஒப்புக்கொள்ளுமானால் அதுவும் சரி. இரண்டில் ஒன்றுதான்; மூன்றாவதாக ஏதுமில்லை என்பது அன்றைய பிரிட்டிஷ் இந்தியாவில் இருந்த 562 சமஸ்தானங்களுக்கு மட்டுமே பொருந்தக்கூடிய விதி. பலூசிஸ்தான் அந்தப் பட்டியலில் இல்லை. இதை பிரிட்டிஷ் அரசே ஒப்புக்கொண்டிருக்கிறது. ஜின்னாவுக்கும் தெரியும். ஆனாலும் அவர் அதைச் செய்தார்.

மாட்சிமை பொருந்திய கலாட் மன்னரே. என் உயிருக்குயிரான நண்பரே. உங்கள் நாடு என்றென்றும் சுதந்தர பூமி என்பது எனக்குத் தெரியாதா? பிரிட்டிஷார் கிளம்பும் அவசரத்தில் இருக்கிறார்கள். படாத பாடு பட்டு இப்போதுதான் நான் பாகிஸ்தானைப் பிரித்து வாங்கியிருக்கிறேன். ஒவ்வொரு சமஸ்தானத்துடனும் பேச்சுவார்த்தை நடந்துகொண்டிருக்கிறது. ஆகஸ்ட் 15 ஆம் தேதிக்குள் எல்லாம் சுமூகமாக ஒரு முடிவுக்கு வந்தாக வேண்டும். இதைத் தவிர வைசிராய் இப்போது வேறு எதையும் கவனிக்க மாட்டார். கலாட் நிலைமை குறித்தெல்லாம் வாய்திறப்பார் என்று எதிர்பார்க்காதீர்கள். முதலில் அவர்கள் ஊரை விட்டுப் போகட்டும். பிறகு இங்கே என்றென்றும் இருக்கப்போவது நாம்தானே? நீங்கள் யாரென்று எனக்குத் தெரியும். நான் யாரென்று

உங்களுக்குத் தெரியும். நமது நட்பின் வரலாறை இந்த உலகமே அறியும். சத்தமில்லாமல் அந்தத் தாற்காலிக ஒப்பந்தத்தில் கையெழுத்தைப் போடுங்கள். இப்போதைக்கு என்னால் முடிவைச் சொல்ல முடியாது என்று அதில் எழுதியிருக்கிறது. எப்போதுமே உங்கள் முடிவு சுதந்தர பலூசிஸ்தான்தான் என்பதை நான் அறிவேன். அது அப்படியே என்றென்றும் இருக்கும். ஆனால் இப்போது பிரிட்டிஷார் கணக்கை முடித்து அனுப்புவதற்கு இந்த ஒரு கையெழுத்து மட்டும் அவசியம். அதை மட்டும் போட்டுவிடுங்கள்.

இதுதான் அன்றைக்கு முகம்மது அலி ஜின்னா, கலாட்டின் மன்னர் மிர் அஹ்மத்யார் கானிடம் பேசியதன் சாரம்.

மன்னருக்கு அப்போதும் குழப்பம் தீரவில்லை. ஜின்னா நண்பர்தாம். நமக்கு நல்லதுதான் செய்வார். ஆனால் இந்திய சமஸ்தானங்களுக்கென்று தயாரித்த ஒப்பந்தத்தை நீட்டி நம்மிடம் கையெழுத்துக் கேட்கிறாரே, போடுவதா வேண்டாமா?

'அட உங்களைப் பாகிஸ்தானுடன் இணைகிறேன் என்று எழுதியா கையெழுத்துப் போடச் சொல்கிறேன்? இப்போதைக்கு முடிவைச் சொல்ல முடியாது என்றுதானே சொல்லப் போகிறீர்கள்? அதில் என்ன சிக்கல்?'

'ஆனால் எப்போதாவது சொல்லத்தானே வேண்டும்? அதுதானே ஒப்பந்தத்தின் அடிநாதம்?'

'அதனால் என்ன? எப்போது கேட்டாலும் இப்போது இல்லை என்று சொன்னால் போயிற்று.'

'எப்போதாவது கழுத்தில் கத்தி வைத்தால் என்ன செய்வது?'

'பாகிஸ்தானுடன் இணைய விருப்பமில்லை என்று சொல்லிவிடுங்கள். தீர்ந்தது.'

'அப்படியானால் இந்தியாவுடன் இணையச் சொல்வார்களா?'

‘யார் சொல்வார்கள்? அதெல்லாம் யாரும் சொல்லப் போவதில்லை. இந்தியாவுக்கும் உங்களுக்கும் என்ன சம்பந்தம்? அது எங்கேயோ இருக்கிறது. நீங்கள் எங்கேயோ இருக்கிறீர்கள். நடுவில் நந்தியாக நான் ஒருவன் உட்கார்ந்திருக்கிறேன். எதற்கு இப்படிக் கவலைப்படுகிறீர்கள்? தைரியமாகக் கையெழுத்துப் போடுங்கள். உங்கள் நண்பன் நான் இருக்கிறேன், நான் பார்த்துக்கொள்ள மாட்டேனா?’

இப்படியெல்லாம் ஒரு மனிதர் இன்னொரு மனிதரை ஏமாற்ற முடியுமா என்று இத்தனை ஆண்டுகளுக்குப் பிறகு இப்போது வியப்பாக இருக்கலாம். ஒரே வரி. இந்திய சமஸ்தானங்களுக்காகத் தயாரிக்கப்பட்ட ஒப்பந்தத்தில் நான் எதற்குக் கையெழுத்திட வேண்டும்? மாட்டேன். அவ்வளவுதான். இதனை அன்றைக்கு கலாட்டின் மன்னர் சொல்லியிருந்தால் சிக்கல் தீர்ந்திருக்கும். அல்லது ஜின்னாவின் சுயரூபம் என்னவென்று அன்றைக்கே அவருக்குத் தெரிந்திருக்கும். அதை அவர் செய்யவில்லை. காரணம், கலாட் ராஜ்ஜியத்துக்கும் முஸ்லிம் லீக்குக்கும் அன்றைக்கு இருந்த நெருக்கம். ஜின்னாவுக்கும் மன்னருக்கும் இருந்த நெருக்கம். அனைத்துக்கும் மேலாக, ஜின்னாவைத்தான் அவர் தமது நாட்டின் சட்ட வல்லுநராகச் செயலாற்றச் சொல்லியிருந்தார். கலாட் சார்பில் பிரிட்டிஷ் கேபினட் குழுவினருடன் பேச்சுவார்த்தையெல்லாம் நடத்தியிருக்கிறார். அவர் சொன்னால் சரியாகத்தானே இருக்க வேண்டும்?

தாற்காலிக ஒப்பந்தத்தில் கையெழுத்திடுவதன் மூலம் கலாட் ஒரு சுதந்தர நாடாகவே நீடித்திருக்கும் என்று ஜின்னா திரும்பத் திரும்பச் சொல்லி, மன்னரை அதற்குச் சம்மதிக்க வைத்தார்.

பலூசிஸ்தானின் தலையெழுத்தைத் தீர்மானித்த கையெழுத்து அது. ஆகஸ்ட் 4, 1947 அன்று டெல்லியில் அந்தச் சம்பவம் நிகழ்ந்தது. கலாட்

மன்னரின் பிரதிநிதியாக சுல்தான் அஹ்மத் என்பவர் கையெழுத்திட வந்திருந்தார். முஸ்லிம் லீக் மற்றும் இடைக்கால பாகிஸ்தான் அரசின் பிரதிநிதிகளாக முகம்மது அலி ஜின்னாவும் லியாகத் அலி கானும் வந்திருந்தார்கள். பிரிட்டிஷ் அரசின் பிரதிநிதியாகவும் சம்பவத்தின் 'மேற்பார்வையாளராக'வும் வைசிராய் மவுண்ட் பேட்டன் வந்திருந்தார். நிச்சயமாக நல்ல நேரமெல்லாம் பார்த்திருக்க வாய்ப்பில்லை. ஆனால் அந்தத் தாற்காலிக ஒப்பந்தம் கையெழுத்தானது.

அதில் எழுதப்பட்டிருந்ததன் சாரம் இதுதான்:

இந்தியாவுடனோ பாகிஸ்தானுடனோ இணைவதற்கு கலாட் மன்னர் இன்னும் முடிவெடுக்கவில்லை. எனவே கலாட் ஒரு சுதந்தர நாடாகவே நீடிப்பதைப் பாகிஸ்தான் அங்கீகரிக்கிறது.

பிரிட்டிஷ் அரசு பல்வேறு தருணங்களில் கலாட் அரசுடன் மேற்கொண்ட ஒப்பந்தங்களைப் புதிய பாகிஸ்தான் அரசு அப்படியே ஏற்கிறதா என்பதை ஆராய்ந்து ஒரு சட்டபூர்வமான கருத்து (Legal Opinion) பெறப்படும். அது வந்த பிறகு அடுத்த சந்திப்பு நிகழும்.

இடைக்கால ஏற்பாடாக இந்தத் தாற்காலிக ஒப்பந்தம் இரு தரப்பினராலும் ஏற்றுக் கடைப்பிடிக்கப்படும். பாதுகாப்பு, வெளியுறவு உள்ளிட்ட விவகாரங்களில் முடிவெடுப்பதன் பொருட்டு கலாட் மன்னரும் புதிய பாகிஸ்தான் அரசும் பேச்சுவார்த்தை நடத்துவார்கள்.

இவை ஒரு பக்கம் இருக்க, பலூசிஸ்தானில் பிரிட்டிஷார் தமது நேரடிக் கட்டுப்பாட்டில் வைத்திருந்த சில பகுதிகளை கலாட் ராஜ்ஜியத்துடன் இணைக்க ஒப்புக்கொள்கிறார்கள். அந்தப் பிராந்தியங்களில் ஆட்சியாளர்களாக இருக்கும் சர்தார்களுக்கு முறைப்படி பிரிட்டிஷ் மேலிடம் தகவல் அனுப்பி, கலாட் மன்னருக்குக் கட்டுப்பட்டு வாழச் சொல்வார்கள்.

எழுதப்பட்டதும் ஒப்புக்கொள்ளப்பட்டு, கையெழுத்திடப்பட்டதும் இவ்வளவுதான். கலாட் மன்னர் ஆனந்தக் கண்ணீர் சொரிந்தார். சுதந்தர கலாட். பிரிட்டிஷ் அரசு ஒப்புக்கொண்டுவிட்டது. தன் வசமிருந்த பகுதிகளையும் திருப்பிக் கொடுக்கிறது என்றால் என்ன பொருள்? இனி பூரண சுதந்தரம்தான். அது மட்டும்தான். நண்பர் ஜின்னா என்றென்றும் அதனை மதிப்பார். இனி என்ன? கலாட்டின் சுதந்தரக் கொடி பட்டொளி வீசிப் பறக்கும்.

பறந்தது. ஆனால் 227 நாள்களுக்கு மட்டும்.

26. பசுமை குன்றாத துரோகம்

ஆகஸ்ட் 14, 1947 அன்று பாகிஸ்தான் என்னும் சுதந்தர நாடு பிறந்தது. முகம்மது அலி ஜின்னா அதன் கவர்னர் ஜெனரலாகப் பொறுப்பேற்றார். லியாகத் அலி கான் பிரதம மந்திரியாகப் பதவி ஏற்றுக்கொண்டார்.

அதே ஆகஸ்ட் 14, 1947 அன்று கலாட் தன்னை ஒரு சுதந்தர நாடு என்று அறிவித்துக்கொண்டது. பிரிட்டிஷார் விட்டுச் சென்ற பகுதிகளான மக்ரா, கரான், லஸ்பேலா போன்ற மாகாணங்களையும் உள்ளடக்கிய அகண்ட கலாட். இனி துன்பமென்று எதுவுமில்லை. கவலைப்பட ஒன்றுமில்லை. யாருக்கும் அஞ்சி வாழ அவசியமில்லை. பூரண சுதந்தரம். பலூச்சிகளின் மண் முழுதும் பலூச்சிகளுக்கே சொந்தம். நம்மை நாம் ஆண்டுகொள்வோம். என்ன இப்போது? காலம் மாறியிருக்கிறது. ஜனநாயகம் தவிர்க்க முடியாததாகியிருக்கிறது. அவ்வளவுதானே? அதனால் பரவாயில்லை. பரந்த மனம் கொண்ட கலாட்டின் மன்னர் நாடாளுமன்ற ஜனநாயகத்தில்தான் இப்போது விருப்பம் கொண்டுள்ளார். புதிய சுதந்தர கலாட் தேசத்தை ஆள்வதற்கு மக்களால் தேர்ந்தெடுக்கப்படும் பிரதிநிதிகள் இனி வரட்டும். தாருல் உம்ரா, தாருல் அவாம் என்று இரண்டு அவைகளை அமைப்போம்.

நமக்கெனத் தனியொரு அரசியல் சாசனச் சட்டத்தைக் கடைப்பிடிப்போம். நமது சட்டங்களை நாம் எழுதிக்கொள்வோம். எதுவும் யாருடைய தனிப்பட்ட முடிவாக இராது. எல்லாம் மக்கள் முடிவு. பலூச்சி மொழி நமது தேசிய மொழியாக இருக்கும். நாம் பலூச்சிகள் என்பதே நமது தேசிய அடையாளமாகத் திகழட்டும்.

சுதந்தர பலூசிஸ்தான் உருவாகிவிட்டதாக அறிவிக்கப்பட்ட கணத்தில் மக்கள் உணர்ச்சிவயப்பட்டு வீதிகளுக்கு வந்து கண்ணீர் சொரிந்து நின்றார்கள். ஒத்த கருத்துள்ளவர்கள், எதிர்க்கருத்து கொண்டவர்கள், நண்பர்கள், எதிரிகள், வேண்டியவர்கள், வேண்டாதவர்கள், கட்டிப்புரண்ட இனக்குழுவினர், அடித்துக்கொண்டு மண்டை உடைந்து நின்ற அனைவரும் எந்த பேதமும் பாராமல் ஒருவரையொருவர் இறுக அணைத்து வாழ்த்துக் கூறிக்கொண்டார்கள்.

பலூசிஸ்தானில் பிரிட்டிஷார் இருந்தவரை சில உருப்படியான பொது வசதிகளைச் செய்து வைத்திருந்தார்கள். சாலைகள், இருப்புப்பாதை வசதிகள், மின்சார வசதி, நீர்த் தேக்கம்-பராமரிப்பு-விநியோக முறை, தபால்-தந்தி வசதி, அரசு அலுவலக நடைமுறைகள் சார்ந்த ஓர் ஒழுங்குமுறை என்று பல. வெளியே பெரிய பிரம்மாண்டம் தெரியாவிட்டாலும் அவை இல்லாவிட்டால் நவீன காலத்தில் வாழ்வது சிரமம் என்று எவையெல்லாம் உணர்த்துமோ அவற்றின் மீது மேற்கொள்ளப்பட்ட கட்டமைப்புகள், மேம்பாடுகள் சார்ந்தவை. இது பலூசிஸ்தானில் மட்டும் நடக்கவில்லை. பாகிஸ்தானிலும் இந்தியாவிலும் மிகப் பெரிய அளவில் மேற்கொள்ளப்பட்ட நடவடிக்கைகளின் இருபது இருபத்தைந்து சதவீதம் மட்டுமே பலூசிஸ்தானில் சாத்தியமாகியிருந்தது. ஆனால் ஒப்பீட்டளவில் அதுவே அம்மக்களுக்கு மிகப்பெரிய வசதிகளாகத் தோற்றமளித்தன. சுதந்தர பலூசிஸ்தான், பிரிட்டிஷார்

விட்டுச் சென்ற கட்டமைப்பை மேலும் விரிவாக்கி, மக்களுக்கு இன்னும் பல வசதிகளைத் தொடர்ந்து செய்து தரத் தொடங்கும் என்று மன்னர் அறிவித்தார்.

இரவு பகலாக அமர்ந்து ஏராளமாகக் கனவு கண்டார்கள். பரபரவென்று நிறைய திட்டங்கள் தீட்டினார்கள். பலூச்சிகளிடையே இனக்குழு மோதல்கள் என்றுமே எழாதவாறு இருந்தால்தான் நாட்டின் வளர்ச்சியில் தடை இருக்காது என்று நினைத்ததன் பலன், கல்வியில் அதிக கவனம் செலுத்த முடிவுசெய்தார்கள். சர்தார்கள் அனைவருக்கும் ஆட்சியில் இடம் கொடுப்பதன் மூலமும் ஒவ்வொரு திட்டக் குழுவிலும் அனைத்து இனக் குழுவினருக்கும் பிரதிநிதித்துவம் தருவதன் மூலமும், அதே ஒவ்வொரு குழுவிலும் மூத்த தலைமுறையினருடன் இளைய தலைமுறை அரசியல்வாதிகளையும் இணைப்பதன் மூலமும் பகையுணர்ச்சியைப் படிப்படியாக மறக்கடித்துவிடலாம் என்று நினைத்தார்கள்.

எல்லாமே அருமையான யோசனைகள்தாம். நடைமுறைக்கு வந்திருந்தால் பலூசிஸ்தான், பாகிஸ்தானைக் காட்டிலும் வளமும் வசதிகளும் படைத்த நாடாகியிருக்கும். ஆனால் விதி யாரை விட்டது? அவர்கள் சுதந்தரத்தை அறிவித்து எண்ணி இரண்டாவது மாதம் (அதாவது, அக்டோபர் 1947) பிரிட்டிஷ் அரசு கலாட்டின் புதிய ஜனநாயக அரசுக்கு ஒரு தந்தி அனுப்பியது. அந்தத் தாற்காலிக ஒப்பந்த விவகாரமெல்லாம் என்ன ஆயிற்று? அனைத்துப் பஞ் சாயத்துகளையும் சீக்கிரம் பேசி முடிக்கிற வழியைப் பார். சும்மா இழுத்துக்கொண்டிருப்பதில் அர்த்தமில்லை.

திடுக்கிட்டுப் போனார் கலாட் மன்னர். அவரது திடுக்கிடலுக்குக் காரணம் பிரிட்டிஷ் அரசின் அந்த உத்தியோகபூர்வத் தந்திச் செய்தி அல்ல. அந்தத் தந்திக்குள் அவர்கள் சொருகி வைத்திருந்த ஒரு வெடிகுண்டு. அது மன்னர் எதிர்பாராதது.

அமைச்சரவை எதிர்பாராதது. பலூசிஸ்தானில் அன்றைய தேதியில் வசித்துக்கொண்டிருந்த ஒற்றை ஜீவராசியும் எண்ணிக்கூடப் பார்த்திராதது.

இதோ பாருங்கள். அன்றைக்கு நீங்களும் ஜின்னாவும் என்ன பேசினீர்கள், என்ன உடன்பாட்டுக்கு வந்தீர்கள் என்பதெல்லாம் இப்போது ஒரு பொருட்டே அல்ல. இப்போது ஜின்னா தனது பழைய யோசனைகளைக் கிடப்பில் போட்டுவிட்டுப் புதிய சிந்தனையில் தீவிரமாக ஈடுபட்டிருக்கிறார். கலாட் விஷயத்தில் அவரது நிலைப்பாடு மாறத்தொடங்கியிருப்பதை நீங்கள் அறிவீர்களா? பாகிஸ்தான் உருவானபோது அந்நாட்டுடன் தாற்காலிக ஒப்பந்தம் செய்துகொண்டு ஆகஸ்ட் 14 ஆம் தேதிக் கணக்குப்படி தனி ஆவர்த்தனம் வாசித்துக்கொண்டிருந்தவர்கள் எல்லோரும் எப்படி முடிவெடுத்தே தீர ஒரு குறிப்பிட்ட அவகாசம் தரப்பட்டதோ, அதே நிலைதான் உங்களுக்கும் சரி என்று அவர் நினைக்கிறார். அவர் நினைப்பதுதான் சரி என்று நாங்களும் நினைக்கிறோம். மற்ற சமஸ்தானங்கள் இணைந்ததைப் போல என்றைக்கு நீங்கள் பாகிஸ்தானுடன் முறைப்படி இணையப் போகிறீர்கள்?

இதைப் படித்து கதிகலங்கிப் போன கலாட்டின் மன்னர் மீண்டும் தன் வழக்கப்படி ஒரு நீளமான தன்னிலை விளக்கமும் தனது நிலைப்பாடு குறித்த இன்னொரு தெளிவுபடுத்தும் அறிக்கையும் தயாரித்து அனுப்பி வைத்தார்.

நாங்கள் ஆதியிலிருந்தே தனி. பாதியில் வந்த நீங்கள் புறப்பட்ட பின்னர் மீதியுள்ள காலமும் சுதந்தர கலாட் சாம்ராஜ்ஜியமாகவே இருந்து கழிப்போம். வேண்டுமானால் ஒன்று செய்யலாம். உள்துறை, பாதுகாப்புத் துறை, தகவல் தொடர்புத்துறை சார்ந்த விஷயங்களில் மட்டும் முடிவெடுக்கும் அதிகாரம் குறித்துப் பாகிஸ்தான் அரசுடன் கலந்து பேசி ஓர்

ஏற்பாட்டுக்கு வருகிறோம். அவ்வளவுதான் முடியும். என்றென்றும் கலாட் ஒரு தனி நாடு. பத்தொன்பதாம் நூற்றாண்டு தொடங்கி, இதனை ஒப்புக்கொண்டு நீங்கள் கையெழுத்திட்டுக் கையெழுத்திட்டுப் புதுப்பித்த பழைய ஒப்பந்தங்கள் அனைத்தையும் மீண்டும் ஒருமுறை நினைவுபடுத்துகிறோம். ஆவன மட்டும் செய்யுங்கள். ஆகாத எதையும் செய்து தொலைக்காதீர்கள்.

ஆனால் கலாட் மன்னருக்கு இன்னொரு விஷயம் தெரியாது. கலாட்டை பாகிஸ்தானுடன் இணைத்துக்கொள்ளும் விஷயத்தில் மட்டுமல்ல. பிரிட்டிஷார் இருந்த காலத்தில் அவர்கள் தமது கட்டுப்பாட்டில் வைத்திருந்த மூன்று பகுதிகளையும் (முன்பே பார்த்த மக்ரான், கரான், லஸ்பேலா) ஜின்னா பிரச்னைக்குரிய பகுதிகளாகவே காணத் தொடங்கினார். அவை கலாட்டுக்குச் சொந்தமாக இருப்பது நியாயமல்ல என்ற நிலைப்பாட்டை அவர் எடுத்திருந்தார்.

உண்மை வேறு. பிரிட்டிஷார் தமது கட்டுப்பாட்டில் வைத்திருந்த அம்மூன்று பகுதிகள், இரானுக்கும் ஆப்கனிஸ்தானுக்கும் பிரித்துக் கொடுத்த பகுதிகளுக்கெல்லாம் முறையான எல்லை வரையறை செய்யப்படவேயில்லை. அவர்கள் மூன்று எல்லைக் கோடுகளை மூன்று வெவ்வேறு காலகட்டங்களில் வரைந்தார்கள். மக்மோகன் கோடு, துராந்த் கோடு, கோல்ட்ஸ்மித் கோடு என்று அவற்றுக்குப் பெயர். பிரிட்டிஷார் வகுத்த அதிகாரபூர்வ எல்லைக் கோடுகள் இந்த மூன்றுதான். ஆனால் இந்த மூன்றினுள்ளேயும் கலாட் வரவில்லை.

இதையெல்லாம் இனி யாரிடம் போய்ச் சொல்லிக்கொண்டிருப்பது? கலாட்டின் சட்டப் பிரதிநிதியாகத் தானே நேரடியாக நியமித்த ஜின்னாவே கட்சி மாறிப் பேசத் தொடங்கியிருக்கிறார். நண்பரே நண்பரே என்று தொட்டதற்கெல்லாம் ஓடோடி வந்து

உறவு வளர்த்துவிட்டுப் போய்க்கொண்டிருந்தவர், பாகிஸ்தான் உருவான நாளில் இருந்து இந்தப் பக்கம் திரும்பிக் கூடப் பார்க்க மறுக்கிறார். ஆனால் வருவார். நிச்சயமாக பலூசிஸ்தானுக்கு வராமல் போக வாய்ப்பில்லை. என்ன சிக்கல் என்றால், அப்படி வரும்போது பாகிஸ்தானின் ஒரு மாகாணத்துக்கு வருகை தரும் கவர்னர் ஜெனரலாகத்தான் இருப்பாரே தவிர, கலாட்டின் மதிப்புக்குரிய நண்பராக இருக்க வாய்ப்பே இல்லை என்பது மன்னருக்குத் தெரிந்துவிட்டது. உண்மையிலேயே அவர் உடைந்து போனார்.

முஸ்லிம் லீக்கை ரொம்பக் கொண்டாடாதீர்கள்; ஜின்னாவை ரொம்ப நம்பாதீர்கள் என்று அந்நாளில் கலாட் மன்னர் மிர் அஹ்மத்யார் கானுக்கு எடுத்துச் சொல்லாத பலூச்சி அரசியல் கட்சிகள் இல்லை. சமூக அமைப்புகள் இல்லை. படித்தவர்கள் இல்லை. படிக்காதவர்களும் இல்லை. ஆனால் யார் சொன்னதையும் மன்னர் காதில் போட்டுக்கொண்டதில்லை. ஒரு மாபெரும் அரசியல் ஞானியின் தொடர்பும் நட்பும் கலாட்டின் எதிர்காலத்துக்கு - குறிப்பாக நமது சுதந்தரம் நிரந்தரமாவதற்கு மிகவும் அவசியம் என்று அவர் நம்பினார்; அதைத்தான் தம் மக்களிடமும் திரும்பத் திரும்பச் சொல்லிக்கொண்டிருந்தார். ஆனால் அவர்தான் அடித்தளத்தில் வெடிகுண்டு வைத்திருந்தார்.

பிப்ரவரி 2, 1948 அன்று கலாட் மன்னருக்கு முகம்மது அலி ஜின்னாவிடம் இருந்து ஒரு கடிதம் வந்தது. அன்புள்ள நண்பரே எல்லாம் கிடையாது. மிக நேரடியான, மிகச் சுருக்கமான கடிதம்.

தாமதமின்றி உடனடியாகப் பாகிஸ்தானுடன் கலாட்டை இணைக்கவும். இல்லாவிட்டால் சிக்கல். இறுதி பதிலை உடனே அனுப்பவும்.

இறுதி பதில்.

கலாட்டின் கான் நொறுங்கிப் போனார். அழக்கூட முடியாத வலி. அழுதால் யார் ஆறுதல் சொல்வார்கள்? இது பசுமை குன்றாத புத்தம் புதிய, தரமான துரோகம். எதிர்பாராதது. எதிர்க்க முடியாததும்கூட. ஜின்னாவும் பிரிட்டிஷ் அரசும் ஏற்கெனவே பேசி வைத்த நாடகத்தைத்தான் பாகிஸ்தான் உருவாகி, ஆறு மாதங்களுக்குப் பிறகு அரங்கேற்ற ஆரம்பித்திருக்கிறார்கள் என்பதே அந்த அப்பாவி மனிதருக்கு அப்போதுதான் புரிந்தது.

27. கறுப்பு நாள்

சுதந்தர பலூசிஸ்தான் என்கிற பலூச்சிகளின் பன்னெடுங்காலக் கனவு நனவாகி ஓராண்டு கூட முழுதாக முடிவடைந்திருக்கவில்லை. பிப்ரவரி 15, 1948 அன்று முகம்மது அலி ஜின்னா, கலாட் ராஜ்ஜியத்துக்கு உட்பட்ட சிபி நகரத்துக்குப் பாகிஸ்தானின் கவர்னர் ஜெனரலாக வருகை தந்தார். ஏதோ நிகழ்ச்சி, என்னவோ சிறப்புரை. அதுவல்ல உண்மை நோக்கம். கலாட் மன்னரை நேரிலேயே சந்தித்துப் பேசிவிடுவது; மணந்தால் மகாதேவி என்று சொல்லிவிடுவது. இது திட்டம்.

ஜின்னா வருகிறார் என்று நகரம் திருவிழாக் கோலம் கொண்டது. சரித்திரப் பிரசித்தி பெற்ற நகரம். சமீபத்தில்கூடச் செய்திகளில் அடிபட்டது நினைவிருக்கலாம். பாகிஸ்தானின் மிக நீண்ட ரயில் தடங்களுள் ஒன்றான குவெத்தா - பெஷாவர் இருப்புப்பாதை சிபி வழியாகச் செல்லும். போலன் கணவாய்ப் பகுதி. இங்கே வைத்துத்தான் மார்ச் 11, 2025 அன்று பலூசிஸ்தான் விடுதலை ராணுவத்தினர் ஜாபர் எக்ஸ்பிரஸைக் கடத்தினார்கள். நாநூற்று நாற்பது பயணிகளை ரயிலை விட்டு இறக்கி உட்கார வைத்துவிட்டு, முப்பது ராணுவ வீரர்களைச் சுட்டுக்

கொன்றார்கள். மறுநாள் பாகிஸ்தான் ராணுவம், பிஎல்ஏவுடன் சண்டையிட்டுப் பயணிகளை பத்திரமாக மீட்டது. பிஎல்ஏ தரப்பில் முப்பத்து மூன்று பேர் கொல்லப்பட்டார்கள். பயணிகளில் இருபத்தொரு பேர்.

அது இருக்கட்டும், பிறகு அந்தக் கதைக்கு வருவோம். இப்போது சிபிக்கு ஜின்னா வந்திருக்கிறார் அல்லவா? அங்கே போகலாம். முன்பெல்லாம் பலூசிஸ்தானுக்கு ஜின்னா வருகிறார் என்றால் மன்னருக்குத் தலைகால் புரியாது. அவர் எல்லைக்குள் காலெடுத்து வைக்கும் கணத்தில் இருந்து திரும்பிச் செல்லும் வரை ஒவ்வோர் அம்சத்தையும் அவரே முன்னின்று பார்த்துப் பார்த்துக் கவனிப்பார். ஜின்னா தங்கியிருக்கும் நாள்களில் அவரது ஒவ்வொரு வேளை உணவிலும் என்னென்ன இருக்க வேண்டும், எப்படிச் சமைக்க வேண்டும், எந்தப் பக்கம் நின்று எப்படிப் பரிமாற வேண்டும் என்பது வரை தமது ஊழியர்களுக்கு போதிப்பார். ஜின்னா அருந்தும் தேநீர், அவரது பைப்பில் அடைக்கப்பட வேண்டிய புகையிலையின் தரம் வரை கவனித்துக் கண்காணிக்கப்படும்.

அதெல்லாம் முன்னொரு காலம். இப்போது ஜின்னா எதற்கு வந்திருக்கிறார் என்று கலாட் மன்னருக்குத் தெரியும். என்ன நடக்கும் என்பது அதைக் காட்டிலும் நன்றாகவே தெரியும். அவருக்குத் தெரியாததெல்லாம் ஒன்றுதான். இந்தச் சூழ்நிலையை எப்படிச் சமாளிப்பது? உறவு கசந்துவிட்ட நிலையில் பழைய நண்பரை எப்படி முகம் கொடுத்து வரவேற்பது? அதுகூடப் பிரச்னை இல்லை. மரியாதை நிமித்தமாகச் செய்ய வேண்டியவற்றை நாசூக்கு குறையாமல் செய்து தொலைத்துவிடலாம். விருந்தாளியாக வந்திருக்கும் அவர் தன்னை இப்போது எப்படிப் பார்ப்பார்? எப்படிப் பேசுவார்? சிரிப்பாரா? சிரிக்கவும் முடியுமா? நண்பரே என்று அழைக்கத் தோன்றுமா? அந்தச் சொல்லில் நட்பு

இருக்குமா? பாசம் இருக்குமா? பழைய நெருக்கம் இருக்குமா?

இப்போது அவருக்கு இன்னொன்றும் தோன்றியது. எல்லாமே இருக்கும். ஜின்னாவுக்கென்ன? அவர் தொடக்கம் முதலே நடித்துக்கொண்டிருந்தார் என்கிற பட்சத்தில் அதையே தொடர்ந்துவிட்டுப் போய்விடலாம். பாசம் வைத்துப் பாழாய்ப் போன தனக்குத்தான் பாதிப்பெல்லாம்.

மிகவும் யோசித்துக் குழம்பிப் போனார். பதற்றம் ஏறிக்கொண்டே இருந்தது. ஜின்னா வந்துவிட்டார். சந்திப்பதா? வேண்டாமா? வேண்டாம் என்றால் ஒரு காரணம் வேண்டும். வலுவான காரணம். யாரும் நிராகரிக்க முடியாத காரணம். மிகவும் யோசித்து இன்றைய அரசியல்வாதிகளின் ஆயுதத்தைக் கையில் எடுத்தார்.

கடும் உடல் நலக் குறைவைக் காரணம் சொல்லிப் படுக்கையில் சென்று போர்த்திக்கொண்டு படுத்துவிட்டார். ஆனால் பழகிய பாசத்துக்கு ஜின்னாவுக்கு ஒரு கடிதம் மட்டும் எழுதி அனுப்பினார்.

நேரில் சந்திக்க இயலாமைக்கு வருத்தங்கள். நீங்கள் சொல்லியிருந்தது, தந்தியில் சொல்லியிருந்தது அனைத்தையும் புதிய நாடாளுமன்ற அவைகளில் விவாதிக்கச் சொல்லியிருக்கிறேன். எங்கள் பிரதமரும் அமைச்சர்களும் இதர மக்கள் பிரதிநிதிகளும் இணைப்பு விவகாரத்தை அலசி ஆராய்ந்து ஒரு முடிவுக்கு அவசியம் வந்து சேர்வார்கள். அப்படி அவர்கள் ஒரு முடிவெடுத்துச் சொன்னபின்பு அதை உங்களுக்குத் தெரிவிக்கிறேன். அதுவரை அமைதி காக்க வேண்டுகிறேன்.

ஜின்னாவுக்கு எரிச்சலாக இருந்தது. கலாட் மக்கள் மன்ற உறுப்பினர்கள் கூடிப் பேசி ஒன்றும் ஆகப் போவதில்லை. அவர் முடிவெடுத்துவிட்டார். ஏற்பது ஒன்றுதான் கலாட் மன்னருக்கு நல்லது. அவர் எதோ

பொம்மையை ஒளித்து வைத்துக்கொண்டு தரமாட்டேன் என்று அடம்பிடித்துக்கொண்டிருக்கிறார். இதெல்லாம் ஆகிற காரியமில்லை என்று எப்படிப் புரியவைப்பது?

உண்மையில் **1947** ஆம் ஆண்டின் இறுதியிலேயே - அதாவது ஆகஸ்டில் கலாட் ஒரு சுதந்தர தேசம் என்று அறிவித்துக்கொண்டதற்கு அடுத்த மாதமும் (செப்டெம்பர்) பிறகு மூன்று மாத இடைவெளியில் (டிசம்பர்) மீண்டும் ஒருமுறையும் கலாட் மக்களவை பாகிஸ்தானுடன் இணைவது என்ற பேச்சுக்கே இடமில்லை என்று தெளிவாகச் சொல்லிவிட்டது. இவர்களிடம் இனி பேசிப் பயனில்லை என்று தெரிந்துகொண்ட பின்புதான் ஜின்னா மிரட்டும் தொனியில் ஒரு கடிதமே எழுதினார். இப்போது மன்னர் மீண்டும் ஒரு வாய்தா கேட்கிறார்.

ஜின்னா எரிச்சலடைந்ததன் உண்மைக் காரணம் மன்னர் கேட்ட வாய்தா அல்ல. கலாட் நாடாளுமன்றம் முன்னதாக அந்த இணைப்பு விவகாரம் சார்ந்து உதிர்த்திருந்த சில சொற்கள்.

இரானுக்கென்று ஒரு கலாசாரம் இருக்கிறது. ஆப்கனிஸ்தானுக்கென்று ஒரு கலாசாரம் இருக்கிறது. ஆயிரம் இனக்குழுக்கள் இருக்கலாம். அவர்களுக்குள் அதைக் காட்டிலும் அதிகக் கருத்து மாறுபாடுகள் இருக்கலாம். ஆனால் இரானியர்கள் இரானியர்கள்தாம். ஆப்கானியர்கள் ஆப்கானியர்கள்தாம். அவர்களைப் போலத்தான் பலூச்சிகள். எங்கள் கலாசாரம் வேறு. நாங்கள் வேறு. முஸ்லிம்கள் என்பதற்காக மட்டும் எங்களைப் பாகிஸ்தானுடன் இணையச் சொல்வது நியாயமல்ல. அப்படியானால் இரானையும் ஆப்கனிஸ்தானையும்கூடச் சேர்த்து இணைக்கச் சொல்வீர்களா? இரானும் ஆப்கனிஸ்தானும் எப்படி பிரிட்டிஷ் இந்தியாவின் ஒரு பகுதியாக என்றுமே இருந்ததில்லையோ, அதே போலத்தான் பலூசிஸ்தானும்

இருந்ததில்லை. பாகிஸ்தான் இதனைப் புரிந்துகொள்ள வேண்டும். நியாயமற்ற இணைப்புக்கு ஆசைப்படக் கூடாது.

இதே சொற்கள் அல்ல. ஆனால் இதுதான் சாரம். இதைக் காட்டிலும் தெளிவாகவும் ஆணித்தரமாகவும் வெளிப்படையாகவும் எப்படிப் பேச முடியும்? ஒருமுறை அல்ல, இரண்டு முறையல்ல. நாடாளுமன்றம் எத்தனை முறை கூடி இந்த விவகாரத்தைப் பேசினாலும் இதுதான் அவர்களுடைய கருத்தாக இருக்கும் என்பது ஜின்னாவுக்குத் தெள்ளத் தெளிவாகப் புரிந்துவிட்டது. அதை உறுதி செய்யும் விதமாக, அம்முறை மன்னர் கடிதத்தில் சொல்லியிருந்தபடி கூடிப் பேசிய கலாட் மக்களவை உறுப்பினர்கள், 'இரு நாடுகளும் நட்பாக இருக்கலாம். ஆனால் இணைப்பு என்ற பேச்சுக்கு இடமில்லை' என்று சொல்லிவிட்டார்கள்.

மார்ச் 9, 1948 அன்று ஜின்னா தனது நிலைபாட்டைக் கலாட் மன்னருக்குத் தெரிவித்தார். இனி கலாட்டுடன் பேச்சுவார்த்தைகள் ஏதும் கிடையாது. சொன்ன கையோடு பதினெட்டாம் தேதி தானே ஓர் ஒப்பந்தத்தைத் தயாரித்துத் தானே கையெழுத்தும் போட்டு அதை கலாட் மன்னருக்கு அனுப்பி வைத்தது பாகிஸ்தான் அரசு.

வேறென்ன? கலாட் சாம்ராஜ்ஜியத்தின் சரிபாதிக்குச் சற்று முன்னபின்ன இருக்கக்கூடிய அளவுக்குப் பரந்த பெரும் நிலப்பரப்பான லஸ்பெலா, கரான், மக்ரான் பிராந்தியங்களைப் பாகிஸ்தானுடன் இணைத்துக்கொள்வதாக அதில் எழுதப்பட்டிருந்தது.

அதெப்படிச் செய்யலாம் என்று கலாட் மன்னர் வெகுண்டெழுந்தார். அதெல்லாம் அப்படித்தான், நீ உட்கார் என்று சொல்லிவிட்டுத் தயாராக வைத்திருந்த ராணுவத்தை பலூசிஸ்தானுக்கு அனுப்பியது பாகிஸ்தான். முதலில் அனுப்பிய ஒப்பந்தப் படிவத்தில்

குறிப்பிடப்பட்டிருந்த பிராந்தியங்கள் மூன்று. அதிலேயே பலூசிஸ்தானின் கடல் வழி - கடல் எல்லை என்பது முற்றிலுமாகப் பறிபோய்விடும். இப்போது திரண்டு வந்த பாகிஸ்தான் ராணுவம், தன் பங்குக்கு மேலும் மூன்று பிராந்தியங்களை எடுத்துச் சாப்பிட்டுவிட்டு அடுத்து எங்கே வரட்டும் என்று கேட்டது.

வீரர்கள்தாம். தாய்நாட்டுப் பற்று மிக்கவர்கள்தாம். விடுதலைக்காக உயிரைக் கொடுக்கவும் தயாராக இருந்தவர்கள்தாம். ஆனால் பயிற்சி பெற்ற பாகிஸ்தான் ராணுவத்தின் பலத்தின் முன்னால் தாம் ஒன்றுமில்லை என்பது பலூச்சிகளுக்குத் தெரிந்துவிட்டது. பிரிட்டிஷார் உதவியால் பாகிஸ்தான் ராணுவத்துக்கு ஆயுதங்கள் கிடைத்திருந்தன. போர்த்தளவாடங்கள் அனைத்தும் அவர்கள் வசம் இருந்தன. பலூச்சிகள் அப்போதும் நாட்டுத் துப்பாக்கி வரை மட்டுமே முன்னேறியிருந்தார்கள். தவிர, நிலம் பறிபோகும் துக்கத்தினும் தமது மக்களின் உயிர் பறிபோகும் அவலமும் சேர்ந்துவிட வேண்டாமென்று கலாட்டின் மன்னர் நினைத்தார். வேறு வழியின்றி ராணுவம் காலெடுத்து வைத்த மறுநாளே பலூசிஸ்தானைப் பாகிஸ்தானுடன் இணைக்க ஒப்புக்கொள்ள வேண்டியதானது.

எத்தனையோ காலமாக எவ்வளவோ அந்நியர்களையும் எதிரிகளையும் சந்தித்த நாடு அது. யார் யாரோ கவர்ந்து ஆட்சி செய்திருக்கிறார்கள். ஆனால் வந்தவர்கள் போனார்களே தவிர, பலூச்சிகள் அங்கேயேதான் இருந்தார்கள். பிரிட்டிஷ் காலத்தில்கூட பகுதியளவு கௌரவத்தை அவர்களால் தக்கவைத்துக்கொள்ள முடிந்தது. தனி நாடு என்று சொல்லிக்கொள்ள முடிந்தது. உயிர்த்தோழர் ஜின்னா பாகிஸ்தானின் கவர்னர் ஜெனரல் ஆனார். அத்துடன் கலாட் சாம்ராஜ்ஜியத்தின் இறுதி அத்தியாயம் எழுதி முற்றும் போடப்பட்டது.

227 நாள்கள். அவ்வளவுதான் சுதந்தரம். அதுவரை கைபர்

மாகாணம், பஞ்சாப் மாகாணம், சிந்து மாகாணம், கிழக்கு வங்காளம் என்று நான்கு மாகாணங்களைக் கொண்டிருந்த பாகிஸ்தான், பலூசிஸ்தான் இணைக்கப்பட்டு, ஐந்து மாகாணங்களைக் கொண்ட நாடானது.

மார்ச் 27, 1948 அன்று இந்தச் சம்பவம் நடந்தது. நடந்த அனைத்தையும் பிரிட்டன் பார்த்துக்கொண்டுதான் இருந்தது. இந்தியாவும் பார்த்துக்கொண்டுதான் இருந்தது. இரு தரப்புமே கருத்துச் சொல்லவில்லை. பலூச்சிகளாலும் வேறொன்றும் செய்ய முடியவில்லை. முடிந்ததெல்லாம், இன்றுவரை அந்நாளைக் கறுப்பு நாளாகக் கடைப்பிடித்து வருவது மட்டும்தான்.

28. தம்பி

யாரும் யார் காலிலும் விழுவதற்கு இஸ்லாத்தில் அனுமதி இல்லை. உமக்கே நாம் ஆட்செய்தோம் என்று பரம்பொருளுக்கு மட்டுமே பணியவேண்டுமென்பது இதன் உட்பொருள். கலாட்டின் மன்னர் அதனால்தான் மக்கள் காலில் விழவில்லை. ஆனால் அவரது கதறல் புரிவதற்கு மொழிகூட ஒரு பிரச்னை இல்லை. அவரிடம் ஒரு காரணம் இருந்தது. அவரளவில் அது நேர்மையான காரணம். தனது சரித்திரம் முழுவதும் பலூசிஸ்தான் ஏராளமான யுத்தங்களைக் கண்டுவந்திருக்கிறது. எண்ணிலடங்காத உயிரிழப்புகளைப் பார்த்திருக்கிறார்கள். அந்நியப் படையெடுப்பின் போதெல்லாம் பலூச்சிகள் வீரத்துடன் எதிர்த்து நின்று போரிடுவதில் சுணங்கியதில்லை. ஆனால் இறுதி இழப்பு என்று பார்த்தால் அவர்களுடையதாகவே இருக்கும். இன்னொரு ரத்தக்களறி வேண்டாம் என்று எண்ணித்தான் பாகிஸ்தானுக்குப் பணிந்ததாக அவர் சொன்னார்.

ஆனால் நியாய தருமப்படி பார்ப்பதென்றாலும் சரி; சட்டப்படி ஆனாலும் சரி. அந்தக் கட்டாயக் கல்யாணம் செல்லாது என்றால் செல்லாதுதான். ஏனென்றால், பழைய நூறு சதவீத மன்னராட்சிக் காலமென்றால் மிர் அஹ்மத்யார் கானின் கையெழுத்து மட்டும் போதும்.

கதை முடிந்தது என்று எழுந்துவிடலாம். ஆனால் பாகிஸ்தான் சுதந்தரமடைந்த அதே நாளில் தன்னையும் ஒரு சுதந்தர ஜனநாயக நாடாக அறிவித்துக்கொண்டு, அரசியல் அமைப்புச் சட்டமெல்லாம் வகுத்து, மேலவை-மக்களவை ஏற்பாடெல்லாம் செய்துகொண்டு, பிரதம மந்திரி தலைமையில் ஓர் அமைச்சரவையை நிறுவி - இத்தனையும் நடந்திருந்தது. இந்த இரண்டு அவைகளும் பாகிஸ்தானுடன் இணையலாமா என்ற கேள்விக்குக் கூடிப் பேசி, கூடாது என்று தெள்ளத் தெளிவாகத் தமது தீர்ப்பைத் தந்துவிட்டிருந்தன. அதுவும் இரண்டு முறை. நாடாளுமன்றம் நிராகரித்திருந்த திட்டத்தை மன்னரே புறக்கணித்ததை மக்களால் ஏற்க இயலவில்லை. ரத்த ஆறு ஓடும். அவ்வளவுதானே? ஓடிவிட்டுப் போகட்டுமே? நாம் பார்க்காத யுத்தமா? நாம் பார்க்காத ரத்தமா? என்று அவர்கள் கொதித்தெழுந்து நின்றார்கள்.

அப்படிக் கொதித்தெழுந்து இணைப்புக்கு எதிராகக் குரல் கொடுத்தவர்களுள் ஒருவர், மன்னரின் தம்பி. அவர் பெயர் அப்துல் கரீம் கான்.

கலாட்டின் இளவரசராக, மன்னர் மிர் அஹ்மத்யார் கானின் வலது கை இடது கை நம்பிக்கை அனைத்துமாக இருந்தவர். தொடக்கம் முதலே முகம்மது அலி ஜின்னாவுடன் அதிகமாக நெருங்க வேண்டாம் என்று எச்சரித்து வந்தவர். கலாட் என்றென்றும் சுதந்தர நாடாக மட்டுமே இருக்கும்; பாகிஸ்தானுடன் அது இணையவேண்டும் என்று நானும் நினைக்கவில்லை, ஜின்னாவும் விரும்பவில்லை என்று மன்னர் திரும்பத் திரும்பச் சொல்லி அவரை அமைதிப்படுத்திக்கொண்டிருந்தார். ஆனால் அவரது சந்தேகமும் மக்களின் அச்சமும்தான் உண்மை ஆகியிருந்தனவே தவிர மன்னரின் கணிப்பு பொய்த்துவிட்டது. அப்துல் கரீம் கானுக்கு இது தந்த வெறுப்பும் ஆத்திரமும் சிறிதல்ல.

இனி அண்ணனை நம்பிப் பயனில்லை என்று அவர் முடிவுசெய்தார். இணைப்பை எதிர்த்த மக்களில் ஒருவராக அவர் வீதிக்கு வந்து நின்றார். என்ன ஆனாலும் இதை அனுமதிக்க முடியாது. உயிரைக் கொடுத்தாவது பலூசிஸ்தானின் சுதந்தரத்தை மீட்டே தீருவேன் என்று அவர் சொன்னார்.

சொன்னதுடன் நிற்கவில்லை. ஓரளவு ஆயுதங்களைக் கையாளத் தெரிந்த சுமார் ஐந்நூறு-அறுநூறு இளைஞர்களைக் கொண்ட ஒரு ரகசிய ராணுவத்தை உருவாக்கினார். அவர்களுக்குப் போர்ப்பயிற்சி தர ஏற்பாடு செய்தார். ராணுவத்தைக் கொண்டு வந்து இறக்கி அண்ணனை அச்சமூட்டி, நாட்டைக் களவாடிக்கொண்ட பாகிஸ்தானை அதே ராணுவத்தைக் கொண்டு முறியடிப்பதே சரி என்று கிராமம் கிராமமாகச் சென்று போர் முழக்கம் செய்யத் தொடங்கினார்.

பலூசிஸ்தான் வரலாற்றில் அப்துல் கரீம் கான் ஒரு மிக முக்கியமான திருப்புமுனை. இன்றைக்கு பலூசிஸ்தானில் செயல்பட்டுக்கொண்டிருக்கும் அனைத்துப் போராளி இயக்கங்களுக்கும் தொடக்கப் புள்ளி வைத்தவர் அவர்தான். அவரது ஐந்நூறு பேர் ராணுவம் அன்றைக்கு மாகாணமெங்கும் உண்டாக்கிய எழுச்சி அலை மிகப் பெரிது. யாரோ மக்களில் ஒருவர் இப்படி வீதிக்கு வந்து போராடுகிறார் என்றால் பெரிதாகப் பொருட்படுத்தியிருக்க மாட்டார்கள். எந்த மன்னர், கையாலாகாமல் நாட்டின் சுதந்தரத்தைப் பாகிஸ்தானிடம் அடகு வைத்தாரோ, அந்த மன்னரின் உடன் பிறந்த சகோதரர் அந்தப் பணியைக் கையில் எடுத்ததை உலகமே வியந்து பார்த்தது.

அப்துல் கரீம் கான் மக்களை ஒருங்கிணைக்கும் கலையில் ஓரளவு விற்பன்னராக இருந்தார். இடைவிடாமல் செய்த பயணங்களினாலும் எங்கெங்கும் எளிய மக்களுடன் சமமாக அமர்ந்து பேசுவதில் அவருக்கு

எந்தப் பிரச்னையும் இருக்கவில்லை என்பதாலும் மிக விரைவில் மக்கள் அவரை நம்ப ஆரம்பித்தார்கள். யார் கண்டது? அண்ணனால் இழந்த சுதந்தரத்தைத் தம்பியால்தான் மீட்டுத் தர முடியும் என்றால் நடந்துவிட்டுப் போகட்டுமே.

அவரது ஊர்வலங்கள், பேரணிகள், பொதுக்கூட்டங்கள் யாவும் பலூசிஸ்தான் மக்களிடையே மிகப்பெரிய செல்வாக்குப் பெற்றன. அப்துல் கரீம் கான் கலந்துகொள்கிறார் என்றால், அந்நிகழ்ச்சியில் கண்டிப்பாக ஜின்னாவுக்குப் பெரிய அளவில் லட்சார்ச்சனை இருக்கும். மக்கள் தெளிவாக இருந்தார்கள். பலூச்சிகளைப் பொறுத்தவரை ஜின்னா என்ற மனிதர் ஒரு துரோகி. மன்னருக்கு மட்டும் அவர் துரோகம் செய்யவில்லை. மொத்த பலூச்சி சமூகத்தினருக்கும் துரோகம் இழைத்தவர். என்னவானாலும் அவரை மட்டும் மன்னிக்க முடியாது; மன்னிக்கவும் கூடாது. அவரது துரோகத்துக்கு ஒரு தண்டனை கொடுத்தே தீர வேண்டும். அது பாகிஸ்தான் தனது வாழ்நாளில் மறக்க முடியாத பெரிய அடியாக அமைய வேண்டும்.

அப்துல் கரீம் கான், தனது இயக்கத்தை இன்னும் பெரிதாக்கவும் ஆயுதப் பயிற்சிக்கு ஏற்பாடு செய்யவும் இதர பல காரணங்களுக்காகவும் ஆப்கனிஸ்தானுக்கு ஒரு ரகசியப் பயணம் மேற்கொண்டார்.

ஆப்கனிஸ்தானை அப்போது ஆண்டுகொண்டிருந்த மன்னரின் பெயர் முகம்மது ஜாகிர் ஷா. 1933 ஆம் ஆண்டு முதல் அவர்தான் மன்னர். (1973 வரையிலுமே அவர்தான்.) அவர் தமக்கு உதவலாம் என்று அப்துல் கரீம் கான் நினைத்ததற்குச் சில காரணங்கள் இருந்தன. அதில் முக்கியமானது, பாகிஸ்தானுக்கும் ஆப்கனிஸ்தானுக்கும் இடையில் பிரிட்டிஷார் காலத்தில் வரையப்பட்ட எல்லைக் கோட்டில் (வட மேற்கு எல்லை மாகாணத்தை ஒட்டி) ஒரு சிக்கல் இருந்தது. அந்தக் கோட்டுக்குப்

பெயர் துராந்த் கோடு. கோடு சென்ற தொலைவின் சில பகுதிகளில் ஆப்கனின் முதன்மை இனக்குழுவான பஷ்தூன்கள் இருபுறமும் வசித்து வந்தார்கள். கோடு போட்டாலே சிக்கல்தானே? பஷ்தூன்கள் தம்மைத் தனி தேசிய இனமாக அறிவித்துக்கொண்டு பஷ்தூனிஸ்தான் என்கிற தனி நாட்டுக்காகக் குரல் கொடுத்துக் குடைய ஆரம்பித்திருந்தார்கள். இது பாகிஸ்தான் என்ற புதிய நாட்டின் உருவாக்கத்திலேயே சொருகி அனுப்பப்பட்ட சதிக் கண்ணி வெடியாக இருக்கலாம் என்பது ஆப்கன் மன்னரின் சந்தேகம்.

பாகிஸ்தானின் உருவாக்கம், ஆப்கனின் அமைதியை நிச்சயமாக பாதிக்கும் என்று மன்னர் ஜாகிர் ஷா நினைத்தார். அதற்கு முன்னுதாரணமாகவே அவர் பலூசிஸ்தான் இணைப்பைப் பார்த்தார். அன்றைய தேதியில் பாகிஸ்தானின் அந்த அத்துமீறலைக் கடுமையாக எதிர்த்த ஒரே நாடு ஆப்கன் தான். முன்னதாக ஐக்கிய நாடுகள் சபையில் பாகிஸ்தானைச் சேர்ப்பதற்குக் கடும் எதிர்ப்புத் தெரிவித்து, வாக்கெடுப்பிலும் தனது எதிர்ப்பைக் காட்டியிருந்தார்கள்.

இதையெல்லாம் கணக்குப் போட்டுத்தான் அப்துல் கரீம் கான், ஆப்கனிஸ்தான் மன்னரிடம் உதவி கேட்கலாம் என்று நினைத்தார்.

நினைத்ததெல்லாம் சரிதான். அவர் நினைக்க மறந்த இன்னொன்று உண்டு. ஆப்கனின் மன்னர் தாமாக எந்த வம்பு விவகாரத்திலும் தலையைக் கொடுத்து மாட்டிக்கொண்டு விடக்கூடாது என்பதில் மிகத் தெளிவாக இருந்தார். கொள்கை அளவில் அப்துல் கரீம் கானுக்கு அவர் உதவக்கூடியவர்தாம். பலூச்சி மக்களின் போராட்டத்துக்கு உதவுவதில் தவறில்லை என்று எண்ணக்கூடியவர்தாம். மிர் அஹ்மத்யார் கானுடன் பிறகு முகம் கொடுத்துப் பேச முடியாது போய்விட்டால் என்னாவது என்பது கூட அவருக்கு

ஒரு பொருட்டில்லை. ஆனால் பலூசிஸ்தான் விடுதலை இயக்கத்துக்கு ஆப்கன் உதவி செய்வது தெரிந்தால் பாகிஸ்தான் சும்மா இருக்காது. பாகிஸ்தானை அப்போதும் தனது செல்லப் பிள்ளையாகவே கருதிவந்த பிரிட்டிஷ் அரசு சும்மா இருக்காது. எதற்கு ஊர் வம்பு?

அப்பனே என்னால் உனக்கு உதவி செய்ய முடியாது; நீ உன் வழியைப் பார்த்துக்கொண்டு எங்கிருந்தாலும் சௌக்கியமாக இரு என்று சொல்லிவிட்டார்.

'உங்கள் நிலைமை புரிகிறது. நீங்கள் எங்களுக்கு எந்த உதவியும் செய்ய வேண்டாம். அதை நான் வேறெங்காவதுகூடத் தேடிக்கொள்ள முடியும். ஆப்கனிஸ்தானில் இருந்துகொண்டு பலூசிஸ்தானில் புரட்சிப் பயிர் வளர்க்க இடம் கொடுத்தால் போதும்' என்று அப்துல் கரீம் கான் கேட்டுப் பார்த்தார். ஏனென்றால், அதுதான் கூப்பிடு தொலைவில் உள்ள ஒரே பாதுகாப்பான இடம். ஏற்கெனவே பார்த்திருக்கிறோம் அல்லவா? போலன் கணவாய்ப் பாதையில் காலை கிளம்பிச் சென்று அண்டை தேசத்தில் வியாபாரம் செய்துவிட்டு இருட்டும் நேரத்தில் வீடு திரும்பிவிடலாம்.

ஆனால் மன்னர் அதற்கும் ஒப்புக்கொள்ள மறுத்துவிட்டார். நீ முதலில் இடத்தை காலி செய்யப்பா.

கரீம் கான் இதனை எதிர்பார்க்கவில்லை. மிகப்பெரிய அதிர்ச்சி அவருக்கு. எப்படியும் ஆப்கன் மன்னர் உதவுவார்; உதவாவிட்டாலும் உறைவிடம் தருவார் என்று நம்பிக்கை சொல்லித்தான் அவர் தமது படையினருடன் ஆப்கனிஸ்தானுக்கு வந்திருந்தார். அதற்கு வழியில்லை என்றால் இப்போது வேறெங்கே போவது?

பலூசிஸ்தான் விடுதலைப் போராட்ட சரித்திரத்தின் இரண்டாவது மகத்தான துரோகக் காட்சி அப்போது அரங்கேற ஆரம்பித்தது.

29. பத்து வருடக் கடுங்காவல்

ஒரு விடுதலை இயக்கமோ, தீவிரவாத இயக்கமோ இன்றைக்கு இன்னொரு நாட்டில் போய் உட்கார்ந்துகொண்டு செயல்படுவது மிக எளிய செயல். ஆதரித்து, இருக்க இடம் கொடுக்க ஆள் இருந்தால் போதும். இதர செலவுகளை வையம் தழுவிய வசூலில் முடித்துக்கொள்ளலாம். 1991 ஆம் ஆண்டு வளைகுடாப் போரில் சவூதி அரசாங்கம் அமெரிக்க ஆதரவு நிலைப்பாடு எடுத்ததன் தொடர்ச்சியாக ஒசாமா பின்லேடன் தனது குழுவினருடன் சூடானுக்குப் போனார். அப்போது அங்கே ஒரு ராணுவ ஆட்சி நடந்துகொண்டிருந்தது. சொல்லிக்கொள்ள வேண்டியதுதான். ஏதோ செய்தார்கள். எப்படியோ ஆட்சியைப் பிடித்தார்கள். மூச்சைப் பிடித்துக்கொண்டு ஒவ்வொரு நாளையும் கடந்துகொண்டிருந்தார்கள். சூடான் அன்றைக்குப் பரம தரித்திர தேசம். யாராவது பார்த்து நல்லது செய்தால்தான் உண்டு என்ற நிலைமை.

ஒசாமா பின்லேடன் அங்கே குடித்தனம் போனதில் அவருக்கு நடந்த நல்லது என்று பார்த்தால், இருக்க இடம் கிடைத்தது மட்டும்தான். உண்மையில் அல் காயிதா சூடானில் இருந்த ஐந்தாண்டுக் காலமும் அதுதான் அந்நாட்டை வாழ வைத்துக்கொண்டிருந்தது.

பல்வேறு தொழில்களிலும் விவசாயத்திலும் ஒசாமா முதலீடு செய்தார். சொந்தமாகவும் சில நிறுவனங்களைத் தொடங்கி, உள்ளூர் சூடானியருக்கு வேலை வாய்ப்பை உருவாக்கித் தந்தார். போதாக்குறைக்கு ஆட்சியாளர்களுக்கும் அவ்வப்போது வேண்டிய சகாயம் செய்துகொடுத்துக்கொண்டு, ஒரு மாதிரி, வரையறுக்கப்பட்ட சூடானியக் காவல் தெய்வம் போலவே வாழ்ந்தார்.

ஒசாமா பணக்காரரர். அவருக்கு அது சாத்தியம். இதர தீவிரவாத இயக்கங்களால் இதெல்லாம் முடியாது. விடுதலை இயக்கங்கள் என்றால் சொல்லவே வேண்டாம். அப்துல் கரீம் கான், கலாட் மன்னரின் சகோதரராக இருக்கலாம். ராஜ குடும்பத்து சொத்தில் அவருக்கு நிச்சயமாகப் பங்கு இருந்தது. ஆனால், பாகிஸ்தான் செய்த துரோகத்தில் மனம் வெறுத்து, அந்த துரோகத்துக்குத் தனது சகோதரர் துணைபோய்விட்டதில் மொத்தமாகவே கசந்துபோய்த்தான் அவர் அரண்மனையை விட்டு வெளியேறி மக்களில் ஒருவனாக நின்றார்.

அதுகூடச் சிக்கல் இல்லை. என் பங்கைப் பிரித்துக் கொடு என்று கேட்டுவிடவும் அவர் தயாராகவே இருந்தார். ஆனால் பிரித்து வாங்கிக்கொண்டு எங்கே போவது? நீ இங்கே இருக்கவே கூடாது என்று சொல்லிவிட்டார், ஆப்கன் மன்னர். வேறு நாடு, வேறு இடம் என்று உடனே மாற்றுக் கணக்குப் போடுகிற சூழல் அன்றைக்கு இல்லை. அக்கம்பக்கத்தில் பலூசிஸ்தான் விடுதலைக்கு உதவக்கூடிய நிலையில் யாருமே இருக்கவில்லை என்பதுதான் காரணம்.

இன்றைக்கு அமெரிக்கா ஒரு தாதா என்றால் அன்று ஆசியப் பிராந்தியத்தில் பிரிட்டன் ஒரு தாதா. புதிய பாகிஸ்தானுக்கு எதிரான இயக்கத்துக்கு அடைக்கலம் கொடுத்துவிட்டு யார் வாங்கிக் கட்டிக்கொள்ள விரும்புவார்கள்? அப்துல் கரீம் கான் தனக்கு

நிச்சயமாக ஆப்கன் மன்னர் அடைக்கலம் தருவார் என்று நினைத்தார். அவரிடம் இரண்டாவது யோசனை என்றுகூட ஏதும் இருக்கவில்லை. அவரே முடியாது என்று சொல்லிவிட்டபடியால் கரீம் கானுக்கு இருந்த ஒரே வழியும் அடைபட்டுப் போனது.

அடுத்து என்ன செய்யலாம், எங்கே போகலாம் என்று அவரது ஐந்நூறு பேர் கொண்ட படைப்பிரிவினர் கவலையுடன் பேசிக்கொண்டிருந்தார்கள். கண்ணுக்கெட்டிய தொலைவில் இன்னோர் இடம் அவர்களுக்குத் தென்படவில்லை. ஒரு பத்துப் பதினைந்து நாள்கள் அவகாசம் கொடுத்தால் மாற்று ஏற்பாடு செய்துகொண்டு புறப்பட்டுவிடுவதாக கரீம் கான் ஆப்கன் மன்னரிடம் கேட்டுப் பார்த்தார். அப்பனே நீ ஒரு பத்து நிமிடத்தில் புறப்பட்டால் நல்லது என்று அவர் தலைக்கு மேலே கும்பிடு போட்டுவிட்டதால் உடனடியாகப் படையினருடன் ஆப்கனை விட்டுக் கிளம்ப வேண்டிய சூழ்நிலை ஏற்பட்டது.

இனி என்ன?

கலாட் மன்னரும் உடன்பிறந்த பாவத்துக்கு இந்த உதவியாவது செய்ய வேண்டிய நிலைமையில் இருந்தவருமான மிர் அஹ்மத்யார் கானுக்குத் தகவல் அனுப்பினார்.

உடன்பிறப்பே, எனக்கு வேறு வழியில்லை. நான் மீண்டும் பலூசிஸ்தானுக்கு வந்தாக வேண்டும். ஜின்னா உங்களைக் கைவிட்டதைவிட ஆப்கன் மன்னர் என்னைக் கைவிட்டது அத்தனை பெரிய அதிர்ச்சியில்லை. ஆயிரம் இருந்தாலும் அவருக்கு அவரது நாடு முக்கியம். அவரது மக்கள் முக்கியம். அவர்களது நலன் முக்கியம். ஆனால் அதற்காகவும் எதற்காகவும் நான் என் கொள்கையை மாற்றிக்கொள்ளத் தயாரில்லை. இப்போதைக்கு நான் கலாட்டுக்குத் திரும்பி வந்தாக வேண்டும். வேறு போக்கிடமில்லை. ஆனால் வந்த பிறகும் பாகிஸ்தானுக்கு

எதிரான கிளர்ச்சிகள் தொடரத்தான் செய்யும். நான் அதை முன்னெடுக்கவே செய்வேன். பாகிஸ்தான் அரசின் நிரந்தரத் தலைவலியாக நானும் என் இயக்கமும் எப்போதும் இருப்போம்.

ஆனால் இதையெல்லாம் அவர்களிடம் சொல்லிக்கொண்டிருக்க முடியாது. இப்போது அங்கே நிலவரம் என்ன? என்னைக் குறித்து என்ன பேசிக்கொள்கிறார்கள்? நான் நாடு திரும்பினால் நல்லபடியாக வாழ வழியுண்டா? இல்லாவிட்டாலும் உடன்பிறந்த ஒரு காரணத்துக்காகவேனும் எனக்காக நீங்கள் அதனைச் செய்துதான் தீர வேண்டும். துரோகி பாகிஸ்தான் அரசுடன் பேசித் தொலையுங்கள்.

கலாட் மன்னருக்குக் கரீம் கானின் சிக்கல் புரிந்தது. நாட்டை இழந்தாகிவிட்டது. தம்பியை இழக்க அவர் தயாராக இல்லை. தன்னால் முடியாத புரட்சியை அவனாவது வளர்த்து, நாட்டை விடுவித்தால் அவருக்கும் மகிழ்ச்சியே அல்லவா?

எனவே, சிறிது காத்திருக்கச் சொல்லிவிட்டு அவர் பாகிஸ்தான் ராணுவத்தினரிடம் பேசினார். இஸ்லாமாபாத் 'உயரிடங்களுக்கும்' கோரிக்கை வைத்தார். அறியாத பிள்ளை தெரியாமல் ஏதோ செய்துவிட்டான். இம்முறை அவனை மன்னித்துவிடுங்கள். கலாட்டில் அவனால் இன்னொரு கலவரம் ஏற்படாதவாறு நான் பார்த்துக்கொள்கிறேன்.

நீண்ட யோசனைக்குப் பிறகு பாகிஸ்தான் அரசு, கலாட் மன்னரின் கோரிக்கையை ஏற்றுக்கொண்டது. ஒழிந்து போ. உன் தம்பியை மன்னிக்கிறேன். ஆனால் இந்த முறை மட்டும்தான். இன்னொரு புரட்சி, புடலங்காய் என்று அவன் எதையாவது தூக்கிக்கொண்டு கிளம்பினால் கதை முடிந்தது என்று எண்ணிக்கொள்.

மிரட்டலுடன்கூட முறைப்படியான ராணுவ ஒப்பந்தக் கடிதம் ஒன்று தயாரிக்கப்பட்டது. அப்துல் கரீம் கான்

தனது படைகளுடன் கலாட்டுக்குத் திரும்பி வரலாம். பாகிஸ்தான் அரசு அவர்களை ஒன்றும் செய்யாது. ஆனால் வந்த பிறகு நடந்துகொள்ள வேண்டிய விதம் சார்ந்த விதிமுறைகள் அளிக்கப்படும். ஒழுங்கு மரியாதையாக அதைக் கடைப்பிடித்தால் பலூசிஸ்தானிலேயே காலம் முழுதும் வாழ்ந்துவிட்டுப் போகலாம். மீறினால் நடப்பது வேறு.

இரு தரப்பும் இதில் கையெழுத்திட்ட பின்பு, அப்துல் கரீம் கான் கலாட் திரும்பலாம் என்று தகவல் தரப்பட்டது. முயற்சி தோல்வி கண்ட வலியும் வேதனையும் இருந்தாலும், எதையும் கைவிட்டுவிடப் போவதில்லை என்று தமது வீரர்களுக்கு அவர் நம்பிக்கை சொல்லி அழைத்துக்கொண்டு ஆப்கனில் இருந்து புறப்பட்டார். கலாட்டுக்குச் சென்ற பின்பு என்னென்ன செய்ய வேண்டும், அடுத்த திட்டங்களை எப்படி வகுக்க வேண்டும், அனைத்துக்கும் முதலாக, வெளிநாடுகளில் எப்படி ஆதரவு திரட்ட வேண்டும் என்று வழியெல்லாம் பேசியபடி அவர்கள் ஆப்கன் எல்லையைக் கடந்து பலூசிஸ்தானுக்குள் காலெடுத்து வைத்தார்கள். ஹர்போய் மலைப்பகுதியில் தங்கிக்கொண்டு அடுத்தகட்ட நடவடிக்கைகளைப் பற்றிச் சிந்திக்க ஆரம்பித்தார்கள்.

ஆனால் அதெல்லாம் நெடுநாள் நீடிக்கவில்லை. பாகிஸ்தான் ராணுவம் சுற்றிவளைத்துவிட்டது. படைக்குத் தலைமை தாங்கி வந்த அதிகாரியின் கையில் ஒரு தாள் இருந்தது. சரி, அண்ணன் கையெழுத்திட்ட ஒப்பந்தப் பத்திரமாக இருக்கும், ஒருவேளை நாமும் கையெழுத்திட வேண்டி வரலாம் என்று கரீம் கான் நினைத்தார். நடந்தது வேறு. கரீம் கானும் அவரோடு இருந்தவர்களும் மொத்தமாகக் கைது செய்யப்பட்டார்கள்.

ஐயா, நான் கலாட் மன்னரின் தம்பி அப்துல் கரீம் கான்.

அதனாலென்ன? இப்போது நீ பாகிஸ்தான் ராணுவத்தின் கைதி. நீதி மன்றத்தில் விசாரணை நடக்கும். வந்து

பேசிக்கொள்.

எங்களைக் கைது செய்ய மாட்டோம் என்று நீங்கள் சொன்னதால்தான் நாங்கள் திரும்பி வந்தோம்.

இல்லாவிட்டால் எங்கே போயிருப்பாய்? போக்கிடமற்றவனே. ஏறு வண்டியில்.

கலாட்டின் மன்னர் இரண்டாவது முறையாக ஏமாற்றப்பட்டார். அவரது சகோதரர் அப்துல் கரீம் கானைக் கைது செய்து சிறையில் அடைத்தது பாகிஸ்தான் அரசு. விசாரணையாவது ஒன்றாவது? பத்து வருடக் கடுங்காவல்.

30. புதிய கட்சி

அடிப்படையில் பலூச்சிகளுக்குப் பாகிஸ்தானிகளைப் பிடிக்காது. பாகிஸ்தானிகளுள் பஞ்சாபிகளுக்கும் சிந்திகளுக்கும் பலூச்சிகளைப் பிடிக்காது. இதற்கு இன, மத, மொழி காரணங்கள் கிடையாது என்பதுதான் இங்கே முக்கியம். பாகிஸ்தானியரிடம் எந்தச் சந்தர்ப்பத்திலும் நேர்மையை எதிர்பார்க்க முடியாது என்ற முடிவுக்கு பலூச்சிகள் வந்துவிட்டிருந்தார்கள். பாகிஸ்தான் என்ற தேசம், ஜின்னா என்கிற மனிதரால் தோற்றுவிக்கப்பட்டது முதல் உருவாகத் தொடங்கிய கசப்பு அது. இன்னும் குறிப்பாகச் சொல்ல வேண்டுமென்றால், பாகிஸ்தான் அரசு என்பது ஒரு மாபெரும் பஞ்சாபி லாபி. நாட்டின் மொத்த அரசியல் அயோக்கியர்களும் அங்கிருந்தே உற்பத்தியாகிறார்கள் என்று பலூசிஸ்தானில் டீக்கடைதோறும் சொல்வார்கள். வரலாற்றைப் புரட்டிப் பார்த்தால் இந்தக் கூற்று முற்றிலும் பிழையானது என்று சொல்லிவிட முடியாது. ஆனால் தொடக்கம் முதலே அவர்கள் பலூச்சிகளை மூன்றாம் தரக் குடிமக்களாகவே பார்த்தும் நடத்தியும் வந்திருப்பதற்குச் சரியான காரணங்கள் கிடைப்பதில்லை.

பலூச்சிகள் முரடர்கள். அதில் சந்தேகமில்லை. ஆனால் நம்பிக்கை வைக்கும் யாருக்காகவும் உயிரைக்

கொடுக்கவும் தயங்காதவர்கள். பலூசிஸ்தானை வலுக்கட்டாயமாக இணைத்துக்கொண்டது முதல் ஒரு சந்தர்ப்பத்தில்கூட அவர்கள் நம்பிக்கை கொள்ளும் விதத்தில், அம்மக்களுக்கு உதவியாகப் பாகிஸ்தான் அரசு எதையுமே செய்ததில்லை என்பதுதான் அனைத்துச் சிக்கல்களுக்கும் காரணம்.

இத்தனைக்கும் பாகிஸ்தானின் மாபெரும் வருவாய்ப் பாதை அதுதான். கனிம வளம், மின்சார உற்பத்தி, கடல் வழி வணிகம் போன்ற இனங்களில் கடந்த எழுபத்தெட்டு ஆண்டுகளாகப் பாகிஸ்தானின் தேவைகளைப் பெருமளவு பூர்த்தி செய்வது பலூசிஸ்தான்தான். பதிலுக்கு அம்மக்கள் எதிர்பார்ப்பவை என்ன?

சிறிதளவு நன்றி உணர்ச்சி. லாபத்தில் பங்கு. வளர்ச்சித் திட்டங்கள். மக்கள் நலப் பணிகள். அவ்வளவுதான். நியாயமாக எந்த அரசும் தனது அனைத்து மாநிலங்களுக்கும் செய்ய வேண்டியவைதானே என்று தோன்றலாம். பாகிஸ்தான் அதனைச் செய்யாமல் விட்டதுதான் அந்த நீடித்த பகையின் அடிப்படை. காலம்தோறும் இதனைத் தட்டிக்கேட்ட பலூச்சி தலைவர்கள் ஒவ்வொருவரையும் கட்டம் கட்டித் தனிமைப்படுத்தியது, சிறைப்படுத்தியது, காணாமல் போகச் செய்தது போன்றவை அம்மக்களை ஆயுதம் ஏந்தச் செய்தன.

ஜின்னா செய்த காரியத்தை பலூச்சிகள் மன்னித்திருக்கக் கூடும். பாகிஸ்தானின் ஒரு மாகாணமாக்கிக்கொண்டதோடு நிறுத்தாமல், அவர்களுக்குரிய பங்கைத் தடையின்றிக் கொடுத்திருந்தால் அது நடந்திருக்கும். ஆனால் அடிப்படைக் கட்டமைப்புகளில்கூடக் கவனம் செலுத்தாத பாகிஸ்தான் அரசியல்வாதிகளின் அலட்சியம் அம்மக்களை விரக்தியடைய வைத்தது. அப்துல் கரீம் கான் கைது செய்யப்பட்டபோது அந்த விரக்தி, இனி ஆயுதப் போரைத் தவிர வேறு வழியில்லை என்ற உறுதியான நிலைப்பாட்டை எடுக்க வைத்தது.

ஒரு விநோதம். தொடக்கம் முதலே பலூசிஸ்தான் மக்களுக்குள் இனக்குழு மோதல்கள் நிறைய நடக்கும் என்று பார்த்திருக்கிறோம். யார், யாரை அடிக்கிறார்கள்; எதற்காக இந்தச் சண்டை என்று அது முடிந்த பிறகும் கண்டுபிடிக்கவே முடியாத அளவுக்குப் படு உக்கிரமாக அவர்களது போர்கள் நடக்கும். நிறைய தலைகள் உருளும். ரத்த ஆறு ஓடும். பிறகு அது ஓயும். வேறொரு இடத்தில் வேறு இரண்டு இனக்குழுக்கள் அடித்துக்கொள்ளும். அது முடிந்தால் மற்றொன்று. இது என்றுமே அங்கே ஓய்ந்ததில்லை.

ஆனால், எப்போது பாகிஸ்தான் என்ற தேசம் உருவாகி, அதே நாளில் சுதந்தர கலாட் ராஜ்ஜியம் என்று மிர் அஹ்மத்யார் கான் அறிவித்து மகிழ்ந்தாரோ, அக்கணம் முதல் அந்த இருநூறு நாள் சுதந்தர காலத்தில் அங்கே அம்மாதிரியான இனக்குழு மோதல் எதுவுமே நடக்கவில்லை. தங்களுக்குள் பகை என்ற ஒன்று இருந்ததாகவே நினைக்காமல் சகோதரபாவத்துடன் அவர்கள் பழகத் தொடங்கினார்கள். ஒருங்கிணைந்து பலூசிஸ்தானை முன்னேற்றுவது எப்படி என்றெல்லாம் கூடிப் பேச ஆரம்பித்தார்கள். ஜனநாயகம் வந்துவிட்டிருந்தது. நாடாளுமன்றம், தேர்தல், அனைத்து இனக்குழுவினருக்கும் பிரதிநிதித்துவம் என்றெல்லாம் பேசத் தொடங்கிய பின்பு அவர்களுக்குச் சண்டையிட்டுக்கொள்வதில் ஆர்வம் போய்விட்டது. பலூச்சி தேசியம் என்ற கருத்தாக்கம் அவர்களைக் கவர்ந்தது. அந்த ஒற்றை அடையாளத்தை மட்டும் வைத்துக்கொண்டு உலகத்துக்குத் தங்கள் திறமையை வெளிக்காட்டுவதென்று முடிவுசெய்தார்கள்.

ஆனால் எப்போது ஜின்னா படைகளை அனுப்பி கலாட் ராஜ்ஜியத்தை மொத்தமாக வாரிச் சுருட்டினாரோ அக்கணம் அவர்களுக்குத் தெரிந்துபோனது. இனி துளித் துளியாகத் தங்கள் தேசிய அடையாளத்தை அழிப்பதே பாகிஸ்தானின் முதன்மை இலக்காக

இருக்கும். பாகிஸ்தானி தேசியத்தைத் தங்கள் தேசியமாகக் கருதும்படி வற்புறுத்தப்படுவோம். உர்தூ திணிக்கப்படும். மெல்ல மெல்ல பலூச்சி மொழியின் பயன்பாடு குறைக்கப்படும். இதர ஆதிமொழிகள் அனைத்தும் மொத்தமாக அழிக்கப்படும். பலூச்சி கலாசாரம் ஓரங்கட்டப்படும். நம்பிக்கைகள், கொண்டாட்டங்கள், வாழ்க்கை முறை அனைத்தும் சிதைக்கப்பட்டுப் பாகிஸ்தானுக்குப் பொதுவான அனைத்தும் நமக்கும் பொதுவானவையாக்கப்படும். பிரத்தியேகங்கள் அனைத்தும் நிர்மூலமாகும்.

இதைச் சரியாகப் புரிந்துகொள்ள வேண்டும். மனத்தளவில் என்றுமே தன்னை ஒரு பாகிஸ்தானியாக எண்ணாதவர் வேறு எந்த விதமாகவும் சிந்திக்க முடியாது அல்லவா? அதுதான் அனைத்து பலூச்சிகளுக்கும் அன்று பொதுவான மனநிலையாக இருந்தது. வெறுப்பின் ஊற்றுக்கண் அதில் இருந்தது. ஆனால் வெறுப்பைக் காட்ட முடியாத கையறு நிலையில் அவர்கள் இருந்தார்கள். காரணம், கலாட்டின் மன்னர் கையெழுத்திட்டு நாட்டைப் பாகிஸ்தானிடம் கொடுத்துவிட்டார். காரணம் எதுவானாலும் போனது போனதுதான். இனி எப்போது திரும்பி வரும், அல்லது வருமா என்று தெரியவில்லை.

அவர்கள் புலம்பிக்கொண்டே பொழுதைக் கழித்திருக்கக் கூடும். பொங்கியெழும்படிச் செய்தது மிக நிச்சயமாகப் பாகிஸ்தான்தான். அந்தக் கைது. அப்துல் கரீம் கானுக்கு வழங்கப்பட்ட கடுங்காவல் தண்டனை.

குத்துமதிப்பாக ஒரு கணக்கெடுத்துப் பார்த்தால் 1950 ஆவது ஆண்டு தொடங்கி (அந்த ஆண்டு மே மாதம்தான் கரீம் கான் கைது செய்யப்பட்டார்) இன்றுவரை ஓராண்டுகூட பலூசிஸ்தானுக்கும் பாகிஸ்தானுக்கும் முட்டிக்கொண்டு சண்டை வராதிருந்ததில்லை. சுதந்தரப் போர் என்று பலூச்சிகளும் ரவுடிகளின் அட்டகாசம்

என்று பாகிஸ்தான் அரசும் சொல்வர். இன்றுவரை இது இப்படித்தான் இருக்கிறது. பலூச்சிகளும் நிறுத்தவில்லை; பாகிஸ்தானும் மாறவில்லை. இதன் தொடக்கம், சந்தேகமில்லாமல் அப்துல் கரீம் கானின் புரட்சிகர முயற்சிதான்.

அது தோற்றுத்தான் போனது. அவரும் தோற்றுத்தான் போனார். சுதந்தர கலாட் ராஜ்ஜியமாக இருந்த காலத்தில் அவர் கலாட்டின் ராணுவத் தலைமைப் பொறுப்பு ஏற்று, ஒரு வலுவான ராணுவத்தைத் தங்கள் நாட்டுக்கு உருவாக்கும் பணியைத் தொடங்கியிருந்தார். கலாட் அடிமைப்பட்டுப் போன பிறகும் அவர் ராணுவ வீரராகத்தான் இருந்தாரே தவிர, மன்னரின் சகோதரராக ஒருநாளும் இருந்ததில்லை. விடுதலைக்காகத்தான் அவர் ஆப்கனிடம் உதவி கேட்டுச் சென்றார். அது நடக்கவில்லை என்பது வேறு. ஆனால் அவரது வீரமும், அதற்கு அஞ்சி பாகிஸ்தான் அரசு அவரைக் கைது செய்து சிறையில் வைத்த விதமும் மக்களைப் பொங்கியெழச் செய்துவிட்டன.

கானை விடுதலை செய்யச் சொல்லி மாநிலமெங்கும் ஆர்ப்பாட்டங்களும் பேரணிகளும் தீ வைப்புகளும் நாள்தோறும் நடக்கத் தொடங்கின. பாகிஸ்தானுக்கு இது பெரும் தலைவலியாகப் போனது. உண்மையில் அவர்களால் பலூச்சி மக்களைச் சமாளிக்கவே முடியவில்லை. மாகாணத்தில் ஒரே ஒரு அரசு அலுவலகம் கூட ஒழுங்காகச் செயல்பட முடியாதிருந்தது. எப்போது யார் கல் வீசுவார்கள், எங்கே தீப்பந்தம் வந்து விழும், எங்கே குண்டு வெடிக்கும் என்றே தெரியாத நிலையில் அரசு ஊழியர்கள் வேலைக்கு வரவே அஞ்சினார்கள். தொடர்ந்து இப்படிக் குடைச்சல் கொடுத்துக்கொண்டே இருந்தால் நிச்சயமாகப் பாகிஸ்தான் தங்களை விட்டு ஓடிவிடும் என்று அப்பாவி மக்கள் நினைத்ததன் விளைவு அது.

ஆனால், பலூசிஸ்தான் மாகாணத்தின் இயற்கை வளங்கள் பாகிஸ்தானின் வளர்ச்சிக்கு இன்றியமையாதவை. முன்பே கண்டதுபோல, இன்றுவரையிலுமே நிலைமை அதுதான். என்ன ஆனாலும் பலூசிஸ்தானை விட்டுத் தரக்கூடாது என்பதில் அவர்கள் தெளிவாக இருந்தார்கள். அந்த நேரத்தில் நிலைமையை ஓரளவு கட்டுக்குள் கொண்டு வர என்ன செய்யலாம் என்று யோசித்து, **1955** ஆம் ஆண்டு போனால் போகிறதென்று அப்துல் கரீம் கானை விடுதலை செய்தார்கள்.

சும்மா இல்லை. அவர் வெளியே வந்த பிறகு எப்படி இருக்க வேண்டும், என்ன செய்யலாம்-என்ன செய்யக்கூடாது என்றெல்லாம் உட்கார வைத்துப் பாடமெடுத்துத்தான் அனுப்பிவைத்தார்கள்.

மிர் அஹ்மத்யார் கானாக இருந்தால் ஒருவேளை சரியென்று தலையாட்டியிருப்பார். கரீம் கான் ஒரு புன்னகை மட்டுமே செய்தார். வெளியே வந்த கையோடு ஓர் அரசியல் கட்சியைத் தொடங்கினார். காத்திருந்தாற்போல கலாட் தேசியக் கட்சியில் இருந்தும் இதர பல இயக்கங்களில் இருந்தும் ஏராளமானவர்கள் அவரோடு வந்து இணைந்துகொண்டார்கள்.

31. ஒன்று என்பது ஒன்றல்ல

பலூச்சிகளுக்கும் பாகிஸ்தானி பஞ்சாபிகளுக்கும் ஏழாம் பொருத்தம் என்று ஏற்கெனவே பார்த்தோம் அல்லவா? அதற்குப் பல காரணங்கள் உண்டென்றாலும் அடிப்படையில் ஒரு கொலைவெறி விரோதபாவம் இருக்கிறது. பாகிஸ்தானிய பஞ்சாபி அரசியல்வாதிகள் மரபணு அளவிலேயே விஷமப் பிரியர்கள். எங்காவது எதையாவது யாரையாவது சீண்டிவிட்டு, அவர்கள் காச்மூச்சென்று கத்தத் தொடங்கும்போது சற்றுத் தள்ளிச் சென்று கைகட்டி நின்று ஒன்றுமே தெரியாதது போல சமர்த்தாக வேடிக்கை பார்ப்பதில் விருப்பம் கொண்டவர்கள். இந்தக் கைங்கர்யத்தை அவர்கள் பலூச்சிகளிடம் மட்டும்தான் நிகழ்த்துவார்கள் என்றில்லை. வடமேற்கு எல்லைப்புற மாகாணத்து ஆதிவாசிகளுடன் செய்வார்கள். கண்காணாத தொலைவில் தங்கள் தலையெழுத்தை எண்ணி முனகியபடி அன்றைக்கு வாழ்ந்துகொண்டிருந்த கிழக்கு வங்காளத்து முஸ்லிம்களுக்கும் செய்வார்கள். அந்த வகையில் பாரபட்சமில்லாத பரோபகாரிகள்.

1955 ஆம் ஆண்டு அவர்கள் செய்த இந்த ரகப் பரோபகாரம் ஒன்று பலூசிஸ்தானில் வசித்து வந்த அத்தனை மக்களையும் ரத்தம் கொதிக்கப் பொங்கி எழச்

செய்தது. தனி நாடாக இருந்த கலாட்டை பலூசிஸ்தான் மாகாணமாக்கியதையே அவர்களால் ஜீரணிக்க முடியாதிருந்தது. இந்நிலையில், பலூசிஸ்தான் இனித் தனி மாகாணமும் அல்ல; மேற்கு பாகிஸ்தானின் ஓர் அங்கம், அவ்வளவுதான் என்று அன்றைய பாகிஸ்தான் ஜனாதிபதி இஸ்கந்தர் மிஸ்ரா அறிவித்தார்.

முன்னதாக, **1954** ஆம் ஆண்டு நிர்வாக வசதி கருதி பாகிஸ்தானை இரண்டு பகுதிகளாகப் பிரிக்கலாம் என்று முடிவு செய்தார்கள். இன்றைய பாகிஸ்தான் ஒரு பகுதி. இன்றைய பங்களாதேஷும் அன்றைய கிழக்கு பாகிஸ்தானுமாக இருந்த நிலப்பரப்பு இரண்டாவது பகுதி.

மேலோட்டமாகப் பார்த்தால் அன்றைய சூழ்நிலையில் இது சரியான ஏற்பாடு என்றே தோன்றும். ஆனால் சரியானதல்ல. எப்படி என்று சிறிது விளக்கமாகப் பார்த்துவிடலாம்.

பாகிஸ்தான் என்பது ஒரே நாடுதான். எப்படி இந்தியா என்பது ஒரே நாடோ, அதைப் போல. ஆனால் பாகிஸ்தானில் பஞ்சாபிகள் வேறு. சிந்திகள் வேறு, பதான்கள் வேறு, பலூச்சிகள் வேறு. வங்காளிகள் முற்றிலும் வேறு. ஐந்து மாகாண மக்களும் முற்றிலும் சம்பந்தமேயில்லாத வேறு வேறு கலாசாரப் பின்னணி கொண்டவர்கள். பேசும் மொழியிலிருந்து வாழும் வாழ்க்கை வரை எல்லாமே வேறு வேறு.

இந்தியாவில் தமிழ்நாடும் அஸ்ஸாமும் மகாராஷ்டிரமும் மற்ற மாநிலங்களும் எப்படியோ அப்படி. நம்மால் ஒரே நாடு, ஒரே ஆதாரை ஏற்றுக்கொள்ள முடியும். ஆனால் ஒரே நாடு ஒரே மொழி என்றால் ஒப்புக்கொள்வோமா? ஒரே நாடு ஒரே சப்பாத்தி என்றால் சரிப்பட்டு வருமா? இது, விஷயம் புரிவதற்காகச் சொல்லப்பட்ட மேலோட்டமான உதாரணங்கள் மட்டுமே. உண்மையில் பலூசிஸ்தான், வடமேற்கு எல்லைப்புற மாகாணத்தின்

(கைபர் பக்துன்வா) பிரத்தியேகமான இனக்குழு மற்றும் கலாசார அடையாளங்கள், மொழி அடையாளங்களை அழித்து அம்மக்களை முகமற்றவர்களாக்குவதற்காக மேற்கொள்ளப்பட்ட தந்திரம் அது.

கிழக்கு வங்காளத்தை 'பி' பிரிவு என்று பிரித்ததன் காரணம், அவர்களே தங்களை இரண்டாந்தரக் குடிமக்களாக உணரச் செய்வது. விசித்திரம் என்னவென்றால், முஸ்லிம் லீக்கின் தோற்றமே வங்காளத்தில் நிகழ்ந்ததுதான். முகம்மது அலி ஜின்னாவை லீக்கின் தலைவராக்கியதில் முக்கியப் பங்கு வகித்தவர்கள் வங்காளிகள்தாம். ஆனாலும் பாகிஸ்தான் வழக்கம் அதுதான். கலாட் மன்னருடன் ஜின்னாவுக்கு இருந்த நட்புணர்வைப் பார்க்கவில்லையா? விடுங்கள், மேலே செல்வோம்.

1954 ஆம் ஆண்டு இந்த ஒரே பாகிஸ்தான்; இரண்டு யூனிட் என்கிற திட்டம் அறிமுகப்படுத்தப்பட்டது. அடுத்த ஆண்டு அக்டோபரில் பலூசிஸ்தானை இந்தத் திட்டத்துக்குள் இழுத்துப் போட்டார், ஜனாதிபதி. பலூச்சிகள் திகைத்துவிட்டார்கள். சுதந்தரம் பறிபோனதைத்தான் அவர்கள் அதுவரை பெரிய இழப்பாகக் கருதினார்கள். இப்போது தன்னாட்சி வசதி பறிக்கப்பட்டு, சொந்த அடையாளங்களும் அழிக்கப்படும் என்பதை அவர்களால் நம்பவே முடியவில்லை.

கண்ணை மூடிக்கொண்டு ஒரு கணம் சிந்தித்துப் பாருங்கள். இன்றிரவு படுத்து உறங்குகிறீர்கள். விடிந்து எழுந்து வெளியே வந்து பார்த்தால் உங்கள் மொழியில் ஒரு பெயர்ப்பலகை கூடக் கிடையாது. நீங்கள் வேலை பார்க்கும் அலுவலகத்தில் உங்கள் மொழி ஆவணங்கள் அனைத்தும் இன்னொரு மொழிக்கு மாற்றப்பட்டுவிட்டன. அதுவரை நீங்கள் உங்கள் மன்னரை நீங்கள் கொண்டாடிக்கொண்டிருக்கிறீர்கள். திடீரென்று பார்க்குமிடமெல்லாம் வேறொரு நபரின்

புகைப்படம் மாட்டப்பட்டு, அவருக்கு மட்டும் சல்யூட் வைத்துவிட்டு நகர்ந்து போ என்று சொன்னால் எப்படி இருக்கும்?

இதில் உள்ளதிலேயே ஆகப்பெரிய துயரம், அங்கே கிழக்கு வங்காளத்தில் மக்கள் அத்தனை பேரும் பொங்கி ஆர்ப்பரித்துக்கொண்டிருந்தார்கள். அதெப்படி எங்கள் அடையாளங்களை அழிக்கலாம்? அதெல்லாம் ஒப்புக்கொள்ள மாட்டோம், இந்தச் சட்டத்தை அனுமதிக்கவே முடியாது என்று வீதிக்கு வீதி கோஷம் போட்டுக்கொண்டு போனார்கள். எங்கெல்லாம் பாகிஸ்தான் ராணுவத்தினர் மடக்கிப் பிடித்தார்களோ, அங்கெல்லாம் தீப்பற்றிக்கொண்டது. அரசு அலுவலகங்கள் சூறையாடப்பட்டன. எங்கு பார்த்தாலும் கல்லடி; கலவரம்.

பலூசிஸ்தான் அவ்வளவு மோசமாகவில்லை. அவர்களுக்கு ஆத்திரம் இருந்தது. வெறுப்பு இருந்தது. கோபம் இருந்தது. விரக்தி இருந்தது. அதே சமயம் அவசரப்பட்டு எதையும் செய்து சிக்கலை மேலும் பெரிதாக்கிக்கொள்ள வேண்டாம் என்ற எண்ணமும் இருந்தது. இத்தனைக்கும் பரப்பளவிலும் சரி; மக்கள் தொகையிலும் சரி, அன்றைக்குக் கிழக்கு வங்காளத்தைவிட பலூசிஸ்தான் பெரிது. (பரப்பளவில் மாற்றமில்லை என்றாலும் இன்று மக்கள் தொகையை அப்படிச் சொல்லிவிட முடியாது. பங்களாதேஷில் மக்கள் தொகை பெருகிவிட்டது. பலூசிஸ்தானைவிட அங்கே பதினொரு மடங்கு அதிகம்.)

அவர்கள் அப்துல் கரீம் கான் என்ன முடிவெடுக்கிறார் என்று பார்ப்பதற்காகக் காத்திருந்தார்கள். கவனியுங்கள். மன்னரின் முடிவல்ல முக்கியம். மன்னரின் தம்பி எடுக்கும் முடிவு.

சிறையில் இருந்து வெளியே வந்து கட்சி ஆரம்பித்து, மிகக் குறுகிய காலத்தில் மிகப்பெரிய செல்வாக்கைப் பெற்றிருந்த அப்துல் கரீம் கான், புரட்சி-

போராட்டம் என்று இறங்கி இழப்புகளை மேலும் அதிகப்படுத்திக்கொள்ளாமல் ஜனநாயக ரீதியில் இதனை எதிர்த்துப் போராடுவதே சரி என்று சொன்னார். அவரது அந்த மாற்றம், அவரது அடிப்படை இயல்புக்கு மாறானதாக இருந்தாலும் காலம் அதைத்தான் கேட்கிறது என்பது பலூர்ச்சி மக்களுக்குப் புரிந்தது. அவர்கள் அதை விரும்பினார்கள் என்று சொல்ல முடியாது. ஆனால், ஏற்றுக்கொண்டார்கள். அவர்களுக்கு இருந்த ஒரே நம்பிக்கை அப்துல் கரீம் கான் மட்டுமே என்பது காரணம்.

கிழக்கு பாகிஸ்தானின் மாபெரும் கட்சியான அவாமி லீக், பாகிஸ்தான் நாடாளுமன்றத்தில் அந்தச் சட்டத்தை நீக்க வலியுறுத்தித் தீர்மானம் கொண்டுவரவிருந்தது. கரீம் கான் தனது கட்சி அவாமி லீக்குடன் இந்த விஷயத்தில் ஒத்துப்போகும் என்று அறிவித்தார். இதைப் பாகிஸ்தான் அரசு எதிர்பார்க்கவில்லை. அவாமி லீக்குக்கும் கரீம் கானின் உஸ்தமான் குல்லுக்கும் என்ன சம்பந்தம்? எங்கிருந்து வந்தது இந்தத் திடீர் நட்பு? தடாலடி ஒத்துழைப்பு? அவாமி லீக்கின் சர்வீஸ் என்ன? நேற்றுப் பிறந்த கரீம் கான் கட்சியின் அனுபவமென்ன?

இப்படியெல்லாம் யோசித்தார்களே தவிர, இரு தரப்பினரும் பாதிக்கப்பட்டவர்கள், அவர்களது போராட்டத்தில் நியாயம் என்கிற பொதுவான அம்சம் இருந்தது என்பதை எண்ண மறந்துவிட்டார்கள். இரண்டு கட்சிகளுக்கும் அவரவர் பிராந்தியங்களில் இருந்த வலுவான மக்கள் ஆதரவைக் கணக்கிடத் தவறிவிட்டார்கள்.

பாகிஸ்தான் நாடாளுமன்றத்தில் மிகப் பெரிய அளவில் வீசிய முதல் புயல் அநேகமாக அதுதான். ஏகப்பட்ட வாத விவாதங்கள், விதண்டாவாதங்கள். உன்னைப்பிடி, என்னைப் பிடி முட்டல் மோதல்கள். உக்கிரமான வார்த்தைச் சண்டைகள். இறுதியில் அவாமி

லீக் வென்றதுதான் விசேடம். அந்த ஒற்றை யூனிட் திட்டத்தை அரசு கைவிட வேண்டியதானது. அதனால் அன்றைக்கு பலூசிஸ்தானுக்கும் கிழக்கு பாகிஸ்தானுக்கும் தன்னாட்சி அதிகாரம் தப்பித்தது.

இதெல்லாம் நடந்துகொண்டிருந்தபோது கலாட்டின் மன்னர் அனைத்தையும் சாளரத்தருகே நின்றபடி வேடிக்கை பார்த்துக்கொண்டுதான் இருந்தார். கால மாற்றம் அவருக்குப் புரிந்தது. அதைவிடத் தனது கையாலாகாத்தனத்தால் இழந்த நற்பெயரைக் குறித்த துக்கம் அவரை வாட்டி வதைத்துக்கொண்டிருந்தது. அப்துல் கரீம் கான் யார்? அவரது உடன்பிறந்த தம்பி. ஒரே ரத்தம். இருவரது ரத்தமும் பலூசிஸ்தானின் விடுதலை பறிக்கப்பட்டதனால் ஒரே மாதிரிதான் கொதித்தது. சந்தேகமின்றி மன்னரும் அவரது தம்பியைப் போலவே தீவிர தேசப்பற்று கொண்டவர்தாம். பலூசிஸ்தான், பலூச்சிகளின் ராஜ்ஜியம் மட்டுமே என்பதில் அவருக்கு என்றுமே மாற்றுக் கருத்து இருந்ததில்லை. ஆனால், ஒரு தோல்வி. மாபெரும் தோல்வி. அவமானகரமான தோல்வியின் ஆதிக் காரண புருஷர் அவராக இருந்துவிட்டபடியால் மக்கள் மத்தியில் அவருக்குச் செல்வாக்கு இல்லாமல் போய்விட்டது.

சுதந்தரம் பறிக்கப்பட்டபோது தன் தம்பி கொதித்தெழுந்தாற்போலத் தன்னால் ஏன் முடியவில்லை என்று அவர் யோசித்தார். உண்மையில் அதுவுமே பரிதாபகரமான காரணம்தான். ஒரே நாளில் பாகிஸ்தான் ராணுவம் மொத்த பலூச்சி சமூகத்தையும் கொன்று குவித்துவிட்டால் என்ன செய்வது என்ற கவலையே அவரை இணைப்பு ஒப்பந்தத்தில் கையெழுத்திட வைத்தது.

ஆனால் இதையெல்லாம் இப்போது திரும்ப எடுத்துச் சொல்லி நியாயம் கேட்டுக்கொண்டிருக்க முடியாது. இழந்த பெயரை மீட்டாக வேண்டும். இழந்த

நம்பிக்கையைப் பெற்றாக வேண்டும். ஒரு மன்னராக இருந்துகொண்டு மக்கள் என்னை மதிப்பதில்லை என்றா சொல்லிக்கொண்டிருக்க முடியும்? அது அசிங்கம். எப்படியும் மன்னராகத்தான் உயிர் போகப் போகிறது. அதுவும் கலாட்டின் கடைசி மன்னராக. அப்படி நேரும் மரணம், ஒரு சுதந்தர சமூகத்தை அடிமை வம்சமாக்கிவிட்ட ஒருவனின் மரணமாகச் சரித்திரத்தில் நிலைத்துவிடக் கூடாது என்று அவர் நினைத்தார்.

அமைதியாக யோசித்து ஒரு முடிவுக்கு வந்தார்.

32. கொலைவெறித் தாண்டவம்

1958 ஆம் ஆண்டு அக்டோபர் மாதம் ஏழாம் தேதி பாகிஸ்தான் அதிபர் இஸ்கந்தர் மிஸ்ரா, நாடு முழுவதையும் ராணுவச் சட்டத்துக்கு உட்படுத்துவதாக அறிவித்தார். அதாவது அரசியல் அமைப்புச் சட்டம் மூட்டை கட்டி வைக்கப்படும். மாநிலச் சட்டமன்றங்கள் கலைக்கப்படும். இஷ்டப்படி எந்தக் கட்சியையும் தடைசெய்யலாம். யாரை வேண்டுமானாலும் கைது செய்யலாம். விசாரணையே இல்லாமல் எத்தனை நாள் வேண்டுமானாலும் உள்ளே வைக்கலாம். ஊர்வலம், பேரணி என்றெல்லாம் பேச அல்ல; நினைக்கக்கூடக் கூடாது. நாளிதழ்கள், வானொலி அனைத்தும் என்ன எழுத வேண்டும், என்ன பேசவேண்டும் என்பதை அதிபர் அலுவலகத்து செகரட்டரி எழுதி அனுப்புவார். அதைப் பார்த்துப் படித்தால் போதும். பொது இடங்களில் மக்கள் கூடுவது தடைசெய்யப்பட்டது. நாடெங்கும் ஏராளமான தனியார் நிறுவனங்களில் திடீர் சோதனை மேற்கொள்ளப்பட்டது. எல்லாம் ஒரே நாளில் காட்சி மாற்றம் கண்டுவிட்டது.

இதில் உச்சக்கட்ட நகைச்சுவை என்னவென்றால், இப்போது இந்த திடீர் ராணுவச் சட்டத் திணிப்புக்கு என்ன காரணம் என்று பலூசிஸ்தான் நீங்கலான

பாகிஸ்தானின் பிற மாநில மக்களுக்குத் தெரிய வரவேயில்லை. ஏனெனில், பலூசிஸ்தானில் அப்போது என்ன நடந்தது என்ற விவரம் முற்றிலுமாகப் பாகிஸ்தானின் பிற பகுதி மக்களுக்கு மறைக்கப்பட்டது. இம்மாபெரும் திருப்பணியைச் சிறப்பாகச் செய்து முடித்தவர், அன்றைய பாகிஸ்தானின் ராணுவத் தளபதி ஜெனரல் அயூப் கான்.

மக்கள் மத்தியில் இழந்த செல்வாக்கை மீட்க என்ன செய்யலாம் என்று கலாட் மன்னர் யோசித்துக்கொண்டிருந்தார் அல்லவா? அவர் கண்டறிந்த வழி, பழங்குடியின மக்கள் புரட்சி!

வினோதமாக உள்ளதல்லவா? ஆனால் அது நடந்தது. ஒரு மன்னரின் தலைமையில் மக்கள் புரட்சி. இது அவரது தம்பிக்குத் தோன்றாத யோசனை. பலூசிஸ்தானின் இதர எந்த அரசியல் தலைவரும் எண்ணிப் பார்த்திராதது. உண்மையில் மன்னர் மிர் அஹ்மத்யார் கானுக்கு அதில் பெரிய அரசியல் நோக்கங்கள் இல்லை. உண்மையிலேயே இல்லை. அப்படி ஒரு நோக்கம் இருக்குமானாலும் அது நடைமுறையில் வெற்றி பெற வாய்ப்பில்லை என்பது அவருக்குத் தெரியும். ஒரு மன்னராக இருந்தவர், அப்போதும் மக்கள் மத்தியில் மன்னராகவே மதிக்கப்பட்டு வந்தார். அதை விடுத்து மாநில முதலமைச்சராகும் திட்டமெல்லாம் அவருக்குக் கிடையாது. கரீம் கானைப் போலக் கட்சி தொடங்கி வழிநடத்தும் உத்தேசமும் அவருக்கில்லை. ஆனால், தாம் செய்த தவறுக்கு ஒரு பரிகாரம் வேண்டும் என்று அவர் நினைத்திருக்க வேண்டும். அதைத் தவிர வேறு காரணங்கள் இருந்திருக்க அன்றைய சூழ்நிலையில் வாய்ப்பே இல்லை.

மன்னர் முதலில் இரண்டு பழங்குடியினத் தலைவர்களை அழைத்துப் பேசினார். பழங்கதை பேசிப் பயனில்லை. கலாட்டின் இழந்த பெருமையை நாம் மீட்டாக

வேண்டும். சுதந்தர கலாட் மீண்டும் உருவாகியே தீர வேண்டும். இதற்கு நீங்கள் உதவ வேண்டும்.

இவ்வளவுதான் சாரம். இதைத்தான் அவர் அந்தப் பழங்குடி சர்தார்களிடம் தெரிவித்தார். அவர்களுக்கும் அதுவேதான் விருப்பம் என்பதால், என்ன செய்ய வேண்டும் என்று சொல்லுங்கள் என்று கேட்டார்கள்.

'மக்களிடம் பேசுங்கள். இந்த ஜனநாயகம், நாடாளுமன்றத்தில் குரல் எழுப்புவதெல்லாம் பலன் தரும் என்று தோன்றவில்லை. மக்கள் திரண்டெழுந்து குரல் கொடுத்தால்தான் நமக்கு விடியும் என்று எனக்கு இப்போது நன்றாகப் புரிந்துவிட்டது. எம்பிக்களை அவர்கள் அடக்கிவிடுவார்கள். ஆனால் லட்சக் கணக்கான மக்களை என்ன செய்ய முடியும்?'

அது, அந்த ஒரே பாகிஸ்தான், ஒரே யூனிட் திட்டம் தேசத்தையே கலவரமாக்கிக்கொண்டிருந்த காலம். எனவே தனது இரண்டாவது இன்னிங்ஸை அதிலிருந்தே தொடங்குவது என்று மன்னர் முடிவு செய்தார். அப்துல் கரீம் கான் ஒரு பக்கம் அதற்காகத்தான் போராடிக்கொண்டிருந்தார். இதர கட்சி அரசியல்வாதிகளும் அதையேதான் பேசிக்கொண்டிருந்தார்கள். இருந்தாலும் மன்னர் நேரடியாகக் களத்தில் இறங்குவது என்பது வேறல்லவா?

உண்மையில் பலூசிஸ்தானில் யாருமே அதை எதிர்பார்க்கவில்லை. எல்லாவற்றையும் பொறுத்துக்கொண்டு, புராதனமான 'காலம் பதில் சொல்லும்' ரகக் கருத்துத் தெரிவித்துக்கொண்டிருந்த மன்னர் திடீரென்று வீதிக்கு இறங்கி வந்ததில் மக்களே திகைத்துப் போனார்கள். பிறகு மகிழ்ச்சி கொண்டார்கள்.

மிர் அஹ்மத்யார் கான் பரபரவென அனைத்துப் பழங்குடி இனத் தலைவர்கள் கூட்டம் ஒன்றை ஏற்பாடு செய்தார். எக்காரணம் கொண்டும் பலூசிஸ்தானின் தன்னாட்சி அதிகாரத்தை விட்டுத் தரக்கூடாது; நமது

தனித்துவம் மிக்க கலாசாரத்தையும் மொழியையும் காணாமல் அடித்துவிட அனுமதிக்கவே கூடாது என்று சொன்னார். சும்மா பழங்குடித் தலைவர்களோடு பேசியதோடு விடாமல் நேரே இஸ்லாமாபாத்துக்கும் சென்று அதிபர் இஸ்கந்தர் மிஸ்ராவை நேரில் சந்தித்துப் பேசினார்.

பலூசிஸ்தானின் தனித்துவம் சிதைய ஒருபோதும் அனுமதிக்க மாட்டோம். உங்கள் ஒரே யூனிட் திட்டத்திலிருந்து எங்களை விடுவியுங்கள். பழையபடி கலாட் ஒரு சுதந்தர நாடு என்று அறிவித்தீர்களென்றால் சரித்திரம் உங்களை நினைவில் வைத்துப் போற்றிப் பாராட்டும். இல்லாவிட்டால் பெரிய கலவரங்களை நாடு பார்க்கும். இனி உங்கள் பாடு.

சொல்லிவிட்டு வந்துவிட்டார்.

என்ன ஆயிற்று இந்த மனிதருக்கு? அடங்கி ஒடுங்கி ஓரமாகக் கிடந்தவர் ஏன் இப்படி திடீரென்று பொங்குகிறார் என்று மிஸ்ராவுக்குப் புரியவில்லை. கட்சி கிட்சி ஆரம்பிக்கப் போகிறாரா என்று ஐ.எஸ். ஐயிடம் கேட்டார்.

அதெல்லாம் இல்லை; கலாட் மன்னர் தனியே ஒரு ரகசிய ராணுவத்தை உருவாக்கிக்கொண்டிருக்கிறார். பாகிஸ்தான் மீது படையெடுக்க ஆயத்தமாகிக்கொண்டிருக்கிறார் என்று உளவுத் துறை சொன்னது. அவ்வளவுதான். இஸ்கந்தர் மிஸ்ரா உடனே தனது ராணுவத் தளபதி அயூப் கானை அழைத்தார். இவ்வளவுதான் பொறுமை. இதுதான் எல்லை. அந்த ஆளைப் பிடித்து உள்ளே தள்ளு.

ஆனால் நடந்தது கானின் கைது மட்டுமல்ல. பலூசிஸ்தானுக்குள் நுழைந்த பாகிஸ்தான் ராணுவம் ஆயிரக் கணக்கான மக்களை அடித்து துவம்சம் செய்தது. கணக்கில் அடங்காத மக்கள் படுகொலை செய்யப்பட்டனர். ஆயிரக் கணக்கானோர் குற்றுயிரும்

குலை உயிருமாகத் தப்பி ஓடினார்கள். எங்கெங்கும் ராணுவம். எங்கெங்கும் கொலைவெறித் தாக்குதல். காணுமிடமெல்லாம் குருதிக் கறை. கடைகள், வீடுகள் சூறையாடப்பட்டன. கண்ணில் பட்டதையெல்லாம் உடைத்துத் தகர்த்தார்கள். எதிர்க்க வந்தவர்கள் உடனடியாகச் சுட்டுக் கொல்லப்பட்டனர். இது ஓரிடம், ஒரு சில இடங்களில் இல்லை. மொத்த மாகாணத்திலும் திட்டமிட்டுச் சீராக நடத்தப்பட்டது. நூற்றுக்கணக்கான பழங்குடி இனத் தலைவர்களும் இதர முக்கியஸ்தர்களும் கொல்லப்பட்டனர். பல ஆவணங்கள் தீக்கிரையாக்கப்பட்டன. இறந்தவர்களின் எண்ணிக்கை துல்லியமாக வெளிவரவேயில்லை. ஆகக் குறைந்தபட்சம் ஆயிரத்து ஐந்நூறு பேர் இருக்கலாம் என்றொரு கணக்கு உள்ளது. பட்டப்பகலில் ஊர் புகுந்து சொந்த நாட்டு மக்களை ராணுவம் சுட்டுக் கொன்ற சம்பவம்.

அனைத்திலும் முக்கியம், அன்றே (அக்டோபர் 6, 1958) கலாட்டின் மன்னர் மிர் அஹ்மத்யார் கான் கைது செய்யப்பட்டார். பாகிஸ்தானுக்கு எதிராக ஒரு ரகசிய ராணுவத்தை ஆப்கனிஸ்தான் உதவியுடன் உருவாக்கிப் படையெடுக்கத் திட்டமிட்டிருந்ததாக அவர் மீது குற்றம் சாட்டப்பட்டது. அஹ்மத்யார் கானின் மனைவி பிறப்பால் ஓர் ஆப்கன் பெண் என்பது தவிர அவருக்கும் ஆப்கனிஸ்தானுக்கும் வேறு எந்தத் தொடர்பும் இருந்ததில்லை.

மன்னர் கைதாகிவிட்டார் என்ற விவரமறிந்து பலூசிஸ்தான் மக்கள் அதிர்ந்து போனார்கள். இது யாருமே எதிர்பாராதது. ஒரு புறம் அப்துல் கரீம் கான் ஜனநாயக முறைப்படி சட்டத்தை வாபஸ் பெற வைக்கப் போராடிக்கொண்டிருக்கிறார். மறுபுறம் இங்கே அவரது அண்ணன், மன்னரென்றும் பாராமல் கைதாகியிருக்கிறார். இந்தச் சம்பவம் பலூச்சிகள் மனத்தில் பாகிஸ்தான் மீது நிரந்தர வெறுப்பும் வன்மமும் திரண்டு நிறைய முக்கியக் காரணமாக அமைந்து போனது.

எப்படியும் பலூசிஸ்தான் மக்கள் சும்மா இருக்கப் போவதில்லை. மிகப் பெரிய அளவில் போராட்டம், தாக்குதல் என்று இறங்குவார்கள் என்று எதிர்பார்த்துத்தான் கைது சம்பவத்துக்கு மறுநாளே இஸ்கந்தர் மிஸ்ரா, ராணுவச் சட்டத்தை நடைமுறைக்குக் கொண்டு வந்தார். நாடெங்கும் மேற்கொள்ளப்பட்ட கண்காணிப்பு நடவடிக்கைகளைக் காட்டிலும் பலூசிஸ்தானில் குவிக்கப்பட்ட ராணுவமும் மேற்கொள்ளப்பட்ட சோதனைகளும் நிகழ்த்திய கெடுபிடிகளும் வரலாறு காணாதவை.

ஆனால் இந்தக் குரூரத்தின் உச்சக் காட்சியில் ஓர் அழகிய நகைச்சுவைக் காட்சி எப்படியோ கலந்துவிட்டது. அது இஸ்கந்தர் மிஸ்ராவே எதிர்பாராதது.

எந்த ராணுவத் தளபதி அயூப் கானை வைத்து அவர் கலாட் மன்னரைக் கைதுசெய்து அவமானப்படுத்தி, ஆயிரக் கணக்கான கொலைகள் நிகழ வழிசெய்தாரோ, அதே அயூப் கான், அதே ராணுவ ஆட்சிக் காலத்தில் எண்ணி மூன்றே வாரத்தில் இஸ்கந்தர் மிஸ்ராவை நீக்கிவிட்டுத் தன்னையே நாட்டின் தலைமை நிர்வாகியாக அறிவித்துக்கொண்டார். பதவிக்கு வந்த மறு கணமே மிர் அஹ்மத்யார் கானின் சகோதரர் அப்துல் கரீம் கானையும் கைதுசெய்து சிறையில் அடைத்தார்.

33. தாத்தா

செப்டெம்பர் 30, 1955 அன்று மேற்கு பாகிஸ்தானின் நான்கு மாகாணங்களையும் இணைத்து ஒரே மாகாணமாக்கும் சட்டம் இயற்றப்பட்டது. அதுவரை பாகிஸ்தான் அரசின் நிதி அமைச்சராக இருந்த சவுத்ரி முகம்மது அலி என்பவரைப் பிரதமராக்கி (இதற்காகவே!) அவர் மூலமாக ஜனாதிபதி இஸ்கந்தர் மிஸ்ரா இதனைச் செய்தார். ஜூலை 1, 1970 அன்று, அப்போதைய ராணுவ ஆட்சியாளர் யாஹியா கான் இந்தச் சட்டத்தை நீக்கி, மீண்டும் பழைய நான்கு மாகாணங்களை நான்காகவே ஆக்கி வைத்தார். இடைப்பட்ட பதினைந்து ஆண்டுகளில் பாகிஸ்தானில் ஏற்பட்ட உள்நாட்டுக் குழப்பங்கள் எக்கச்சக்கம். நாம் அந்தப் பக்கம் போனால் இங்கே திரும்பி வருவது கஷ்டம். எனவே, பலூசிஸ்தான் விவகாரத்தை மட்டும் பார்ப்போம்.

ஒரு தடாலடி நடவடிக்கை. ராணுவத்தை கலாட்டுக்கு அனுப்பி, மன்னரைக் கைது செய்தது. மன்னரின் தம்பி கரீம் கானையும் கைது செய்து சிறையில் வைத்தது. மட்டுமல்லாமல், கலாட் ராஜ்ஜியத்துக்கு உட்பட்ட பிராந்தியங்களிலும் அதற்கு வெளியே இதர பழங்குடித் தலைவர்கள் ஆளும் சிறிய பிராந்தியங்களிலுமாக மொத்த பலூசிஸ்தானிலும் யாரெல்லாம் பாகிஸ்தான் அரசுக்குக்

குடைச்சல் தருவார்கள் என்று தோன்றியதோ, அத்தனை பேரையும் சுற்றிவளைத்துக் கைதுசெய்தது. இவற்றை நாம் பார்த்தோம்.

இதில் இஸ்கந்தர் மிஸ்ரா பார்க்கத் தவறியது ஒன்று உண்டு. பலூசிஸ்தான் மக்களின் எழுச்சி என்பது தலைவர்களால் உருவாக்கப்பட்டதல்ல. அவர்கள் புரட்சி செய்ய வீதிக்கு இறங்கியதும் கலவரங்களை நடத்த ஆரம்பித்ததும் யாரும் தூண்டிச் செய்தவையல்ல. அவர்களால் தூண்டப்பட்டே தலைவர்கள் வீதிக்கு வந்தார்கள். வாயில்லா ஜீவனாக அரண்மனைக்குள் ஒடுங்கிக் கிடந்த மிர் அஹ்மத்யார் கானே கொடி பிடித்துக்கொண்டு வந்ததைப் பார்த்தோம். எனவே, தலைவர்கள் அனைவரையும் கைதுசெய்துவிட்டபடியால் இனி ராணுவத்தைக் கொண்டு மக்களை நசுக்கிவிடலாம் என்று மிஸ்ரா நினைத்தார். அதுதான் தவறாகிப் போனது.

திடீரென்று நவாப் நௌரோஸ் கான் என்றொரு முதியவர், பாகிஸ்தான் அரசுக்கு எதிரான புதிய ஆயுதப் போராட்டம் ஒன்றை முன்னெடுக்கத் தொடங்கினார். பலூச்சிகள் அவரை தாதா என்று அழைப்பார்கள். பலூச்சி மொழியில் அதற்குத் தாத்தா என்று பொருள். பலூசிஸ்தானில், ஜால்வன் என்கிற பிராந்தியத்தில் வசித்து வந்த ஸெஹ்ரி என்கிற பழங்குடி இனத்துக்கு அவர் தலைவர். பத்தொன்பதாம் நூற்றாண்டின் இறுதியில் எந்த வருடம் என்று சரியாகத் தெரியாத ஏதோ ஒரு வருடத்தில் பிறந்தவர் அவர். பலூசிஸ்தானுக்கு சாலைகள், மின்சாரம், வாகன வசதிகள் எல்லாம் வருவதற்குப் பன்னெடுங்காலத்துக்கு முன்பிருந்து அவர் அந்த இனக்குழுவினர் வசிக்கும் பகுதியை ஆண்டுகொண்டிருந்தார். நீண்ட நெடுங்கால அரசியல் அனுபவம் கொண்டவர் என்பதால் செய்திகளுக்கு அப்பால் இருந்திருக்கக்கூடிய ரகசியக் காரணங்களை மிக எளிதாகக் கண்டறியக் கூடியவர்.

உதாரணமாக, அப்துல் கரீம் கான் உதவி கேட்டு ஆப்கனிஸ்தானுக்குச் சென்றபோது ஆப்கன் மன்னர் மறுத்துவிட்டதைப் பார்த்தோம் அல்லவா? அது அப்படித்தான் ஆகும் என்று அப்துல் கரீம் கான் புறப்படுவதற்கு முன்பே சொன்னவர், நௌரோஸ் கான்.

இதோ பார். பாகிஸ்தான் நமக்கு எக்காலத்திலும் சகாயம் செய்யாது என்பது எவ்வளவு உண்மையோ, அதே அளவுக்கு ஆப்கனிஸ்தானும் உதவாது. இரானும் உதவாது. அந்த இரண்டு நாடுகளிலும் நமது நிலம் கொஞ்சம் கொஞ்சம் இருக்கிறது. நம் மக்கள் அங்கும் வசிக்கிறார்கள். பலூச்சி தேசிய அடையாளம் என்பது அந்நாடுகளை ஆள்வோருக்கு என்றைக்கு இருந்தாலும் சிக்கல் தரும். வடமேற்கே பஷ்தூக்கள் என்ன செய்கிறார்கள்? பஷ்தூனிஸ்தான் என்று தனி நாடு கேட்டுப் போராடிக்கொண்டிருக்கிறார்களா இல்லையா? அதேபோல மூலைக்கொரு இனம் பிரிந்துபோக நினைப்பதை எந்த அரசும் விரும்பாது. பலூசிஸ்தானைப் பாகிஸ்தான் எடுத்து விழுங்கியது போல ஆப்கனிஸ்தானுக்கு ஒரு வாய்ப்புக் கிடைத்தால், அவர்கள் அதைச் செய்யத்தான் விரும்புவார்கள். மாறாக, உன்னுடைய தனி நாடு புரட்சிப் போராட்டத்துக்கு உதவியெல்லாம் செய்ய மாட்டார்கள் அப்பனே.

சொல்லத்தான் செய்தார். ஆனால், அப்துல் கரீம் கான் கேட்காமல் ஆப்கனிஸ்தானுக்குத் தனது குழுவினருடன் சென்று தங்கி, கெஞ்சிக் கூத்தாடிப் பார்த்தும் பலனற்றுப் போனது.

நௌரோஸ் கான் இன்னொன்றும் சொன்னார். அதுவும் அவர் சொன்னது போலத்தான் நடந்தது. 1948 ஆம் ஆண்டு கலாட் ராஜ்ஜியத்தை ராணுவம் மூலம் பாகிஸ்தான் கையகப்படுத்தியபோது சொன்னது அது.

மிர் அஹ்மத்யார் கான் அரசியலில் ஈடுபடாமல் அரண்மனைக்குள் இருக்கும்வரை பாகிஸ்தானிகள்

அவரை ஒன்றும் செய்ய மாட்டார்கள். என்றைக்கு அவர் மக்களோடு மக்களாக வீதிக்கு வருகிறாரோ அந்தக் கணமே அவர் கைது செய்யப்பட்டுவிடுவார். மன்னர் என்றெல்லாம் அவர்கள் பார்க்க மாட்டார்கள்.

இதுவும் நடந்தது.

ஆனால் ஆரூடம் சொல்லிக்கொண்டு காலத்தை நகர்த்தும் தாத்தா இல்லை அவர். அடிப்படையில் பெரிய வீரர். அவரது ஸெஹ்ரி இனத்தவர்களே வீரம் மிக்கவர்கள். என்றைக்கு கலாட் மன்னரும் அவரது தம்பியும் கைது செய்யப்பட்டு பாகிஸ்தானுக்குள் அழைத்துச் செல்லப்பட்டுவிட்டார்களோ, அன்றைக்கே நௌரோஸ் கான் தனது மக்களை அழைத்துப் பேசினார். இது இவ்வளவுதான். நமக்காகப் போராட இன்னொரு தலைவன் வருவான் என்று காத்திருக்க வேண்டாம். நமது போராட்டத்தை நாமே முன்னெடுப்போம். மேற்கு பாகிஸ்தான் இனி ஒரே மாகாணம் என்கிற ஏற்பாட்டை அவர்கள் திரும்பப் பெற்று, மீண்டும் பலூசிஸ்தான் தன்னாட்சி அதிகாரம் பெறும்வரை நிறுத்துவதில்லை.

நௌரோஸ் கானின் சமஸ்தானம், கரடுமுரடான மலைப்பிராந்தியத்தில் இருந்தது. பலூசிஸ்தானில் பசுமை கொழிக்கும் மலைத் தொடர்கள் ஏராளமாக உண்டு. அதற்கு நேரெதிராக வறண்ட, மொட்டையடித்தாற்போன்ற தோற்றம் கொண்ட, மாபெரும் பாறைகளால் ஆன மலைப் பகுதிகளும் உண்டு. ஜால்வன் அம்மாதிரியான மலைகள் கொண்ட ஒரு பிராந்தியம். பொதுவாக வெளியாட்கள் சுலபமாக அங்கே போய் வருவது சிரமம். போக்குவரத்து வசதிகள் இல்லாததோ, இதர சௌகரியக் குறைபாடுகளோ அல்ல காரணம். அங்கே வசிக்காத யாருக்கும் மிக நிச்சயமாக திசைக்குழப்பம் ஏற்பட்டுப் பெரும்பாலும் வழிதவறிப் போவார்கள். கலாட் ராஜ்ஜியத்தின் ஒரு பகுதியாக இருந்தபோதும் நௌரோஸ் கானின்

நிலமும் மக்களும் தம் வழியைப் பார்த்துக்கொண்டு தனியாகத்தான் இருந்தார்கள். பலூசிஸ்தானில் பல பகுதிகள் இப்படித்தான். கிராமப்புற மக்களுக்கு நகர மக்களுடன் தொடர்பே இருக்காது. எங்கே என்ன நடக்கிறது என்பது நடக்கும் சம்பவத்தின் தீவிரத்தைப் பொறுத்து ஓரிரு நாள் இடைவெளியில் தகவலாகப் பிற இடங்களுக்கு வந்தால் உண்டு. மற்றபடி அடித்துப் போட்டாலும் கேட்க நாதி கிடையாது.

எனவே புவியியல் ரீதியில் பாதுகாப்பான இடத்தில் இருந்த நௌரோஸ் கான் தனது இனத்து இளைஞர்களை ஒன்றுதிரட்டி ஒரு ராணுவத்தை உருவாக்கத் தொடங்கினார். அவரே போர்ப்பயிற்சியும் அளித்தார். மெல்ல இந்த விஷயம் வெளியே தெரியத் தொடங்கியதும், பலூசிஸ்தானின் பிற பகுதிகளில் இயங்கத் தொடங்கியிருந்த சிறிய குழுக்கள் நௌரோஸ் கானை அணுகி, அவரது ராணுவத்தில் இணைவதற்கு விருப்பம் தெரிவித்தன. சுமார் ஆயிரம் பேர் கொண்ட குழுவை அவர் உருவாக்கியதாக ஒரு தகவல் உள்ளது. அவ்வளவெல்லாம் கிடையாது; அதிகபட்சம் 300-400 பேர் கொண்ட குழுவைத்தான் அவர் நடத்தி வந்தார் என்றும் சொல்கிறார்கள். எண்ணிக்கை எதுவானாலும் ஐம்பதுகளின் பிற்பகுதி ஆண்டுகளில் நௌரோஸ் கான் குழுவினர், பாகிஸ்தான் அரசுக்கும் ராணுவத்துக்கும் எதிராக நிகழ்த்திய தாக்குதல் சம்பவங்கள் பயங்கரமானவை.

எல்லா இயக்கங்களும் செய்யும் அதே தீ வைப்புச் சம்பவங்கள்தாம். அதே குண்டு வைப்புச் சம்பவங்கள்தாம். அதே துப்பாக்கிச்சூடு சம்பவங்கள்தாம். ஆனால் நௌரோஸ் கான் வகுத்துத் தந்த திட்டப்படி செய்த வீரர்கள், விளைவுகள் மிகவும் மோசமாக இருப்பதைக் கண்டார்கள். அவரது திட்டப்படி மேற்கொள்ளப்பட்ட தாக்குதல்களில் ஒன்றிரண்டு பாகிஸ்தானிகள் இறந்தார்கள், வைத்த குண்டு வெடிக்கவில்லை என்பது போன்ற

விவகாரமே கிடையாது. குறைந்தது இருபது பேரைக் கொல்லாமல் சம்பவமே கிடையாது.

கலாட் மன்னரை விடுதலை செய்ய வேண்டும். கைது செய்யப்பட்டிருக்கும் அனைத்து பலூசிஸ்தான் அரசியல்வாதிகளையும் விடுதலை செய்ய வேண்டும். இந்த ஒரே மாகாண உருட்டைக் கைவிட வேண்டும். அரசு இதனைச் செய்தால் நாங்கள் தாக்குதல்களை நிறுத்திக்கொள்வோம். அது நடக்காத வரை இது நிற்காது. உன்னால் ஆனதைப் பார்த்துக்கொள் என்று சொல்லிவிட்டார்.

உண்மையிலேயே பாகிஸ்தான் அரசு அந்த எதிர்ப்பின் தீவிரத்தை எதிர்பார்க்கவில்லை. கலாட்டின் மன்னரோ, அவரது தம்பி அப்துல் கரீம் கானோகூடச் சமாளிக்க முடியாதவர்களாக இல்லை. ஆனால் இந்தக் கிழவன் இந்தப் பாடு படுத்துகிறானே, இவனை என்ன செய்யலாம் என்று முடியைப் பிய்த்துக்கொண்டார்கள்.

முதலில் ஒற்றர்களைக் கொண்டு நௌரோஸ் கானின் இருப்பிடத்தைக் கண்டறிய முயற்சி செய்தார்கள். அது முடியவில்லை. அவரை மட்டுமல்ல. அவரது படையைச் சேர்ந்த ஒரே ஒரு வீரரைக் கூட அவர்களால் நேரில் சந்திக்க முடியவில்லை. எனவே நேரடியாக ராணுவத்தின் ஒரு பிரிவை ஜால்வான் பிராந்தியத்துக்கு அனுப்பி வைத்தார்கள். நௌரோஸ் கானுக்கு அது வசதியாகிப் போனது. ராணுவத்தினரைத் தேடிச் சென்று தாக்குதல் நடத்தியது போக, இப்போது அவர்களே நமது விருந்தாளிகளாக வந்துவிட்டார்கள். விட்டு வைக்கலாமா?

ஒவ்வொரு நாளும் ஒவ்வோர் இலக்கை நிர்ணயித்து நௌரோஸ் கான் தாக்கத் தொடங்கினார். பாகிஸ்தான் அனுப்பி வைத்த ராணுவப் படைப்பிரிவினரால் அவர்களது தாக்குதலைச் சமாளிக்க முடியவில்லை. எங்கிருந்து வருகிறார்கள், எங்கே போகிறார்கள் என்றே

கண்டுபிடிக்க முடியாதவர்களாக அந்த வீரர்கள் இருந்தார்கள். நௌரோஸ் கானின் படையினர் அதிகபட்சம் ஐந்து முதல் பத்து நிமிடங்களுக்கு மேலே ஒரு தாக்குதல் சம்பவத்தில் ஈடுபட்டதேயில்லை. ஆனால் அதற்குள் எண்ணி வந்த காரியத்தை நிறைவேற்றிவிட்டுக் காணாமல் போய்விடுவார்கள். பொதுவாக இம்மாதிரித் தாக்குதல்களுக்கு நள்ளிரவுப் பொழுதுகளைத் தேர்ந்தெடுப்பார்கள். உலகம் முழுவதும் அப்படித்தான். ஆனால் நௌரோஸ் கான் நடத்திய பெரும்பாலான தாக்குதல்கள் பட்டப்பகலில்தான் நடந்தன. குவெத்தா, ஜால்வான், தேரா புக்தி ஆகிய மூன்று பிராந்தியங்களில் இவை பெரும்பாலும் மேற்கொள்ளப்பட்டன.

தனது எந்த முயற்சியும் எடுபடாமல் போவதைக் கண்டு கவலையடைந்தது பாகிஸ்தான் அரசு. இறுதியாக ஒரு காரியம் செய்தார்கள். போரிட்டு வெல்ல முடியாத கிழவனை ஏமாற்றி வெல்லலாம். வேறு வழியே இல்லை.

டிக்கா கான் என்ற ராணுவ உயர் அதிகாரி அந்தப் பொறுப்பை ஏற்றார்.

34. கசாப்புக்காரர்

டிக்கா கான்.

பாகிஸ்தானில் இவருக்கு 'வங்காளக் கசாப்புக்காரர்' என்றொரு பெயர் உண்டு. 1971 ஆம் ஆண்டு கிழக்கு வங்காளத்தில் நடந்த அனைத்துக் கலவரங்களுக்கும் இனப்படுகொலைகளுக்கும் யாஹியா கானும் டிக்கா கானுமே மூல முதற்காரண கர்த்தாக்கள். அதனால்தான் யாஹியா கான் பாகிஸ்தானின் ஆட்சியைப் பிடித்தபோது தமது ஆருயிர் நண்பரை வங்காளத்தின் கமாண்டராக நியமித்து அழகு பார்த்தார். அதெல்லாம் பின்னால் நடந்த கதை. கொலைவெறியும் ரத்த ருசியும் கொண்ட டிக்கா கான் ஐம்பதுகளின் இரண்டாம் பகுதி ஆண்டுகளில் எவ்வாறு இருந்தார் என்றால், அதே கொலைவெறியும் ரத்த ருசியும் மிக்கவராகத்தான் இருந்தார். ஈவிரக்கம் பார்க்காமல், எதற்கும் யாருக்கும் அஞ்சாமல் ஏதாவது பெரிய காரியத்தைச் செய்து முடிக்க வேண்டுமென்றால் டிக்கா கானைக் கூப்பிடு என்பார்கள். இஸ்கந்தர் மிஸ்ராவும் அதையேதான் செய்தார்.

வேண்டியது என்ன? அந்தக் கிழவன் நௌரோஸ் கான் அடங்க வேண்டும். கண்ணுக்கே தென்படாத மலை முகடுகளில் எங்கோ பதுங்கிக்கொண்டு ஆட்டமான ஆட்டம் காட்டிக்கொண்டிருக்கிறான். அவனது

ராணுவத்தில் எத்தனை பேர் இருக்கிறார்கள் என்ற தகவல்கூட இன்னும் சரியாகத் தெரியவில்லை. ஐ.எஸ்.ஐ மிளகாய் பஜ்ஜி சாப்பிட்டு, டீ குடித்துக்கொண்டிருக்கிறது. இதற்கு மேலும் நௌரோஸ் கானை விட்டு வைத்தால் பலூசிஸ்தான் அல்ல; பாகிஸ்தான் முழுவதும் அவனைப் பற்றிப் பேசத் தொடங்கிவிடும். அநியாயமாக சாகிற காலத்தில் அந்தக் கிழவனை ஒரு சூப்பர் ஸ்டார் ஆக்கி சாகவிடக் கூடாது.

டிக்கா கான் இஸ்கந்தர் மிஸ்ராவிடம் கேட்டது ஒரே ஒரு வினா. என்னவெல்லாம் செய்யலாம்? எதைச் செய்யக் கூடாது?

இஸ்கந்தர் மிஸ்ரா சொன்ன பதில்: என்ன வேண்டுமானாலும் செய். நௌரோஸ் கான் கைதாக வேண்டும்.

டிக்கா கான், அந்த ஆப்பரேஷனுக்குத் தாமே தலைமை ஏற்றுக்கொண்டார். பெரும் படை ஒன்றைத் திரட்டிக்கொண்டு, உதவிக்கு ஒரு விமானப்படையையும் வரச் சொன்னார். கலாட் பிராந்தியத்துக்குள் இருந்த அனைத்து மலையடிவார கிராமங்களும் கட்டுப்பாட்டு வளையத்துக்குள் கொண்டுவரப்பட்டன. நூறடிக்கு ஒரு ராணுவ வீரர் நிச்சயமாக இருப்பார். மாட்டு வண்டிகள், சைக்கிள்கள், மோட்டார் சைக்கிள்கள், லாரிகள், பொதுப் போக்குவரத்து வாகனங்கள் என்று பிராந்தியத்தில் எங்கிருந்து எங்கு செல்லும் வண்டிகளானாலும் நிறுத்திப் பரிசோதிப்பார்கள். ஒவ்வொரு கிராமத்தின் எல்லைகளிலும் ராணுவ சோதனைச் சாவடிகள் நிறுவப்பட்டன. சந்தேகத்துக்கு இடமாக யார் உலவினாலும் கூப்பிடுவார்கள். விசாரணையெல்லாம் கிடையாது. ஒருவருக்கு ஒரு தோட்டா. தூக்கிப் போடு. அடுத்தவனைக் கூப்பிடு.

இது மிகையே அல்ல. உண்மையிலேயே நௌரோஸ் கான் தேடுதல் வேட்டை என்பது அன்று இவ்வாறுதான்

தொடங்கிவைக்கப்பட்டது. எவ்வித விசாரணையும் இல்லாமல் வீடு புகுந்து யாரை வேண்டுமானாலும் இழுத்து வந்து வீதியில் வைத்துச் சுட்டுத் தள்ளிவிட்டுப் போய்க்கொண்டே இருந்தது ராணுவம். மக்கள் மத்தியில் இது மிகுந்த கலவரத்தையும் பதற்றத்தையும் உண்டாக்கியது. ஒன்று இரண்டு என்றில்லாமல், எண்ணிக்கை ஐந்நூறு, ஆயிரம் என்று செல்லும்போது நிச்சயமாக நௌரோஸ் கான் இறங்கி வந்துதான் தீர வேண்டும் என்பது டிக்கா கானின் கணிப்பு.

ஆனால் நடந்தது வேறு. அவ்வாறு இறங்கி வந்த நௌரோஸ் கானின் படையினர், மிகத் தேர்ந்த கெரில்லா வீரர்களாக ராணுவ இலக்குகளைக் குறி வைத்துத் தாக்கி அழிக்கத் தொடங்கினார்கள். ராணுவச் சீருடையில் யார் தென்பட்டாலும் கண்மண் தெரியாமல் சுட்டார்கள். ராணுவம் பீரங்கிகள் வைத்திருந்தது. இயந்திரத் துப்பாக்கிகள் வைத்திருந்தது. நௌரோஸ் கானின் வீரர்களிடம் நாட்டுத் துப்பாக்கிகளும் கையெறி குண்டுகளும் மட்டுமே இருந்தன. தவிர, அவையும் அளந்து அளந்தே தரப்பட்டன. எனவே ஆயுத சேதாரமே இல்லாமல் தாக்க வேண்டிய கட்டாயம் அவர்களுக்கு இருந்தது.

அவர்கள் பெரும்பாலும் செக் போஸ்ட்களைக் குறி வைத்தார்கள். ராணுவ வீரர்கள் இரவு நேரங்களில் ஓய்வெடுக்கும் முகாம்களைக் குறிவைத்தார்கள். எலிகளைப் போலப் பொட்டல் வெளியில் ஊர்ந்து நெருங்கித் தாக்குவார்கள். எதிரி சுதாரிப்பதற்குள் ஓடுகிற வேகத்தில் புரண்டு நகர்ந்து பாய்ந்து மறைந்துவிடுவார்கள். நௌரோஸ் கானின் படையினர் துப்பாக்கிகளைக் காட்டிலும் தீப்பந்தங்களை நம்பினார்கள். ஒரு ராணுவ முகாமைக் குறிவைத்தால், ஒரே சமயத்தில் நூற்றுக் கணக்கான தீப்பந்தங்களை அதன்மீது எறிந்து, அவை சென்று விழுவதற்குள் சுட்டுக்கொண்டே முன்னேறி

நாலைந்து பேரையாவது கொன்றுவிடுவது அவர்களது இலக்காக இருந்தது.

டிக்கா கான் அனைத்தையும் ஆழ்ந்து கவனித்தார். ஆயுத பலம் இல்லாதவர்கள். ஆள் பலமும் பெரிதாக இருக்க வாய்ப்பில்லை என்றுதான் தோன்றுகிறது. ஆனால் ஒவ்வொரு வீரனும் உயிரின்மீது கவனமாக இருக்கிறான். அவர்கள் தரப்பில் பெரும்பாலும் இழப்பே ஏற்படுவதில்லை. தெளிவான போர்ப்பயிற்சி இருக்கிறது. இலக்கு பிசகாமல் சுடத் தெரிந்திருக்கிறது. அனைத்திலும் முக்கியம், அசுர வேகம். நௌரோஸ் கானின் இளைஞர்கள் போர்க்களத்தில் காட்டிய வேகம், மிக நிச்சயமாகப் பாகிஸ்தான் ராணுவத்தைத் திகைக்கச் செய்தது. ஆயிரக்கணக்கில் ராணுவ வீரர்கள் அணி வகுத்துச் சென்றும் அவர்களால் தமது இலக்கை நோக்கி ஓரங்குலம் கூட முன்னேற முடியாதிருந்தது.

இத்தனைக்கும் காலாட்படையினர் ஏறிச் செல்ல முடியாத மலைமுகடுகளில் மறைந்திருக்கும் நௌரோஸ் கானின் படையினரை அடையாளம் காட்ட விமானப்படை பயன்படுத்தப்பட்டது. விமானத் தாக்குதலெல்லாம் கூட நடந்தது. ஒவ்வொரு நாளும் குண்டு வெடிப்புச் சத்தம் கேட்டுக்கொண்டிருக்குமே தவிர, நௌரோஸ் கான் இருக்குமிடத்தை மட்டும் அவர்களால் கண்டுபிடிக்கவே முடியாதிருந்தது.

இது சரியாகப் புரியவேண்டுமானால் இங்கே தமிழ்நாட்டில் வீரப்பனைத் தேடிக் காட்டுக்குச் சென்ற சிறப்பு அதிரடிப் படையினரின் நிலையுடன் ஒப்பிட்டுப் பார்க்கலாம். ஓரளவு புரிந்துவிடும். ஆண்டுக்கணக்கில் அவர்கள் வீரப்பனைத் தேடினார்கள். ஒன்றும் நடக்கவில்லை. போலிசிடம் இல்லாத ஆயுதங்களா, வசதிகளா? ஆனால் வீரப்பனுக்குக் காடு தெரிந்திருந்தது. அது ஒன்றுதான் வித்தியாசம்.

அதேபோலத்தான், அந்த மலைப் பகுதி மொத்தமும் நெளரோஸ் கானின் படையினருக்குத் தாய்வீடு. எங்கே கால் வைத்தால் ஏற்றிவிடும், எங்கே கால் வைத்தால் இழுத்துக் கடாசும் என்பது அவர்களுக்கு அத்துப்படி. பல இடங்களில் அறவே பாதை கிடையாது. உண்மையிலேயே மலையேற்ற வீரர்களைப் போலத்தான் கயிறு கட்டி மேலேற வேண்டும். ராணுவத்தினர் அம்மாதிரி முயற்சியில் ஈடுபட்டிருக்கும்போது நெளரோஸ் கானின் வீரர்கள் மேலிருந்து பாறைகளை உருட்டி வேலையை முடித்துவிடுவார்கள்.

கிட்டத்தட்ட ஒன்றரை வருட காலம் ராணுவம் என்னென்னவோ செய்து பார்த்தது. அதிகபட்சம் அவர்களால் சில நூறு வீரர்களைக் கொல்ல முடிந்தது. சில ஆயிரம் மக்களைக் கொல்ல முடிந்தது. மற்றபடி, கடைசிவரை நெளரோஸ் கான் எங்கே இருக்கிறார் என்றுகூடக் கண்டுபிடிக்க முடியவில்லை.

வேறு வழியின்றி டிக்கா கான் அந்த ஆயுதத்தைக் கையில் எடுத்தார். நம்பிக்கை மோசடி என்கிற புராதனமான, ஆனால் கூர்மை குன்றாத ஆயுதம்.

பெரியவரே, உங்கள் வீரத்துக்குத் தலைவணங்குகிறோம். இனியும் உங்களோடு யுத்தம் செய்துகொண்டிருக்க எங்களால் முடியாது. ராணுவம் களைத்துவிட்டது. தவிர, பாகிஸ்தான் அரசாங்கமும் உங்களுடன் சமரசமாகப் போய்விட விரும்புகிறது. உங்கள் கோரிக்கைகளில் சில உடனடியாக ஏற்கப்படும். பலூசிஸ்தானில் இருந்து பாகிஸ்தான் ராணுவம் முற்றிலுமாக வெளியேற வேண்டும் என்கிற கோரிக்கையில் மட்டும் சில சங்கடங்கள் உள்ளன. அதையும்கூட நாம் உட்கார்ந்து பேசி, இரு தரப்புக்கும் பொதுவான ஒரு முடிவுக்கு வந்துவிடலாம். அப்புறம் அந்த ஒரே மாநில விவகாரம். மாட்சிமை பொருந்திய நமது ஜனாதிபதி அதை வாபஸ் பெற்றுவிடுவார். நான் உத்தரவாதம். தவிர நீங்கள்

கேட்டுக்கொண்டபடி கலாட் மன்னரும் உடனடியாக விடுதலை செய்யப்பட்டுவிடுவார். நீங்கள் என்னை நம்பலாம். இதை நான் சொல்லும் வார்த்தையாக மட்டும் நீங்கள் எடுத்துக்கொண்டுவிடக் கூடாது என்பதால் இந்தக் கடிதத்துடன் நமது புனித நூலான குரானின் பிரதி ஒன்றைச் சேர்த்து அனுப்புகிறேன். அல்லாவின் சித்தம் அதுவானால், எல்லாம் நல்லபடி நடக்கும். இவண், இவன்.

மூன்று நாள் போர் நிறுத்த அறிவிப்புடன் சேர்த்து இந்தக் கடிதத்தையும் சில பொறுப்பு மிக்க கிராமத் தலைவர்களிடம் கொடுத்து எப்படியாவது நௌரோஸ் கானிடம் சேர்த்துவிடச் சொல்லிக் கேட்டுக்கொண்டார் டிக்கா கான்.

கடிதம் போய்ச் சேர்ந்தது. ஆழ்ந்த இறை நம்பிக்கையாளரான நௌரோஸ் கான், குரானுக்குள் வைத்து அனுப்பப்பட்ட கடிதத்தை நம்பினார். கோரிக்கைகள் நிறைவேற்றப்பட்டுவிடுமானால் போரிட்டுக்கொண்டிருக்க அவசியமில்லை. நமக்கு வேண்டியது என்ன? சுதந்தர பலூசிஸ்தான். இது அந்த வெற்றிப் பாதையில் முதல் அடியை எடுத்து வைத்துவிட்டதற்கான அறிகுறி. இனி பாகிஸ்தானை நம் சமூகம் பார்த்துக்கொள்ளும்.

நௌரோஸ் கானும் அவரது படையினர் சுமார் இருநூறு பேரும் பதுங்கியிருந்த மலைகளில் இருந்து முதல் முறையாக வெளிப்பட்டார்கள். டிக்கா கான் முகாம் இட்டிருந்த இடத்தை நோக்கி அமைதியாக நடந்து வந்தார்கள். டிக்கா கான் அவர்களை வரவேற்றார். இவரா? இந்தக் கிழவரா? எப்படியும் எண்பது வயதுக்குக் குறையாது. இந்த வயதிலா இப்படியொரு ஆட்டம் காட்டினார் என்று ராணுவ அதிகாரிகளும் வீரர்களும் திகைத்துத் திகைத்துத் தணிந்தார்கள்.

நௌரோஸ் கான் மென்மையாகச் சொன்னார், 'நாங்கள் குரானை மதிக்கிறோம். அதனால் உங்கள் சொல்லை நம்பி இறங்கி வந்திருக்கிறோம். ஆனால் சரணடைய வரவில்லை.'

'ஓ, அதற்கெல்லாம் அவசியமே இல்லை. வாருங்கள். நாம் உட்கார்ந்து பேசலாம்' என்று டிக்கா கான் சொன்னார்.

ஆனால் பேச்சுவார்த்தை தொடங்கியபோது வந்த புதிய அரசு அதிகாரிகள், 'என்ன இருந்தாலும் நீங்கள் தீவிரவாதிகள். என்ன இருந்தாலும் நாங்கள் அரசாங்கம். நீங்கள் சரணடைந்தால் மட்டுமே பேச்சுவார்த்தை நடத்த முடியும்' என்று சொன்னார்கள். ஆனால், கொடுத்த வாக்குறுதிகள் எதுவும் மீறப்படாது என்று மீண்டும் குரான் சாட்சியாக வாக்களித்தார்கள்.

அதனை நம்பி நௌரோஸ் கான் தமது படையினருடன் சரணடைவதாகச் சொன்னார். தேசம் முக்கியம். வேறெதுவும் அல்ல.

ஆயுதங்களைத் துறந்து சரணடைந்தவர்களை டிக்கா கான் மறுகணமே கைது செய்தார். உடனடியாக அனைவரும் வண்டியில் ஏற்றப்பட்டு பாகிஸ்தானுக்குக் கொண்டு செல்லப்பட்டார்கள். ராணுவ நீதிமன்றத்தில் நௌரோஸ் கான், அவரது மகன்கள், வேறு சில உறவினர்கள் உள்பட அத்தனை பேருக்கும் தேசத் துரோகக் குற்றச்சாட்டின் பேரிலும் ராணுவத்தினரைக் கொன்ற காரணங்களுக்காகவும் மரண தண்டனை விதிக்கப்பட்டது.

ஜூலை *15, 1960* அன்று நௌரோஸ் கான் தவிர மற்ற அத்தனை பேருக்கும் விதிக்கப்பட்ட மரண தண்டனை பாகிஸ்தானில் உள்ள ஹைதராபாத் மத்திய சிறைச்சாலைக்குள் நிறைவேற்றப்பட்டது. வயதின் காரணமாக நௌரோஸ் கானை மட்டும் கொல்லாமல்

விட்டு வைத்தார்கள். மேலும் நான்கு ஆண்டுகள் சிறையில் கழித்த நௌரோஸ் கான், 1964 ஆம் ஆண்டு சிறையிலேயே இயற்கை மரணம் அடைந்தார்.

35. தேர்தல்

நௌரோஸ் கானின் எழுச்சியும் புரட்சியும் வெற்றி பெறாது போனதில் பலூச்சிகளுக்கு வருத்தம் அதிகம் இருந்தது. ஆனால் ஓர் எண்பது வயதுக் கிழவன் பாகிஸ்தான் அரசையும் ராணுவத்தையும் கண்ணில் விரல் விட்டு ஆட்டி எடுத்ததை அருகே இருந்து பார்த்ததில் அவர்கள் தீர்மானமாக ஒரு முடிவுக்கு வந்திருந்தார்கள். என்ன ஆனாலும் சரி. எத்தனை காலம் பிடித்தாலும் சரி. என்ன விலை கொடுக்க வேண்டியிருந்தாலும் சரி. பாகிஸ்தான் பிடியிலிருந்து விடுபட்டே தீர வேண்டும்.

அதுவரை பலூச்சி தேசியம் என்கிற உணர்ச்சி அவர்கள் அனைவருக்கும் இருந்தாலும், வீதிக்கு இறங்கிப் போராட முன்வந்தவர்கள் சிலர்தாம். ஆனால் எப்போது குரானை சாட்சியாக வைத்து நௌரோஸ் கானை ஏமாற்றி, அவரது படையினரை மொத்தமாகக் கைது செய்து அழித்தார்களோ அப்போது அவர்கள் முடிவு செய்தார்கள். இந்த மண்ணில் பிறக்கும் ஒவ்வொரு உயிரும் ஒரு போராளியாகவே மலரும்.

இதற்கு மிக வலுவான இன்னொரு காரணம் இருந்தது. நௌரோஸ் கானைக் கைது செய்தபோது, அவரோடு கைதானவர்களுக்கு மரண தண்டனை விதித்துவிட்டு, அவரை மட்டும் வயது காரணத்தால் விட்டு வைத்தார்கள்

என்று பார்த்தோம் அல்லவா? உண்மையில் அதன் பின்னணியில் ஒரு மாபெரும் குரூர சிந்தனை இருந்தது.

நௌரோஸ் கானுடன் கைதானவர்களில் சிலர் அவரது மகன்கள். சிலர் மாமன் மச்சான் உறவுமுறையினர். அவரது சகோதர வழி உறவினர்களும் ஒரு சிலர் இருந்தார்கள். அவர்களையெல்லாம் தூக்கிலிட்டுக் கொன்றுவிட்டு, உடல்களை ஓர் அறையில் வரிசையாகக் கிடத்தியது பாகிஸ்தான் ராணுவம். பிறகு, நௌரோஸ் கானிடம் சென்று, 'உங்கள் இயக்கத்தைச் சேர்ந்த சிலர் சிக்கியிருக்கிறார்கள். அவர்களை நீங்கள் அடையாளம் காட்ட வேண்டும்' என்று சொல்லி, அந்த அறைக்கு அழைத்துச் சென்றார்கள்.

நௌரோஸ் கானுக்கு முதலில் ஒன்றும் புரியவில்லை. வரிசையாக உடல்கள் கிடத்தப்பட்டிருப்பதைக் கண்டு குழப்பமாகிப் பார்த்தார்.

'பெரியவரே, நீங்கள் நெருங்கிச் சென்று துணிகளை விலக்கிப் பார்த்து அடையாளம் சொல்லுங்கள்' என்றார் ராணுவ அதிகாரி.

ஓர் உடலை மூடியிருந்த துணியை நௌரோஸ் கான் விலக்கினார். அது அவரது ஒரு மகன். அடுத்த துணியை விலக்கினார். இன்னொரு மகன். மூன்றாவதை விலக்கினார். வேறொரு உறவினர்.

எண்ணிப் பாருங்கள். அவருக்கு அப்போது எண்பது வயது. அவர் உயிரோடு இருந்தார். அவரது மகன்கள், உறவினர்கள் கொல்லப்பட்டிருந்தார்கள். கிழவர் எப்படித் துடிக்கிறார் என்று பார்த்து ரசிப்பதற்காக அந்த அறைக்குள் வேறு பல அதிகாரிகளும் சிறைத்துறைத் தலைவரும் வந்து கூடிவிட்டிருந்தார்கள்.

நௌரோஸ் கான் முகத்தில் எந்தச் சலனமும் இல்லை. அமைதியாகத் துணிகளை விலக்கிப் பார்த்துவிட்டு மீண்டும் மூடிவிட்டு வந்து நின்றுகொண்டார்.

‘என்ன ஒன்றும் சொல்லவில்லை? அது உங்கள் மகன்தானே?’

ஆமாம் என்று தலையசைத்தார்.

‘அடுத்தவன்? அவனும் உங்கள் மகனே அல்லவா?’

மீண்டும் தலையசைத்தார்.

‘பிள்ளைகளை இப்படிப் பார்க்கக் கஷ்டமாகத்தான் இருக்கும் அல்லவா?’

இப்போது நௌரோஸ் கான் சொன்னார், ‘இந்த இருவர் மட்டுமா என் பிள்ளைகள்? நீங்கள் கொன்று போட்டிருக்கும் இவர்கள் அத்தனை பேரும் என் பிள்ளைகள்தாம். அங்கே பலூசிஸ்தானின் மூலை முடுக்கெங்கும் வாழும் அத்தனை வீரர்களும் என் பிள்ளைகளே ஐயா. எல்லா மரணமும் எனக்கு ஒன்றுதான்.’

இந்தச் சம்பவம் நடந்த சில நாள்களில் விஷயம் சிறையெங்கும் பேசப்பட்டு, சிறை ஊழியர்கள் மூலம் அவரவர் வீடுகளுக்குச் சென்று, அங்கிருந்து ஊர் ஊராகப் பரவி, பலூசிஸ்தானுக்கு வந்து சேரச் சிறிது காலம் எடுத்தது உண்மை. ஆனால் அது நடந்தபிறகு நடந்ததெல்லாம் உண்மையில் நம்ப முடியாதவை. ஒரு சிறிய இனக்குழுவின் தலைவராக இருந்த நௌரோஸ் கான் அப்போது மொத்த பலூச்சிகளுக்கும் ஆதர்ச புருஷரானார். இத்தனைக்கும் அன்றைய தேதியில் அவரை நேரில் பார்த்தவர்கள் பெரும்பாலும் அங்கே யாருமில்லை. நௌரோஸ் கான் இருந்த மலைக் கிராமத்து மக்களுக்கு அவரைத் தெரியும். அதற்கு அப்பால் அவரை நேரில் கண்டவர்கள், பேசிப் பழகியவர்கள் மிகச் சொற்பம். இன்றைக்கு உள்ளதைப் போல புகைப்பட, விடியோ வசதிகள் அப்போது அதிகமில்லை. குறிப்பாக பலூசிஸ்தானில் அநேகமாக அறவே இல்லை. ஒரு மனிதர், எப்போது வேண்டுமானாலும் இறந்துவிடக்

கூடும் என்கிற நிலையில் இருந்தவர், தனது செயலால் மட்டுமே ஓர் உருவைச் சமைத்து ஒரு சமூகத்தின் ஆதர்சமாகி நிலைப்பதெல்லாம் விளையாட்டே அல்ல. பலூசிஸ்தானின் சரித்திரத்தில், நௌரோஸ் கானின் தோல்வியடைந்த புரட்சிப் போராட்டம், அவர்கள் கண்ட வேறு சில வெற்றிகளினும் மிகப் பெரிது. அதுவரை, நமது மண் சுதந்தர பூமியாக வேண்டும் என்று மட்டுமே எண்ணிப் போராடிக்கொண்டிருந்தவர்கள், இந்தப் பாகிஸ்தானிகளைக் கதறக் கதற ஓட விட வேண்டும் என்பதைத் தமது இலக்கின் ஒரு முக்கியப் பகுதியாக்கிக்கொண்டார்கள். ஜனாதிபதி, பிரதமர் என்றெல்லாம் சொல்லிக்கொண்டு பலூசிஸ்தானுக்குள் யார் நுழைந்தாலும் ஒரு வழியாக்கிவிடுவது என்று முடிவு செய்தார்கள்.

சரியாக அந்த நேரத்தில்தான் இஸ்கந்தர் மிஸ்ராவைத் தூக்கிக் கடாசிவிட்டு அயூப் கான் பாகிஸ்தானின் ராணுவ ஆட்சியாளராகப் பொறுப்பேற்றுக்கொண்டிருந்தார். அதன் தொடர்ச்சியான ஆரம்பக் களேபரங்களெல்லாம் அடங்கி ஒய்ந்ததும் உலகத்துக்குத் தன்னை உத்தமனாகக் காட்டிக்கொள்வதன் பொருட்டு, ஊருக்குள் ஒரு தேர்தலுக்கும் ஏற்பாடு செய்தார். இது பாகிஸ்தானில் எப்போதும் நடப்பதுதான். ராணுவப் புரட்சி மூலம் ஆட்சிக் கவிழ்ப்பு, புதிய ஆட்சி, பிறகு அந்நிய நிதி வரத்தின் பொருட்டும் அமெரிக்க அரவணைப்பின் நிமித்தமுமாக ஒரு கண்துடைப்புத் தேர்தல் நடக்கும். யாராவது பிரதமராவார். யாரோ சிலர் எம்பிக்களாவார்கள். நாடாளுமன்றம் என்ற ஒன்று கூடும். ஆனால் அனைத்து அதிகாரங்களும் ராணுவ ஆட்சியாளரிடம்தான் இருக்கும்.

அது இருக்கட்டும். இது **1961** இல் நடைபெற்ற தேர்தல். நாடாளுமன்ற உறுப்பினர்களைத் தேர்ந்தெடுக்கவும் பிராந்திய சட்டமன்ற உறுப்பினர்களைத் தேர்ந்தெடுக்கவும் ஒரே சமயத்தில் இத்தேர்தல் நடத்தப்பட்டது.

அயூப், பலூசிஸ்தான் விஷயத்தில் சிறிது கவலை கொண்டிருந்தார். எப்படியாவது பலூசிஸ்தான் சட்டமன்றத்தைக் கைப்பற்றித் தனக்குச் சாதகமான ஆட்களை உள்ளே நிறைத்துவிட வேண்டும் என்பது அவரது எண்ணமாக இருந்தது. இதன் பொருட்டு, பலூசிஸ்தானைக் கவனிப்பதற்கு நேரடியாக நியமிக்கப்பட்ட தேர்தல் குழுவைத் தவிர, உளவுத் துறை அதிகாரிகள், முன்னாள் ராணுவத்தினர் சிலர், அயூபின் நெருங்கிய சகாக்கள் அடங்கிய ரகசியக் குழு ஒன்றும் அங்கே அனுப்பி வைக்கப்பட்டது. வெறும் குழுவல்ல. டெம்போ டெம்போவாகப் பணப்பெட்டிகளை ஏற்றிச் சென்ற குழு.

என்ன வேண்டுமானாலும் செய்யுங்கள். யாரை வேண்டுமானாலும் விலைக்கு வாங்குங்கள். தேவைப்பட்டால் எத்தனை கொலைகள் வேண்டுமானாலும் செய்துகொள்ளுங்கள். தேர்தலில் பலூச்சி தேசிய இயக்கத்து ஆட்கள் யாரும் வெல்லக் கூடாது. புதிய சட்டமன்றம் கூடும்போது அது நம்முடையதாக மட்டுமே இருக்க வேண்டும்.

இது நிபந்தனை.

மறுபுறம் பலூச்சிகளும் தமக்குள் ஒரு கட்டுப்பாடு வைத்துக்கொண்டார்கள். பலூச்சி தேசிய இயக்கத்தைச் சேர்ந்தவர்கள், மிக நேரடியாகவும் வெளிப்படையாகவும் அவர்களை ஆதரிப்பவர்களைத் தவிர வேறு யாருக்கும் ஓட்டுப் போடக் கூடாது.

இதில் நம்ப முடியாத அதிசயம் என்னவென்றால், இதனை அவர்கள் ஒரு பிரசாரமாக முன்னெடுக்கவில்லை. வீடு வீடாகச் சென்று எடுத்துச் சொல்லி விளக்கவில்லை. பொதுக் கூட்டங்கள் போட்டுப் பேசவில்லை. போஸ்டர் அடித்து ஒட்டவில்லை. எல்லாம் அவரவர் மனத்துக்குள் எடுக்கப்பட்ட தனித்தனி முடிவு. சொல்லி

வைத்தாற்போல அனைவரும் ஒரே முடிவினைத்தான் எடுத்திருந்தார்கள்.

இதன் விளைவு, அந்தத் தேர்தல் முடிவுகள் பலூச்சிகளின் தன்னாட்சி உரிமைப் போராட்டம் கிட்டத்தட்ட வெற்றி அடைந்துவிட்டாற்போன்ற தோற்றத்தையே வெளிப்படுத்தியது. சட்டமன்றத்தில் எங்கு பார்த்தாலும் பலூச்சி விடுதலை இயக்க வீரர்கள். மைக்கைப் பிடித்துப் பேசத் தொடங்கிய ஒவ்வோர் உறுப்பினரும் பாகிஸ்தான் அரசைப் பிடித்துக் கிழி கிழியென்று கிழிக்கத் தொடங்கினார். நீங்கள் பேசியது போதும் என்று மைக்கைப் பிடுங்கும் இடத்திலும் எதிரிகள் யாருமில்லை. கூச்சலிட்டு, அவை நடக்கவிடாமல் செய்யவும் யாருமில்லை.

அயூப் கானால் இந்தத் தோல்வியை ஏற்கவே முடியவில்லை. தேர்தல் வைத்தாகிவிட்டது. சட்டமன்றம் இயங்கியே தீரும். கலைப்பதற்கு உடனடி நியாயம் ஏதுமில்லை. தவிர சர்வதேசப் பார்வையாளர்களெல்லாம் வந்திருக்கிறார்கள். ஒரு ராணுவப் புரட்சிக்குப் பிறகு நாட்டில் நடக்கும் முதல் தேர்தல் அல்லவா? அதெல்லாம் கட்டாயம் நடந்தே தீர வேண்டும். இல்லாவிட்டால் படியளப்பவர்கள் வேறு பக்கம் திரும்பி உட்கார்ந்துவிடுவார்கள்.

சர்வதேசப் பார்வையாளர்கள் மட்டுமல்ல; முதல் முதலாக அப்போதுதான் வெளிநாட்டுப் பத்திரிகையாளர்களும் பலூசிஸ்தானுக்கு வந்திருந்தார்கள். பாகிஸ்தானியருக்கே பலூசிஸ்தானுக்குள் நடக்கிற விஷயங்கள் முழுதாகப் போய்ச் சேராது. கடுமையான பத்திரிகைத் தணிக்கை அங்கே எப்போதும் இருக்கும். அந்நிலையில், அமெரிக்காவிலிருந்தும் ஐரோப்பிய நாடுகளில் இருந்தும் பிரிட்டனில் இருந்தும் பெரும் பத்திரிகைகளின் நிருபர்கள் வந்து குவிந்திருக்கிறார்கள் என்றால், தேர்தலில் வெற்றி பெற்ற பலூச்சி உறுப்பினர்கள் சும்மா இருப்பார்களா?

ஒவ்வொரு நாளும் சட்டமன்றத்தில் பட்டாசு வெடிக்க ஆரம்பித்தது. அயூப் கானின் அராஜக ராணுவ ஆட்சியை விமரிசிப்பது ஒரு பக்கம். பலூச்சி மக்கள் ஜின்னாவால் ஏமாற்றப்பட்டது முதல் அன்றைய தேதி வரை அனுபவித்து வந்த கஷ்டங்களின் பட்டியல் ஒரு பக்கம். விடுதலை இயக்க வீரர்கள் எப்படியெல்லாம் ஏமாற்றப்பட்டு சாகடிக்கப்பட்டார்கள் என்ற வரலாறு ஒரு பக்கம். ஒருவரென்றால் ஒருவர் கூடத் தமக்குக் கிடைத்த வாய்ப்பை வீணடிக்கவில்லை.

சரித்திரத்தில் முதல் முறையாக, பாகிஸ்தானுக்குள் இருக்கும் ஒரு மாகாணம் தனி நாடு கேட்டுப் போராடிக்கொண்டிருப்பதும் அவர்களது அடிப்படை உரிமைகள்கூட நசுக்கப்படுவதும் அவர்கள் குரல் வெளியே வராமல் பார்த்துக்கொள்ளப் பாகிஸ்தான் மேற்கொள்ளும் முயற்சிகளும் உலகெங்கும் உள்ள பத்திரிகைகளில் பக்கம் பக்கமாக எழுதப்பட்டன.

அயூப் கான் வெறுத்துப் போனார்.

36. இறுக்கிப் பிடி!

பாகிஸ்தானை ஆண்ட மற்ற ராணுவ ஆட்சியாளர்களுடன் ஒப்பிட்டால் அயூப் கான் சற்றுப் பரவாயில்லை என்று சரித்திரம் அறிந்தோர் சொல்வார்கள். பாகிஸ்தானின் பொருளாதார வளர்ச்சிக்காக அவர் காலத்தில் மேற்கொள்ளப்பட்ட பல நடவடிக்கைகள் இன்றுவரை அந்நாட்டைக் காப்பாற்றுவதில் ஓரளவு கணிசமான பங்கு வகிப்பதை மறுக்கவே முடியாது. அதைக் காட்டிலும் முக்கியமான சாதனை ஒன்றைச் சொல்லவேண்டும் என்றால் எழுபத்தெட்டாண்டு காலப் பாகிஸ்தான் வரலாற்றில் ஊழல் குறைவாக இருந்த காலகட்டம் என்பது அயூப் கானின் ஆட்சிக்காலம்தான். ராணுவ அதிகாரிதான். ஆயினும் ஓரளவு நிர்வாக நடைமுறை அறிந்தவராக இருந்தார். இந்தச் சரிதத்தின் வில்லன்களுள் ஒருவர் என்றாலும் நல்லனவற்றைச் சொல்லத்தானே வேண்டும்?

எண்ணிப் பார்த்தால், அயூப் கான் மனம் வைத்திருந்தால் பலூசிஸ்தான் பிரச்னையை மிக நிச்சயமாகத் தீர்த்திருக்கலாம். அவர்களது தன்னாட்சி அதிகாரத்தைத் திரும்பக் கொடுத்து, சிறைபிடித்து வைத்திருந்த மன்னரையும் இதர தலைவர்களையும் விடுதலை செய்திருந்தாலுமே போதுமானது. தனி

நாட்டுக்கு வழியில்லாவிட்டாலும் தன்னாட்சி அதிகாரமாவது கிடைத்ததே என்று அப்போதைக்கு அமைதியாகியிருப்பார்கள். பாகிஸ்தானில் யார் ஆட்சிக்கு வந்தாலும் நமக்கு ஏழரைதான் என்பது அயூப் காலத்திலும் உறுதிசெய்யப்பட்டதால்தான் பலூசிஸ்தானின் ஆயுதப் போராட்டம் வரலாறு காணாத அளவுக்குத் தீவிரம் கொள்ளத் தொடங்கியது.

அந்த 1961 ஆவது வருடத்து சட்டமன்றத் தேர்தலையும் அதன் விளைவுகளையும் பார்த்தோம் அல்லவா? உலகச் செய்தி நிறுவனங்கள் அனைத்தும் பலூசிஸ்தான் பிரச்னையைப் பேசத் தொடங்கிவிட்டதில் அயூப் கான் மனம் வெறுத்துப் போனார். ஏனெனில் கள்ளத்தனமாக கலாட் ராஜ்ஜியத்தை அபகரித்த காலம் தொடங்கி அந்த ஆயிரத்துத் தொள்ளாயிரத்து அறுபதாம் ஆண்டு வரை புதையல் காக்கும் பூதம் போல பலூசிஸ்தான் பிரச்னையை உலகம் அறியாதபடி அவ்வளவு கவனமாகப் பொத்திப் பொத்தி வைத்துக்கொண்டிருந்தது பாகிஸ்தான். இதனை இப்போது படிப்பதற்குச் சிறிது விசித்திரமாக இருக்கக் கூடும். ஒரு சம்பவம் நிகழும்போதே சமூக ஊடகங்களில் செய்தி வந்துவிடுகிற காலத்தில் நாம் வாழ்ந்துகொண்டிருக்கிறோம். அன்றைக்குப் பத்திரிகையில் வந்தால் மட்டும்தான் செய்தி. பாகிஸ்தானிலோ, அரசாங்கம் என்ன சொல்கிறதோ அதைத்தான் பத்திரிகை எழுதும். பாகிஸ்தான் அரசாங்கம் என்றைக்குமே பலூசிஸ்தானைப் பற்றி எதுவும் சொல்லாது. அங்கே ஊரே பற்றி எரிந்துகொண்டிருந்தாலும் இஸ்லாமாபாத்தில் பள்ளிப் பிள்ளைகளுக்கு ஜனாதிபதி இனிப்பு வழங்கினார் என்பது தலைப்புச் செய்தியாக வெளியாகும். ஓரிரு வருடங்கள் அல்ல. அபகரித்த நாளாக அப்படித்தான். ஆண்டவர்கள் அத்தனை பேருமே அப்படித்தான்.

நிற்க. இந்தத் தேர்தல் முடிவினை அயூப் கான் ஒரு பெரிய எச்சரிக்கை சங்கேதமாகக் கருதினார். உன்னால் என்ன முடியும்? பாகிஸ்தானுக்குள் ஒரு பகுதியாக

பலூசிஸ்தானைச் சொல்லிக்கொள்வாய். அவ்வளவுதானே. எக்கேடு கெட்டு ஒழி. நான் உன் வழிக்கு வரவில்லை. ஆனால் நீ நடத்திய தேர்தலில் என் ஆள்கள்தாம் வென்றிருக்கிறார்கள். இனி நடக்கும் தேர்தல்களிலும் அப்படித்தான் நடக்கும். எங்கள் நாட்டை நாங்கள் மட்டுமே ஆள்வோம். எங்களுக்கு வேண்டியதை நாங்கள் பார்த்துக்கொள்கிறோம். உன்னால் ஆனதைப் பார்.

இது தொடருமானால் பலூசிஸ்தானில் இருந்து பாகிஸ்தான் அதுநாள்வரை அடைந்து வந்த லாபங்கள் அனைத்தும் ஒவ்வொன்றாகக் குறையத் தொடங்கும். வளங்கள் வாரிச் செல்ல முடியாதபடி ஆகும். அனைத்திலும் முக்கியம், துறைமுகம். அதை இழக்க முடியாது. அங்கே ஆளும் அரசாங்கம் தன் இஷ்டத்துக்கு எதையாவது செய்யத் தொடங்கிவிட்டால் பிறகு பாகிஸ்தானின் உறுப்பாக இருந்தும் பலனற்ற ஒன்றாகவே ஆகிவிடும்.

இவற்றையெல்லாம் கருத்தில் கொண்டு அயூப் கான் ஒரு முடிவுக்கு வந்தார். ஆகஸ்ட் **1962** இல் யாருமே எதிர்பாராத விதமாக அவர் பலூசிஸ்தானுக்கு ஒரு சுற்றுப்பயணம் மேற்கொண்டார். பாகிஸ்தான் அரசியலைத் தீர்மானிக்கும் பஞ்சாபுக்கு அவர் செல்லவில்லை. பலூசிஸ்தானைக் காட்டிலும் அதிக ஆதி இனக்குழுக்களைக் கொண்ட வடமேற்கு எல்லை மாகாணத்துக்குச் செல்லவில்லை. நாட்டின் புதிய ஆட்சியாளராகப் பொறுப்பேற்றிருக்கிறோமே, பொறுப்போடு அந்தக் கிழக்கு பாகிஸ்தானுக்கு ஒரு சுற்றுப்பயணம் செய்து மக்களிடம் நிறைகுறைகளைக் கேட்டு வருவோம் என்று நினைக்கவில்லை. வண்டி கட்டிக்கொண்டு பலூசிஸ்தானுக்குக் கிளம்பிவிட்டார்.

அப்படிக் கிளம்பிச் சென்றவர் மக்களைச் சந்தித்தாரா, பேசினாரா, தேர்தல் முடிவுகளுக்கு ஒப்புக்காவது ஒரு வாழ்த்துச் சொன்னாரா என்றால் கிடையாது. அங்கே

மத்திய அரசின் பிரதிநிதியாக இருந்த அந்த ஊர் ஆர்.என் ரவி, ஆமிர் முஹம்மத் கானை அழைத்துக்கொண்டு குவெத்தாவில் உள்ள ராணுவத் தலைமையகத்துக்கு முதலில் சென்றார். ராணுவ உயரதிகாரிகளுடன் பேசிவிட்டு ஊரெங்கும் உள்ள ராணுவச் சாவடிகளைச் சுற்றிப் பார்த்தார். பல இடங்களில் வீரர்களின் எண்ணிக்கையை அதிகப்படுத்தச் சொன்னார். சோதனைச் சாவடிகளில் கெடுபிடிகளை மேலும் கடுமையாக்க உத்தரவிட்டார். முக்கியமாகப் பொதுக்கூட்டங்கள், ஊர்வலங்கள், பேரணிகள் நடக்குமானால் அச்சமூட்டும் அளவுக்கு ராணுவத்தைக் கொண்டு குவித்துவிடுங்கள் என்று அயூப் ராணுவத் தளபதிகளுக்கு அங்கே உத்தரவிட்டதாகச் சில வரலாற்றுக் குறிப்புகள் உள்ளன. இதற்கு ஆதாரமாக ஏதும் இல்லை என்றபோதும் அந்த உத்தரவு அன்றைக்கே குவெத்தா முழுவதும் பரவி, அங்கிருந்து பலூசிஸ்தான் மொத்தத்துக்கும் தாவி நிறைந்துவிட்டதன் விளைவை மறுநாளே பார்க்க முடிந்தது.

அயூப் கான் அன்றிரவு குவெத்தாவில்தான் தங்கியிருந்தார். மறுநாள் வேறு சில பகுதிகளைச் சுற்றிப் பார்க்கவும் திட்டமிட்டிருந்தார். ஜனாதிபதி வந்திருக்கிறார் என்பதால் பலூசிஸ்தான் முழுவதும் பாதுகாப்பு ஏற்பாடுகள் பலப்படுத்தப்பட்டிருந்தன. ஊர்வலங்கள், பேரணிகள், பொதுக்கூட்டங்கள் அனைத்தும் முடக்கப்பட்டிருந்தன. அனைத்தையும் மீறி, அன்றைக்கு பலூச்சி தேசிய இயக்கத் தலைவர்கள் ஒருங்கிணைந்து ஒரு திடீர்ப் பொதுக்கூட்டத்துக்கு ஏற்பாடு செய்துவிட்டார்கள்.

முன்னறிவிப்பெல்லாம் கிடையாது. இக்கணம் இத்தகவலைக் கேள்விப்படுபவர்கள் தமக்குத் தெரிந்த அனைவருக்கும் தெரியப்படுத்தலாம். நூறல்ல, ஆயிரமல்ல, லட்சம் பேர் திரண்டு வந்தாலும் மகிழ்ச்சியே. நமது நிகழ்ச்சி நம் மக்களுக்காக நடப்பது. இதில் கெடுபிடிகள் கிடையாது. ஜனாதிபதி வந்திருக்கிறார் என்றால் அவரும்

பொதுக்கூட்டத்துக்கு வரட்டும். ஒரு ஓரமாக நாற்காலி போட்டு உட்கார வைப்போம். சொற்பொழிவுகளைக் கேட்டு ரசித்துவிட்டுப் போகட்டும். மற்றபடி திட்டமிட்ட கூட்டம் நடக்கும். அனைவரும் வருக.

அயூப் கான் திகைத்துவிட்டார். இரவோடு இரவாக அந்தப் பொதுக்கூட்டத்தை எப்படியாவது தடுத்து நிறுத்த அனைத்துவிதமான தடுப்பு நடவடிக்கைகளையும் எடுக்கப் பார்த்தார்கள். ஆனால் ஒன்றுமே செய்ய முடியவில்லை. எங்கிருந்து மக்கள் வந்து கூடினார்கள் என்றே சொல்ல முடியாத அளவுக்குப் பார்க்கும் இடமெல்லாம் மக்கள் வெள்ளம் திரண்டிருந்தது. பலூசிஸ்தானின் அனைத்து தேசிய இயக்கத் தலைவர்களும் மேடையில் ஒன்றாகக் கூடி நின்று அவர்களை வரவேற்றார்கள்.

சொற்பொழிவுகள் தொடங்கியபோது தேசமே அதிர்ந்தது. பேசிய ஒவ்வொருவரும் பாகிஸ்தானைக் கச்சாமுச்சாவெனத் திட்டித் தீர்த்தார்கள். பலூசிஸ்தானுக்கு வந்திருக்கும் அயூப் கான், ராணுவத்தை இன்னும் முடுக்கிவிட்டு மக்களை வதைக்க மேற்கொண்டிருக்கும் முயற்சிகளைக் கடுமையாகக் கண்டித்தார்கள். பலூசிஸ்தானைப் பழிவாங்கும் எண்ணத்தைக் கைவிடாவிட்டால் பாகிஸ்தான் மிகத் தீவிரமான விளைவுகளைச் சந்திக்க நேரிடும் என்று பகிரங்கமாக எச்சரிக்கை விடுத்தார்கள்.

அந்த திடீர்ப் பொதுக்கூட்டத்தின் ஒரு வரி சாரம் இதுதான்: ‘மதிப்புக்குரிய அயூப் கான்! உங்களால் ஆனதைப் பார்த்துக்கொள்ளுங்கள். எங்களால் முடிவதை நாங்கள் ஏற்கெனவே செய்யத் தொடங்கிவிட்டோம்!’

கோபத்தில் அயூப் கானுக்கு என்ன செய்வதென்று தெரியவில்லை. பலூச்சி தேசிய இயக்கத் தலைவர்களுக்கும் மக்களுக்கும் பொதுவாக அன்றே மிகக் கடுமையான எச்சரிக்கை அறிவிப்பு ஒன்றை வெளியிட்டார். உங்கள் நடவடிக்கைகளை நிறுத்திக்கொண்டு மத்திய

அரசோடு ஒத்துப்போகாவிட்டால் மிகக் கடுமையான விளைவுகளைச் சந்திக்க வேண்டிவரும்; இது இறுதி எச்சரிக்கை என்பது அதன் சாரம்.

அவ்வளவுதானே? எங்கள் பதில் நாளைக்கு வரும் என்று பலூச்சிகள் சொன்னார்கள்.

மறுநாள், மீண்டும் ஓர் எதிர்பாராத மாபெரும் பொதுக்கூட்டம், பேரணி ஏற்பாடானது. மீண்டும் பலூச்சி தலைவர்கள் அங்கே ஒன்றுசேர்ந்து பேசினார்கள். மக்கள் ஆயிரமாயிரம் பேராகத் திரண்டு வந்து அக்கூட்டத்துக்கு ஆதரவு தெரிவிக்க, மறுபடியும் அங்கே பாகிஸ்தானும் அயூப் கானும் எச்சரிக்கப்பட்டார்கள். உங்கள் பருப்பு மூட்டைகள் எங்கள் பாத்திரத்தில் வேகாது அதிபரே என்று பகிரங்கமாகச் சொல்லி வெறுப்பேற்றினார்கள்.

அதுதான். அவ்வளவுதான் பொறுமை என்று அயூப் கான் முடிவு செய்தார். அன்றிரவு பலூசிஸ்தானில் மீண்டும் ஒரு ரத்த வேட்டை நடந்தது. கணக்கிலடங்காத மக்கள் கண் மண் தெரியாத விதத்தில் ராணுவத்தால் தாக்கப்பட்டார்கள். பலூச்சி தேசிய இயக்கத் தலைவர்கள் ஒவ்வொருவர் பெயரையும் எழுதி வைத்துக்கொண்டு மாநிலமெங்கும் சல்லடை போட்டுத் தேடிக் கைது செய்தார்கள். குவெத்தாவிலும் கராச்சியிலும் இதர முக்கிய நகரங்கள் அனைத்திலும் தங்கியிருந்த, பதுங்கியிருந்த சுமார் இருநூறுக்கும் மேற்பட்ட பலூசிஸ்தான் விடுதலை இயக்கத் தலைவர்கள் கைது செய்யப்பட்டு உடனே ராணுவ நீதிமன்றங்களுக்குக் கொண்டு செல்லப்பட்டார்கள். அவர்கள் அத்தனை பேரையும் புரட்சியைத் தூண்டிய குற்றத்துக்காகக் கைது செய்திருப்பதாக அறிவித்து, ஜாமீனில் வெளிவரவே முடியாதபடி அடைத்து வைத்தார்கள்.

இது 1958 இல் நடந்த சம்பவத்தைப் போன்றதுதான். ஆனால் இம்முறை பெருந்தலைவர்கள் ஒருவர்கூட விடுபடவில்லை. எல்லா ஊர்களிலும் மக்களை

ஒருங்கிணைக்க யாருமே இனி இல்லை என்னும் அளவுக்குக் கைது நடவடிக்கை மிகத் தீவிரமடைந்திருந்தது. இரண்டு நாள்களில் பலூசிஸ்தானில் பகிரங்கமாக அரசியல் பேசிக்கொண்டிருந்த அத்தனை பேருமே கைதாகிவிட்டிருந்தார்கள். அவர்கள் அனைவரையும் பஞ்சாபுக்கும் சிந்து மாகாணத்துக்கும் கொண்டு சென்று சிறையில் அடைத்தார்கள். ராணுவம் தெருத்தெருவாக மைக் வைத்து அறிவித்துக்கொண்டே சென்றது. இனியொரு சர்ந்தர்ப்பத்தில் யாராவது வீதிக்கு வந்து கோஷமிடுவீர்கள் என்றால் கைது, விசாரணை, கோர்ட், சிறையெல்லாம் கிடையாது. கண்ட இடத்தில் சுடுவோம். அவ்வளவுதான்.

பலூச்சிகள் திகைத்துப் போனார்கள்.

37. புலி

அயூப் கான் காலத்தில் பலூசிஸ்தானில் நடத்தப்பட்ட விடுதலை இயக்கத்தினர் மீதான வேட்டை, அம்மண்ணின் சரித்திரத்தில் மிக முக்கியமானது. அதில் சந்தேகமில்லை. இருநூறு தலைவர்கள் கைதானார்கள் என்பது வெளியே தெரிந்த விவரம். என்றால், உண்மை நிலவரம் என்னவாக இருக்கலாம் என்று அம்மாநிலத்தின் மீதான பாகிஸ்தானின் தாக்குதல் சரித்திரத்தை முன்வைத்துச் சற்று சிந்தித்துப் பார்க்கலாம். தலைவர்களைக் கைது செய்தது மட்டுமல்ல முக்கியம். சாதாரண மக்கள் மத்தியில் புரட்சி, போராட்டம் என்றாலே அச்சம் உருவாகி வீட்டுக்குள் புகுந்து கதவை அடைத்துக்கொள்ளும்படியான காரியங்களைப் பாகிஸ்தான் ராணுவம் வீதி வீதியாகச் செய்தது. ஒருநாள் இருநாள் அல்ல. ஒவ்வொரு நாளும். ஒரு மாதம், ஓராண்டல்ல. தொடர்ச்சியாக. அயூப் கான் காலத்தில் பாகிஸ்தான் ராணுவத்தின் பெரும்பகுதி பலூசிஸ்தானிலேயே முறை வைத்துக்கொண்டு வலம் வந்துகொண்டிருந்தது. இதன் பொருட்டே ஐ.எஸ்.ஐ தலைமையின் பொறுப்பில் ராணுவத்தின் இன்னொரு பிரிவு ஏற்படுத்தப்பட்டு இதர விவகாரங்களைக் கவனிக்கும்படி அறிவுறுத்தப்பட்டது.

ஆனால் அயூப் ஒரு விஷயத்தை மறந்தார்.

அடக்குமுறையின் மூலமும் அச்சுறுத்தல்களின் மூலமும் மிரட்டல்களின் மூலமும் செய்யப்படும் காரியங்கள் அனைத்தும் விபரீத விளைவுகளை நோக்கிச் செல்வது தவிர்க்கவே முடியாது. என்ன ஆனாலும் தனது ராணுவம் அங்கே இருக்கிறது; அது பார்த்துக்கொள்ளும் என்று அவர் நினைத்தார். ஆனால், எப்படி அன்றைக்கு நௌரோஸ் கான் என்றொரு கிழட்டுச் சிங்கம் எங்கோ கண்காணாத மலை முகடுகளில் பதுங்கியிருந்து ஆட்டிப் படைத்ததோ, அதேபோல இப்போது ஷெர் முஹம்மது மர்ரி என்றொரு புலி கொஹ்லு மாவட்டத்தில் இருந்து புறப்பட்டு வந்தது.

பலூச்சி விடுதலை இயக்க வரலாற்றில் இந்த ஷெர் முஹம்மது மர்ரியின் போராட்டம் மிக முக்கியமான அத்தியாயம். இன்றைக்கு பலூசிஸ்தானில் கோலோச்சிக்கொண்டிருக்கும் பி.எல்.ஏவின் பிறப்புக்கு இம்மனிதரும் இவரது இயக்கமுமே மூல காரணம். உணர்ச்சிவசப்படாமல் வரலாற்றை அலசி ஆராய முடியுமானால் கரீம் கான், நௌரோஸ் கான் உள்ளிட்ட அத்தனை பலூச்சி விடுதலை இயக்கத் தலைவர்களைக் காட்டிலும் பெருஞ்செயல்களைச் செய்தவர் ஷெர் முஹம்மது மர்ரி.

ஆனால் வினோதம் என்னவெனில் இன்றைய தலைமுறை பலூச்சிகளுக்கு இவரைக் குறித்து அதிகம் தெரியாது. மேடைகளில் பேசுவோர்கூட ஷெர் முஹம்மது மர்ரியின் பெயரைக் குறிப்பிட மறந்துவிடுகிறார்கள். கடந்த மே மாதம் பலூசிஸ்தான் விடுதலையை எக்ஸ் தளத்தில் அறிவித்து, இன்றுவரை தொடர்ச்சியாகக் களமாடிக்கொண்டிருக்கும் அவ்விடுதலை இயக்கத் தலைவர்கள், ஒருமுறைகூட மர்ரியின் பெயரை மறந்தும் உச்சரிக்கவில்லை. இத்தனைக்கும் தாம் வாழ்ந்த காலத்தில் ஒட்டுமொத்த பலூச்சிகளின் நம்பிக்கைக்குரிய ஒரே பெருந்தலைவராக அவர் கருதப்பட்டார். போராடிக்கொண்டிருந்த நாள்களில்

மட்டுமல்ல; கைதாகிச் சிறையில் இருந்து, காலமான நாள் வரை அவரைப் பற்றிப் பேசாத வாய் கிடையாது. ஷெர் முஹம்மது மர்ரியை மட்டும் கொன்றுவிட்டால் பலூசிஸ்தானில் கிளர்ச்சி, புரட்சி, போராட்டம் என்று எதுவும் பிறகு எழாது என்று எழுபதுகளில் பாகிஸ்தான் உளவுத் துறை கூடம் அணைத்துச் சத்தியம் செய்தது. ஆனால் அவரது இருப்பும் செயல்பாடுமே இன்று வரையிலான பலூசிஸ்தான் விடுதலைப் போராட்டத்துக்கு ஆணிவேராகத் திகழ்கிறது.

வரலாற்றில் சிலவற்றுக்கு என்றுமே விடை கிடைக்காது. ஷெர் முஹம்மது மர்ரியின் பெயர் மறக்கப்பட்டதும் அதிலொன்று. இருக்கட்டும். நாம் பேசுவோம்.

1935 ஆம் ஆண்டு பிரிட்டிஷ் இந்திய ராணுவம் கலாட் ராஜ்ஜியத்தின் ஒரு பகுதியில் மையம் கொண்டு, சுதந்தர கலாட்டின் செயல்பாடுகளை மேஸ்திரி போல மேற்பார்வை செய்துகொண்டிருந்தபோது ஷெர் முஹம்மது மர்ரி பிறந்தார். **1960** ஆம் ஆண்டு அவர் தீவிரப் புரட்சியில் தன்னை ஈடுபடுத்திக்கொள்ளத் தொடங்கியபோது மிகவும் இளைஞர்.

அண்டை நாடு ஒன்று, இந்த நாட்டைத் தனது மாநிலங்களுள் ஒன்று என்று சொல்வது, பிறகு அது ஒரு தனி மாநிலம்கூட இல்லை, ஒரே பெரிய மாநிலத்தின் ஒரு பகுதி என்பது, தனது நிலத்தின் பண்பாடு, மொழி உள்ளிட்ட எதையும் விட்டு வைக்காமல் அழிக்கப் பார்ப்பது, ஆயிரக் கணக்கில், பல்லாயிரக் கணக்கில் மக்களைக் கொன்று குவிப்பது, பலூசிஸ்தானின் எல்லா பகுதிகளிலும் திட்டமிட்டுப் பாகிஸ்தானிக் குடியேற்றங்களை நிறுவி, அவர்களெல்லோரும் அரசு அலுவலர்கள்; அங்கேயேதான் இருப்பார்கள் என்று அழிச்சாட்டியம் செய்வது - இதையெல்லாம் அவரால் சும்மா பார்த்துக்கொண்டிருக்க முடியவில்லை.

என்ன செய்ய வேண்டும் என்பதில் அவருக்குக் குழப்பம்

இல்லை. ஆனால் இதற்கு முன்னால் பாகிஸ்தானுக்கு எதிராகச் சண்டையிட்டுக்கொண்டிருந்த யாரிடமும் போர்க்கலையில் நேர்த்தி இல்லை என்று நினைத்தார். அதனால்தான் இரண்டு முறை இரு பெரும் தலைவர்கள் புரட்சியைத் தொடங்கியும் அது அற்ப ஆயுளில் மடிந்தது என்று கருதினார். எனவே, தனது மர்ரி இனத்தைச் சேர்ந்தவர்களுக்கு உலகெங்கும் வெற்றிகரமாகக் கடைப்பிடிக்கப்பட்டு வருகிற இலக்கணம் வழுவாத போர்க்கலையைக் கற்பிப்பதே வெற்றியை நோக்கிய முதல் அடி என்று முடிவு செய்தார். ஷெர் முஹம்மத் மர்ரி கற்றதும் கற்பித்ததும் கெரில்லாப் போர் முறைதான். ஆனால் அவரது கற்பித்தல் முறை வேறு விதமாக இருந்தது.

அந்நாளில் உலகெங்கும் ஆட்சியாளர்களுக்கு எதிராகப் புரட்சி செய்துகொண்டிருந்தோர் அனைவருக்கும் க்யூபாவில் நடந்துகொண்டிருந்த அரசுக்கு எதிரான கலகமும் புரட்சியும் திடீர்த் தாக்குதல்களும் பெரிய ஊக்கமளித்தது. யாரோ பிடல் காஸ்ட்ரோ என்றொரு வழக்கறிஞர். நல்ல வருமானம் தந்துகொண்டிருந்த தனது வேலையை உதறிவிட்டுக் கொடூர ராணுவத் தளபதி புல்கேன்ஸியோ பாடிஸ்டா என்பவருக்கு எதிராக மக்களைத் திரட்டி ஒரு படையை நிறுவியிருக்கிறார். 1952 ஆம் ஆண்டு தொடங்கி அடுத்தடுத்து ஏழு முறை அவர் புரட்சி செய்யப் பார்த்துத் தோல்வி அடைந்திருந்தாலும் முயற்சியைக் கைவிடவில்லை. கைது செய்யப்பட்டுப் பதினைந்தாண்டு காலம் சிறைத்தண்டனை விதிக்கப்பட்டிருக்கிறது. எப்படியோ போராடி என்னவோ செய்து இரண்டு ஆண்டுகளில் வெளியே வந்துவிட்டிருக்கிறார். வந்த பிறகும் சும்மா இல்லை. மெக்சிகோவுக்குச் சென்று அங்கே தங்கிக்கொண்டு ஒரு புதிய படையை உருவாக்கியிருக்கிறார். அந்தப் படையின் துணையுடன் மீண்டும் க்யூப ஆட்சியாளருடன் ஒரு போர். அதிலும் தோல்வி.

இத்தனைக்கும் பிறகுதான் அவர் கெரில்லாப் போர் முறைக்குத் திரும்பியிருக்கிறார். சே குவரா என்கிற அர்ஜண்டைனாவைச் சேர்ந்த பிறவிப் புரட்சிக்காரருடன் சேர்ந்து கானகங்களில் தங்கிப் போர்க்கலை பயின்று முழு உத்வேகத்துடன் மீண்டும் தனது தாக்குதல்களைத் தொடங்கினார். 1959 ஆம் ஆண்டு அவரது புரட்சி வெற்றி கண்டது. கொடுங்கோல் ராணுவ ஆட்சியாளர் பாடிஸ்டாவைக் கடாசிவிட்டு, க்யூபாவின் அதிபராகவும் ஆகியிருக்கிறார்.

1960 ஆம் ஆண்டு பாகிஸ்தானுக்கு எதிராகப் போரிடுவது என்கிற முடிவுக்கு வந்த ஷேர் முஹம்மத் மெர்ரிக்குக் க்யூபப் புரட்சியின் வெற்றியும் காஸ்ட்ரோ-சே குவராவின் சாகசங்களும் புதிய நம்பிக்கையயை அளித்தன. முரட்டுத்தனம் அல்ல; புத்திசாலித்தனம் மட்டுமே ஒரு போரின் வெற்றியைத் தீர்மானிக்கிறது என்று அவர் தமது நண்பர்களிடம் சொன்னார். 1962 ஆம் ஆண்டு ஷேர் முஹம்மது, தனது மர்ரி இனத்தைச் சேர்ந்த இளைஞர்களைத் திரட்டி 'பராவி' என்றொரு போராளிக் குழுவை உருவாக்கினார். (இந்தக் குழுவினை பராரி - Parrari என்றும் சொல்வார்கள்.) ஜால்வானில் வசித்து வந்த அவரது நண்பர் அலி முஹம்மது மெங்கால் என்பவர் இயக்கத்தின் இன்னொரு முக்கியத் தளபதியாக விளங்கினார். இருவருமாகச் சேர்ந்து, தத்தமது பிராந்திய இளைஞர்களைக் கொண்டு உருவாக்கிய படைகளுடன் அந்த வருடம் (1962) முதல் பாகிஸ்தான் ராணுவ இலக்குகளைத் தாக்கத் தொடங்கினார்கள்.

பலூசிஸ்தானில் அதுவரை பாகிஸ்தான் ராணுவத்துக்கு எதிராகப் போர் புரிந்துகொண்டிருந்தவர்கள் அனைவருமே கிட்டத்தட்ட கெரில்லா முறையில்தான் செயல்பட்டுக்கொண்டிருந்தார்கள் என்றாலும் அவர்களது தாக்குதல்களில் நேர்த்தி போதாமை இருந்தது. அதனாலேயே இழப்புகள் அதிகம் இருந்தன. கெரில்லா என்பதே முறைசாராப் போர்முறைதான்

எனினும் அதிலும் ஓர் ஒழுங்கு அவசியம் என்று ஷேர் முஹம்மது மர்ரி கருதினார். எனவே எங்கெங்கோ யார் யாரிடமோ கேட்டு, க்யூபப் புரட்சியாளர்களின் போர்க்கலை உத்திகளை அறிந்துகொள்ளப் பார்த்தார். பிடல் காஸ்ட்ரோ குறித்தும் சே குவரா குறித்தும் உலகின் எந்த மூலையில் எந்தப் பத்திரிகையில் செய்தி வந்திருக்கிறது என்று தெரிந்தாலும் எப்படியாவது அதை பலூசிஸ்தானுக்குத் தருவித்து, உடனே படித்து அறிந்துகொண்டுவிட வேண்டும் என்பதில் தீவிரம் கொண்டிருந்தார்.

1962 முதல் *1969* வரையிலான காலகட்டத்தில் ஷெர் முஹம்மது மர்ரியின் பராவி இயக்கம் பலூசிஸ்தானில் நிலைகொண்டிருந்த பாகிஸ்தான் ராணுவத்துக்குப் பெரிய தலைவலியைக் கொடுத்தது. அதுவரை நூற்றுக் கணக்கில், ஆயிரக் கணக்கில் இறந்தவர்களெல்லாம் பலூச்சி மக்களாக இருந்தது போக, ஷெர் முஹம்மதுவின் இயக்கத்தினர் அந்த எண்ணிக்கையைப் பாகிஸ்தான் ராணுவ வீரர்களின் மரணங்களில் காட்டத் தொடங்கினார்கள்.

இந்தக் குழுவினர் என்ன செய்கிறார்கள், எங்கிருந்து இவர்களுக்கு உதவிகள் வருகின்றன என்பது நெடுங்காலம் பாகிஸ்தான் அரசுக்குப் புரியாத புதிராக இருந்தது. மிகவும் பிற்காலத்தில், ஜுல்பிகர் அலி புட்டோ பாகிஸ்தானின் ஆட்சியாளராக அமர்ந்தபோதுதான் ஷெர் முஹம்மதுக்கு சோவியத் யூனியனின் ஆதரவு இருந்திருக்கிறது என்ற தகவல் வெளியே வந்தது.

பயந்துவிட்டார்கள். ஆப்கனிஸ்தானில் அப்போது சோவியத் ஆதரவு இடதுசாரி அரசுதான் இயங்கிக்கொண்டிருந்தது. என்னதான் பலூசிஸ்தான் புரட்சிக் குழுக்கள் ஆப்கன் உதவியைத் தொடர்ந்து கேட்டுக்கொண்டிருந்தாலும் அதுநாள்வரை அப்படியொன்று யாருக்கும் கிடைத்ததில்லை.

பாகிஸ்தான் அமெரிக்க அரவணைப்பில் இருந்தபடியால், ஆப்கனிஸ்தானைக் கைக்குள் போட்டுக்கொண்டிருந்த சோவியத் யூனியன், பாகிஸ்தானுக்குள் கலவரம் உண்டாக்க நேரடி முயற்சி எதையும் மேற்கொள்ளாது என்று நம்பிக்கொண்டிருந்தார்கள்.

அந்தக் காலமெல்லாம் மலையேறிவிட்டது என்று ஷெர் முஹம்மது நிரூபித்தார்.

38. புலி வேட்டை

நல்ல கன கம்பீரமான தோற்றம். எந்த ஒழுங்குக்கும் அகப்படாமல் முகமெங்கும் புதராகப் படர்ந்திருக்கும் அடர்ந்த முடி. ஒரு எட்டு முழம் வேட்டியைச் சும்மாடாகச் சுருட்டினால் என்ன அடர்த்தி வருமோ அந்தளவுக்கு உருண்டு சுருண்டு படர்ந்து நிற்கும் தலைப்பாகை. எரிந்துகொண்டிருக்கும் அடுப்பிலிருந்து இரண்டு தணலை உருவி எடுத்துச் சொருகிக்கொண்டாற் போன்ற கண்கள். குகைப்பாதை போல நீண்ட பெரும் மூக்கு. புகைப்படத்திலேயே நாலடி தள்ளி நின்று பார்க்கச் சொல்லும் அளவுக்கு ஆளும் தோளும் வேல் முருகாவென திடகாத்திரமாகத் திரண்டு நிற்பார் ஷெர் முஹம்மது மர்ரி. இந்தத் தோற்ற விவரங்கள்கூட அவரது வயது முதிர்ந்த காலத்தில் எடுக்கப்பட்ட ஒன்றிரண்டு படங்களைக் கொண்டு தரப்படுபவைதாம். பராரி அல்லது பராவி என்கிற அவரது இயக்கம் உருவாக்கப்பட்ட அறுபதுகளின் தொடக்க ஆண்டுகளில் அவர் எப்படி இருந்தார் என்பதற்கு சாட்சிப் படங்கள் ஏதுமில்லை.

பராரிக்கும் அதற்கு முன்பிருந்த பலூசிஸ்தான் இயக்கங்களுக்கும் அடிப்படையில் ஒரு வேறுபாடு இருந்தது. முந்தைய இயக்கங்களைச் சேர்ந்தவர்கள் பாகிஸ்தான் ராணுவத்தையும் அரசு அலுவலகங்களையும்

அங்கே பணிபுரியும் உயர் அதிகாரிகளையும் மட்டுமே தமது முதன்மை இலக்காகக் கொண்டிருந்தார்கள். பராரிதான் முதல் முதலில் மிக நேரடியாகப் பாகிஸ்தான் மக்கள் மீதும் தாக்குதல் நடத்திய இயக்கம். அரசுக்கு மிக நிச்சயமாக அச்சமூட்டுவதற்கு அது அவசியம் என்று அந்த இயக்கம் நினைத்தது. எண்ணிப் பார்த்தால் பலூசிஸ்தான் விடுதலை இயக்க வரலாற்றில் ஷெர் முஹம்மதின் செயல்பாடுகள் இன்று பெருமளவு மறக்கப்பட்டுவிட்டதற்கு அது முக்கியக் காரணமாகத் தோன்றுகிறது.

குண்டுவெடிப்புகள், துப்பாக்கிச்சூடுகள், கடத்திச் சென்று கொல்வது என்று தமக்குச் சாத்தியமாக இருந்த எதையும் அவர்கள் விட்டுவைக்கவில்லை. ஷெர் முஹம்மதுக்கு முந்தைய போராளித் தலைவர்கள் பலூசிஸ்தான் எல்லைக்குள் மட்டும் இலக்குகளைத் தேர்ந்தெடுத்துத் தாக்கினார்கள். ஆனால் ஷெர் முஹம்மதின் பராரி இயக்க வீரர்கள் பாகிஸ்தானின் பிற பகுதிகளுக்குள் நுழைந்தும் தாக்கிவிட்டு மறைந்துவிடுவதை வழக்கமாக வைத்திருந்தார்கள். இன்னொன்று, இலக்குகளைத் தேர்ந்தெடுக்கும் உரிமை, குழுத் தலைமையிடம் மட்டும் இருக்கவில்லை. எந்த வீரரும் தேர்ந்தெடுக்கலாம். காரியத்தைச் செய்து முடித்த பிறகும்கூடத் தலைமைக்குத் தெரிவிக்கலாம் என்றொரு வினோதமான வழக்கம் அவர்களிடையே இருந்திருக்கிறது.

அயூப் கானுக்கு பலூசிஸ்தான் ஏன் மிகுந்த கவலையளிக்கும் நிலப்பரப்பாக இருந்தது என்பதைப் பார்த்தோம் அல்லவா? அதன் தொடர்ச்சியாக, அம்மாகாணத்தின் தெற்கே இருந்த மெங்கல் என்னும் பழங்குடி மக்கள் வசிக்கும் இடத்திலிருந்து வடக்கே மர்ரி, புக்தி பழங்குடிகள் வசிக்கும் இடங்கள் வரை (கிட்டத்தட்ட தலை முதல் முழங்கால் வரை எனக் கொள்ளலாம்) ஏராளமான ராணுவ நிலைகளை அமைக்க உத்தரவிட்டிருந்தார். ஷெர் முஹம்மது

தமது இயக்கத்து இளைஞர்களிடம் நாள்தோறும் சொல்லிக்கொண்டிருந்தது இதனைத்தான். அவர்கள் எத்தனை செக் போஸ்ட் அமைக்கிறார்களோ, நாம் அத்தனை இடங்களிலும் பரவி நிற்க வேண்டும். அவர்கள் செய்யும் ஒவ்வோர் அத்துமீறலுக்கும் கணக்கு வைத்து பதிலடி தர வேண்டும்.

இதன் தொடர்ச்சியாகத்தான் ரயில் பாதைகளைத் தகர்ப்பது, ஓடும் ரயில்களின் மீது குண்டு வீசுவது, உள்ளே புகுந்து துப்பாக்கிச் சூடு நடத்துவது என்று ரயில்களை முதன்மை இலக்காகக் கொள்ளும் கலாசாரம் உண்டாகத் தொடங்கியது. ஒரு விஷயம். பலூசிஸ்தானில் நடந்த அளவுக்கு உலகில் வேறெங்கும் ரயில் தாக்குதல்கள் நடந்ததில்லை. மாபெரும் தாக்குதல்கள் என்று சொல்லும் அளவுக்கு அதிகமில்லைதான். ஆனால் பலூசிஸ்தானின் எந்தப் பகுதி வழியாகவும் செல்லும் ரயிலில் ஏறுவதற்கே மக்கள் அஞ்சும் அளவுக்குப் போராளிகள் ஒரு வழி பண்ணி வைத்திருந்தார்கள்.

ரயில் தாக்குதலுக்கு அடுத்தபடி பராரி இயக்கத்தினர் கவனம் செலுத்தியது, ராணுவ வாகனங்கள். மலைப் பாதைகளில் ஒன்றன்பின் ஒன்றாகச் செல்லும் கவச வாகனங்களைத் தகர்ப்பதன் மூலம் பிராந்தியத்தில் உள்ள ராணுவத்தின் பலத்தைக் கணிசமாகக் குறைக்க முடியும் என்பது அவர்கள் எண்ணம். ஏனென்றால், பாகிஸ்தான் ராணுவத்தில் ஆள்கள் சேர்ந்துகொண்டே இருப்பார்களே தவிர, இதர வசதிகள் வந்து சேரக் கணிசமாக அவகாசம் பிடிக்கும். பத்து வேன்கள் தகர்க்கப்பட்டன, நாற்பது துப்பாக்கிகள் களவு போயின, நூறு குண்டுகள் காணவில்லை என்று மேலிடத்துக்குத் தகவல் சொல்லி, அவை மீண்டும் வந்து சேர்வதற்குப் பல வாரங்கள் எடுக்கும்.

இதனைக் கருத்தில் கொண்டு அவர்கள் தொடர்ச்சியாக, இடைவெளியே இல்லாமல் வாரம் ஒரு தாக்குதலையாவது

நடத்திக்கொண்டே இருந்தார்கள். குறிப்பாக, ராணுவத்தினர் பயணம் செய்யும் ரயில் பெட்டிகளை முதன்மை இலக்காகக் கொண்டிருந்தார்கள். அவற்றை உளவு பார்த்துச் சொல்வதற்கென்றே ராணுவ நிலைகளை அடுத்த ரயில்வே ஸ்டேஷன்களில் நிரந்தர உளவாளிகளை நியமித்தார்கள். அறுபதுகளில் பலூசிஸ்தானில் பல ரயில்வே ஸ்டேஷன்களில் தென்பட்ட பிச்சைக்காரர்கள் பெரும்பாலும் பராரி இயக்கத்தைச் சேர்ந்தவர்களாகவே இருப்பார்கள். எந்த ரயிலில் எத்தனை ராணுவ வீரர்கள் ஏறுகிறார்கள், எந்தப் பெட்டி, கைவசம் உள்ள ஆயுதங்கள் என்னென்ன என்றெல்லாம் கவனித்து அவர்கள் தகவல் தருவார்கள். பைக்குகளை வைத்துக்கொண்டு காத்திருக்கும் தோழர்கள், ரயில் புறப்படுவதற்கு முன்பு புறப்பட்டுச் சென்று தாக்குதல் அணிக்குத் தகவல் சொல்லிவிட்டால் போதும். மிச்சத்தை அவர்கள் பார்த்துக்கொள்வார்கள்.

சில வரிகளில் இதனை விவரித்துவிட முடிந்தாலும் இந்தத் தாக்குதல்கள் அன்று பாகிஸ்தான் ராணுவத்துக்கு ஏற்படுத்திய இழப்புகள் சிறிதல்ல. அவர்கள் எத்தனையோ விதமாக முயற்சி செய்து பார்த்தார்கள். பராரி இயக்க வீரர்களை மொத்தமாக அழிப்பதன் பொருட்டுப் பல திட்டங்கள் தீட்டப்பட்டன. சிறப்புக் குழுக்கள் அமைக்கப்பட்டன. புரட்சியாளர்களுக்கு உதவி செய்பவர்கள் என்று உளவுத் துறை கண்டறிந்து வந்து சுட்டிக்காட்டிய அத்தனை பேரையும் ஈவு இரக்கமின்றிச் சுட்டுக்கொன்று, மறக்காமல் போட்டோ எடுத்து போஸ்டர் அடித்து ஊரெல்லாம் ஒட்டிவைத்தார்கள். கிராமப்புற மக்கள் மத்தியில் அச்சத்தை விதைப்பதன் மூலம் இயக்கத்துக்கான ஆதரவைத் தடுக்கலாம் என்பது அவர்கள் நம்பிக்கை.

ஆனால் ஒட்டப்பட்ட ஒவ்வொரு போஸ்டரும் ஒரு ராணுவ வீரரின் உயிரைக் குடிக்கும் என்று அவர்கள்

எதிர்பார்க்கவில்லை. ராணுவம் நிகழ்த்திய ஒவ்வொரு படுகொலைக்கும் பதில் படுகொலை நடந்துகொண்டே இருந்தது. எனவே வேறொரு உத்தியை ராணுவம் யோசித்தது.

பொதுவாகப் புரட்சி இயக்கங்களைத் தோற்றுவிப்பவர்கள் ஏழை எளியோராக இருப்பார்கள். குறைந்தபட்சம் பெரும் பணக்காரர்களாகவேனும் இல்லாதிருப்பார்கள். பலூசிஸ்தான் அதிலும் வேறு விதம். கலாட் மன்னரின் தம்பியே ஒரு புரட்சிக்காரராக அங்கே செயல்பட்டவர்தாம். அவரைப் போலவே ஷெர் முஹம்மது மர்ரியும் ஒரு நிலச்சுவான்தார். அவர் எந்த அளவுக்குப் பணக்காரர் என்பதற்கு உறுதியான ஆதாரங்கள் இல்லை. ஆனால் நிச்சயமாகப் பணக்காரர். அதில் சந்தேகமில்லை. பலூசிஸ்தானின் பல இடங்களில் அவருக்குப் பெரிய அளவில் பழத் தோட்டங்களும் பாதாம் தோட்டங்களும் இருந்திருக்கின்றன.

இதனைக் கண்டறிந்த பாகிஸ்தான் ராணுவம், ஷெர் முஹம்மதுவின் தோட்டங்கள், வயல்களைக் குறி வைத்து அழிக்க ஆரம்பித்தது. ஆயிரம்தான் புரட்சிகர சிந்தனைகள் இருந்தாலும் ஒரு நிலச்சுவான்தார் தமது சொத்துகள் அழிவதைப் பார்த்துக்கொண்டு சும்மா இருக்க மாட்டார்; எப்படியும் மலைகளை விட்டு இறங்கி வருவார்; அப்போது மடக்கிவிடலாம் என்பது கணக்கு.

ஷெர் முஹம்மது மர்ரி இறங்கி வரத்தான் செய்தார். **1963-65** ஆண்டுகளில் நூற்றுக்கணக்கான முறை அவர் மறைவிடங்களில் இருந்து வெளிப்பட்டு நெடுந்தொலைவு பயணங்கள் மேற்கொண்டிருக்கிறார். அழிக்கப்பட்ட தனது வயல்களையும் தோட்டங்களையும் பார்வையிட்டு, சீரமைப்பதற்கு ஏற்பாடுகள் செய்து, காவலை மேலும் வலுப்படுத்திவிட்டுத்தான் போனார். ஆனால், ஒருமுறைகூட ராணுவம் அவரை நேரில் கண்டதில்லை.

ஷெர் முஹம்மது மர்ரிக்கு ஆப்கனிஸ்தானை ஆண்டுகொண்டிருந்த இடதுசாரி அரசுடன் நெருக்கமான தொடர்பு இருந்தது. அந்தத் தொடர்புகளின் மூலம் அவருக்கு சோவியத் யூனியனுடனும் நேரடித் தொடர்பு சாத்தியமாகியிருந்தது. பணம் கேட்கும் புரட்சியாளர் இல்லை; பயிற்சியை மட்டுமே கோருகிறார் என்பது சோவியத்துக்கு அன்றைய தேதியில் வினோதமாகவும் ஆர்வமூட்டுவதாகவும் இருந்தது. எனவே ஷெர் முஹம்மதுவின் பராரி இயக்கத்து வீரர்களுக்கு பலூசிஸ்தான்-ஆப்கன் எல்லையோரக் கானகங்களில் தீவிரமான கெரில்லாப் போர்ப்பயிற்சி வழங்கப்பட்டது. அதைவிட முக்கியமாக, தாக்குதல்களின்போது உயிர் இழப்புகளைத் தவிர்க்கும் விதம் குறித்து நேரடியாக சோவியத் யூனியனிலிருந்தே விற்பன்னர்கள் வந்து கற்றுத் தந்ததாகவும் சில தகவல்கள் உள்ளன. தமது வீரர்களுக்கு இதையெல்லாம் கற்றுத் தர ஏற்பாடு செய்தவர், தாம் பயிலாமலா இருந்திருப்பார்?

வெறுப்பின் உச்சத்தில், பாகிஸ்தான் அரசு அந்தச் சமயத்தில் மிக மோசமான முடிவொன்றை எடுத்தது. பலூசிஸ்தான் எங்கும் பல்வேறு பதவிகளில் இருந்த பழங்குடி இனத் தலைவர்களான சர்தார்கள், மர்ரிகள், இதர பல இனக்குழுவினரின் அதிகாரங்களைப் பறிக்கத் தொடங்கினார்கள். மிகச் சிறிய பொறுப்புகளில் இருந்தவர்கள் தொடங்கி, மிகப்பெரிய பதவிகளில் இருந்தோர் வரை யாருமே தப்பவில்லை. அரசுத் துறை எதுவானாலும் அதில் பணியாற்றும் அத்தனை பேரும் பாகிஸ்தான் ஆதரவாளர்களாக மட்டுமே இருக்க வேண்டும் என்று வாய்மொழி அளவில் உத்தரவு பிறப்பித்து, அதைச் செயல்படுத்தவும் ஆரம்பித்தார்கள்.

இது பெரிய விபரீதமாகிப் போனது.

39. இரண்டு நிபந்தனைகள்

அரசுப் பணி என்பதை உலகம் பார்க்கும் விதத்துக்கும் பலூச்சிகள் பார்க்கும் விதத்துக்கும் மிகப்பெரிய வித்தியாசம் ஒன்று உண்டு. அரசாங்க வேலை என்பதை ஒரு பாதுகாப்பாகவோ, நிம்மதியான வாழ்க்கைக்கான உத்தரவாதமாகவோ, பென்ஷன் சௌகரியங்கள் சார்ந்த சந்தோஷமாகவோ அவர்கள் கருதுவதில்லை. அவர்கள் தங்களைத் தமது இனத்தின் அடையாளத்தைக் கொண்டே வெளிப்படுத்திக்கொள்ள விரும்புபவர்கள். தேசியம் என்றால் பலூச்சி தேசியம்தான். பாகிஸ்தான் தேசியம் அல்ல. தலைவர்கள் என்றால், அந்தந்த மக்களுக்கு அவரவர் பழங்குடி இனத் தலைவர்கள். மன்னர் என்றால் கலாட்டின் மன்னர். இதற்கு அப்பால் ஓரடிகூட அவர்கள் முன்னும் பின்னும் நகர்ந்ததில்லை. இன்று வரை பலூச்சிகள் அப்படித்தான்.

ஆனால் அவர்கள் விரும்பிய தேசிய அடையாளம் அவர்களிடம் இருந்து பறிக்கப்பட்டபோது என்னவாவது செய்து அரசு இயந்திரத்தின் ஓர் அங்கமாகப் பொருத்திக்கொண்டு விடுவது எதிர்காலத்தில் ஓரெல்லை வரையிலாவது தமது மண்ணும் அதன் அதிகாரங்களும் தங்கள் கையில் மீதமிருக்க உதவும் என்று நினைத்தார்கள். அரசு வேலைக்குச் செல்லும் பலூச்சி இளைஞர்களிடம்

அவரவர் இனக்குழுத் தலைவர்களும் அதை மட்டுமே சொல்லி அனுப்புவார்கள்.

உலகில் வேறெங்கும் நடக்காத, நடக்க வாய்ப்பும் இல்லாத இன்னொரு சம்பவம் பலூசிஸ்தானின் கிராமப்புற அலுவலகங்களில் நடக்கும். ஊழியர் யாராவது ஒரு நாள் இரண்டு நாள் வேலைக்குப் போக முடியாது போனால் அவருக்கு பதிலாக அவர் தம்பியோ தங்கையோ மாமனோ சித்தப்பாவோ போய் உட்கார்ந்து அந்த வேலையைக் கவனித்துவிட்டு வருவார்கள். அதிகாரியாக இருப்பவரும் பலூச்சியாகவே இருந்துவிடுவதால், நீ ஏன் வந்தாய், உனக்கென்ன தெரியும் என்றெல்லாம் கேட்க மாட்டார். கேட்டால் ஊரே கூடி ஒரு வழியாக்கிவிடும்.

இதைப் புரிந்துகொள்வது சிறிது சிரமம்தான். ஆனால் அறுபதுகளில் பலூசிஸ்தான் அப்படித்தான் இருந்தது. கைவிட்டுப் போன தங்கள் தேசிய அடையாளத்தை மீட்பதற்குக் கிடைத்த எந்த ஒரு சிறு பற்றுக்கோலையும் அவர்கள் தவறவிடக் கூடாதென்று கருதினார்கள். இதனாலேயே பலூசிஸ்தானில் போஸ்டிங் என்றால் பாகிஸ்தானின் பிற மாகாண அதிகாரிகள் யோசிப்பார்கள். தயங்குவார்கள். எப்படியாவது ஒன்றிரண்டு மாதங்களில் டிரான்ஸ்பர் கிடைத்துவிடாதா என்று பார்ப்பார்கள். பலூச்சி பழங்குடி மக்களிடம் பேசிப் புரியவைப்பதெல்லாம் கஷ்டம். அது அவர்களது நிலம். அங்குள்ள பணிகள் அவர்கள் அனைவருக்கும் பொதுவானது.

அப்படி வாழ்ந்துகொண்டிருந்தவர்களுக்கு, இனி அரசாங்கப் பணியே உங்களுக்கு இல்லை என்றால் என்ன தோன்றும்? நேரடியாக அப்படிச் சொல்லப்படவில்லை. ஆனால் சொல்லி வைத்தாற்போல மாநிலமெங்கும் கிராமப் பஞ்சாயத்து அலுவலகங்கள் தொடங்கி, நகர்ப்புற கலெக்டர் அலுவலகங்கள் வரை அனைத்து

இடங்களிலும் அனைத்துத் துறைகளிலும் அனைத்துப் பிரிவுகளிலும் சரசரவென பலூச்சிகளுக்கு வேலை போகத் தொடங்கியது. காலியான இடங்கள் அனைத்தும் உடனுக்குடன் பாகிஸ்தானியரால் நிரப்பப்பட்டன. யாரைக் கேட்பது? எந்த நீதிமன்றத்துக்குச் செல்வது? நீதிபதிகள் பாகிஸ்தானிகள். வழக்கறிஞர்கள் பாகிஸ்தானிகள். சாத்தியமுள்ள அனைத்து உயரிடங்களிலும் பலூச்சிகள் இல்லாமல் பார்த்துக்கொள்வதை ஒரு செயல்திட்டமாகவே எடுத்துக்கொண்டு சாதித்தார்கள். இதன் விளைவு மிக மோசமாகிப் போனது.

அறுபத்திரண்டில் பராரி இயக்கத்தைத் தொடங்கிய ஷெர் முஹம்மது மர்ரி, அடுத்த ஆண்டு பலூசிஸ்தானின் பல்வேறு பகுதிகளில் இருபத்திரண்டு பயிற்சி முகாம்களை நிறுவியபோது, ஒவ்வொரு முகாமிலும் ஆகக் குறைந்தபட்சம் இருநூறு முதல் நாநூறு பலூச்சி இளைஞர்கள் தம்மை இணைத்துக்கொண்டார்கள். அவர்களுள் பெரும்பான்மையானோர் அரசுப் பணியை இழந்தவர்கள். போராடுவதைத் தவிர வேறு வழியில்லை என்று நினைத்ததால் அவர்கள் அப்படிச் செய்தார்கள். போரிடுவது ஒன்றே இறுதி வழி என்று ஷெர் முஹம்மது அவர்களுக்குப் புரிய வைத்தார்.

இது வேறு வகையான தலைவலியைப் பாகிஸ்தான் அரசுக்குத் தந்தது. அதுவரை ஆயுதம் ஏந்திப் போரிட்டுக்கொண்டிருந்தவர்களுள் பெரும்பான்மையானோர் படிப்பறிவில்லாதவர்கள் அல்லது பெரிதாகப் படிக்காதவர்கள். ஆனால் பராரியில் இணைந்துகொண்டிருந்த அத்தனை பலூச்சிகளும் நன்கு படித்து, தேர்வெழுதி, அரசுப் பணியில் இருந்தவர்கள். அவர்களுக்கு அரசியல் தெரியும். உலகம் தெரியும். எதையும் பகுத்தறிந்து செய்யத் தெரியும். அனைத்திலும் முக்கியம், அவர்கள் படிப்பில் தீவிர நாட்டம் கொண்டவர்களாக இருந்தார்கள். பலூசிஸ்தான் விடுதலை

இயக்கங்கள், படித்தவர்களால் முன்னெடுக்கப்படுமானால் அது பாகிஸ்தானுக்குப் பெரிய தலைவலியாகிவிடும் என்று அயூப் கான் கவலைப்பட்டார். சொல்லி வைத்தாற்போலத் தனது இயக்கத்தின் சார்பில் ஷெர் முஹம்மது மர்ரி ஒரு பத்திரிகை வெளியிட ஆரம்பித்தார்.

பலூச்சிகளுக்கு மட்டுமான பத்திரிகையாக அல்லாமல் பாகிஸ்தான் அரசால் மறைக்கப்படும் உண்மைகளைப் பாகிஸ்தானிகளும் தெரிந்துகொள்ள வேண்டும் என்ற எண்ணத்தில் அந்தப் பத்திரிகை பலூச்சி மற்றும் உர்தூ மொழிகளில் அச்சிடப்பட்டது. பிறகு இதற்கொரு ஆங்கிலப் பதிப்பும் கொண்டுவரப்பட்டது. அதற்கு Spark என்று பெயர்.

அந்தப் பத்திரிகை, ஷெர் முஹம்மதின் இயக்கத்துக்கு ஒரு முகமாக நிலைத்தது. அரசுக்குத் தெரியாமல், ஊரறியாமல் ரகசிய இடங்களில் அச்சிடப்பட்டு ரகசியமாகவே விநியோகிக்கப்பட்ட பத்திரிகைதான். ஆயினும் பலூசிஸ்தானில், பலூச்சி மக்களுக்கெனப் பேசும் முதல் புரட்சிக் குரலாக அது ஓங்கி ஒலித்தது. அது பலூசிஸ்தானின் எல்லைகள் கடந்தும் பரவியதுதான் இங்கே முக்கியம். குறிப்பாக, பலூசிஸ்தானில் என்ன நடக்கிறது என்று இந்தியாவிலும் கிழக்கு பாகிஸ்தானிலும் வசிப்பவர்களுக்குத் தெரிய ஆரம்பித்தது Sparkக்குப் பிறகுதான்.

முன்பே குறிப்பிட்டதைப் போல ஷெர் முஹம்மதுக்குப் பணப் பிரச்னை கிடையாது. தன்னலமற்ற தேசியவாதி என்பதால் தனது சொத்து சுகம் முழுவதையும் போராட்டத்துக்காகச் செலவிடுவதென்று முடிவு செய்துதான் அவர் களம் இறங்கினார். கம்யூனிச சித்தாந்த ஈர்ப்பும் சோவியத் தொடர்புகளும் அவரை ஒரு வலுவான இடதுசாரி தேசியவாதியாக வார்த்தெடுத்தன. தாம் கற்ற அனைத்தையும் அவர் தனது இயக்கத்தைச் சேர்ந்தவர்களுக்குச் சொல்லித்தரவும்

தொடங்கினார். கவனியுங்கள். வெறும் ஆயுதப் பயிற்சியும் போர்ப்பயிற்சியும் அல்ல. சித்தாந்தப் பயிற்சி. அதுதான் முக்கியம்.

அயூப் கான் கலவரமடைந்தது இதனால்தான். *1963* தொடங்கி *68* ஆம் ஆண்டு வரை என்ன செய்கிறோம் என்றே தெரியாமல் பலூசிஸ்தானில் மிருகத்தனமான தாக்குதல்களை அவர் கட்டவிழ்த்துவிட்டார். கணக்கு வழக்கே இல்லாத அளவுக்கு மரணங்களும் தீவைப்புச் சம்பவங்களும் நிகழ்ந்தன. அந்த எண்ணிக்கை அதிகரிக்கும்தோறும் ஷெர் முஹம்மதுவின் படையில் சேரும் பலூச்சிகளின் எண்ணிக்கையும் அதிகரித்துக்கொண்டே போனது. அநேகமாக மாகாணத்தின் ஒவ்வொரு நகரிலும் ஒவ்வொரு கிராமத்திலும் பராரிகள் இருந்தார்கள். யார் சாதாரண மக்கள், யார் போராளிகள் என்று கண்டறியவே முடியாத நிலை உண்டானது.

இதன் இன்னொரு விளைவுதான் மிகவும் முக்கியமானது. பராரி என்கிற பொதுவான அடையாளம் அவர்களுக்குப் போதவில்லை. ஒரு விடுதலை இயக்கமாக உலகெங்கும் அறியப்பட வேண்டும் என்ற எண்ணத்தில் நாடெங்கும் ஆயுதமேந்த வருவோரை அந்தந்தப் பிராந்தியத்திலேயே சிறு சிறு குழுக்களாகச் செயல்படச் செய்து, அவர்களிடமிருந்தே ஒரு தலைவரைத் தேர்ந்தெடுத்து நியமித்தார் ஷெர் முஹம்மது. அதாவது, ஆயுதம் ஏந்துவோர் பராரிகள். ஆனால் பலூசிஸ்தானில் உள்ள ஒவ்வொரு பலூச்சியும் விடுதலை இயக்கத்தின் உறுப்பினர். அவர்கள் இன்றைக்கு ஆயுதம் ஏந்தாமல் இருக்கலாம். ஆனால் என்றைக்கும் அப்படியே இருக்கப் போகிறவர்கள் அல்லர். தவிர, ஆயுதம் ஏந்தி மட்டும்தான் போர் புரிய வேண்டுமென்ற அவசியமில்லை. பத்திரிகை இருக்கிறது. அதில் எழுதலாம். அதுவும் போர்தான். சாத்தியமுள்ள பிற அனைத்து விதங்களிலும் விடுதலை இயக்கத்தில் பங்கெடுக்கலாம். பலூசிஸ்தான் மக்கள்

என்று சொல்லாதீர்கள்; பலூசிஸ்தான் மக்கள் விடுதலை முன்னணி என்று அழைக்கத் தொடங்குங்கள் என்று அறைகூவல் விடுத்தார் ஷெர் முஹம்மது.

அதிர்ந்துவிட்டார் அயூப் கான். என்னதான் நடக்கிறது பலூசிஸ்தானில்? நீங்கள் எதற்கு தண்டத்துக்கு ஒரு கவர்னராக அங்கே இருக்கிறீர்கள்? எதையும் தடுக்க முடியவில்லை என்றால் நீங்கள் இருந்து என்ன பயன்? என்று பலூசிஸ்தான் ஆளுநர் ஆமீர் முஹம்மது கானைப் பிடித்து ஏறத் தொடங்கினார். ஆளுநர் உண்மையில் அங்கே ஒன்றும் செய்ய இயலாதவராகவே இருந்தார். மக்கள் அத்தனை பேரும் ஒரு கட்சி, ஆளுநர் மட்டும் எதிர்க்கட்சி என்பதுதான் நிலைமை. இதை எப்படிச் சொல்லிப் புரியவைப்பது?

கேட்டால், ராணுவம் இல்லையா, காவல் துறை இல்லையா என்று அதிபர் மீண்டும் குதிப்பார். ராணுவம் உள்ளது. காவல் துறை உள்ளது. அதிகார வர்க்கம் உள்ளது. அனைத்தும் உள்ளதுதான். ஆனால் ஒருங்கிணைந்த நோக்கத்துடன் மக்கள் செயல்படத் தொடங்கிவிட்ட பின்பு அதிகார வர்க்கம் என்ன செய்ய இயலும்? தாக்கலாம். இழப்புகளை உண்டாக்கலாம். ஆனால் ஒவ்வொரு தாக்குதலும் அதன் விளைவை மோசமான முறையிலேயே எதிர்கொண்டு வந்திருக்கிறது. உண்மையில் பலூசிஸ்தானில் போஸ்டிங் போடப்பட்ட பாகிஸ்தான் ராணுவத்தினர் வாழ்க்கையை வெறுத்துவிட்டிருந்தார்கள். நாட்டின் வேறு எந்தப் பகுதிக்கு மாற்றினாலும் போய்விடலாம்; இங்கே வேண்டாம் என்று கதறிக் கண்ணீர் விட்டுக்கொண்டிருந்தார்கள்.

இதனை என்ன விதமாக எடுத்துச் சொல்லியும் அயூப் புரிந்துகொள்ள மறுத்தார். கவர்னருடன் தொடர்ச்சியாகச் சண்டையிட்டுக்கொண்டும் அவரது செயல்பாடுகளில் தனக்குத் திருப்தியில்லை என்று சொல்லிக்கொண்டும் இருந்தார். இறுதியாக **1967** ஆம் ஆண்டு பலூசிஸ்தான்

ஆளுநராக இருந்த ஆமிர் முஹம்மது கானை நீக்கிவிட்டு முஹம்மது மூசா கான் என்பவரை ஆளுநராக அறிவித்தார் அயூப்.

மூசா கான் முன்னாள் ராணுவ ஜெனரல். ஆயினும் குவெத்தாவைச் சேர்ந்தவர் என்பதால் அம்மக்களின் மனம் புரிந்தவர். என்னவாவது செய்யுங்கள்; பலூசிஸ்தான் சரியாக வேண்டும் என்றார் அயூப்.

'என்ன வேண்டுமானாலும் செய்யலாமா?'

'செய்யலாம்.'

'அப்படியானால் நான் இரண்டு நிபந்தனைகள் வைப்பேன். நீங்கள் மறுக்கக் கூடாது.'

'சொல்லுங்கள்.'

'சிறைப்பட்டிருக்கும் அனைத்து பலூச்சி தலைவர்களையும் நிபந்தனையின்றி விடுவிக்க வேண்டும்.'

'இன்னொன்று?'

'யார் யாருக்கெல்லாம் வேலை போனதோ, அவர்களுக்கெல்லாம் மீண்டும் பணி நியமன ஆணை செல்ல வேண்டும்.'

'இந்த இரண்டையும் செய்தால் என்ன நடக்கும் என்று எதிர்பார்க்கிறீர்கள்?'

'ஷெர் முஹம்மது மர்ரியை அவரது படையினருடன் நான் சரணடைய வைக்கிறேன்' என்றார் முஹம்மது மூசா கான்.

40. நேற்று இல்லாத மாற்றம்

புதிய ஆளுநர் மூசா கானின் கணக்கு, செயல்திட்டம் இரண்டுமே சரியானவை; சிறப்பானவை. அதில் சந்தேகமில்லை. ஆனால் பாகிஸ்தானை நம்புவதற்கு பலூச்சிகளுக்கு எந்த நியாயமும் இல்லை அல்லவா? தமது சரித்திரம் முழுவதும் ஏமாற்றங்களாலும் நம்பிக்கை மோசடிகளாலும் அலைக்கழிக்கப்பட்டவர்கள் அவர்கள். 1948 தொடங்கி அந்த இருபது ஆண்டுகளில் மட்டும் அவர்கள் இழந்தவை அநேகம். உயிரிழப்பு, பொருள் இழப்புகூடப் பொருட்டில்லை. தலையெழுத்து என்று எண்ணிக்கொண்டுவிட முடியும். ஆனால் பாகிஸ்தான் அரசு சார்பில் யார் சமரசம் பேச வந்தாலும் இவன் ஒரு துரோகியின் பிரதிநிதி என்ற எண்ணமே அவர்களுக்கு மேலோங்கி நின்றது. இல்லவே இல்லை என்று தலையில் அடித்து சத்தியம் செய்தாலும், ஓஹோ அப்படியா என்பார்களே தவிர, ஏற்க மாட்டார்கள். அது குவெத்தாவில் பிறந்து வளர்ந்த மூசா கானாகவே இருந்தாலும் சரி.

எப்படியாவது ஷெர் முஹம்மது மர்ரியை ஒருமுறை நேரில் சந்தித்துப் பேசிவிட முடிந்தால் எல்லா சிக்கலும் தீர்ந்துவிடும் என்று மூசா கான் நினைத்தார். பொறுப்பேற்ற நாள் முதல் அதற்குத்தான் அவர்

முயற்சி செய்தார். ஆனால் பலூசிஸ்தானில் ஒரு பல்லி, கரப்பான்பூச்சிகூட அவர் இருக்கும் இடம் தெரிந்ததாகவே காட்டிக்கொள்ளவில்லை. தவிர, நான்காண்டுகளாக ஒருநாள் விடாமல் பாகிஸ்தான் ராணுவம் அங்கே நடத்திய தொடர்ச்சியான தாக்குதல்களாலும் செய்த அட்டூழியங்களாலும் வெறுப்புற்றிருந்த மக்கள், அரசுப் பிரதிநிதி என்று சொல்லிக்கொண்டு யார் வந்தாலும் முகத்தில் கதவை அடித்து மூடுகிற முடிவிலேயே இருந்தார்கள்.

அந்தப் பக்கம் பாகிஸ்தானில் அப்போது அயூப் கானின் ஆட்சிக்காலம் முடிவை நெருங்கிக்கொண்டிருந்தது. ஒப்பீட்டளவில் அவர் இதர ராணுவ ஆட்சியாளர்களைவிடப் பரவாயில்லை ரகமே என்றாலும் அவரால் பலூசிஸ்தான் மட்டுமல்லாமல், மேற்கு பாகிஸ்தானின் எந்தப் பகுதியிலும் ஏற்பட்ட கிளர்ச்சிகளையும் மக்கள் போராட்டங்களையும் கட்டுப்படுத்த முடியவில்லை. இதற்கு மிக முக்கியமான காரணம், ஜுல்பிகர் அலி புட்டோ.

புட்டோ ஒரு பெரும் மக்கள் தலைவராக அன்றைக்கு முழுதாக உருவெடுத்திருக்கவில்லை என்றாலும் அதற்கான ஏற்பாடுகளில் தீவிரமாக இருந்தார். அவர் ஒரு பக்கம் நாடெங்கும் மக்களைத் தூண்டிவிட்டு, அயூப் கானுக்கு எதிரான விமரிசனங்கள் எப்போதும் ஜீவத் துடிதுடிப்புடன் பொங்கிப் பெருகும்படிப் பார்த்துக்கொண்டார். இதன் விளைவும் பலூசிஸ்தான் தவிரவும் அயூப் மீதான அதிருப்தி வேறு பல இனங்களில் பல்கிப் பெருகி, நாடெங்கும் அவருக்கு எதிரான ஊர்வலங்களும் கண்டனக் கூட்டங்களும் நடக்கத் தொடங்கின. இதற்கு அறுபத்தைந்தில் நடந்த இந்திய-பாகிஸ்தான் யுத்தத்தில் அடைந்த தோல்வியும் ஒரு பெரும் காரணம்.

அயூபுக்கு உடல் நிலையும் அப்போது சாதகமாக இல்லை. விட்டு விலகிவிடலாம் என்று நினைக்கத் தொடங்கினார். ஆனாலும் புட்டோவிடம் ஆட்சி அதிகாரத்தை விட்டுக் கொடுக்க அவருக்குச் சற்றும் சம்மதமில்லை. எனவே தனது நம்பிக்கைக்குரிய ராணுவத் தளபதியான ஜெனரல் யாஹியா கானைக் கூப்பிட்டுப் பேசினார்.

இதோ பார், இதுதான் என் எல்லை. இவ்வளவுதான் முடியும். நான் விலகிக்கொள்கிறேன். பொறுப்பை உன்னிடம் கொடுத்துவிட்டுப் போகிறேன். ஆனால் பாகிஸ்தான் இதனை நல்லவிதமாக எதிர்கொள்ளவும் ஏற்கவும் வாய்ப்பில்லை. ராணுவப் புரட்சியின் மூலம்தான் நான் ஆட்சியைப் பிடித்தேன் என்றாலும் பிறகு தேர்தல், ஜனநாயகம் என்று என்னென்னவோ குளறுபடிகள் எப்போதும் போல நடந்துவிட்டன. நமது நாட்டுக்கு அதெல்லாம் அனாசாரம். ஒரு காரியம் செய்வோம். நான் உன்னிடம் நல்லபடியாகவே ஆட்சியை ஒப்படைக்கிறேன். ஆனால் நீ ராணுவத் தளபதிதான் என்பதால், ராணுவ வழக்கப்படி, பதவி கைக்கு வந்ததும் இந்த் ஜனநாயகப் பொரி உருண்டைப் பொட்டலங்களைத் தூக்கிக் கடாசிவிட்டு, அரசியல் சாசனத்தை முடக்கி வைத்துவிடு. பரிபூரண ராணுவ ஆட்சியாகவே உன்னுடைய காலம் ஆரம்பமாகட்டும். அதன் பிறகு என்ன நடக்க வேண்டுமோ அது தன்னால் நடக்கும். ஒன்று, என்னைப் போல நீ திருந்துவாய். அல்லது உன்னால் இந்த நாடு திருந்தட்டும்.

யாஹியா கான் ஏற்றுக்கொண்டார். பதவி ஏற்பதற்கு முன்பா-பின்பா என்று சரியாகத் தெரியவில்லை. ஆனால் அடுத்து அவர்தான் என்பது அதிகார வர்க்க மட்டத்தில் உறுதியான மறுகணமே அவர் மூசா கானைக் கூப்பிட்டு, பலூசிஸ்தான் நிலவரத்தைத்தான் கேட்டறிந்தார். என்ன செய்தால் அங்கே அமைதி திரும்பும்?

இதற்கு ஒரே பதில்தான். எதுவுமே செய்யாதிருப்பது!

அது பாகிஸ்தானால் எப்போதும் முடியாது என்பதால் ஒவ்வொரு பிராந்தியத்துக்கும் ஒரு குறைந்தபட்சச் செயல்திட்டத்தை வகுத்துக்கொண்டு அதிகாரத்தை ஏற்பது சரியாக இருக்கும் என்று யாஹியா கான் நினைத்தார். அதனால்தான் அவர் பலூசிஸ்தானின் ஆளுநர் மூசா கானைச் சந்தித்து முதலில் பேசினார். முன்னதாக அவர் அயூப் கானிடம் பேசி, இரண்டு உத்தரவாதங்கள் வாங்கியிருந்ததெல்லாம் யாஹியா கானுக்குத் தெரியும். சிறைப்பட்டிருந்த அனைத்துத் தலைவர்களையும் விடுதலை செய்ய ஒப்புக்கொண்டு, வேலை போயிருந்த அனைத்து பலூச்சிகளுக்கும் மீண்டும் அரசு வேலை தருவதற்கு சம்மதித்த பின்பும் ஏன் நிலவரம் சீராகவில்லை?

என்றால், நாம் சொல்வதை அவர்கள் நம்பத் தயாராக இல்லை என்று மூசா கான் சொன்னார். யாஹியா யோசித்தார். வேறு வழியில்லை. உன்னைக் கொடு என்னைத் தருவேனெல்லாம் இங்கே இனி சரிப்பட்டு வராது என்பது அவருக்குப் புரிந்துவிட்டது. பலூசிஸ்தான் மட்டுமல்லாமல் பாகிஸ்தான் முழுவதிலுமே அந்த ஒரே நாடு, ஒரே யூனிட் (கிழக்கு பாகிஸ்தான் தனித் தொகுதி) சட்டம் மக்கள் மத்தியில் கடும் அதிருப்தியை ஏற்படுத்தி, அதனாலேயே பெரும்பாலான போராட்டங்களும் கலவரங்களும் உண்டாகிக்கொண்டிருந்தது அவருக்குத் தெரியும். பாகிஸ்தானில் அரசுக்குத் தெரியாதவை வேண்டுமானால் இருக்கலாமே தவிர, ராணுவத் தளபதிக்கும் ஐ.எஸ்.ஐ. தலைவருக்கும் தெரியாத ஒன்று எக்காலத்திலும் இருந்ததில்லை.

எனவே, எந்த நிபந்தனையும் கிடையாது. சிறைப்பட்டிருக்கும் பலூச்சி இனத் தலைவர்கள் அத்தனை பேரும் உடனடியாக விடுவிக்கப்படுவார்கள் என்று யாஹியா கான் அறிவித்தார். அது மட்டுமல்லாமல் வேலை

பறிபோன சுமார் ஆயிரத்து முந்நூறு பலூச்சிகளுக்கு அதே பணி திரும்பவும் ஒதுக்கப்பட்டு உடனடியாக ஆணை அனுப்பப்பட்டது. நடந்திருக்கும் பிழைகளை இந்த அரசு களைய விரும்புகிறது. பலூசிஸ்தான் மக்களின் ஒத்துழைப்பும் இதில் தேவைப்படுகிறது என்று யாஹியா கான் சொன்னார். அதன் உட்பொருள் எல்லோரும் அறிந்ததுதான். நான் செய்ய வேண்டியதைச் செய்துவிட்டேன். பராரி இயக்கத்து வீரர்கள் ஒரு பொது இடத்தில் ஆயுதங்களைக் கீழே போட்டுவிட்டுச் சரணடைந்தால் போதும்.

வாய்ப்பே இல்லை என்று மூசா கான் சொன்னார். ஷெர் முஹம்மது மர்ரியின் இயக்கத்தைச் சேர்ந்தவர்கள் மட்டுமல்ல. பொதுவாகவே பலூச்சி போராளிகள் சரணடைவது என்பதை எக்காலத்திலும் விரும்பியவர்கள் அல்லர். போர் நிறுத்தம் சரி. அமைதிப் பேச்சு சரி. இனி போருக்கே அவசியமில்லாத வகையில் திடீர் நல்லவனாகிவிடுகிறாயா? ரொம்ப சரி. நாங்கள் வாக்குறுதி அளித்தால் மீற மாட்டோம். ஆயுதங்களைத் தொடுவதில்லை என்றால் தொடமாட்டோம். அவ்வளவுதான் முடியும். அதென்ன சரணடைவது? அதற்கெல்லாம் வேறு ஆளைப் பார். பலூச்சி ஒருவன் பணிகிறான் என்றால் அது அல்லாவுக்கு மட்டுமாகவே இருக்க முடியும். ஆளும் வர்க்கமெல்லாம் வெறும் கொசு.

யாஹியா கானைத் தவிர இன்னொரு ஆட்சியாளராக இருந்திருந்தால் கடுப்பாகியிருப்பார்கள். யாஹியா கானே பழைய ஆளாக இருந்திருந்தால் நடக்கிற கதையே வேறு. அவர் அயூப் கான் ஆட்சிக் காலத்தில் அனுபவித்த சிரமங்களை மிக நெருக்கமாக நின்று பார்த்திருந்தபடியால் அமைதியாகவே இருந்தார். தவிர, கிழக்கு பாகிஸ்தான் நிலவரம் நாளுக்கு நாள் மோசமாகிக்கொண்டிருந்தது. எந்நேரமும் அங்கே மக்கள் புரட்சி வெடித்துத் தனி நாடாக அறிவித்துக்கொண்டுவிடுவார்கள் என்பது

தெரிந்துவிட்டது. தவிர, இந்திய ஆதரவு. ஒரு முழு நீளப் போருக்குத் தயாராக வேண்டிய இக்கட்டில் தாம் இருக்கிறோம் என்பது யாஹியாவுக்குக் தெரிந்திருந்தபடியால், மேற்கு பாகிஸ்தானில் எந்தத் தரப்பு மக்களையும் பகைத்துக்கொள்ளாதிருப்பது அவசியம் என்று கருதினார். எனவே, யாருமே எதிர்பாராத இன்னொரு அதிரடி நற்செயலை அவர் செய்தார்.

அந்தப் பிரசித்தி பெற்ற ஒரே நாடு ஒரே மாநிலம் சட்டத்தை வாபஸ் பெறுவதாக அறிவித்தார். பலூசிஸ்தான் பழையபடி தனி மாகாணமாக இருக்கலாம். மாநில அரசுகளுக்கான அதிகாரங்கள் திரும்ப வழங்கப்படும். பலூசிஸ்தானுக்கு மட்டுமல்ல. வடமேற்கு மாகாணம், பஞ்சாப், சிந்து பிராந்தியங்களிலும் இது பெரிய அளவில் மக்கள் ஆதரவைப் பெற்றது. என்ன இருந்தாலும் யாஹியா கான் பெரிய ஆள் என்று மக்கள் பேச ஆரம்பித்தார்கள். கிழக்கு பாகிஸ்தான் யுத்த முஸ்தீபுகளுக்கு அது அவருக்கு அவசியமாக இருந்தது.

இதனாலெல்லாம் பலூசிஸ்தானில் தாற்காலிகமாக அமைதி போன்ற ஒன்று நிலவ ஆரம்பித்தது. ஷெர் முஹம்மது மர்ரி, பாகிஸ்தான் இலக்குகள் மீதான தாக்குதல்களை நிறுத்திக்கொண்டார். மறு உத்தரவு வரும்வரை மாநிலமெங்கும் யாரும் எந்த இலக்கையும் குறிவைக்க வேண்டாம் என்றும் அவர் மக்களுக்குத் தெரியப்படுத்தினார்.

ஆனால் முற்றிலுமாக அமைப்பு கலைக்கப்படவில்லை. போராளிகள் ஆயுதங்களைக் கீழே போடவில்லை. சொல்லப் போனால் பலூசிஸ்தான் முழுவதிலும் இன்னும் தீவிரமான பிரசாரம் மேற்கொள்ளப்பட்டு பலூசிஸ்தான் மக்கள் விடுதலை முன்னணியின் பலத்தை அதிகரிக்கும் விதமான நடவடிக்கைகள்

முடுக்கிவிடப்பட்டன. போர்தான் இல்லையே தவிர ஆயத்தங்கள் அப்படியேதான் தொடர்ந்தன.

என்ன இருந்தாலும் பாகிஸ்தான். என்ன இருந்தாலும் துரோகங்களுக்குப் புகழ்பெற்றவர்கள். அப்படியெல்லாம் மொத்தமாக நம்பிவிட முடியாது அல்லவா?

41. அமைதிக் கால அட்டகாசங்கள்

ஆயிரத்துத் தொள்ளாயிரத்து அறுபத்தொன்பது மார்ச் இருபத்தைந்தாம் தேதி முதல் ஆகா முஹம்மது யாஹியா கான் பாகிஸ்தானை ஆளத் தொடங்கினார். மிகச் சரியாக அதே காலகட்டத்தில்தான் ஒன்பது கிரகங்களும் டீ குடித்துவிட்டு வருவதாகச் சொல்லிவிட்டுப் போய், முட்ட முட்ட சரக்கடித்துவிட்டு வந்து கொட்டம் அடிக்க ஆரம்பித்தன. பாகிஸ்தான் அரசு தனது வாழ்நாளில் காணாத மாபெரும் நெருக்கடிகளையெல்லாம் அப்போது கண்டது. கிழக்கு பாகிஸ்தான் எந்தக் கணத்திலும் பிரிந்துவிடும், சுதந்தர பங்களாதேஷுக்கான இறுதி யுத்தம் தொடங்கிவிடும் என்பது யாஹியா கானுக்குத் தெரிந்தது. பாகிஸ்தானின் மொத்த ராணுவ பலத்தையும் கொண்டுபோய் கிழக்கு பாகிஸ்தானில் குவித்தும் போதாது என்பதுதான் உண்மை நிலைமை. ஏனெனில், அன்றைய தேதியில் பங்களாதேஷில் உருவாகியிருந்தது, மிக இயல்பான மக்கள் புரட்சி. யாரோ ஒரு சிலர் கொடிபிடிக்கவில்லை. யாரோ ஒரு சிலர் ஆயுதம் ஏந்தவில்லை. மொத்த கிழக்கு வங்காள மக்களும் வீதிக்கு வந்து நின்றிருந்தார்கள். முக்திபாகினி இருந்தது. முஜிபுர் ரஹ்மான் இருந்தார். பிற தலைவர்கள் இருந்தார்கள். அனைத்துக்கும் பின்னால் இந்திய ராணுவத்தின் நிபந்தனையற்ற ஆதரவும் ஒத்துழைப்பும் இருந்தது.

அது வேறொரு அரசியல். வேறொரு ஆட்டம். இங்கே அதை விரிவாகச் சொல்லிக்கொண்டிருக்க முடியாது. ஆனால் யாஹியா கானின் கவலை வேறு. எப்படியானாலும் கிழக்கு பாகிஸ்தான் பிரச்னையை மையமாக வைத்து ஒரு பெரிய காரியத்தில் ஈடுபட்டுத்தான் தீர வேண்டியிருக்கும். அங்குள்ள போராட்டக்காரர்களுக்கு இந்திய அரசு உதவி செய்துகொண்டிருப்பது இன்னும் சிக்கல். எதிரிக்கு எதிரி நண்பன் என்னும் புராதனமான கட்டமைப்பை அத்தனை எளிதாகத் தகர்க்கவும் முடியாது. விவகாரம், கிழக்கு பாகிஸ்தானுடன் நிறைவடையுமானாலே மிகுந்த மகிழ்ச்சியடையலாம். ஒருவேளை அவர்களைப் போல நாமும் என்று இதர மாகாணங்கள் வீறுகொள்ளத் தொடங்கிவிட்டால் என்ன ஆவது?

சிந்து, பஞ்சாப், கைபர்கூடப் பரவாயில்லை. ஓரளவு சமாளிக்கக் கூடிய பகுதிகள்தாம். இந்த பலூசிஸ்தான்?

யாஹியா கான், ராணுவ ஆட்சியாளராகப் பொறுப்புக்கு வந்துதான் கொஞ்ச நாள் ஆகியிருந்தது. ஆனால் **1939** ஆம் ஆண்டு முதலே அவர் ராணுவத்தில் இருந்தவர். முதலில் பிரிட்டிஷ் இந்திய ராணுவம். பிறகு பாகிஸ்தான் ராணுவம். பாகிஸ்தானின் இண்டு இடுக்கு விடாமல் சுற்றித் திரிந்தவர். குறிப்பாக, அயூப் கான் ஆட்சிக் காலத்தில் மிகச் சிறியதொரு டீக்கடைத் தகராறே என்றாலும் மறுகணம் அவர் நேரடியாக யாஹியாவுக்குத்தான் போன் செய்வார். இரண்டாவது இந்திய-பாகிஸ்தான் போர்க் காலத்தில் ஆக்கிரமிப்பு காஷ்மீர் பகுதிக்குப் போய் நாற்காலி போட்டு உட்கார்ந்துகொண்டு, பாகிஸ்தான் படைகளின் ஒவ்வொரு அசைவையும் வரையறுத்துக் கொடுத்தது யாஹியா கான்தான். பிறகு அதே அயூப் கான் கேட்டுக்கொண்டதற்கிணங்க, பலூசிஸ்தானில் விடுதலை இயக்கங்களைக் கலைத்து ஆடத் திட்டம் போட்டுக் கொடுத்தவரும் அவர்தான். அவரேதான் பலூசிஸ்தானில்

அமைதி திரும்ப வேண்டி, கைதாகியிருந்தவர்களை விடுவித்தார். நிபந்தனை ஏதுமில்லாமல் மாநில உரிமைகளைத் திருப்பிக் கொடுத்தார்.

அவர் எதிர்பார்த்தது போல யுத்தம் நின்றதே தவிர, யாரும் சரணடைய முன்வரவில்லை என்பது ஓர் ஏமாற்றம்தான். ஆனால் அவருக்கு பலூச்சிகளின் இயல்பு தெரியும். அதுகூடப் பரவாயில்லை; நீ சௌக்கியமா, நான் சௌக்கியம் என்று ஆளுக்கொரு பக்கம் இருந்துவிட்டுப் போய்விடலாம். ஆனால் கிழக்கு பாகிஸ்தான் புரட்சி, போராக உருப்பெற்று, பாகிஸ்தானுக்கு எதிரான முடிவு ஏதாவது வந்துவிடுமானால் மறுகணமே பலூசிஸ்தான் சிலிர்த்துக்கொண்டு எழுந்துவிடும். வங்காளிகளுக்கு உதவி செய்யும் இந்தியா, பலூச்சிகளை மட்டும் கைவிட்டுவிடுமா?

இந்த வரலாற்றில் இந்தியாவின் தலையீடும் செயல்பாடுகளும் தனியொரு பாகம். அதைப் பிறகு அதன் பிரத்தியேக நியாய-அநியாயத் தராசுத் தட்டில் வைத்துப் பார்க்கலாம். இப்போது யாஹியா கானையும் பலூசிஸ்தானையும் கவனிக்க வேண்டும்.

என்ன பார்த்துக்கொண்டிருந்தோம்? ஆம். யாஹியா கானின் அச்சம். கிழக்கு பாகிஸ்தானைப் பார்த்து, பலூசிஸ்தான் இன்னும் உக்கிரமாக வீறுகொண்டுவிடுமோ என்கிற அச்சம். அது ஒரு நியாயமான அச்சம் என்பதில் சந்தேகமில்லை. என்னதான் ஷெர் முஹம்மது மர்ரி அவரது பராரி இயக்கத்தின் செயல்பாடுகளை 'அமைதியின் பொருட்டு' நிறுத்திக்கொள்வதாக அறிவித்தாலும் முன்சொன்னதைப் போல யாரும் ஆயுதங்களைக் கீழே போடவில்லை; பயிற்சிகளை நிறுத்தவும் இல்லை. பராரி என்கிற இயக்கப் பெயரைத்தான் பெட்டியில் போட்டு மூடிவைத்தார்கள். பதிலுக்கு பலூசிஸ்தான் மக்கள் விடுதலை முன்னணி

என்கிற பெயரில் மாநிலமெங்கும் வயது வித்தியாசமின்றி மக்கள் ஓரணியில் திரளத் தொடங்கினார்கள்.

ஐ.எஸ்.ஐ. தன்னால் முடிந்த அளவுக்கு இந்த மக்கள் ஒருங்கிணைப்பைக் கெடுப்பதற்கு எல்லா முயற்சிகளையும் மேற்கொண்டு பார்த்தது. ஒரு பழமொழி சொல்வார்கள். சீப்பை ஒளித்து வைத்துக் கல்யாணத்தை நிறுத்தப் பார்ப்பது போல என்று. கிட்டத்தட்ட அந்த அளவுக்கேகூட அவர்கள் இறங்கி ஆடியிருக்கிறார்கள். தாக்குதல்கள் வேண்டாம், உயிர்பலி கூடாது, கைது கூடாது, எந்த விதத்திலும் மக்கள் கொந்தளித்துவிடாமல் பார்த்துக்கொள்ளுங்கள் என்று யாஹியா கான் சொல்லியிருக்கக் கூடும். பலூசிஸ்தானில் சந்தேகத்துக்கு இடமான கிராமப்புறங்களில் எல்லாம் பராமரிப்புக் காரணங்களுக்காக நாள்தோறும் மாலை இருட்டத் தொடங்கும் நேரத்தில் மின்சாரத்தை நிறுத்திவிடுவார்கள். மின்சாரம் இல்லாதபோது யாரும் வீட்டை விட்டு வெளியே வந்து கூட மாட்டார்கள் என்பது உளவுத் துறை நம்பிக்கை.

இதை ஒரு சாதக அம்சமாக எடுத்துக்கொண்டு எப்போது மின்சாரம் போகும்; ஒன்றுகூடலாம் என்று மக்கள் பேசத் தொடங்கிய பின்பு, இரவு நேர கிரிக்கெட் மேட்ச்களுக்கு வைக்கும் ராட்சச விளக்குகளையெல்லாம் மலைக் கிராமங்களுக்குக் கொண்டு வைத்து இரவெல்லாம் ஒளி வெள்ளம் பாய்ச்சி, ஆன வரை அபத்தக் கலை வளர்த்த கதையும் உண்டு.

1971 ஆம் ஆண்டு நடைபெற்ற பங்களாதேஷ் போரில் பாகிஸ்தான் படுதோல்வி கண்டது. கிழக்கு பாகிஸ்தான் என்கிற மாநிலம் மறைந்து சுதந்தர பங்களாதேஷ் பிறந்தது. அது முழுக்க முழுக்க இந்திய ராணுவம் மற்றும் இந்திய உளவுப் பிரிவினரின் வெற்றி. எதை நினைத்து யாஹியா கான் அஞ்சிக்கொண்டிருந்தாரோ,

அது நடந்துவிடும் போன்ற சூழ்நிலை நெருங்கி வந்தது. கிழக்கு பாகிஸ்தானுக்கு விடுதலை சாத்தியமென்றால் நமக்கு ஏன் முடியாது என்று பலூசிஸ்தான் மக்கள் விடுதலை முன்னணி பகிரங்கமாகப் பேசத் தொடங்கியது.

இதே சமயத்தில் அங்கே ஆட்சி மாற்றம் நடந்து யாஹியா கானுக்கு பதில் ஜுல்ஃபிகர் அலி புட்டோ அதிகாரத்துக்கு வந்திருந்தார். அவர்தான் அன்றைய தேதியில் பாகிஸ்தானின் நட்சத்திர அரசியல்வாதி. நாடாளுமன்றத்தில் நிறைய எம்பிக்களை வைத்திருந்தவரும்கூட. எனவே, போரில் தோற்ற யாஹியா கான், அரசியல்வாதிகளின் வாயில் விழுந்து எழ வேண்டாம் என்று முடிவு செய்து, புட்டோவைக் கூப்பிட்டு பொறுப்பை ஒப்படைத்துவிட்டு, ஆளை விடடா ஆண்டவனே என்று ஓடியே போனார்.

டிசம்பர் **20, 1971** இல் புட்டோ பாகிஸ்தானின் அதிபராகவும் பிரதமராகவும் இரட்டைப் பொறுப்புகளை ஏற்றுக்கொண்டு அதிகாரத்தைக் கையில் எடுத்தார். ஏதாவது ஒரு புள்ளியில் தொடங்கித்தானே தீர வேண்டும்? பலூசிஸ்தானில் சட்டசபைக்கான பொதுத் தேர்தல் உடனே நடக்கும் என்று அறிவித்தார்.

தேர்தலுக்கென்ன? நடத்திக்கொள்ளுங்கள் என்று பலூச்சிகள் அதை ஒரு பொருட்டாகவே கருதவில்லை. ஏனெனில், ஏற்கெனவே அவர்கள் ஒரு பொதுத் தேர்தலின் முடிவை எப்படித் தீர்மானிப்பது என்று கற்றிருந்தார்கள். நினைவிருக்கிறதல்லவா? அயூப் கான் காலத்தில் நடைபெற்ற தேர்தல். மருந்துக்கும் பாகிஸ்தானியர் யாரையும் வெல்ல விடாமல் எல்லா இடங்களிலும் பலூச்சி தலைவர்களே வெற்றி பெற்று சட்டமன்றத்தை நிரப்பிய அனுபவம் அவர்களுக்கு உண்டு. அந்த அளவுக்கு இல்லையென்றாலும் இம்முறையும் மிகப் பெரும்பாலான இடங்களில் பலூச்சி தலைவர்களே தேர்தலில் வெற்றி பெற்று ஆட்சி அமைத்தார்கள். ஷிகிறி

என்கிற தேசிய அவாமி கட்சி ஆளும் கட்சி ஆனது. அதுல்லா கான் மெங்கால் என்ற அக்கட்சித் தலைவர் **1972** ஆம் ஆண்டு மே முதல் தேதி பலூசிஸ்தானின் முதலமைச்சராகப் பதவி ஏற்றுக்கொண்டார்.

ஜுல்ஃபிகர் அலி புட்டோவுக்கு இதுதான் இங்கே நடக்கும் என்று ஏற்கெனவே தெரியும் என்பதால், தேர்தல் முடிவுகள் அவருக்குப் பெரிய அதிர்ச்சியைத் தரவில்லை. ஆனால் அவர் வேறொரு திட்டம் வைத்திருந்தார். தேர்தல் வைத்தால் நீங்கள் உங்கள் ஆள்களுக்குத்தான் ஓட்டுப் போடுவீர்கள். அதை ஒன்றும் செய்ய முடியாது. ஆனால் அரசாங்கம் உண்மையில் நடப்பது அதிகாரிகளால் அல்லவா? அமைச்சர்கள் கையெழுத்துப் போட மட்டுமே வருவார்கள். அறிக்கை விடுவார்கள். அதைக் கூட யாராவது ஓர் அதிகாரி எழுதிக்கொடுத்தால்தான் உண்டு. எனவே, திறப்பு விழாக்களை நீங்கள் நடத்திக்கொள்ளுங்கள். எதைத் திறப்பது என்பதை நான் என் அதிகாரிகளைக் கொண்டு முடிவுசெய்துகொள்கிறேன்.

இதுதான் அவரது திட்டம். சுருக்கமாகச் சொல்வதென்றால், பலூசிஸ்தானில் ஆட்சியாளர்கள் மீது கை வைக்காமல், அதிகாரிகளைக் கொண்டு மத்திய அரசின் அனைத்துத் திட்டங்களையும் சாதித்துக்கொள்வது. அதற்கு ஏற்றாற்போல, மத்தியில் ஆளும் புட்டோவின் கட்சிக்கு, புட்டோவுக்கு, பாகிஸ்தானுக்கு - இன்னும் குறிப்பாகப் பாகிஸ்தான் தேசியம் என்கிற கருத்தாக்கத்தில் ஆழ்ந்த பற்றுதல் கொண்டவர்களுக்கே அனைத்து முக்கியமான பதவிகளையும் அளிக்க வேண்டும் என்று அவர் கணக்குப் போட்டு வைத்திருந்தார். இதன் பொருட்டு பஞ்சாபில் இருந்தும் கராச்சியில் இருந்தும் சிந்து பிராந்தியத்தில் இருந்தும் பல பெரிய அதிகாரிகளை பலூசிஸ்தானுக்கு மாறுதலில் செல்ல சோப்புப் போடவும் ஆரம்பித்திருந்தது உளவுத் துறை.

என்ன ஆனாலும் பலூசிஸ்தான் வேண்டாம் என்று ஓடிவிடத் தயாராக இருந்த அதிகாரிகளையெல்லாம் அநியாயத்துக்குப் பதவி உயர்வும் சம்பள உயர்வும் கொடுத்து அங்கே அனுப்பி வைக்க ஆயத்தம் செய்தார்கள்.

புட்டோ அரசாங்கம் இப்படி ஒரு திட்டம் தீட்டிக்கொண்டிருந்தபோது அங்கே பலூசிஸ்தானில் புதிதாக ஆட்சிப் பொறுப்பேற்றிருந்தவர்கள் அனைத்துக்கும் மங்களம் பாடும் விதமாக வேறொரு காரியம் செய்து வைத்தார்கள். நீ என்ன ஆள் அனுப்புவது? நியமனம் செய்வது? நான்தானே முதலமைச்சர்? என் மாநிலத்தில் யாருக்கு என்ன பொறுப்பு என்று நான் பார்த்துக்கொள்கிறேன் என்று சொல்லிவிட்டு, முதலமைச்சர் அலுவலகம் தொடங்கி, மாநிலத்தின் மூலை முடுக்கெங்கும் எங்கெல்லாம் அரசு அலுவலகங்கள் உண்டோ, அனைத்து இடங்களிலும் எது உயர் பதவியோ அதில் பலூச்சிகளையே நியமித்தார் அதுல்லா கான் மெங்கால்.

பலூச்சி அல்லாத ஒரே ஒரு உயரதிகாரிகூட பலூசிஸ்தானில் கிடையாது; சோலியை முடித்துவிட்டார்கள் என்று ரிப்போர்ட் அனுப்பியது உளவுத் துறை. புட்டோ திகைத்துப் போனார்.

42. பழைய குருதி

கிழக்கு பாகிஸ்தான் என்கிற மாநிலம், பங்களாதேஷ் என்கிற நாடாக உருவாகி எழுந்து நின்ற தோற்றத்தை பாகிஸ்தான் அரசியல்வாதிகளால் ஏற்கவோ அங்கீகரிக்கவோ முடியவில்லை. அதுகூட அடுத்தது. முதலில் அவர்களால் நடந்த சம்பவத்தை நம்பவே முடியவில்லை. போரில் பாகிஸ்தான் மிகத் தெளிவாகத் தோற்றிருந்தது. தோல்விக்குப் பொறுப்பேற்று யாஹியா கான் பதவி விலகிவிட்டார். ஜுல்பிகர் அலி புட்டோ ஆட்சிக்கு வந்துவிட்டார். ஆனபோதிலும் நடந்ததெல்லாம் கனவு என்று யாராவது சொல்லிவிட மாட்டார்களா என்றுதான் அத்தனை பாகிஸ்தான் அரசியல்வாதியும் நினைத்தார்கள்; எதிர்பார்த்தார்கள்.

இத்தனை ஆண்டுகளுக்குப் பிறகு இன்று நாம் இங்கே அமர்ந்துகொண்டு இதனைப் புரிந்துகொள்வது சிறிது கடினம்தான். ஆனால் இது பாகிஸ்தானின் அரசியல் வரலாற்றில் மிக முக்கியமானதொரு கட்டம். பங்களாதேஷ் என்கிற புதிய நாட்டின் உதயம், பலூசிஸ்தான் என்கிற இன்னொரு புதிய நாட்டின் உதயத்துக்குத் தொடக்கப் புள்ளியாக மட்டுமே இருக்கும் என்று அன்றைக்குப் பாகிஸ்தானில் வசித்த ஒவ்வொருவரும் அஞ்சினார்கள். ஏனென்றால் பாகிஸ்தான் சுதந்தரம் அடைந்த நாளாகக்

கிழக்கு பாகிஸ்தான் மாகாணம் என்னென்ன துன்பங்களை அனுபவித்து வந்ததோ, அவை அனைத்தையும் மேற்கு பாகிஸ்தானிலேயே இருந்தும் பலூசிஸ்தான் அனுபவித்தது. கணக்குப் போட்டுப் பார்த்தால் இரண்டு பிராந்தியங்களும் பிய்த்துக்கொண்டு போக நினைத்ததற்கு ஏறத்தாழ ஒரே விதமான காரணங்கள்தாம் இருந்தன.

அவர்கள் வங்காளிகள். ஆனாலும் முஸ்லிம்கள். இவர்கள் பலூச்சிகள். ஆனாலும் முஸ்லிம்கள். அவர்களது கலாசாரம் பாகிஸ்தான் கலாசாரத்துக்குச் சம்பந்தமே இல்லாதது. இவர்களது கலாசாரமும் பாகிஸ்தான் கலாசாரத்துக்குச் சம்பந்தமில்லாதது. பாகிஸ்தானின் தேசிய மொழி வங்காளிகளுக்கு ஒரு பொருட்டே அல்ல. பலூச்சிகளுக்கும் உர்தூவைக் கண்டால் ஆகாது. சுதந்தரம் அடைந்த நாளாக பாகிஸ்தானை ஆண்டவர்கள் யாருமே வங்காளிகளை மதித்ததில்லை. அவர்களது உணர்வுகளுக்கோ தேவைகளுக்கோ எதிர்பார்ப்புகளுக்கோ செவிசாய்த்ததில்லை. சந்தர்ப்பம் கிடைத்தபோதெல்லாம் ராணுவத்தை அனுப்பி இனப்படுகொலை செய்துகொண்டே இருந்தார்கள். பலூசிஸ்தானிலும் இதுவேதான் நிலைமை. எனவே வங்காளிகள் சுதந்தரம் விரும்பி ஆயுதம் ஏந்தினார்கள். அதே போலத்தான் பலூச்சிகளும் சுதந்தரத்துக்காக ஆயுதம் ஏந்தினார்கள்.

இவ்வளவுக்கும் முன்னாலும் பின்னாலும் ஊடாகக் கலந்தும் கரைந்தும் காற்றைப் போல் நிறைந்திருந்த இன்னொன்று உண்டு. அது, இந்தியாவின் ஆதரவு. கிழக்கு வங்காள மக்களுக்கும் போராளிகளுக்கும் அன்றைக்கு இந்தியா எப்படிப் பக்க பலமாக இருந்ததோ, அதே போல பலூசிஸ்தானுக்கும் இந்தியாவின் ஆதரவு முழுமையாகக் கிடைத்துவிடுமானால் பலூசிஸ்தானும் பிய்த்துக்கொண்டு போய்விடும் நாள் வெகு தொலைவில் இல்லை என்பது புட்டோவுக்குத் தெரிந்துவிட்டது. இதனால்தான் பதவிக்கு வந்த சூட்டில் அவசரமாக

அங்கே பொதுத் தேர்தல் நடத்திப் பார்த்தார். ஏதாவது தகிடுதத்தம் செய்து தனது கட்சியை ஆளும் கட்சியாகவோ, குறைந்தபட்சம் ஒரு கூட்டணி ஆட்சிக்கு சாதகமாகவோ கொண்டு வர முடிந்துவிட்டால் ஓரளவு சமாளித்துவிட முடியும் என்று நினைத்தார். ஆனால் அது நடக்கவில்லை. அதுல்லா மெங்கால் தலைமையிலான தேசிய அவாமி கட்சி, ஜாமியாத் உலமா இஸ்லாம் என்னும் கட்சியுடன் கூட்டணி வைத்து, இரு தரப்பிலும் வளமாக பலூச்சி விடுதலை இயக்க வீரர்களை இணைத்துக்கொண்டு ஆளத் தொடங்கியது. அதன் பிறகு நடந்ததுதான், முன் சொன்ன அதிகாரிகள் நியமனம்.

அந்த விஷயத்தில் அதுல்லா மெங்கால் ஒரு சதவீதம்கூடச் சமரசம் செய்துகொள்ளவில்லை. குறிப்பாக, பலூசிஸ்தான் முழுவதும் உள்ள காவல் நிலையங்களில் இன்ஸ்பெக்டர் என்றால் அவர் பலூச்சியாகத்தான் இருப்பார். அடுத்த நிலைக் காவலர்கள் யாராக வேண்டுமானாலும் இருந்துவிட்டுப் போகட்டும். அதே போலத்தான் ஒவ்வொரு அரசு அலுவலகங்களிலும். உயரதிகாரி, பலூச்சி. கீழே பணிபுரிய யாரும் வரலாம்.

இந்த ஏற்பாடு மிக மிக மேல் மட்டங்களிலும் இப்படியே தொடர ஆரம்பித்தபோதுதான் புட்டோ கவலை கொண்டார். அவர் மெங்காலை அமைதியாகக் கேட்டுப் பார்த்தார். அன்பாக எச்சரித்துப் பார்த்தார். மிரட்டிக்கூடப் பார்த்தார். அவர் அசைந்துகொடுக்கவேயில்லை. உன்னால் ஆனதைப் பார்த்துக்கொள் என்று சொல்லாமல் சொல்லிவிட்டுப் போனார்.

புட்டோவால் முடிந்தது என்ன? ஓர் ஆளுநர். ஆம். அவர் மத்திய அரசின் கைப்பாவைதான். அதில் சந்தேகமில்லை. அவரை நியமிக்கலாம். ஆளுநர் அலுவலக அதிகாரிகளை நியமிக்கலாம். ஆளுநர் மாளிகையைச் சுற்றி ராணுவத்தை நிறுத்தி வைக்கலாம். அவ்வளவுதான் முடியும். மொத்த

மாநிலமும் எதிர்க்கட்சியாக இருந்து செயல்பட ஆரம்பித்தால் மத்திய அரசு எப்படி இயங்கும்?

எனவே சாத்தியமுள்ள அனைத்து விதங்களிலும் ராணுவத்தின் மூலம் குடைச்சல் கொடுப்பது என்னும் உத்தியைக் கையில் எடுத்தார் புட்டோ. பலூச்சிகளுக்கு அதுவும் ஒன்றும் புதிதல்ல. காலம்தோறும் ராணுவ கெடுபிடிகளையும் அடாவடிகளையும் பார்த்துவந்தவர்கள்தாம். புட்டோவாவது ஜனநாயகப் போர்வை போர்த்திய சர்வாதிகாரி. அவர்கள் அயூப் கான், யாஹியா கான் போன்ற நேரடி சர்வாதிகாரிகளின் கண்ணிலேயே விரல் விட்டு ஆட்டி வைத்தவர்கள் அல்லவா?

ஆனால் யாஹியா கான் பதவியில் இருந்தபோது அளித்த பொது மன்னிப்பு, சிறைப்பட்டிருந்த பலூச்சி விடுதலை இயக்கத் தலைவர்களின் விடுதலை, மீண்டும் தன்னாட்சி பெற்ற மாகாண அந்தஸ்து போன்ற காரணங்களால் அவர்கள் போரிடுவதை நிறுத்திவிட்டு ஜனநாயக வழியில் தேர்தலை எதிர்கொண்டிருந்தார்கள். புட்டோவுக்கு அதுவும் சரிப்பட்டு வராதபோது மீண்டும் பழைய குருடியைக் கதவைத் திறக்கச் சொல்லலாமா என்று யோசிக்கத் தொடங்கினார்.

முதலில் சட்டமன்றம் செயல்படாதவாறு எதிர்க்கட்சிகள் கலாட்டா செய்யத் தொடங்கின. புட்டோ ஆதரவுக் கட்சிகள், புட்டோவின் கட்சியினரால் விலைக்கு வாங்கப்பட்ட உதிரிக் கட்சிகள் இதில் பங்குபெற்றன. ஒவ்வொரு நாளும் சட்டமன்றம் கூடும். சண்டை தொடங்கும். வாக்குவாதம் முற்றும். சபை நடக்க முடியாமல் கலையும். இதன் தொடர்ச்சியை அப்படியே மன்றத்துக்கு வெளியேயும் கொண்டு சென்று இனக்குழு மோதல்களை மீண்டும் உருவாக்கத் திட்டம் தீட்டப்பட்டது. 1973 ஆம் ஆண்டு பிப்ரவரியில் இத்திட்டம் ஓரளவு பலனளிக்கத் தொடங்கியது.

பலூசிஸ்தானில் மீண்டும் சிறிய அளவில் இனக்குழு மோதல்கள் தொடங்கின. பல்வேறு இடங்களில் தீவைப்புச் சம்பவங்கள், கொலைகள் நடந்தன. எதனால், யார் தூண்டிவிட்டு இதெல்லாம் நடக்கிறது என்று சுதாரிப்பதற்குள்ளாக ராணுவம் உள்ளே நுழைந்தது.

மாநிலத்தில் சட்டம் ஒழுங்கு சரியில்லை. முதல்வருக்கு ஆளத் தெரியவில்லை. மக்கள் அடித்துக்கொண்டு சாகிறார்கள். இனியும் பார்த்துக்கொண்டு சும்மா இருக்க முடியாது.

சொல்லிவிட்டு ராணுவம் அணி அணியாக கிராமங்களில் புகுந்து கலவரக்காரர்களைக் கட்டுப்படுத்துகிறோம் என்ற பெயரில் களையெடுக்கத் தொடங்கியது. இதற்கு பதிலளிக்கும் விதமாக, மெங்காலின் காவல் துறை மக்களைப் பாதுகாக்க நாங்கள் இருக்கிறோம் என்று சொல்லிக்கொண்டு எதிர் வரிசையில் வந்து நிற்க, இங்கே ராணுவம், அங்கே போலிஸ் என்று எங்கெங்கும் கூடிக் குழுமியதில் பல மலைக் கிராம மக்களுக்கு சாப்பாட்டுக்கும் வழியற்றுப் போனது. வீட்டை விட்டு வெளியே வந்தாலே யாராவது சுட்டுவிடுவார்கள் என்ற நிலைமை.

எத்தனை நாள் இப்படியே நீடிக்க முடியும்? மக்கள் வெறுத்துப் போய்க் கோபம் கொள்ளும் கட்டம் ஒன்று வருமல்லவா?

அது வந்தது.

இதுதான் தருணம் என்று புட்டோ இன்னொரு குண்டைத் தூக்கிப் போட்டார். முதலமைச்சர் மெங்கால் ஒரு தேசத் துரோகி. அவர் ரஷ்யாவுடனும் இரானுடனும் கூட்டுச் சேர்ந்து, பாகிஸ்தானுக்கு எதிராகச் சதிச் செயல்களில் ஈடுபடுகிறார். சும்மா சொல்லிவிட்டுப் போய்விடாமல், தான் சொன்னதற்கு சாட்சியாக இராக்கிய தூதரக அலுவலகத்தில் ஒரு திடீர் ரெய்டு நடத்தி, அங்கிருந்து

பெட்டி பெட்டியாக ஆயுதங்களையும் வெடி பொருள்களையும் கண்டெடுத்ததாக அறிவித்தார்கள்.

மொத்த பலூசிஸ்தானும் திகைத்துவிட்டது. பலூசிஸ்தான் மட்டுமல்ல. பாகிஸ்தானிலேயே யாராலும் இதனை நம்ப முடியவில்லை. ஏனென்றால், பலூசிஸ்தான் விஷயத்தில் பாகிஸ்தானின் அணுகுமுறை என்னவோ, அதேதான் இரானுக்கும் இராக்குக்கும் இதர சுற்றுவட்டார நாடுகளுக்கும். பலூச்சி தேசியம் என்பதை அடியோடு வெறுக்கும் நாடு அது. பாகிஸ்தான் பகுதியில் உள்ள பலூசிஸ்தானில் நடக்கிற கலாட்டாக்கள் ஒவ்வொரு முறையும் இரானியப் பகுதி பலூசிஸ்தானிலும் எதிரொலிக்கும். இரானிய ராணுவம், இரானியக் காவல் துறை இரண்டும் முறை வைத்துக்கொண்டு அந்தப் பக்கம் போய் அடக்கி வைத்துவிட்டு வரும். இது காலம் காலமாக நடப்பது. பலூச்சிகள் தேசிய எழுச்சி கொள்ளவே கூடாது என்பதில் இரானுக்கும் அக்கறை அதிகம். தன்னால் முடிந்தவரை அம்மக்களைப் (அதாவது இரானியப் பகுதியில் வசிக்கும் பலூச்சிகளை) பஞ்சம், பசி, பட்டினியிலேயே வைத்திருந்து, புரட்சிகரமாகக் குரல் கொடுக்கவும் வலுவற்றவர்களாக்குவதே அவர்களது இலக்கு. இதன் பொருட்டே, பாகிஸ்தான் பகுதி பலூச்சி தேசியவாதிகள் இரானின் எல்லையோரம் கூட வந்துவிடாமல் கண்கொத்திப் பாம்பாகப் பார்த்துக்கொள்வார்கள். முடிந்தவரை தனது உளவுத் துறையின் மூலம் பாகிஸ்தானிய பலூசிஸ்தானில் சிறிய திருவிளையாடல்கள் நிகழ்த்தித் தமது எதிர்ப்பை அவ்வப்போது காட்டுவதற்கும் அவர்கள் தவறுவதில்லை. இந்தக் குறைந்தபட்சத் தொடர்புகூட இராக்குக்கு அதுவரை இருந்ததில்லை. அவர்களுக்கும் பலூச்சிகளுக்கும் சரித்திரத்திலேயே எந்த சம்பந்தமும் கிடையாது.

ஆனால் புட்டோ என்ன சொல்கிறார்? பாகிஸ்தானில் உள்ள இராக்கிய தூதரகத்தில் ஆயுதங்கள் பதுக்கப்பட்டுள்ளன.

அவை பலூச்சி தேசிய இயக்கத்தவர்களுக்காகச் சேகரிக்கப்படுபவை. இதற்கெல்லாம் மூலக் காரணம், பலூசிஸ்தானின் முதலமைச்சர் மெங்கால்.

எப்படி இருக்கிறது கதை?

ஆனால் கதை எப்படி இருந்தாலும், இதனைக் காரணம் காட்டியே தேர்தல் நடந்த மறு ஆண்டே பலூசிஸ்தானில் புட்டோ ஆட்சியைக் கலைத்துவிட்டார். அதோடு நிறுத்தாமல் மாநிலமெங்கும் பழையபடி ராணுவத்தைக் கொண்டு குவித்து, கண்ணில் பட்ட தலைவர்களையெல்லாம் கைது செய்து, எதிர்த்து நின்ற மக்களை அடித்துத் துவைத்து ஒரு பெரும் ஆட்டம் ஆடித் தீர்த்தார்.

இந்தக் களேபர காலத்தில் கைதான நூற்றுக்கணக்கான பலூச்சி தலைவர்களுள் ஷெர் முஹம்மது மர்ரியும் ஒருவர்.

43. குறுக்கே வந்த கௌசிக்

என்ன பார்த்துக்கொண்டிருந்தோம்? ஆம். இராக்கிய தூதரகம், ஆயுதப் பறிமுதல், ஆட்சிக் கலைப்பு, ஷெர் முஹம்மது மர்ரியின் கைது. ஜுல்பிகர் அலி புட்டோவின் இந்த அப்பட்டமான சர்வாதிகார நடவடிக்கையின் பின்னணியில் ஒரு கறுப்பு நகைச்சுவைக் காட்சி உள்ளது. எதற்கு மிச்சம் வைக்க வேண்டும்? அதையும் பார்த்துவிடலாம்.

பலூசிஸ்தான் விடுதலைப் படையினருக்கு இராக் ஆயுத உதவி செய்கிறது என்பதுதான் அந்த நீண்ட பெரும் சம்பவத்தின் ஒரு வரிச் சுருக்கம். அது ஏன் சாத்தியமே இல்லாத செயல் என்பதைப் பார்த்தோம். ஆனால் தூதரகத்தில் எப்படி ஆயுதப் பெட்டிகள் வந்தன? அது ஒன்று இருக்கிறதல்லவா? நமது திரைப்படங்களில் காட்டுவார்கள். யாரையாவது பிடித்து உள்ளே போட வேண்டும் என்று போலிஸ் முடிவு செய்துவிட்டால், அவரது இருப்பிடத்திலோ வாகனத்திலோ, சட்டைப் பையிலோ, அண்டர்வேரிலோ ஒரு கஞ்சா பொட்டலத்தைச் சொருகி வைத்துவிடுவார்கள். அந்த மாதிரி இன்னொரு நாட்டின் தூதரகத்தில் வெடிகுண்டுகளையும் துப்பாக்கிகளையும் பெட்டி பெட்டியாகக் கொண்டு போய் அடுக்கிவிட்டு வந்திருக்க முடியுமா?

நடைமுறை சாத்தியம் இல்லை அல்லவா?

நடந்தது முற்றிலும் வேறு. ஜூல்பிகர் அலி புட்டோ ஆட்சிக்கு வந்தபோது பாகிஸ்தான் உளவுத் துறையின் தலைவராக இருந்தவர் லெஃப்டினன்ட் ஜெனரல் குலாம் ஜிலானி கான். ஒரு பக்கம் இந்தியாவை அவர் கவனிக்க வேண்டும். இன்னொரு பக்கம் புதிதாகப் பிறந்திருந்த பங்களாதேஷைக் கவனிக்க வேண்டும். தவிர, எப்போதும் உள்ளது பாசமிகு பலூசிஸ்தான். கொசுறாக ஆப்கனிஸ்தானுக்குக் கொஞ்சம் கவனம், இரானுக்குக் கொஞ்சம் கருத்து, இராக்குக்கு ஒரு கண்ணையும் கொடுத்துக்கொண்டிருக்க வேண்டும். அன்றைய தேதியில் பாகிஸ்தான் அரசியலை அல்லது அதன் பதற்ற பாகங்களை இந்த அனைத்து நாடுகளும்தான் மறைமுகமாக வடிவமைத்துக்கொண்டிருந்தன.

கண்கொத்திப் பாம்பாக அவர் இந்நாடுகளைக் கவனித்துக்கொண்டிருந்தபோது எதிர்பாராத ஒரு சூழ்நிலையில் இஸ்லாமாபாத்தில் உள்ள இராக்கிய தூதரகத்துக்குள் சென்ற இரண்டு டெம்போ லாரிகளைப் பற்றி ஒரு தகவல் வந்தது. எந்தச் சிறப்புக் கவனமும் கோராத, எளிய டெம்போக்கள். ஊழியர்களுக்குச் சத்துணவு எடுத்துச் செல்லும் வண்டிகளைப் போல உள்ளே சென்று மீண்டிருக்கின்றன.

இதனை ஓர் உளவாளி பார்த்துத் தனது டைரியில் குறித்து வைத்துக்கொண்டு, அன்று அனுப்பிய ரிப்போர்ட்டில் ஒரு வரி சேர்த்துச் சொருகி அனுப்பி வைத்தார். ஐயா எஜமானே, இன்றைக்கு எல்லாம் சரியாகவே நடந்தன. எப்போதும் நடக்கிறவைதான் இன்றும் நடந்தன. இரண்டு டெம்போக்கள் உள்ளே போய் வந்தன. வேறு விசேடம் ஏதுமில்லை. அது ஏதாவது பலசரக்கு சாமான் வாங்கி வந்த வண்டியாக இருக்கலாம்.

குலாம் ஜிலானி கான் முதலில் இதைப் பெரிதாக எடுத்துக்கொள்ளவில்லை. ஆனால், இராக்கிய

தூதரகத்துக்குள் சென்ற அந்த வண்டிகள் அதற்கு முன் அங்கே போனதில்லை என்று தெரிந்தது. சிறிது குடைந்தபோது உள்ளே சென்று வெளியேறிய வண்டிகள் எங்கே சென்றன என்றும் கண்டுபிடிக்க முடியவில்லை. எனவே மேலும் சில உளவாளிகளை அந்தப் பக்கம் நிறுத்தி வைத்து இன்னும் கூர்ந்து கவனிக்கச் செய்தார்.

அப்போது அது தெரியவந்தது. அங்கே வந்தது பலசரக்கு வண்டி அல்ல. ஒரே சரக்கு வண்டிதான். ஆயுதங்கள். தகவல் தெரிந்ததும் அவர் புட்டோவுக்கு இதனைத் தெரியப்படுத்தினார். ஏதோ நடக்கிறது. நிச்சயமாக இவை பலூசிஸ்தான் கிளர்ச்சியாளர்களுக்குப் போகவிருக்கும் ஆயுதங்கள்தாம். தேர்தலுக்குப் பிறகு அங்கே நடக்கிற எதுவும் சரியில்லை. ஒரு பக்கம் ஜனநாயகம் பேசிக்கொண்டு பலூச்சி விடுதலை இயக்கத்தினர் மிகத் தீவிரமாக ஒரு முழு நீள யுத்தத்துக்கு ஆயத்தமாகிக்கொண்டிருக்கிறார்கள். பலூசிஸ்தானின் புதிய முதலமைச்சர் அவர்களுக்கு ஆசி அளிப்பதுடன் நிறுத்திக்கொள்ளாமல், தனது அதிகாரத்தைப் பயன்படுத்தி, சாத்தியமுள்ள அனைத்து விதங்களிலும் உதவுகிறார். இதற்குமேலே அவரை விட்டு வைக்காதீர்கள்.

இதுதான் நடந்தது. இதன் தொடர்ச்சியாக இஸ்லாமாபாத்தில் உள்ள அந்தத் தூதரகத்தில் ஒரு ரெய்டு நடத்தப்பட்டு, ஆயுதங்கள் பறிமுதல் செய்யப்பட்டன. தூதரகத்தில் எடுத்த ஆயுதங்களுக்கும் இராக்குக்கும் என்ன தொடர்பு இருக்க முடியும்? ஆயுதங்கள் பலூச்சிகளுக்குத்தான் போகின்றன. அதில் சந்தேகமில்லை. ஆனால் இராக் எப்படி இதில் சம்பந்தப்படுகிறது? சரி, செய்தி போட்டாக வேண்டும். போட்டுத் தொலை. இராக்கிய தூதரகத்தின் உதவியுடன் பலூசிஸ்தான் போராளிகளுக்கு ஆயுத சப்ளை நடக்கிறது.

உண்மை இதற்கெல்லாம் அப்பால் வெகு தொலைவில் தன்னை மறைத்துக்கொண்டிருந்தது. அது, பலூசிஸ்தான்

தேசியவாதிகளுக்கு அனுப்புவதற்காக வைக்கப்பட்டிருந்த ஆயுதங்கள்தாம். அதில் சற்றும் சந்தேகமில்லை. ஆனால் பாகிஸ்தான் பகுதி பலூசிஸ்தானில் இருந்து செயல்படும் போராளிகளுக்கும் அதற்கும் சம்பந்தமே இல்லை. ஆப்கனே உதவ மறுத்துவிட்ட அவர்களுக்கு இராக் எங்கிருந்து உதவப்போகிறது?

என்றால், வேறென்ன?

இரானின் எல்லைக்கு உட்பட்ட பலூசிஸ்தான் பிராந்தியத்தில் துளிர்விட்டுக்கொண்டிருந்த புரட்சிகர இயக்கங்களுக்காக இராக் உளவுத் துறை ரகசியமாக அனுப்ப வைத்திருந்த ஆயுதங்களே அவை. அதற்கும் பாக் பகுதி பலூச்சி இயக்கங்களுக்கும் எந்த சம்பந்தமும் இல்லை!

இன்னும் குழப்புகிறதா? இரான் பகுதி பலூச்சிகளின் மீது இராக்குக்கு என்ன அக்கறை என்று தோன்றும். ஒரு அக்கறைப் புடலங்காயும் கிடையாது. இராக்கில் குர்திஷ் பிரிவினைவாதிகளின் கிளர்ச்சிக்கு இரானிய உளவுத் துறை அப்போது உதவி செய்துகொண்டிருந்தது. ஆயுதங்களும் பணமும் போர்ப் பயிற்சியும் மற்றதுமாகத் தன்னால் முடிந்த சகாயங்களைச் செய்து வந்தார்கள். என் நாட்டில் இருந்து பிரிய நினைக்கும் ஒரு சிறிய கூட்டத்துக்கு நீ உதவி செய்கிறாயா? நல்லது. உனக்கும் அதே போன்றதொரு குடைச்சலை நான் தருகிறேன் என்று முடிவுசெய்துதான், இரானியப் பகுதி பலூச்சிகளைத் தூண்டிவிட்டு, அவர்களையும் பாக். பலூச்சி தேசியவாதிகளைப் போலப் புரட்சியில் ஈடுபட வைக்கப் பார்த்திருக்கிறது இராக்.

இந்தக் குழப்படி விவரங்கள் எதுவுமே பாகிஸ்தானிய பலூச்சி தேசியவாதிகளுக்குத் தெரியாது. ஏனெனில் அவர்கள் இராக்கிடம் இருந்து எந்த ஆயுத உதவியையும் எதிர்பார்த்திருக்கவில்லை. அப்படியொரு சாத்தியத்தைக்கூட அவர்கள் எண்ணியிருக்கவில்லை.

புட்டோ குடைச்சல் கொடுக்கிறார்; மீண்டும் பாகிஸ்தானுடன் ஒரு முழு நீளப் போரைத் தொடங்கியாக வேண்டும். அவ்வளவுதான் அவர்கள் மனத்தில் இருந்தது. அதற்கு நியாயம் சேர்க்கும் விதமாக புட்டோ, ஆட்சியைக் கலைத்தார். தலைவர்களைக் கைது செய்தார். புரட்சி இயக்கத்தினர் ஒவ்வொருவரையும் பாகிஸ்தான் ராணுவம் குறிவைத்துக் கொன்றொழிக்கத் தொடங்கியது. எனவே, நான்கு ஆண்டுகளாக ஆயுதம் ஏந்தாமல் இருந்த விரதத்தை முடித்துக்கொண்டு மீண்டும் உக்கிரமாகக் களமிறங்க அவர்கள் தயாராகிக்கொண்டிருந்தார்கள்.

எண்ணிப் பார்த்தால், இந்த ஆயுதப் பறிமுதல் சம்பவம் நடக்கவே நடக்காமல் போயிருந்தால்கூட புட்டோ, அன்றைக்கு பலூசிஸ்தானில் ஆட்சியைக் கலைக்கத்தான் செய்திருப்பார். வேறு ஏதாவது காரணம் கிடைத்திருக்கும், அல்லது உருவாக்கப்பட்டிருக்கும். எப்படிப் பார்த்தாலும் பிராந்தியத்தில் நிம்மதி இருந்துவிடக் கூடாது என்பதில் அவர்கள் மிகவும் தெளிவாக இருந்தார்கள். பிப்ரவரி **1973** இல் ஆட்சி கலைக்கப்பட்டது. அதே ஆண்டு பலூசிஸ்தான் முழுதும் ஒன்றென்றால் ஒரு பகுதிகூட மிச்சமில்லாமல் எல்லா சந்து பொந்துகளில் இருந்தும் இளைஞர்கள் ஆயுதம் ஏந்தி வீதிக்கு வந்தார்கள். பத்தில் இருந்து இருபது பேர் ஒரு குறிப்பிட்ட பகுதியில் ஆயுதம் ஏந்தத் தயாரென்று அறிவித்தால் மறுகணமே ஒரு பெயரை வைத்துத் தங்களை இயக்கமாக அறிவித்துக்கொண்டுவிடுவார்கள்.

அறிவித்துக்கொண்டால் போதுமா? தங்கள் இருப்பையும் ஆர்வத்தையும் செயல் வேகத்தையும் எப்படியாவது வெளிப்படுத்தியாக வேண்டும். அப்போதுதான் ஊருக்குத் தெரியும். விஷயம் வெளியே சென்று பெரிய இயக்கங்கள் கவனிக்கும். அதன் பிறகே ஆயுத உதவிகள் வரும். அதுவரை தீப்பந்தங்கள்தாம். பெட்ரோல் குண்டுகள்தாம். கற்கள்தாம்.

பெரும்பாலும் அவர்கள் காவல் நிலையங்களையே இலக்காகக் கொண்டார்கள். அந்தந்தப் பகுதி காவல் நிலையங்களைத் திடீரென்று தாக்கி சேதப்படுத்துவது. அங்குள்ள ஆயுதங்களைக் கொள்ளை கொண்டு செல்ல வேண்டியது. தடுக்க வரும் காவலர்களைத் தாக்கிவிட்டுத் தப்பிப்பது. மோதலாக வளர்ந்துவிடுமானால் பெட்ரோல் குண்டு வீசிக் காவல் நிலையங்களைத் தகர்க்கப் பார்ப்பது. முடியாவிட்டால் நள்ளிரவுக்கு மேலே சென்று தீ வைத்துவிட்டு வந்துவிடுவது.

இது ஒருநாள் இருநாள் அல்ல. ஒவ்வொரு நாளும் நடந்தது. ஓரிடம், இரண்டிடங்களில் அல்ல. மாநிலம் முழுவதும் நடந்தது.

அன்றைக்கு பலூசிஸ்தானில் மிகப்பெரிய மக்கள் இயக்கமாக உருப்பெற்றிருந்தது, பலூசிஸ்தான் மக்கள் விடுதலை முன்னணி. இது ஓர் இடதுசாரி அமைப்பு. ஷெர் முஹம்மது மர்ரியின் பராரி இயக்கத்தின் தாக்கத்தால் விளைந்தது. ஷெர் முஹம்மது கைதான பின்பு, மிர் ஹஸார்கான் மர்ரி என்பவர் அதனை வழிநடத்திக்கொண்டிருந்தார். 1973 இல் பலூசிஸ்தானில் உதித்த புதிய புரட்சிகர இளைஞர்களை ஒருங்கிணைக்கும் பணியைப் பெரும்பாலும் அவரும் அவரது இயக்கமும்தான் செய்யத் தொடங்கினார்கள்.

44. உடைக்கும் கலை

வாய்ப்புகள் இருந்தும் வளர்ச்சி அடையாத நாடு எதை வேண்டுமானாலும் எடுத்து வைத்துக்கொண்டு ஒரு பகுப்பாய்வு செய்து பாருங்கள். அவர்கள் வளர்ச்சியடையாமல் இருப்பதற்குக் கல்வியின் போதாமை அடிப்படைக் காரணமாக இருக்கும். கல்வி, போதாத நிலையிலேயே நீடிப்பதற்கு சாதி, இனம், மதம் போன்ற குறுங்குழுக் கூறுகள் மேலோங்கியிருப்பது காரணமாக இருக்கும். இந்தக் குறுங்குழு மனப்பான்மை எப்போதும் கொழுந்துவிட்டு எரிந்துகொண்டிருப்பதை அந்நாட்டின் அரசியல் கண்ணும் கருத்துமாகப் பார்த்துக்கொண்டிருக்கும். அது இல்லையேல் நமக்குப் பிழைப்பில்லை என்றே அந்நாட்டு அரசியல்வாதிகள் நினைப்பார்கள். அவர்கள் பிழைப்பின் பொருட்டு மொத்த நாட்டையும் எப்போதும் வளரா நிலையில் வைத்துப் பராமரித்துக்கொண்டிருப்பார்கள். பிராந்திய வித்தியாசங்களே கிடையாது. உலகெங்கும் இதுதான். காலம்தோறும் இப்படித்தான். ஒன்றும் செய்ய முடியாது.

பலூசிஸ்தான் மக்களைப் பொறுத்த அளவில் அவர்களது தேசிய தாகம் அப்பழுக்கற்றது. உயிரே போனாலும் பாகிஸ்தானுக்குள் ஒரு மாநிலமாக இருக்க முடியாது; அந்நாட்டு அரசியல்வாதிகளுக்கு

வால் பிடித்துக்கொண்டு வாழ முடியாது என்பதில் அவர்களுக்கு மாற்றுக் கருத்தில்லை. தமது சுதந்தர நிலையை மீட்கவும் தக்க வைத்துக்கொள்ளவும் அவர்கள் என்ன வேண்டுமானாலும் செய்வார்கள். சரித்திரத்தில் எப்போதெல்லாம் உருப்படியாக ஒரு தலைவன் கிடைக்கிறானோ, அப்போதெல்லாம் அவர்கள் தமது இனக்குழுப் பகையுணர்ச்சிகளை மறந்துவிட்டு ஒன்றுகூடியிருக்கிறார்கள். பொது எதிரி முக்கியம். அவனை ஒழிப்பது முக்கியம். நாம் நாளைக்கு நிதானமாகப் பேசி, சண்டை போட்டு அடித்துக்கொண்டு சாகலாம். இன்றைக்கு அவனைக் கவனிப்போம் என்றுதான் நினைப்பார்கள். இதனால்தான் ஷெர் முஹம்மது மர்ரியின் காலம் வரை அவர்கள் தமக்குள் இருந்த குழுப் பகையை மறந்து ஒன்றுசேர்ந்திருந்தார்கள்.

அதைத்தான் புட்டோ உடைக்க விரும்பினார். புட்டோ என்றில்லை. பாகிஸ்தானின் அதிகார வர்க்கம் காலம்தோறும் அதைத்தான் செய்து வந்திருக்கிறது. புட்டோ அதனைச் சிறிது திட்டமிட்டு, வெற்றிகரமாகச் சாதித்தார்; அவ்வளவுதான். பங்களாதேஷ் யுத்தத்தின் பொருட்டு யாஹியா கான் சிறைப்பட்டிருந்த பலூச்சி இனத் தலைவர்களை விடுவித்தார், தனி மாநில அந்தஸ்தைத் திருப்பிக் கொடுத்தார், பொது மன்னிப்பு வழங்கினார்; அதெல்லாம் சரி. ஆனால் அதனாலேயே பாகிஸ்தான் திருந்திவிட்டது என்று எடுத்துக்கொண்டுவிடக் கூடாது. யாஹியா போய் புட்டோ வந்த மறு வருடமே அனைத்துத் தலைவர்களும் முறைப்படி கைது செய்யப்பட்டு உள்ளே வைக்கப்பட்டனர்.

இதில் மற்றவர்கள் விஷயம் வேறு. ஷெர் முஹம்மது கைதானதுதான் பெருந்துயர். அவர் வெறும் ஒரு போராளி இயக்கத்தை நடத்திக்கொண்டிருக்கவில்லை. நமது நாட்டில் பொழுதுபோக்குக் கட்சி ஆரம்பிக்கும் பெரும் பணக்காரர்களைப் போலத் தனது சொத்து

சுகங்களை இயக்கத்தில் முதலீடு செய்யவில்லை. பலூச்சி மக்களுக்கு சித்தாந்தத் தளத்தில் கல்வியை போதிக்க அவர் விரும்பினார். சரியான பாதையில் அவர்களைச் சிந்திக்க வைப்பதே தனது முதன்மையான பணி என்று நினைத்தார். அதற்காகத்தான் அவர் மூன்று மொழிகளில் பத்திரிகை நடத்தினார். மூலை முடுக்கெல்லாம் படித்த இளைஞர்களைத் தேடிப் பிடித்து அவரவர் சமூக மக்களுக்கு அறிவு புகட்டச் சொல்லி, அதற்குத் தனது சொந்த சொத்தைச் செலவழித்தார். எல்லோரும் ஆயுதம் ஏந்துங்கள், எல்லோரும் என்னுடன் போர்க்களத்துக்கு வாருங்கள் என்று அவர் சொன்னதில்லை. மாறாக, பலூசிஸ்தான் மக்கள் விடுதலை முன்னணி என்னும் மாநிலம் தழுவிய பொது அமைப்பில் தனது இயக்கமும் ஓர் உறுப்பு என்பதைப் போலவே இறுதி வரை இருந்தார். உண்மையில், அவரது முயற்சியால் மட்டுமே அந்த அமைப்பு உருவானது.

இவ்வளவு செய்த பின்பும் அவர் கைதான உடனேயே பலூச்சிகள் தமக்குள் அடித்துக்கொள்ளத் தொடங்கிவிட்டார்கள் என்றால் என்ன பொருள்? அதற்காகவே காத்திருந்தாற்போலப் பாகிஸ்தான் ராணுவம் உள்ளே நுழைந்து நிலைகொண்டுவிட்டது என்றால் அதற்கென்ன பொருள்? கல்வி இல்லை என்பதைத் தவிர இதற்கெல்லாம் வேறு எந்தக் காரணமும் இல்லை.

மக்களை விடுங்கள். ஷெர் முஹம்மது மர்ரியின் சொந்த இயக்கத்துக்குள்ளேயே ஒரு பிளவு உண்டானது. மார்க்சிய சித்தாந்த அடிப்படையில் அவர் தமது இயக்கத்தை வழிநடத்தினார். சித்தாந்தம் எதுவானால் என்ன? இருப்பது மனிதர்களே அல்லவா? மார்க்சியம் அவர்களுக்கு நேற்று வந்தது. அதற்கு முன்னால் இஸ்லாம் வந்தது. அதற்கும் எதற்கும் முன்னால் அவரவர் இனக்குழு அடையாளம் உடன் வந்தது. தேசிய உணர்வெல்லாம் சரி. ஆனாலும் என் இனம் இது; உன் இனம் அது.

இதைத்தான் பாகிஸ்தான் உளவுத் துறை எப்போதும் அணையாமல் தூண்டிவிட்டுக்கொண்டே இருந்தது. அவர்கள் என்ன செய்கிறார்கள், எப்படிச் செய்கிறார்கள், எப்படி இனக்குழுப் பகையை அணையாமல் பாதுகாக்கிறார்கள் என்பதை யாராலும் கண்டுபிடிக்கவே முடியாது. ஆனால் செய்வார்கள், சாதிப்பார்கள்.

பெருந்தலைவர்களின் கைதுக்குப் பிறகு பாகிஸ்தான் ராணுவம் முழுதாக பலூசிஸ்தானைத் தனது கட்டுப்பாட்டில் எடுத்துக்கொண்ட காலத்தில், பலூசிஸ்தான் மக்கள் விடுதலை முன்னணி (BPLF), இழந்த உரிமைகளைத் திரும்ப மீட்கும் பொறுப்பை எடுத்துக்கொண்டது. என்ன சிக்கல் என்றால், அது ஷெர் முஹம்மது மர்ரியின் ஆதரவில் உருவான நாடு தழுவிய அமைப்புதான். ஆயினும் அவருக்குப் பிறகு கண்ணசைவில் மக்களைத் திரட்டி நிறுத்தும் சக்தி மிக்க தலைவர் அதற்கு அமையவில்லை. மிர் ஹஸார் ரம்கானி (Mir Hazar Ramkhani) என்பவர் அப்போது பி.பி.எல். எஃப்பின் தலைவராக இருந்தார். பலூச் மாணவர் அமைப்பு என்ற பெயரில் ஷெர் முஹம்மது மர்ரியிடம் நேரடிப் பயிற்சி பெற்ற இளம் போராளிகளுள் ஒரு பகுதியினர் (அதாவது, கருத்து வேறுபாடு காரணத்தால் பிரிந்தவர்கள்) Baluch Students Organisation-Awami என்கிற புதிய பெயரில் தனியே செயல்படத் தொடங்கினார்கள். அவர்கள், பலூசிஸ்தான் மக்கள் விடுதலை முன்னணியை ஆதரிக்க முன்வந்தார்கள்.

BPLFஐப் பொறுத்தவரை இது மிக முக்கியமானதொரு கட்டம். ஏனெனில் ஷெர் முஹம்மது மர்ரிக்கு ஏற்கெனவே பலூசிஸ்தானுக்கு வெளியே பல இடதுசாரி இயக்கங்களுடன் தொடர்பு இருந்தது. குறிப்பாக சோவியத் யூனியனுடன் அவருக்கு நேரடித் தொடர்பும் ஓரளவு நெருக்கமும்கூட இருந்திருக்கிறது. அதனாலேயே கலாட்டின் இளவரசருக்கு வாய்க்காத ஆப்கன் ஆதரவு,

ஷெர் முஹம்மது மர்ரியின் இயக்கத்துக்கு ரகசியமாகக் கிடைக்கத் தொடங்கியிருந்தது.

இந்தப் பின்னணியில், BPLF பலூச்சி விடுதலைக்காக நேரடியாகக் களமிறங்கியபோது அப்போது ஆப்கனிஸ்தானை ஆண்டுகொண்டிருந்த இடதுசாரி அரசு, BPLF இன் வீரர்களுக்கு உதவி செய்ய முன்வந்தது. அவர்கள் அனைவரும் மார்க்சிய சித்தாந்தத்தின் அடிப்படையில் இயங்குபவர்கள் என்பதே அடிப்படைக் காரணம். இயக்கத்தின் ஒரு பகுதியினருக்கு பலூசிஸ்தான்-ஆப்கனிஸ்தான் எல்லைப்பகுதிக் கானகங்களிலேயே பயிற்சி தரப்பட்டது. இன்னொரு பகுதியினரைத் தரை மார்க்கமாகவே பெய்ரூத்துக்கு (லெபனான்) அழைத்துச் சென்று, ஒரு சில பலஸ்தீன் விடுதலை இயக்க முகாம்களில் தங்க வைத்து அவர்களுடன் சேர்ந்து பயிற்சி பெறவும் ஏற்பாடு செய்யப்பட்டது. எழுபதுகளில் பெரும்பாலான மத்தியக் கிழக்கு நாடுகளில் பகிரங்கமாகவோ ரகசியமாகவோ பயிற்சி பெறாத பலஸ்தீன் இயக்கங்களே கிடையாது.

இந்தப் பயிற்சி ஏற்பாடுகள் தவிர, BPLF இயங்கவும் களமாடவும் தேவையான அடிப்படைக் கட்டமைப்பு வசதிகளையும் ஆப்கனிஸ்தான் அரசே செய்துகொடுத்தது.

நிற்க. செய்து கொடுத்தது என்று எளிதாகக் கடந்துவிடுகிறோம். ஆனால் பலூசிஸ்தான் முழுவதும் பாக். ராணுவம் நிறைந்து பரவியிருந்த சூழ்நிலையில் ஓர் அண்டை நாட்டின் உதவி என்பது எப்படி வந்து சேரும்? இயக்கம் என்று சொல்லிக்கொண்டு யார் வீதிக்கு வந்தாலும் மறு கணமே கைது செய்து கொண்டு போய்விடுவார்கள். பொதுக்கூட்டங்களுக்கு அனுமதி இல்லை. பேரணிகளுக்கு அனுமதி இல்லை. டீக்கடையில் நான்கு பேர் சேர்ந்து நின்று பேசிக்கொண்டிருந்தால்கூட சந்தேகத்தின் பேரில் விசாரிக்க அழைத்துச் சென்றுவிடுவார்கள். எந்த வாகனமும் எந்த ஊரின்

எல்லையும் பரிசோதனை இல்லாமல் கடக்க முடியாது. ஒன்று-இரண்டல்ல. மூன்று கட்ட வாகனப் பரிசோதனை அன்றைக்கு பலூசிஸ்தானில் இருந்தது. ரயில், பஸ் போன்ற பொதுப் போக்குவரத்து சாதனங்களில் எப்போதும் ராணுவ வீரர்கள் இருப்பார்கள். ஏறுகிற ஒவ்வொரு பயணியையும் துப்புரவாகப் பரிசோதனை செய்யாமல் அவர்கள் விடமாட்டார்கள். இவ்வளவு இருந்தும் எப்படி BPLF புரட்சியை முன்னெடுத்தது என்றால், அங்கேதான் பலூசிஸ்தானின் புவியியல் அமைப்பின் முக்கியத்துவம் வருகிறது.

பலூசிஸ்தான், மிக உயர்ந்த மலைகள் நிறைந்த பிராந்தியம் என்று ஏற்கெனவே பார்த்திருக்கிறோம். பசுமை குன்றாத மலைகளுக்கும் அங்கே குறைவில்லை; பசுமை என்றால் என்ன என்று கேட்கும் மொட்டை மலைகளுக்கும் குறைவில்லை. முன்னொரு காலத்தில் ஒசாமா பின் லேடனும் அவரது அல் காயிதாவினரும் பதுங்கியிருந்த ஆப்கன் மலைக்காடுகளின் மறுபக்கத்தை உங்களால் மனக்கண்ணில் காண முடியுமானால் அதுதான் பலூசிஸ்தான். அம்மக்கள் அங்கேயே பிறந்து வளர்ந்து வாழ்பவர்கள். அவர்களுக்குப் பாதைகள் ஒரு பொருட்டல்ல. சிரமங்கள் பொருட்டல்ல. கானகத்தின் அபாயங்கள் ஒரு பொருட்டல்ல. ஏனென்றால், அது அவர்களுடைய பூமி. அவர்கள் அறியாத பகுதி என்று அங்கே ஒன்றுமில்லை. பாகிஸ்தான் ராணுவத்தைப் பொறுத்தவரை, அவர்கள் தமது ஒவ்வொரு அசைவையும் வரைபடம் வைத்துக்கொண்டு தீர்மானிக்க வேண்டிய நிலையில்தான் இருந்தார்கள். உதவிக்கு இருக்கட்டும் என்று காசு கொடுத்துக்கூட ஒரு பலூச்சியை விலைக்கு வாங்கி உடன் வைத்துக்கொள்ள முடியாது. அந்த விஷயத்தில் உலகில் வேறெங்குமே காண முடியாத - காசுக்குப் பணியாத குணம் கொண்டவர்கள் பலூச்சிகள்.

எனவே பலூசிஸ்தானில் பிறந்து, பாகிஸ்தான் தேசியம் என்கிற கருத்தாக்கத்தை உளமார ஏற்று, பாகிஸ்தான்

அதிகார வர்க்கத்தின் ஓர் அங்கமாகி, நெடுங்காலமாகப் பாகிஸ்தான் சம்பளம் வாங்குவோரின் உதவியை மட்டுமே அவர்கள் பெற முடியும். அதிலும் ஒரு சிக்கல் உண்டு. அப்படி பலூசிஸ்தானில் பிறந்து பாகிஸ்தானியாகத் தன்னை உணர்வோர் பெரும்பாலும் மிக இளம் வயதிலேயே இஸ்லாமாபாத்துக்கோ வேறெங்காவதோ படிப்பின் பொருட்டுப் போயிருப்பார்கள். படித்து முடித்து, தலைநகரிலேயே ஒரு வேலை தேடிக்கொண்டு குடும்பம் பிள்ளை குட்டிகளுடன் அமர்ந்துவிடுவார்கள். அவர்களை இப்போது பலூசிஸ்தானுக்கு அழைத்து வந்து, 'வழி காட்டு' என்று சொன்னால் என்ன செய்துவிட முடியும்? அவர்களுக்குக் காடு தெரியுமா? மலை தெரியுமா? பாதைதான் தெரியுமா? ஏதோ சொன்ன மரியாதைக்கு அரசு ஊழியராக உடன் வந்து டீக்கடைகளில் வடை சாப்பிட்டு, டீ குடித்துவிட்டு, நாலு கருத்து சொல்லிவிட்டுப் போகத்தான் முடியுமே தவிர உருப்படியாக ஒன்றும் செய்ய இயலாது.

எனவே, உருப்படிக்கு என்ன வழி என்று சிந்திக்கத் தொடங்கியது பாகிஸ்தான் ராணுவம்.

45. ஊர் திரண்ட போர்

ஆயிரத்துத் தொள்ளாயிரத்து எழுபத்து மூன்றாம் வருடம் மார்ச் இரண்டாம் தேதி BPLF ஒரு முழு நீள, மாநிலம் தழுவிய தாக்குதல்களைத் தொடர்ச்சியாக நடத்த முடிவு செய்தது. சரியாக ஒரு மாதம் அதற்காக வேலை செய்துவிட்டு, ஏப்ரல் மாதம் செயலில் இறங்கியது. அவர்கள் என்ன வேலை செய்தார்கள் என்பதுதான் இங்கே முக்கியம். பலூசிஸ்தான் விடுதலை இயக்கத்தினருக்கு அப்போது ஆயுதங்களுக்கோ, பயிற்சிக்கோ பிரச்னை இல்லை. அதை ஆப்கனிஸ்தான் வழியாக சோவியத் பார்த்துக்கொண்டது. அவர்கள் வேலை செய்ததெல்லாம் மக்களுக்கு அத்தகவலை ரகசியமாகக் கொண்டு சேர்ப்பதன் பொருட்டே.

ஏனென்றால், அம்முறை அவர்கள் மிகவும் உக்கிரமான மனநிலையில் இருந்தார்கள். பலூசிஸ்தானுக்குள் நிலைகொண்டிருந்த பாகிஸ்தான் ராணுவத்தினரை மொத்தமாக ஒழித்துவிட வேண்டும் என்று நினைத்தார்கள். எனவே, ஒரே சமயத்தில் ஒன்றுக்கு மேற்பட்ட இடங்களில் தாக்குவது, ஒவ்வொரு நாளும் ஒரு தாக்குதல் சம்பவமாவது நிச்சயமாக நடப்பது என்று இரண்டு இலக்குகளைத் தீர்மானித்துக்கொண்டார்கள். எல்லாமே கெரில்லா தாக்குதல்கள்தாம் என்பதால்

எப்போதும் அதில் உள்ள அபாயங்களில் இருந்து பொது மக்களை விலகியிருக்கச் செய்வது முக்கியம் என்று நினைத்தார்கள். அதனால்தான் ஒரு மாத காலம் அவகாசம் எடுத்துக்கொண்டு மக்களுக்கு எச்சரிக்கை செய்யத் தனியொரு குழுவினை நியமித்தார்கள்.

மர்ரி பழங்குடி மக்கள் அதிகம் வசித்த பகுதிகளில் மர்ரி இனப் போராளிகளே அந்தப் பணியைச் செய்துவிட்டார்கள். இதர இனக்குழுவினருக்குத் தெரிவிப்பதற்குத்தான் ஆள்களைத் தேர்ந்தெடுக்கவேண்டி இருந்தது. இது ஒரு பிரச்னையா என்றால், ஆம். உள்ளதிலேயே மிகப்பெரிய பிரச்னையும் இதுதான்.

பலூசிஸ்தான் பழங்குடியினர் என்று ஒரு சொல்லில் நாம் கூறு கட்டி வைத்துவிடுகிறோம். சிறிது உள்ளே புகுந்து விவரம் தெரிந்துகொள்வோருக்கு பலூச்சிகள், பஷ்தூன்கள், மர்ரிகள், புக்திகள் என்று நாலைந்து பெயர்கள் தெரிய வரும். உண்மையில் எழுபதுக்கும் மேற்பட்ட பழங்குடி இனத்தவர்கள் அங்கே வசிக்கிறார்கள். எழுபதுகளுக்கு முன்பு வரை இந்த எண்ணிக்கை இன்னும் அதிகம். கடந்த **30-35** ஆண்டுகளில் பல இனக்குழுவினர் இருந்த சுவடே இல்லாமல் அழிக்கப்பட்டுவிட்டார்கள். பெரும்பாலும் காடுகளில், மலைகளில், பள்ளத்தாக்குகளில் இவர்கள் வசிப்பார்கள். கிராமப்புறங்களுக்கு இடம்பெயர்ந்து குடிசை கட்டி வாழ்வோரே சொற்பம். தாற்காலிகக் கூடாரங்களில் மட்டுமே இருப்பார்கள். ஓரிடமாகத் தங்காமல் அலைந்துகொண்டே இருப்பது அவர்கள் வழக்கம். எங்கே இரவு தங்க வேண்டி வருகிறதோ, அங்கே கூடாரங்கள் அமைக்கப்படும். விடிந்ததும் கழட்டித் தோளில் போட்டுக்கொண்டு போய்க்கொண்டே இருப்பார்கள்.

இத்தகைய காடோடிகளின் எண்ணிக்கை பத்து நூறு ஆயிரமெல்லாம் இல்லை. இன்றுவரை துல்லியமான

கணக்குக்குள் அகப்படாத பல லட்சம் பேர்கள். பலூசிஸ்தான் என்கிற மாநிலமே ஒரு மலை மாநிலம்தான். மலையற்ற அதன் நிலப்பரப்பில் பெரும்பாலான பகுதி கடும் பாலைவனம். குடிக்க ஒரு சொட்டு நீரும் கிடைக்காத பிராந்தியங்கள் அதிகம். ஒரு பக்கம் மலை, பசுமை, குளிர்ச்சி. இன்னொரு பக்கம் மொட்டை மலைகள், விட்டால் பாலைவனம். அந்நிலப்பரப்பில் ஒரு தகவலை அத்தனை பேருக்கும் கொண்டு சேர்ப்பது என்பது அவ்வளவு எளிதல்ல. தவிர, தகவல் கொண்டு வரும் எல்லோரையும் எல்லா இனக்குழுவினரும் நம்பவும் மாட்டார்கள். அந்நியன் ஒருவன் தொலைவில் வருவதைப் பார்த்தாலே விஷம் தோய்த்த ஈட்டிகள் பறக்கத் தொடங்கிவிடும்.

அனைத்து மலைக் கிராமங்களிலும் குறைந்தது ஒரு ராணுவ செக் போஸ்டாவது இருந்தபடியால் போராளிகள் எங்கே வேண்டுமானாலும் எப்போது வேண்டுமானாலும் தாக்கத் தொடங்குவார்கள். மக்கள் அத்தாக்குதல்களில் சிக்கிக்கொண்டுவிடக் கூடாது என்பதில் BPLF உறுதியாக இருந்தது. எனவே, காடோடிகள் எங்கெல்லாம் பொருள்கள் வாங்க வருவார்களோ அந்த இடங்களில் - கடைகளில் சொல்லி வைத்து அவர்கள் மூலமாகத் தகவல் சென்று சேர வழிசெய்தார்கள். அந்தக் கடைகளை அடையாளம் காணும் பொறுப்பு அந்தந்தப் பகுதி போராளிகளிடம் தரப்பட்டது.

இதில் வேறொரு விளைவு ஏற்பட்டது. BPLF பெரிய அளவில் ராணுவ நிலைகளைத் தாக்கவிருக்கிறது என்று அறிந்த பலூச்சிகள் தன்னார்வலர்களாக முன்னெப்போதும் இல்லாத அளவில் இயக்கத்தில் இணைவதற்கு ஆர்வம் காட்டினார்கள். ‘ஒவ்வொரு பலூச்சியும் போராளிதான். உங்கள் மக்களை ஒருங்கிணைத்து உங்கள் கிராமங்களில் நீங்களே எந்த இலக்கை வேண்டுமானாலும் தாக்கலாம்; அது பாகிஸ்தான் ராணுவ இலக்காகவோ, காவல் துறை

சார்ந்த இலக்காகவோ இருக்க வேண்டும், அவ்வளவுதான்' என்று சொல்லி அனுப்பினார்கள்.

இது வேகமெடுக்கத் தொடங்கியது. பலூசிஸ்தான் முழுவதும் வரலாறு காணாத வகையில் ராணுவ இலக்குகள் தாக்கப்பட்டன, தகர்க்கப்பட்டன. எங்கே யார் என்ன செய்கிறார்கள் என்றே கணிக்க முடியாத அளவுக்கு எங்கெங்கும் தாக்குதல் நடந்தது. BPLF இன் வீரர்கள் ஒரு முக்கியமான வேலை செய்தார்கள். மாநிலத்தின் அனைத்து எல்லைகளில் இருந்தும் உள்ளே வருவதற்கு இருந்த அத்தனை சாலை வழிகளையும் அவர்கள் தகர்த்தார்கள். அதாவது ராணுவ வாகனங்கள், கவச வாகனங்கள், பீரங்கிகள் போன்றவை உள்ளே நுழையவே முடியாது என்பது போல. ஒரு புறம் இதனைச் செய்துகொண்டே, இன்னொரு புறம் மாநிலத்துக்குள் இருந்த அனைத்து ராணுவ வாகனங்களையும் அழிக்கும் முயற்சியில் ஈடுபட்டார்கள்.

நல்ல நாளிலேயே பலூசிஸ்தானில் ஒரு ஸ்பேர் பார்ட் கிடைப்பது சிரமம். ஒரு வாகனம் பழுதானால் அதைச் சரிசெய்து மீண்டும் இயக்க நிறைய நாள் எடுக்கும். தவிர, ராணுவமே என்றாலும் அது பாகிஸ்தான் ராணுவம். ஊழல் கரை புரண்டோடும் துறை. ஒவ்வொரு செலவையும் ஒன்பது செலவாக ஊதிப் பெரிதாக்கித்தான் அனுமதிக்கு அனுப்புவார்கள். அது வந்து சேர அவகாசம் எடுக்கும். அனைத்தையும் உத்தேசித்தே பலூச்சி போராளிகள் முதலில் போக்குவரத்து சாதனங்களைக் குறிவைத்தார்கள்.

கிட்டத்தட்ட ஏழெட்டு மாதங்கள் இந்தப் பணி சிரத்தையாக நிறைவேற்றப்பட்டது. ஜூலை **1974** வாக்கில் பலூசிஸ்தானுக்குள் போய் வருவதே சிரமம் என்ற நிலைமை உண்டானது. போகத்தான் வேண்டுமென்றால் ஏராளமான சாலைகளைத் திரும்பப் போட்டாக வேண்டும். சாலை உடைப்பு

என்றால் ஓரிடம், இரண்டிடங்கள் அல்ல. பலூச்சி போராளிகள் ஒரு சாலையைக் குறிவைத்தார்கள் என்றால் பல கிலோ மீட்டர் நீளத்துக்கு முற்றிலுமாகத் தகர்த்துப் பள்ளமாக்கிவிடுவார்கள். மீறி ஒரு வண்டி வருகிறதென்றால் மிக நிச்சயமாகக் கண்ணிவெடியில் சிக்கிக்கொண்டு சிதையும். இந்த வகையில் பாக். ராணுவம் இழந்தவை மிக அதிகம். ராணுவத்தினர் மட்டுமல்ல. மருத்துவ உதவி வாகனங்கள், உணவு ஏற்றிச் செல்லும் வாகனங்கள் ஏராளமாகத் தகர்க்கப்பட்டிருக்கின. ஒரு வாகனம் தகர்க்கப்படுகிறது என்றால் அதில் பயணம் செய்தவர்களும் இறப்பது உறுதி.

இது எப்படி நடக்கிறது, எதனால் இத்தனை அழிவுகள் ஏற்படுகின்றன, என்னதான் போராளி இயக்கத்தினர் மாநிலமெங்கும் உண்டு என்றாலும் இப்படி இண்டு இடுக்கு விடாமலா நாச வேலையில் ஈடுபடுவார்கள் என்று பாகிஸ்தான் ராணுவமும் உளவுத் துறையும் தலையைப் பிய்த்துக்கொண்டன. கூடுதல் ராணுவத்தினரை பலூசிஸ்தானுக்கு அனுப்புவது என்பதே இரண்டாம் பட்சமாகி, உள்ளே சிக்கியிருப்பவர்களை பத்திரமாக மீட்பதுதான் முதல் பணி என்று எண்ணும் அளவுக்கு நிலைமை மோசமானது.

ராணுவத் தலைமை, புட்டோவிடம் பேசியது. அதிபர் அலுவலக அதிகாரிகளும் ராணுவ-உளவுத் துறை அதிகாரிகளும் பல சுற்றுப் பேச்சுவார்த்தை நடத்தி, இறுதியில் ஹெலிகாப்டர்களைப் போரில் இறக்கலாம் என்று முடிவுசெய்தார்கள்.

அது இன்னொரு காமெடி ஆனது. அயூப் கான் காலத்தில் பாகிஸ்தானுக்கு அமெரிக்கா சில ஹெலிகாப்டர்களைக் கொடுத்திருந்தது. 'சினூக்' என்று அதற்குப் பெயர். இரண்டு பெரிய போர்களில் அவற்றைப் போட்டு அடி அடியென்று அடித்துத் துவைத்துவிட்டதில் அனைத்தும் பழையதாகி, லொடலொடத்துவிட்டிருந்தன. அவற்றின்

தரத்தைப் பரிசோதித்துத் தெளியாமல், அவசரத்துக்கு செய்த அரிசி உப்புமா மாதிரி அதை பலூசிஸ்தானுக்கு எடுத்துச் செல்லும்படி மத்திய அரசு உத்தரவு வழங்கியது.

வேறு வழி?

தரை வழி இல்லை என்ற நிலையில் பாக். ராணுவம் அந்த ஹெலிகாப்டர்களைப் பயன்படுத்தி பலூசிஸ்தான் மலைப்பகுதிகளில் தேடுதல் வேட்டையைத் தொடங்கியது. அதில் பெரிய பலன் கிடைக்கவில்லை. பல தருணங்களில் ஹெலிகாப்டர்கள் போன வேகத்தில் திரும்பி வந்தன. சில ஹெலிகாப்டர்கள் மலையில் பதுங்கியிருந்த போராளிகளின் துப்பாக்கிச் சூட்டுக்கு இலக்காகி விழுந்தன. இது வேலைக்கு ஆகாது என்று ராணுவம் முடிவு செய்து அறிவித்த பிறகு அரசு வேறொரு காரியம் செய்தது. எதிரிக்கு எதிரி நண்பன் அல்லவா? எனவே, இரானிடம் பலூச்சி போராளிகளை ஒழித்துக்கட்ட உதவி கேட்டார்கள். நொடிப் பொழுது சிந்தனைக்கும் அவசியமில்லாமல் உடனே சரி என்றது இரான்.

முப்பது கோப்ரா ஹெலிகாப்டர்கள் இரானில் இருந்து பறந்து வந்தன. ஹெலிகாப்டர் என்ன, பைலட்டுகளையும் சேர்த்தே தருகிறேன் என்று காம்போ பேக்காக அனுப்பி வைத்தார்கள்.

அது ஒரு ஆறு நாள் யுத்தம். மிகக் கோரமான யுத்தம்.

46. எங்கே போனார்கள்?

அந்தப் பிராந்தியத்துக்குச் சமலாங் (Chamalang) என்று பெயர். பலூசிஸ்தானில் லூனி மற்றும் மர்ரி பழங்குடியினர் அதிகம் வசிக்கும் மலைப்பகுதிகளை அடுத்த மாபெரும் பள்ளத்தாக்கு. பிரிட்டிஷ் பலூசிஸ்தான் படைகள் இந்தப் பிராந்தியத்தில் குடியிருந்த காலத்தில், 1885 ஆம் ஆண்டு சமலாங்கில் நிலக்கரி கிடைக்கும் சாத்தியம் இருப்பதாகக் கண்டறிந்து, தோண்டிப் பார்க்க ஆரம்பித்தார்கள். கணித்தது சரியே. இன்றைக்கு ஆசியாவின் இரண்டாவது பெரிய நிலக்கரிச் சுரங்கம் அது. (முதலிடம் சட்டீஸ்கரில் உள்ள கெவ்ரா).

நீங்கள் நெய்வேலிக்குப் போயிருக்கிறீர்களா? சுரங்கப் பகுதிகளில் நிலம் செக்கச் செவேலென்றிருக்கும். தோண்டிப் போட்ட மலையெல்லாம் கன்னங்கரேல். மண்ணைத் தவிர மண்ணில் வேறொன்றும் இராது. ஊரில் ஒரு புல் கூடவா முளைக்காது என்று திகைப்பு ஏற்படுவது திண்ணம். அந்தத் திகைப்பிலிருந்து மீளாமல் திரும்பி வந்து மெயின்ரோடுக்கு மறுபுறம் செல்வீர்களானால் பச்சைப் பசேலென்று முந்திரிக்காடு உங்களை எடுத்து விழுங்கக் காத்திருக்கும். கண்ணெட்டும் தொலைவெல்லாம் முந்திரி மரங்கள். முந்திரிப்பழ வாசனையைக் காவிப் பிடித்துக்கொண்டு அப்படியே பன்ருட்டி வரை நடந்தே போய்விடலாம்.

கிட்டத்தட்ட அந்த மாதிரிதான். பலூசிஸ்தானின் சமலாங்கில் முந்திரிக் காடுகள் கிடையாது. ஆனால் ஆடு மாடுகளின் விருப்பத்துக்குகந்த அருமையான மேய்ச்சல் நிலங்கள் அதிகம். முடிவே இல்லாத மிக நீண்ட பச்சைப் புல்வெளிகளை அங்கே பல இடங்களில் பார்க்க முடியும். சமலாங் பள்ளத்தாக்கைச் சுற்றியுள்ள மலைகளுக்கு மேலே வசிக்கும் மர்ரி பழங்குடி மக்கள் எப்போது கோடைக்காலம் வருமென்று காத்திருப்பார்கள். வந்ததும் மூட்டை முடிச்சுகளைக் கட்டிக்கொண்டு, புருஷன், பெண்டாட்டி, பிள்ளை குட்டிகள் சகிதம் மலைகளை விட்டு இறங்கத் தொடங்கிவிடுவார்கள். அவர்களது வாழ்வாதாரமே கால்நடைகள்தாம். கோடைக்காலம் முழுவதும் அவற்றைப் புல் மேய விட்டு, நன்கு புஷ்டியாக்கிக்கொண்டு கோடை முடியும்போது மீண்டும் மலையேறிவிடுவார்கள்.

இது இன்று நேற்றல்ல. தொன்றுதொட்டு அந்தப் பிராந்தியத்தில் இருந்து வரும் வழக்கம். சமலாங் மட்டுமல்லாமல் பலூசிஸ்தானின் வேறு பல மொட்டை மலைப் பிராந்தியங்களில் வசிக்கும் பழங்குடி மக்களும் கோடையில் இப்படித்தான் மலையை விட்டு இறங்கி வருவார்கள். கோடை முடிந்ததும் மேலேறிச் சென்றுவிடுவார்கள். பசுமையும் குளிர்ச்சியும் கொண்ட மலைப்பகுதி மக்களுக்கு இந்தப் பிரச்னை கிடையாது. அவர்கள் எப்போதும் ஃப்ரிட்ஜில் வைத்த ஆப்பிள்களாகவே வாழ்ந்துகொண்டிருப்பார்கள்.

1974 ஆம் வருடத்துக் கோடையில் சமலாங் மலைப்பகுதிப் பழங்குடி மக்கள் தத்தமது கால்நடைகளை ஓட்டிக்கொண்டு மலையை விட்டுக் கீழே இறங்க நாள் பார்த்துக்கொண்டிருந்தபோதுதான் பாகிஸ்தான் ராணுவம், இரானின் ஹெலிகாப்டர்களை இரவல் வாங்கிக்கொண்டு ஒரு முழுநீளத் தாக்குதலுக்குத் திட்டம் தீட்டியது. இந்தத் தகவல் BPLF இன் உளவாளிகளால் மோப்பம் பிடிக்கப்பட்டு உடனே

மேலிடத்துக்குத் தெரிவிக்கப்பட்டு, அங்கிருந்து மர்ரி பழங்குடி மக்களுக்கும் உடனுக்குடன் செய்தி சென்று சேர்ந்துவிட்டது.

சரி. ஹெலிகாப்டர் தாக்குதல். சமாளித்துத்தான் தீர வேண்டும். கூடியவரை இழப்புகள் இல்லாமல் இதனைச் செய்யப் பார்க்க வேண்டும். எனவே மலைவாழ் மக்களில் இளைஞர்கள் முதல் நடுத்தர வயது ஆண்கள் வரை (கெரில்லா போராளிகளுக்கு உதவியாக) மலையிலேயே இருப்பதென்றும் பெண்கள், குழந்தைகள், வயது முதிர்ந்தவர்கள், நோயாளிகள் மட்டும் பள்ளத்தாக்குக்குச் சென்றுவிடுவதென்றும் முடிவானது. உடனடியாக அக்கம்பக்கத்து மலைகளில் வசிப்போருக்கும் தகவல் அனுப்பப்பட்டது. மலை உச்சிகளில் போராளிகள் தாக்குதலுக்கு ஆயத்தமாகிக்கொண்டிருந்தபோதே பெண்களும் குழந்தைகளும் மற்றவர்களும் கீழே இறங்கி வந்து கூடாரம் அடித்துக் குடிபுகுந்துகொண்டார்கள்.

ராணுவ ஹெலிகாப்டர்கள் ஒரு சுப முகூர்த்த நாள் பார்த்து, சமலாங் மலைப் பகுதிகளின் மீது பறக்கத் தொடங்கின. போர் முறைப்படி ஆரம்பமானது. பலூச்சி கெரில்லா வீரர்களுக்கு விமானம்-ஹெலிகாப்டர்களைத் தாக்கி அழிப்பதெல்லாம் வராது. அவர்கள் வசம் இருந்த நாட்டுத் துப்பாக்கிகள் அவ்வளவு தூரத்துக்கு உதவாது என்பது முதன்மைக் காரணம். இரண்டாவது, அவர்கள் மறைந்திருந்து தாக்கும் கெரில்லாப் போர் முறையில் மட்டுமே தேர்ச்சி பெற்றவர்களே தவிர, இதர எந்த ஒரு போர் முறையும் அவர்கள் கற்காதது. எனவே ராணுவம் ஹெலிகாப்டர்களின் மூலம் தேடுதல் வேட்டையைத் தொடங்கியபோது அவர்கள் மலை முகடுகளில் பதுங்கியிருந்து, தக்க நேரத்துக்காகக் காத்திருக்க ஆரம்பித்தார்கள்.

அவர்கள் போட்டிருந்த கணக்கு இதுதான். ஹெலிகாப்டர்கள் முதலில் சுற்றிவரும். போராளிகளைத்

தேடும். குடியிருப்புகளை நோட்டமிடும். எங்கும் நடமாட்டம் இல்லாதிருக்கும் சூழ்நிலையில் சற்றுத் தாழப் பறந்து வரும். அப்போது சுட்டு வீழ்த்திவிடலாம்.

கணக்கெல்லாம் சரிதான். ஆனால், மலைகளில் குடும்பங்கள் ஏதும் இல்லாதது ராணுவத்துக்குக் குழப்பத்தைத் தந்தது. குடியிருப்புகள் அனைத்தும் அம்போவெனத் திறந்து கிடந்தன. மருந்துக்கும் ஒரு ஆடு மாடு இல்லை. பெண்கள் இல்லை. குழந்தைகள் இல்லை. ஹெலிகாப்டர்கள் பறப்பதைக் கண்டு யாரும் அதிர்ச்சியுற்று ஓடவில்லை. கோடைக்காலம் இன்னும் தொடங்கவில்லை. ஆதிவாசிகள் மலையை விட்டு இறங்கியிருக்கவும் வாய்ப்பில்லை என்று அவர்கள் நினைத்தார்கள். சந்தேகத்தின் அடிப்படையில் சமலாங் பள்ளத்தாக்கில் தேடச் சொல்லித் தரைப்படைக்குத் தகவல் தந்த பிறகுதான் அவர்களுக்கு உண்மை தெரிய வந்தது.

மர்ரி பழங்குடி இன மக்கள் எப்போதும் போலப் பள்ளத்தாக்கின் புற்கள் மிகுந்த பகுதிகளில் கூடாரம் அடித்துத் தங்காமல், அம்முறை மலையடிவாரத்திலேயே கறுப்பு நிறத் தார்பாலீன்களை விரித்த கூடாரங்களை அமைத்திருந்தார்கள். இருட்டில் மலையடிவாரத்தில் கூடாரங்கள் இருப்பதே தெரியாது என்பது போல அவை இருளோடு கரைந்திருந்தன. பகலில் வந்தால் தாக்கிவிடலாம். ஆனால் போராளிகள் பார்த்துக்கொண்டிருக்க மாட்டார்கள். நெருங்கும்போதே முரட்டு ஆட்டம் தொடங்கிவிடுவார்கள். கூடியவரை இழப்புகள் இல்லாமல் போரை நடத்துவது என்பதுதான் பாகிஸ்தான் ராணுவத்தின் திட்டமாகவும் இருந்தது.

எனவே, கூடாரங்களைப் பார்த்த பிறகும் ஏதும் செய்யாமல் தொடர்ந்து மலை முகடுகளிலேயே சுட்டுக்கொண்டிருந்தார்கள். பதுங்கியிருந்த போராளிகள் பதிலுக்குக் கூடச் சுடவில்லை. அவர்களது கணக்கெல்லாம்

ஒன்றுதான். எப்படியானாலும் ஹெலிகாப்டர்கள் கீழே இறங்கத்தான் வேண்டும். மலைக் கிராமங்களில் நுழைந்து தேடாமல் திரும்பவே மாட்டார்கள். அப்படி அவர்கள் இறங்கும்போது தாக்கத் தொடங்குவதே சரியாக இருக்கும்.

இந்தக் கண்ணாமூச்சி ஆட்டம் ஓரிரவு முழுதும் நடந்தது. மறுநாள் பகல் பொழுது அமைதியாகக் கழிந்தது. இரண்டாம் நாள் இரவு மீண்டும் ஹெலிகாப்டர்கள் பறந்து வந்தன. குண்டுகள் வீசின. துப்பாக்கிகளால் சுட்டன. அப்போதும் போராளிகளோ, அவர்களுக்கு உதவியாக இருந்த இளைஞர்களோ மறைவிடங்களை விட்டு வெளியே வரவேயில்லை. ஆனால் அன்றைக்கும் ராணுவம் மலையில் இறங்கவில்லை. வெறுமனே வட்டமடித்துவிட்டுப் போய்விட்டது.

மூன்றாம் நாள் அவர்கள் திட்டத்தை மாற்றினார்கள். இதற்கொரு வலுவான காரணம் இருந்தது. என்னதான் கெரில்லாக்கள் பதுங்கியிருந்து போர் செய்பவர்கள் என்றாலும் அவ்வளவு கவனமாக ஒரே ஒரு நபர்கூட வெளிப்படாமல், ஒரே ஒரு துப்பாக்கிச் சூட்டைக்கூட நிகழ்த்தாமல் இருந்ததில்லை. ஒருவேளை யாருமில்லையோ என்ற சந்தேகத்தில் மலையின்மீது இறங்கினால் மொத்தமாக நொறுக்கித் தள்ளினாலும் வியப்பதற்கில்லை. அதனால்தான் இறங்காமல் சுட்டார்கள். ஆனால் எத்தனை நாள் அப்படியே தொடர்ந்துகொண்டிருக்க முடியும்?

எனவே, மூன்றாம் நாள் அவர்கள் தமது தாக்குதல் உத்தியை மாற்றினார்கள். அன்றிரவு ஹெலிகாப்டர்கள் மலை முகடுகளை நோக்கிச் செல்லவில்லை. மாறாக மலையடிவாரத்தைக் குறிவைத்து பாகிஸ்தான் தரைப்படையினர் சுடத் தொடங்கினார்கள். அதாவது, பெண்களும் குழந்தைகளும் முதியோரும் தங்கியிருந்த கூடாரங்களில் தாக்குதல்.

அவர்களிடம் ஆயுதங்கள் கிடையாது. தற்காப்புக் கலையும் தெரியாது. துப்பாக்கிச் சத்தம் கேட்டால் அலறிக்கொண்டு ஓடுவார்கள். முடிந்தால் கற்களால் தாக்கலாம். தீப்பந்தங்களை எறியலாம். அவ்வளவுதான் சாத்தியம். ஒருவேளை போராளிகளும் கூடாரங்களிலேயே பதுங்கியிருப்பார்களேயானால் நிச்சயமாக அப்போது வெளிப்படுவார்கள். போரை முறைப்படி அப்போது தொடங்கிவிடலாம் என்று கணக்கிட்டே அவர்கள் மலையடிவாரத்தைக் குறிவைத்துச் சுடத் தொடங்கினார்கள்.

எண்ணியபடியே பெண்களும் குழந்தைகளும் அலறிக்கொண்டு ஓடத் தொடங்கினார்கள். அமைதியான இரவைத் தோட்டாக்களின் சத்தம் கலைத்தது. தொடர்ச்சியான துப்பாக்கிக் குண்டுகளின் சத்தம் அடிவாரத்தில் கேட்டுக்கொண்டே இருப்பதில் கலவரமாகி, மலை முகட்டில் இருந்த போராளிகள் கலவரத்துடன் மெல்லத் தாங்கள் பதுங்கியிருந்த இடங்களில் இருந்து வெளிப்படத் தொடங்கினார்கள்.

இதுதான் தருணம் என்று ராணுவ ஹெலிகாப்டர்கள் அப்போது அவர்கள் மீது குண்டு மழை பொழியத் தொடங்கியது. பராரிகள் வெறியானார்கள். பதிலுக்கு அவர்கள் ஹெலிகாப்டர்களை நோக்கிச் சுடுவதும் தீப்பந்தங்களை எறிவதுமாக இருக்க, மறுபுறம், மலையிலேயே உதவிக்கென்று தங்கியிருந்த இளைஞர்கள் ரகசிய வழிகளில் மலையை விட்டு இறங்கத் தொடங்கினார்கள். கூடாரங்களில் தங்கியிருப்போர் உயிருக்கு எந்த ஆபத்தும் இன்றிக் காப்பது உங்கள் பொறுப்பு, நீங்கள் சென்றுவிடுங்கள் என்று போராளிகள் அவர்களை மொத்தமாகத் தரையிறங்கச் சொல்லிக் கட்டளையிட்டு அனுப்பிவிட்டார்கள்.

கிட்டத்தட்ட பதினையாயிரம் பழங்குடி மக்கள். அவர்களுக்குப் பாதுகாவலாக அதிகபட்சம்

இரண்டாயிரம் இளைஞர்கள். (சில நூறு போராளிகளும் அதில் அடக்கம்.) மலையில் பதுங்கியிருந்த போராளிகள் கொடுத்தனுப்பியிருந்த சில எளிய ஆயுதங்களை மட்டும் வைத்துக்கொண்டு அடுத்த மூன்று நாள் இரவு பகல் பாராமல் அவர்கள் பாகிஸ்தான் ராணுவத்துடன் யுத்தம் செய்தார்கள். மலையின் மேலேயும் போராளிகளுக்கும் ராணுவத்தினருக்குமான யுத்தம் உக்கிரமடையத் தொடங்கியிருந்தது.

ஆறு நாள் நடைபெற்ற இந்த யுத்தத்தில் இரு தரப்பு இழப்புகள் குறித்த தெளிவான தகவல்கள் இல்லை. ஆனால் நிச்சயமாகச் சில ஆயிரங்கள் வரை இருக்கலாம் என்று சொல்லப்படுகிறது. கவனமாக விஷயம் வெளியே வராமல் பாகிஸ்தான் மறைத்தது. பழங்குடி மக்களில் பெரும்பாலானவர்கள் போராளிகளின் உதவியுடன் அந்தப் பிராந்தியத்தை விட்டே அகன்று காணாமல் போய்விட்டார்கள். அத்தனை ஆயிரம் மக்களை எப்படித் தப்பிக்கவிட்டீர்கள் என்று புட்டோ ராணுவத்தை நிற்க வைத்து ரிவிட் அடித்தார். ஆனால் பலனில்லை. மலையை அறிந்தவன், மறைந்துகொள்வதில் சிரமம் இருப்பதில்லை. பாகிஸ்தான் ராணுவத்துக்கு மலை அல்ல; அம்மக்களையுமேகூடச் சரியாகத் தெரியாது என்பதுதான் தப்பிக்கவிட்டதன் அடிப்படைக் காரணம்.

போர் நடந்தது ஆறு நாள்களுக்கு. பிறகு இரண்டொரு வாரம் சமலாங் பள்ளத்தாக்கைச் சுற்றியுள்ள மலைப்பகுதி மொத்தத்தையும் பிள்ளையார் கோயிலாக நினைத்துச் சுற்றிச் சுற்றி வந்து தேடினார்கள். ஒரு பயனுமில்லை. எனவே ஆட்டம் முடிந்தது என்று சொல்லிவிட்டு ராணுவம் புறப்பட்டுச் சென்றுவிட்டது.

அதன் பிறகு சில நாள்கள் பொறுத்திருந்துவிட்டுக் காணாமல் போயிருந்த மர்ரி பழங்குடியினர் அனைவரும் அவரவர் மலைக் கிராமங்களுக்குத் திரும்ப வந்து சேர்ந்தார்கள்.

47. கலவர பூமி

சமலாங் பள்ளத்தாக்குப் போர் என்பது, ஒரு பெரிய போரின் தொடக்கப் புள்ளி மட்டுமே. இம்முறை என்ன விலை கொடுத்தேனும் பலூசிஸ்தான் போராளிகளை மொத்தமாக அழித்துவிட வேண்டும் என்று புட்டோ முடிவு செய்திருந்தார். அந்த ஆறு நாள் போர் அவருக்கும் பாகிஸ்தான் ராணுவத்துக்கும் ஒரு புதிய வழியைத் திறந்து காட்டியிருந்தது. போராளிகளே ஆனாலும் குடும்பம் பாதிக்கப்படுமானால் மறைவிடங்களில் இருந்து வெளிப்பட்டே தீருவார்கள் என்பதுதான் அது. அதன் தொடர்ச்சியாக, பலூசிஸ்தான் முழுவதிலும் எங்கெல்லாம் போராளிகளின் குடும்பங்கள் தங்கியிருக்கின்றன என்று உளவாளிகள் தகவல் சொல்கிறார்களோ, அங்கெல்லாம் ராணுவம் தேடுதல் வேட்டை என்ற பெயரில் உள்ளே நுழைந்து அட்டகாசம் செய்யத் தொடங்கியது. இதை எப்படிப் புரிந்துகொள்ள வேண்டுமென்றால் நூற்றுக்குத் தொண்ணூறு வீடுகளில் அவர்கள் வெறியாட்டம் நடத்தினார்கள். ஏனென்றால் எல்லா வீடும் ஒரு போராளியைத் தந்திருந்தது. சுருக்கமாகச் சொல்வதென்றால், வாக்காளர் பட்டியலைத்தான் அவர்கள் போராளிகள் பட்டியல் என்று கையில் வைத்துக்கொண்டு தேட ஆரம்பித்திருந்தார்கள்.

இது முன்னெப்போதும் இல்லாத அளவுக்கு பலூச்சி மக்களிடையே கசப்புணர்வை உண்டாக்கி, அரசுக்கு எதிரான நடவடிக்கைகளை அவர்கள் மேலும் தீவிரப்படுத்தத் தொடங்கினார்கள். அதுவரை ஆண்கள் மட்டுமே போராளிகளாக இருந்தார்கள்; தாக்குதல்களில் ஈடுபட்டு வந்தார்கள். ஆனால் புட்டோ ஆட்சிக்காலத்தில், முதல் முறையாக பலூச்சி இனப் பெண்களும் காவல் நிலையத் தாக்குதல்கள், ராணுவ வாகனங்கள் மீதான தாக்குதல் சம்பவங்களில் ஈடுபடத் தொடங்கினார்கள். மாநிலத்தின் பல பகுதிகளில் சுய உதவிக் குழுக்களைப் போலப் பெண்கள் மட்டுமே சேர்ந்து இயங்கிய போராளிக் குழுக்கள் தலையெடுக்கத் தொடங்கின. ஒரு சம்பவம் திட்டமிடுவார்கள். செய்து முடிப்பார்கள். உடனே கலைந்து போய் அவரவர் வீடுகளில் ரொட்டி சுடத் தொடங்கிவிடுவார்கள். கண்டேபிடிக்க முடியாத வண்ணம் அவர்களால் செயல்பட முடிந்தது. இது பெரிய பெரிய போராளி அமைப்புகளுக்கே வியப்பளித்தது. ஒரு கைத்துப்பாக்கி கூட இல்லாமல் ஏழு பெண்கள் ஒன்றுசேர்ந்து ஒரு காவல் நிலையத்தைத் தாக்கி, முற்றிலும் சேதப்படுத்திவிட்டுத் திரும்பிய சம்பவம் ஒன்று **1974** ஆம் ஆண்டு மே மாதம் பலூசிஸ்தான் முழுதும் பரபரப்பாகப் பேசப்பட்டது.

இதனாலெல்லாம் வெறுப்படைந்த புட்டோ அரசாங்கம், பலூசிஸ்தானில் மேலும் ராணுவத்தைக் கொண்டு குவிக்க ஆரம்பித்தது. **1974-78** காலகட்டத்தில் மொத்தமாக எண்பதாயிரம் ராணுவ வீரர்கள் பலூசிஸ்தானுக்குள் இருந்தார்கள். ஒரே இலக்குதான். போராளி இயக்கங்களை ஒழிப்பது. மறுபுறம் பலூச்சிகள் தரப்பில் சுமார் ஐம்பத்தையாயிரம் போராளிகள் களத்தில் இருந்தார்கள். ஒவ்வொரு நாளும் குறைந்தது ஒரு தாக்குதல் சம்பவமாவது நடந்தது. ராணுவத் தரப்பில் ஒவ்வொரு நாளும் ஒரு கிராமத்தையாவது முற்றிலும் கவிழ்த்துக் கொட்டி வேட்டையாடினார்கள்.

இது ஒரு குறிப்பிட்ட பகுதியில், குறிப்பிட்ட இயக்கத்துக்கும் அரசுக்கும் நடுவே நடக்கும் யுத்தமாக இருந்திருக்குமானால் வீரியம் அடைந்திருக்க வாய்ப்பில்லை. மொத்த மாநில மக்களும் அரசுக்கு எதிரான மனநிலையில் இருந்தபடியாலும் அனைத்து இனக்குழுவில் இருந்தும் போராளி இயக்கங்களுக்கு இளைஞர்கள் சென்றுகொண்டே இருந்தபடியாலும் சிக்கல் நம்ப முடியாத அளவுக்குப் பெரிதாகிப் போனது. பலூசிஸ்தான் என்ற மாநிலத்தையே புட்டோ ஒரு பேய் வீடாகச் சித்திரித்துப் பாகிஸ்தான் மக்களிடையே பரப்புரை செய்தார். யாரும் போகாதீர்கள். பலூச்சிகளுடன் பழகாதீர்கள். அவர்களை நம்பாதீர்கள். கொன்றுவிடுவார்கள். எச்சரிக்கையாக இருங்கள். யாருக்கும் எந்தச் சூழ்நிலையிலும் அடைக்கலம் தராதீர்கள். விளைவு, நீங்கள் வாழ்நாள் முழுதும் சிறைப்பட வேண்டிவரும்.

இந்தப் பிரசாரம் பாகிஸ்தான் முழுவதும் நடைபெற்றது. பலூசிஸ்தானில் நடைபெறும் சம்பவங்களைக் குறித்த செய்திகள் ஒன்றுகூட எந்த நாளிதழிலும் வராது. தொலைக்காட்சிச் செய்திகளில் இடம் பெறாது. ஒருவர் இறந்தாலும் நூறு பேர் இறந்தாலும் ஆயிரம் பேரே கொல்லப்பட்டாலும் அது அந்த மாநிலத்துடன் சரி. வெளியே போகவே போகாது. போலிஸ், விசாரணை, நீதிமன்றம், தீர்ப்பு என்று எதுவும் கிடையாது.

இது ராணுவத்துக்கு வசதியாகிப் போனது. அவர்கள் வெறி கொண்டு தாக்கத் தொடங்கினார்கள். பதிலுக்கு பலூச்சி இயக்கங்களும் ராணுவ இலக்குகளைத் திட்டமிட்டு அழிக்கத் தொடங்கினார்கள். நான்காண்டு காலத்தில் பலூச்சிகள் தரப்பில் சுமார் ஐயாயிரம் பேரும் ராணுவத் தரப்பில் சுமார் மூவாயிரம் பேரும் கொல்லப்பட்டனர். எல்லா வீதிகளிலும் பிணங்கள் கிடப்பது எப்போதும் சர்வ சாதாரணம் என்னும் நிலை உண்டானது.

பலூசிஸ்தான் போராளி இயக்கங்களுக்கு ஆப்கன் அரசின் ஆதரவு இருந்தபடியால் இப்போது அவர்களால் தங்கள் பிரச்னையை பலூசிஸ்தானுக்கு வெளியே வசிக்கும் மக்களுக்குக் கொண்டு செல்ல முடிந்தது. பாகிஸ்தான் தனது அனைத்துக் கதவுகளையும் இழுத்து மூடி வைத்திருந்தபோதிலும் பலூச்சி மக்களின் பிரச்னை என்னவென்பது மெல்ல மெல்லக் கடல் கடக்கத் தொடங்கியது. அமெரிக்காவிலும் இங்கிலாந்திலும் பல்வேறு ஐரோப்பிய நாடுகளிலும் ஆசியாவின் பிற நாடுகளில் வசிக்கும் முஸ்லிம்கள் மத்தியிலும் பலூசிஸ்தான் பிரச்னை ஒரு பேசுபொருளாக ஆரம்பித்தது. இதன் தொடர்ச்சியாக, ஓரிரு தலைமுறைகள் முன்பு குடும்பத்துடன் பலூசிஸ்தானை விட்டு வெளியேறி வெளிநாடுகளுக்குச் சென்றுவிட்டிருந்த குடும்பங்களில் இருந்து இளைஞர்கள் இப்போது ஆப்கன் வழியே பலூசிஸ்தானுக்குள் நுழைவதில் ஆர்வம் காட்டினார்கள். போராளி இயக்கங்களுடன் தொடர்புகொள்ளவும், வாய்ப்பிருந்தால் இணைந்து செயல்படவும் தொடர்ச்சியாகப் பலர் வரத் தொடங்கினார்கள்.

இது அந்தந்த நாட்டு நாடாளுமன்றங்களில் பேசுபொருளானது. புட்டோ இதனை எதிர்பார்க்கவில்லை. பலூசிஸ்தான் ஒரு சர்வதேசப் பிரச்னையாக உருவெடுப்பதும் உலக நாடுகள் அதில் ஆர்வம் காட்டுவதும் அவருக்குப் பிடிக்கவில்லை. எதையாவது செய்து மொத்தமாக அதனை அழுத்திப் புதைத்துவிட வேண்டும் என்று நினைத்தார். ஆனால் அவர் கவலைப்பட அதனைக் காட்டிலும் பெரிய சிக்கல்கள் பலூசிஸ்தானுக்கு வெளியே - பாகிஸ்தானின் இதர அனைத்துப் பகுதிகளிலும் முளைத்து வேர்விட்டு வளரத் தொடங்கியிருந்தன. விழித்துக்கொள்ளாவிட்டால் பதவியே போய்விடும் என்ற அளவுக்கு நிலைமை மோசமாகத் தொடங்கியிருந்தது.

ஜுல்பிகர் அலி புட்டோவுக்கு சர்வதேச அளவில் மிகப் பெரிய பெயரும் நட்சத்திர அந்தஸ்தும் நவீன பாகிஸ்தானை மறு உருவாக்கம் செய்த சிற்பி என்ற பிம்பமும் உருவாகியிருந்தது. உண்மையில் அவரது ஆட்சிக்காலத்தில்தான் பாகிஸ்தான் வரலாறு காணாத ஊழல் பூமியாக உருவெடுத்தது. புட்டோவின் ஜனநாயக முகம் பாகிஸ்தானின் குணத்துக்குப் பொருந்தவில்லை. அவர் எப்போதும் கைவசம் ஒரு சர்வாதிகார மாஸ்க் வைத்திருப்பார். மணிக்கொரு தரம் அதை எடுத்துப் போட்டுக்கொண்டு பூச்சாண்டி காட்டுவது அவரது வழக்கம். ஆனால் அவர் எந்த முகத்தைக் காட்டினாலும் என் முகம் இதுதான் என்று பாகிஸ்தான் அரசியல்வாதிகள் ஊழலில் திளைக்கத் தொடங்கியிருந்தார்கள். அவரது பாகிஸ்தான் மக்கள் கட்சி, சாத்தியமுள்ள அனைத்து விதங்களிலும் சம்பாதிப்பதில் குறியாக இருந்தது. அதிகாரத்தில் உள்ளவர்கள், இல்லாதவர்கள் என்ற பேதமே இல்லை. எங்கெங்கும் ஊழல். எல்லாவற்றிலும் ஊழல். மக்கள் வெறுத்துப் போனார்கள். புட்டோவின்மீதே ஏராளமான ஊழல் குற்றச்சாட்டுகள் இருந்தன.

1977 ஆம் ஆண்டு பாகிஸ்தானில் ஒரு பொதுத் தேர்தல் நடைபெற்றது. இந்தத் தேர்தலில் புட்டோவின் பாகிஸ்தான் மக்கள் கட்சி பெருவெற்றி கண்டு ஆட்சி அமைக்கவிருப்பதாகத் தேர்தல் கமிஷன் அறிவித்தது. எதிர்க்கட்சிகள் மட்டுமல்ல; இதனை மக்களே எதிர்பார்க்கவில்லை. ஏனெனில், அந்தத் தேர்தலில் புட்டோவுக்கு எதிரான ஓட்டுகளே எல்லா தொகுதிகளிலும் அதிகம் விழுந்திருக்க வாய்ப்பு என்று அத்தனை பாகிஸ்தானியரும் நினைத்தனர். ஆனால் தேர்தல் முடிவு வேறு விதமாக வந்தது.

இது பொறுக்காத எதிர்க்கட்சிகள் தமது தனிப்பட்ட விரோதங்களை ஒதுக்கி வைத்துவிட்டு, புட்டோவின் தேர்தல் ஊழலை பகிரங்கப்படுத்துவதன் பொருட்டு ஓரணியில் திரண்டன. மக்களும் அவர்கள் பக்கம் நின்று,

உண்மையை வெளிக்கொண்டு வரும்படிக் கூச்சலிடத் தொடங்கினார்கள்.

எதிர்க்கட்சிகள் ஒருங்கிணைந்து பாகிஸ்தான் தேசியக் கூட்டணி என்றொரு அமைப்பாகத் திரண்டு மூன்று திட்டங்களை முன்வைத்துப் போராடத் தொடங்கின. முதலாவது, தேர்தல் முடிவுகளை மொத்தமாக நிராகரித்து அறிவித்தது. இரண்டாவது, புட்டோ உடனடியாக ராஜிநாமா செய்ய வேண்டும். மூன்றாவது, ஊழலற்ற மறு தேர்தல்.

எதிர்க்கட்சிகளின் இந்த மூன்று அம்சத் திட்டம் மக்கள் மத்தியிலும் வரவேற்புப் பெற்றதை புட்டோ எதிர்பார்க்கவில்லை. ஏதாவது செய்து மீண்டும் பதவியில் அமர்ந்துவிடப் பார்த்தார். ஆனால் எதிர்க்கட்சிகள் நாடெங்கும் உள்ள மசூதிகளைத் தங்கள் மேடைகளாக்கிக்கொண்டு, தொழுகைக்கு வரும் மக்கள் மத்தியில் புட்டோவுக்கு எதிரான பிரசாரங்களை மேற்கொள்ளத் தொடங்கினார்கள். ஏனெனில், பொதுக்கூட்டங்களுக்கு அப்போது அனுமதி இல்லாதிருந்தது.

இந்த மசூதிப் பிரசாரங்களை எப்படித் தடுப்பது என்று புட்டோ யோசிக்கத் தொடங்கினார். பாதுகாப்புப் படைகளை அனுப்பித் தடுக்கப் பார்த்ததில், இருநூறுக்கும் மேற்பட்ட வீரர்கள் பலியாக வேண்டியதானது. இது இன்னும் பெரிய கலவரத்துக்குக் காரணமாகிப் போக, மொத்த நாடும் புட்டோ ஒழிக என்று கூச்சலிடத் தொடங்கியது.

புட்டோவுக்குப் பாகிஸ்தான் தொழிலதிபர்கள் மத்தியில் நல்ல பெயர் இல்லை. அவர் பதவிக்கு வந்த புதிதில், தொழில் துறை சிறக்கத் தன்னாலான அனைத்து ஒத்துழைப்பையும் செய்வதாகச் சொல்லியிருந்தார். ஆனால் மெல்ல மெல்ல அவரது பார்வையும் அணுகுமுறையும் மாறத் தொடங்கி, ஒரு கட்டத்தில்

அனைத்துத் தொழில்களையும் ஒவ்வொன்றாக தேசியமயமாக்கும் முயற்சியில் ஈடுபட ஆரம்பித்தார். பாகிஸ்தான் என்ன ரஷ்யாவா? அல்லது புட்டோதான் ஸ்டாலினா? இரண்டும் இல்லை. தொழிலதிபர்கள் அத்தனை பேரும் புட்டோவின் ஆட்சியை ஒழித்துக்கட்டுவதில் எதிர்க்கட்சிகளை ஆதரிக்கத் தொடங்கினார்கள். புரட்சிக்கும் போராட்டங்களுக்கும் இதர அரசியல் பணிகளுக்கும் லட்ச லட்சமாகப் பணத்தைக் கொட்ட ஆரம்பித்தார்கள். படுதோல்வி கண்ட தனது பொருளாதாரக் கொள்கைகளை மாற்றி அமைப்பதாகக் கூட புட்டோ சொல்லிப் பார்த்தார். யாரும் கேட்கத் தயாராக இல்லை. மரியாதையாகப் பதவி விலகிவிடு. இல்லாவிட்டால் இழுத்துக் கடாசப்படுவாய்.

நிலைமை கைமீறிச் செல்வது புட்டோவுக்குப் புரிந்தது. அந்தக் கட்டத்தில்தான் பலூசிஸ்தானிலும் ராணுவத்துக்கும் போராளிக் குழுக்களுக்குமான போர் பெரிதாகி, ஒவ்வொரு நாளும் பெருங்கலவரம் மூண்டுகொண்டிருந்தது. நூற்றுக்கணக்கானோர் மடியும் செய்திகள் வந்தவண்ணம் இருந்தன. புட்டோவுக்கு உளவுத் துறை மூலம் வந்த செய்திகள் எல்லாம் மறுநாளே சர்வதேச ஊடகங்களில் முதல் பக்கச் செய்தியாக வெளிவரவும் ஆரம்பித்தன. என்ன செய்வதென்று அவருக்குப் புரியவில்லை.

இனி செய்ய ஒன்றுமில்லை; அவரை அகற்றிவிடலாம் என்று ராணுவம் முடிவு செய்தது. அப்போது பாகிஸ்தான் ராணுவ ஜெனரலாக இருந்தவர் முஹம்மது ஜியா உல் ஹக்.

48. ஜியா

ஓர் ஆட்சி சரியில்லை அல்லது மக்களுக்குப் பிடிக்கவில்லை என்றால் அடுத்த தேர்தலில் ஓட்டை மாற்றிப் போட்டு ஆட்சியாளர்களை மாற்றுவது நமது வழக்கம். நாடாளுமன்ற ஜனநாயகம் தரும் சௌகரியத்தால், ஆளும் கட்சிக்கு அவையில் உள்ள பெரும்பான்மை குறைந்தால் ஆட்சி மாற்றம் நடக்கலாம். இந்த இரண்டைத் தவிர இன்னொன்றை நாம் கண்டதில்லை.

ஆனால் பாகிஸ்தான் அப்படியல்ல. ஆட்சி மாற்றம் என்பது பெரும்பாலும் அங்கே ராணுவத்தால் தீர்மானிக்கப்படும். உளவுத் துறையால் தீர்மானிக்கப்படும். இரு தரப்பும் சேர்ந்தோ, தனித்தனியாகவோ செயல்பட்டு ஆட்சியைக் கலைப்பார்கள். ஆட்சி கலைந்தால் ராணுவ ஆட்சி வரும். முதல் ஒரு வருடம் சர்வாதிகாரி ஒருவர் அனைவரையும் மிரட்டி பயமுறுத்திக்கொண்டிருப்பார். ஒரு வருடம் ஆனதும் அவர் ஜனநாயகவாதியாகிவிடுவார். தேர்தல் நடத்துவார். பிழைப்பு நடக்க வேண்டும் அல்லவா?

ஜுல்பிகர் அலி புட்டோ, ராணுவப் பின்னணி இல்லாதவர். ஆனாலும் சர்வாதிகாரி. யாரானால் என்ன? மக்களுக்குப் பிடிக்கவில்லை. எதிர்க்கட்சிகளுக்குப்

பிடிக்கவில்லை. ராணுவத்துக்கும் பிடிக்கவில்லை. தீர்ந்தது விஷயம். அன்றைய ராணுவத் தளபதி ஜெனரல் ஜியா உல் ஹக் பெரிய நாடகக் காட்சிகள் ஏதுமின்றி, மிகவும் எளிமையாக புட்டோவைப் பதவி நீக்கம் செய்வதாக அறிவித்துக் கைது செய்தார். பாகிஸ்தானின் அதிபராகத் தன்னைத்தானே நியமித்துக்கொண்டு, அந்நாடு அதுவரை காணாத ஒரு புதிய ஆட்சி முறையை அறிமுகப்படுத்த ஆரம்பித்தார்.

பாகிஸ்தான் ஓர் இஸ்லாமிய நாடுதான். முஸ்லிம்களுக்குத் தனி நாடு வேண்டும் என்று கேட்டுத்தான் ஜின்னா பாகிஸ்தானையே உருவாக்கினார். அதில் சந்தேகமில்லை. ஆனால் இதர முஸ்லிம் நாடுகளைப் போலக் கடுமையான இஸ்லாமிய சட்டதிட்டங்களைப் பாகிஸ்தான் கண்டதில்லை. ஓர் அரசியல் அமைப்புச் சட்டமும் பொதுவான சிவில் சட்டங்களும் நீதிமன்றங்களும் இருந்தன. அவை சரியாக இயங்கினவா இல்லையா என்பது வேறு விஷயம். ஆனால் இருந்தன. ஜியா உல் ஹக் ஆட்சிக்கு வந்ததும் அதில்தான் முதலில் கைவைத்தார். அரசியல் அமைப்புச் சட்டத்தை எடுத்து மூடி பீரோவில் வைத்துப் பூட்டினார். என்ன பெரிய நீதிமன்றங்கள், என்ன பெரிய தீர்ப்புகள்! உங்கள் சட்டப் படிப்பையெல்லாம் சற்று ஒதுக்கிவையுங்கள். இனி இந்நாட்டில் இஸ்லாமிய மதச் சட்டங்கள் (ஷரியா) மட்டுமே செல்லுபடியாகும் என்று அறிவித்தார். தண்டனைச் சட்டங்களும் மத அடிப்படையிலேயே இருக்கும் என்று அறிவிக்கப்பட்டது. பள்ளிக்கூடங்கள் தொடங்கி, பல்கலைக்கழகங்கள் வரை அனைத்துக் கல்வி நிலையங்களிலும் இஸ்லாமியக் கல்வியே முதன்மைப் பாடமாக இருக்கும் என்று அறிவிக்கப்பட்டது. வழக்கமான கல்வி முறையில் பயின்று தேறியவர்களுக்கு அரசு வேலை இனி கிடைக்காது என்ற நிலை உண்டானது. சுருக்கமாகச் சொல்வதென்றால் பாகிஸ்தானை ஒரு முழுமையான இஸ்லாமிய நாடாக மாற்றிவிடுவது

என்ற முடிவில் அவர் இருந்தார்.

ஒரு ராணுவத் தளபதி இத்தனை உக்கிர மதவாதியாக இருப்பார் என்று பாகிஸ்தான் எதிர்பார்க்கவில்லை. இதன் விளைவுகள் என்னவாக இருக்கும் என்று அப்போது அவர்களால் ஊகிக்கவும் முடியவில்லை. இவ்வளவு அதிரடியான ஆசாமியாக இருப்பவர் மிக நிச்சயமாக பலூசிஸ்தான் விஷயத்தில் முந்தைய அதிபர்கள், பிரதமர்களைக் காட்டிலும் மோசமாகவே நடந்துகொள்வார் என்று பலூச்சிகள் நினைத்தார்கள். ஆனால் நடந்தது முற்றிலும் வேறு. பலூச்சிகள் மட்டுமல்ல. ஒட்டுமொத்த பாகிஸ்தானே எதிர்பாராத விதமாக ஜியா சில காரியங்களைச் செய்தார்.

புட்டோவைத் தூக்கிலிட்டது, அனைத்து அரசியல் கட்சிகளையும் மொத்தமாகத் தடைசெய்தது, ஊடகத் தணிக்கையைக் கடுமையாக்கியது, மிக மோசமான மனித உரிமை மீறல் நடவடிக்கைகள் எல்லாம் ஒரு பக்கம் இருந்தன. ஆனால் பிராந்திய அமைதி என்று வரும்போது விட்டுக்கொடுப்பதில் தவறில்லை என்று அவர் நினைத்தார். இதர பாகிஸ்தான் தலைவர்களைப் போல பலூசிஸ்தான் விஷயத்தில் பணிந்து போவதே அவமானம் என்றெல்லாம் நினைக்கவில்லை.

இதோ பாருங்கள். நான் சண்டைக்கு வரவில்லை. சமாதானமாகப் போகவேண்டும் என்றும் நினைக்கவில்லை. ஆனால் நாடு அமைதியாக இருக்க வேண்டுமென்று விரும்புகிறேன். உங்களுக்கு என்ன வேண்டும்? ஆயுதங்களைக் கீழே போடுங்கள். பொது மன்னிப்பு வழங்கப்படும். நீண்ட நாள் யுத்தம் என்பது இரு தரப்புக்குமே இழப்புகளைத்தான் கொடுக்கும். அதெல்லாம் முடியாது; முறுக்கிக்கொண்டுதான் நிற்பேன் என்பீர்களானால் நான் என் வேலையைக் காட்ட வேண்டி வரும்.

இதுதான் பலூசிஸ்தான் மக்களுக்கும் போராளி இயக்கங்களுக்கும் அவர் விடுத்த செய்தியின் சாரம். புட்டோவின் ஆட்சிக்காலம் முழுதும் பலூச்சிகள் தொடர்ச்சியாகப் போரில் ஈடுபட்டு வந்திருந்தார்கள். இழப்புகளும் கணிசமாகவே இருந்தன. மூச்சு விட்டுக்கொள்ளக்கூட அவகாசமின்றி சண்டை செய்துகொண்டே இருந்ததில் அவர்களும் தளர்ந்திருந்தார்கள். எனவே, ஜியாவுடன் பேசிப் பார்த்தால் என்ன என்று நினைத்தார்கள்.

ஆனால் ஜியா தெளிவாக இருந்தார். போராளி இயக்கங்களுடனெல்லாம் பேச்சுவார்த்தைக்கு அவர் தயாராக இல்லை. முதலில் ஆயுதங்களைக் கீழே போடுங்கள்; பிறகு பேசலாம் என்பதே அவரது நிலைப்பாடு. எனவே அதுல்லா மெங்கால் (புட்டோவால் பதவி நீக்கம் செய்யப்பட்ட முதலமைச்சர்), மிர் கவுஷ் பக்ஷ் பிஜெஞ்சோ, நவாப் காயிர் பக்ஷ் மர்ரி போன்ற சில மூத்த அரசியல் தலைவர்கள் மூலம் பேச்சுவார்த்தை நடத்த முடிவு செய்யப்பட்டது.

கவனிக்கவும். இது அரசியல் கட்சிகள் எடுத்த முடிவல்ல. போராளி இயக்கங்கள் எடுத்த முடிவல்ல. அனைத்து அமைப்புகளும் மக்களுடன் இணைந்து எடுத்த ஒருமித்த முடிவு. போர் வேண்டாம். அமைதி வேண்டும். பலூசிஸ்தானில் நிலைகொண்டிருந்த பாகிஸ்தான் ராணுவம் திரும்பிச் செல்ல வேண்டும். அநியாயமாகக் கைது செய்யப்பட்டு, விசாரணையோ தீர்ப்போ இன்றி நெடுங்காலமாகச் சிறையில் இருக்கும் அனைத்து பலூச்சி போராளிகளும் அரசியல் தலைவர்களும் அப்பாவிப் பொது மக்களும் நிபந்தனையின்றி விடுதலை செய்யப்பட வேண்டும்.

ஜியா, ஒரே ஒரு நிபந்தனையைத்தான் வைத்தார். ஆயுதங்களைக் கீழே போடுங்கள். மற்றவை தன்னால் நடக்கும்.

பலூச்சிகள் ஒப்புக்கொண்டார்கள். ஆட்டம் முடிந்தது. நான்காண்டுக் காலம் நீடித்த பெரும் போர் ஒருவழியாக அப்போது முடிவுக்கு வந்தது. கவனியுங்கள். பாகிஸ்தானின் தந்தை எனப்பட்ட ஜின்னா அம்மக்களை ஏமாற்றினார். அவருக்குப் பிறகு ஆட்சிக்கு வந்த ஜனநாயகவாதிகள் ஒவ்வொருவரும் சொல்லிச் சொல்லி ஏமாற்றினார்கள். ஆயிரத்தெட்டு வாக்குறுதிகள் தருவார்கள். ஆனால் ஒன்றும் செய்ய மாட்டார்கள். சரித்திரத்தைத் திரும்பிப் பார்த்தால் பலூசிஸ்தான் விஷயத்தில் ஓரளவேனும் நேர்மையாக நடந்துகொண்டவர்கள் பாகிஸ்தானில் இரண்டே பேர்தான். முதலில் யாஹியா கான். அடுத்தது ஜியா உல் ஹக். இருவருமே ராணுவ ஆட்சியாளர்கள். யாஹியாவுக்காவது கிழக்கு பாகிஸ்தான் போர் என்ற நெருக்கடி காரணமாக இருந்தது. ஜியாவுக்கு அதெல்லாம் ஒன்றுமில்லை. அவர் நிகரற்ற சர்வாதிகாரி. தவிரவும் மிகத் தீவிரமான மத அடிப்படைவாதி. சற்றும் இரக்கம் பாராமல் புட்டோவைத் தூக்கிலிட்டபோதே அவர் யாரென்று உலகுக்குத் தெரிந்துவிட்டது. ஆனாலும் பலூசிஸ்தான் விஷயத்தில் அவர் சொன்ன சொல்லைக் காப்பாற்றுபவராகவே இருந்தார்.

சரி. இனி பலூசிஸ்தானில் ராணுவம் இருக்காது. திரும்ப அழைத்துக்கொள்கிறேன் என்றார். ராணுவம் திரும்பிச் சென்றது. போராளிகள் யார், எந்த இயக்கம், என்னென்ன சம்பவங்கள் செய்திருக்கிறார்கள் என்றெல்லாம் பார்க்கப்போவதில்லை. நடந்தவை அனைத்தும் மன்னிக்கப்படும் என்றார். சொன்னபடி அனைத்து இயக்கங்களுக்கும் பொது மன்னிப்பு வழங்கப்பட்டது. சிறைப்பட்டிருந்தவர்கள் உடனடியாக விடுவிக்கப்பட்டார்கள்.

உண்மையில் பலூசிஸ்தானில் யாருமே இதை எதிர்பார்க்கவில்லை. சரித்திரம் காணாத முரட்டுத் தலைமையிடம் சிக்கிக்கொண்டிருக்கிறோம் என்று ஒட்டுமொத்த பாகிஸ்தானுமே ஜியாவைப் பார்த்து

அலறிக்கொண்டிருந்தபோது, 'சேச்சே. நான் மலரினும் மெல்லிய மனம் கொண்டவன்' என்று காண்பிப்பது போலிருந்தது அவரது செயல்பாடுகள். மேலே சொன்னவையெல்லாம் ஒன்றுமேயில்லை. பலூச்சிகள் விஷயத்தில் ஜியா செய்த இன்னும் இரண்டு காரியங்கள் சரித்திர முக்கியத்துவம் வாய்ந்தவை.

முதலாவது, அதுல்லா மெங்காலுக்கு ஓர் இதய அறுவைச் சிகிச்சை செய்ய வேண்டியிருந்தது. இதைக் கேள்விப்பட்டு, அவரை அரசு செலவில் லண்டனுக்கு அனுப்பி, உயர்தர மருத்துவமனையில் சிகிச்சைக்கு ஏற்பாடு செய்தார் ஜியா. மெங்கால் எப்படி நெகிழ்ந்திருப்பார் என்பது ஒருபுறம் இருக்க, பலூச்சி மக்களே இதை எதிர்பார்க்கவில்லை. சரித்திரத்தில் முதல்முறையாக ஒரு பலூச்சி தேசியத் தலைவருக்காகப் பாகிஸ்தானியத் தலைவர் ஒருவர் உதவி செய்திருக்கிறார். அதுவும் சர்வாதிகாரி.

ஜியாவின் இன்னொரு அதிரடி, பாகிஸ்தான் அரசு அதுவரை பறிமுதல் செய்திருந்த பலூச்சி போராளி இயக்கத்தைச் சேர்ந்தவர்களின் அசையும்-அசையாச் சொத்துகள் அனைத்தையும் உரியவர்களிடம் திருப்பிக் கொடுத்தது.

இதுதான். இவ்வளவுதான். இந்த மனிதர் யாரோ எவரோ. நல்லவரோ கெட்டவரோ. ஆனால் பலூசிஸ்தான் விஷயத்தில் கருணையுடன் நடந்துகொண்டிருக்கிறார். இவர் ஆட்சியில் இருக்கும்வரை இனி ஆயுதம் எடுக்கக் கூடாது என்று அன்றைக்கு அவர்கள் முடிவு செய்தார்கள். விமான விபத்தில் ஜியா இறக்கும்வரை அம்முடிவிலிருந்து அவர்கள் இம்மியும் விலகவில்லை.

49. வினோத ரச மஞ்சரி

தெளிவாகப் பகுத்து ஆராய்ந்து எடுக்கப்படும் முடிவுகள் வேறு; சூழ்நிலைகளின் உந்துதலால் மேற்கொள்ளப்படும் முடிவுகள் வேறு. பலூசிஸ்தான் விஷயத்தில் ஜியா உல் ஹக் எடுத்த முடிவு அம்மக்களுக்கு அப்போதைக்கு நிம்மதி அளித்ததை மறுக்க முடியாது. அவர்கள் ஜியாவுக்கு நன்றி சொன்னார்கள். ஒப்பீட்டளவில் மற்ற பாகிஸ்தான் தலைவர்கள் அனைவரைக் காட்டிலும் அவரே சிறந்தவர் என்று சொன்னார்கள். அவரது ஆட்சிக்காலம் நீடிக்கும் வரை ஆயுதம் ஏந்துவதில்லை என்று ஒருமனதாக முடிவு செய்து அதை அறிவிக்கவும் செய்தார்கள். சொன்னதோடு நிற்கவில்லை. செயல்படுத்தியும் காட்டினார்கள்.

இவற்றை மட்டும் முன்வைத்து ஜியா உல் ஹக் ஒரு சிறந்த அதிபர் என்று சொல்லிவிட முடியாது. சார்பற்று சிந்தித்துப் பார்த்தால் பாகிஸ்தான் இன்று அனுபவிக்கும் பெரும்பாலான துயரங்களின் ஊற்றுக்கண் அவரது ஆட்சிக்காலத்தில் திறந்து வைக்கப்பட்டவைதாம். அவருக்கு முந்தைய ஆட்சியாளர்களும் ஒன்றும் சளைத்தவர்கள் இல்லை என்றாலும் ஜியாவின் தீவிர அடிப்படைவாத மனோபாவம், மிகத் தீவிரமான சர்வாதிகார மனப்பான்மை இரண்டும் பாகிஸ்தான் என்ற தேசத்தின் காலில் சுற்றிக் கட்டிய இரும்புக் குண்டுகளாக விளங்கின.

ஜியா, ராணுவப் புரட்சியின் மூலம் ஆட்சிக்கு வந்தவர். எல்லா ராணுவ சர்வாதிகாரிகளுக்கும் எப்போதும் இருக்கும் பாதுகாப்பின்மை சார்ந்த அச்சம் அவருக்கும் இருந்தது. எனவே அவர் யாரையும் நம்ப மாட்டார். யார் சொல்வதையும் கேட்கவும் மாட்டார். தனது ஆட்சியை முதலில் உறுதிப்படுத்திக்கொள்ள அவர் மேற்கொண்ட முயற்சிகளுள் ஒன்றுதான் பலூசிஸ்தானில் இருந்து ராணுவத்தைத் திரும்பப் பெற்றது. இதற்குச் சில உள் அடுக்குக் காரணங்களும் உண்டு. அவை மிக மிக நுணுக்கமானவை.

ஜியா ஆட்சிக்கு வந்தது, ஜூலை 1977 ஆம் ஆண்டு. அடுத்த பதினொரு ஆண்டுக் காலம் அவர் பாகிஸ்தானின் அதிபராக இருந்தார். அவர் பொறுப்பேற்றிருந்த சமயத்தில் ஆப்கனிஸ்தானில் உள்நாட்டுப் போர் மெல்ல மெல்லத் தீவிரம் கொள்ளத் தொடங்கியிருந்தது. எழுபதுகளின் தொடக்கம் முதலே ஆப்கனில் தன் வலையை விரித்து, வளைத்து வைத்திருந்த சோவியத்துக்கு எதிராக முஜாகிதின்கள் போராட ஆரம்பித்து, அது சூடுபிடிக்கத் தொடங்கியிருந்த நேரம் அது. அமெரிக்க-சோவியத் பனிப்போரின் ஒரு பகுதியும் பெரும் பகுதியும் அப்போது ஆப்கனிஸ்தானில்தான் நிகழ்ந்துகொண்டிருந்தது. ஒரு பக்கம், சோவியத் ஆதரவுப் படைகள். இன்னொரு பக்கம், அமெரிக்க ஆதரவுப் படைகள். தள்ளி நின்று பார்த்தால் ஆப்கனிஸ்தானுக்குள் ஆப்கன் மக்கள் அடித்துக்கொண்டு சாகிறார்கள் என்பது போலத் தெரியும். உண்மையில் அவர்களை அடித்துக்கொள்ள விட்டு அமெரிக்காவும் சோவியத் ரஷ்யாவும் ஆளுக்கொரு பக்கம் நின்று ஆட்டி வைத்துக்கொண்டிருந்தன.

தனது அண்டை நாட்டில் நடந்துகொண்டிருந்த போர் தன்னை பாதிக்காதிருக்கும் பொருட்டு, ஜியா அமெரிக்க ஆதரவு நிலைப்பாடு எடுக்க முடிவு செய்தார். கவனியுங்கள். பலூசிஸ்தான் போராளி இயக்கங்களை அப்போது ஆதரித்துக்கொண்டிருந்தது, சோவியத்

ஆதரவு ஆப்கன் அரசுதான். அவர்களுக்குத் தேவையான பொருளுதவி, ஆயுத உதவிகள், போர்க்கலைப் பயிற்சி உதவிகள், தங்குமிட உதவி, மறைவிட உதவி என்று சாத்தியமுள்ள அனைத்தையும் ஆப்கன் இடதுசாரிகளே செய்துகொண்டிருந்தார்கள்.

ஜியா, அதில் கைவைக்கவேயில்லை. ஆப்கன் இடதுசாரிகளின் ஆதரவு பெற்ற பலூசிஸ்தான் போராளிக் குழுக்களுக்குப் பொதுமன்னிப்பு வழங்கி, சௌக்கியமாக வாழுங்கள் என்று சொல்லிவிட்டார். மறுபுறம், ஆப்கனில் இடதுசாரி அரசுக்கு எதிராக ஆயுதமேந்திப் போரிட்டுக்கொண்டிருந்த முஜாகிதீன்களுக்கு ஆதரவளித்த அமெரிக்காவையும் ஆதரிக்க முடிவு செய்தார். அவரது ராஜதந்திரம் எவ்வளவு வீரியம் கொண்டது என்பதைப் புரிந்துகொள்ள இந்த ஓர் உதாரணம் போதும். அமெரிக்கா எப்படியும் சோவியத்தை வீழ்த்திப் பின்வாங்க வைத்துவிடும் என்பது ஜியாவின் நம்பிக்கை. ஆனால் அது நிறைய காலம் பிடிக்கக்கூடிய நடவடிக்கை. அதுவரை உள்ளூரில் பலூச்சிகள் கிளர்ச்சி செய்யாதிருப்பது அவருக்கு முக்கியம். எனவே பீருக்கும் காவல், குடிகாரனுக்கும் தோழன்.

தவிர, ராணுவப் புரட்சி செய்து ஆட்சிக்கு வந்தவருக்கு உலக நாடுகள் பெரிதாக உதவாது. குறைந்தபட்சம் உடனடியாக எந்த உதவியும் சாத்தியமில்லை. மற்ற உதவிகள் இல்லாது போனாலும் பொருளாதாரத் தடைகள் என்று ஏதேனும் வருமானால் சமாளிப்பது சிரமம். தடையற்ற பண வரவு வேண்டுமென்றால், தேர்தல் வை, நாடாளுமன்றத்தைக் கூட்டு, மக்களாட்சியைக் கொண்டு வா என்று ஐநா தாத்தா அட்வைஸ் செய்வார். இதெல்லாம் நடக்கிற கதையா?

ஜனநாயகத்தின் மீது அறவே நம்பிக்கையற்றவரான ஜியா, அமெரிக்க ஆதரவு நிலைப்பாடு எடுப்பதன் மூலம்

மட்டுமே பொருளாதார ரீதியில் பெரிய பாதிப்புகள் ஏற்படாமல் தப்பிக்க முடியும் என்று நினைத்தார். எனவே, சோவியத்-ஆப்கன் போரில் (1979-88) பாகிஸ்தானை அமெரிக்காவின் மிக முக்கியமான ஆதரவு நாடாகக் களமிறக்கினார்.

பாகிஸ்தான் ஆதரித்து அமெரிக்காவுக்கு என்ன ஆகப் போகிறது என்று எண்ணிவிடக் கூடாது. ஒரு போர்க்களத்தின் அண்டை நிலம் என்பது போரிடும் தரப்புகள் அனைத்துக்குமே மிக மிக முக்கியமானது. அது ஒரு கூடாரம். அது ஒரு மைதானம். அது ஓர் உணவகம். அது ஒரு பட்டறை. அது ஓர் இளைப்பாறும் பூங்கா. வண்டியில் ஏறி ஒரு மிதி மிதித்தால் ஒரு மணி நேரத்தில் பாகிஸ்தானுக்கு வந்துவிடலாம். அவ்வளவு நெருக்கமான இடம். அமெரிக்க உளவாளிகள் அத்தனை பேரும் அக்காலத்தில் பாகிஸ்தானில்தான் அலுவலகம் அமைத்துக்கொண்டு உத்தியோகம் பார்த்தார்கள். சரக்குகளைக் கொண்டு வந்து இறக்க, எரிபொருள் நிரப்ப, உயரதிகாரிகள் சந்தித்துப் பேச, இன்னும் பலவற்றுக்குப் பாகிஸ்தானின் நட்பு அவர்களுக்கு மிகவும் உதவியாக இருந்தது. குறிப்பாக, ஆப்கனின் மிக நெருக்கமான பலூசிஸ்தானில் அப்போது அமைதி நிலவிய சூழல் இன்னுமே வசதியாகப் போய்விட்டது.

ஜியா உல் ஹக், தனது உள்நாட்டுத் தயாரிப்பான எளிய ரக ஆயுதங்களைப் பெட்டி பெட்டியாக ஆப்கன் முஜாகிதீன்களுக்கு அனுப்பி வைக்கத் தொடங்கினார். அந்தப் பரிமாற்றம் அனைத்தும் சி.ஐ.ஏவின் மூலமாகவே நடந்தன. போரிடும் முஜாகிதீன்களுக்குத் தேவையான உடைகள், உணவு, மருந்துப் பொருள்கள் என்று என்னென்ன தேவையோ அனைத்தும் பாகிஸ்தானில் இருந்தே சென்றன. ஜியா சலிக்காமல் சி.ஐ.ஏ கேட்கும் அனைத்தையும் செய்துகொடுத்தார். பதிலுக்கு அமெரிக்கா, பாகிஸ்தானின் பொருளாதாரத் தேவைகளைக் கவனித்துக்கொள்ள ஆரம்பித்தது. அமெரிக்காவுக்குப்

பணத்துக்கா பஞ்சம்? அவர்கள் எதிர்பார்த்ததெல்லாம் ஒரு நல்ல அடிமை நாடு. எதைச் சொன்னாலும் கேள்வி கேட்காமல் செய்துகொடுக்கிற ஊழியக்கார நாடு. ஜியா அந்தப் பொறுப்பை ஏற்றுக்கொண்டார். விளைவு, ஆசியக் கண்டத்தில் அமெரிக்காவுக்கு மிகவும் நெருக்கமான நாடு பாகிஸ்தான் என்ற பெயர் உருவானது. இன்றுவரை அமெரிக்காவினால் பாகிஸ்தான் பெறுகிற அனைத்து லாபங்களுக்கும் அன்று பிள்ளையார் சுழி போட்டவர் ஜியா உல் ஹக்தான்.

பலூசிஸ்தான் போராளிகளுக்கு இவையெல்லாம் தெரியாததல்ல. எல்லாமே அரசியல் கணக்குகளால் வரையறுக்கப்படுபவை. சில கணக்குகள் புரியும். சில கணக்குகள் புரியாது. ஆனால் கணக்கில்லாமல் எதுவுமில்லை. இப்போதைக்கு நாம் மூச்சு விட்டுக்கொள்ளவும் இழந்த பலத்தைத் திரும்பப் பெறவும் ஒரு சந்தர்ப்பம் வாய்த்திருக்கிறது. இதைச் சரியாகப் பயன்படுத்திக்கொள்ள வேண்டும் என்று அவர்கள் நினைத்தார்கள்.

பலூச்சி விடுதலை இயக்க வீரர்களை ஜியா உல் ஹக் விடுதலை செய்து, பறிமுதல் செய்த சொத்துகளையும் திரும்பக் கொடுத்த பின்னர் அவர்களில் பெரும்பாலானவர்கள் பலூசிஸ்தானை விட்டு அமைதியாக வெளியேறி ஆப்கனிஸ்தானுக்குப் போய்விட்டார்கள். அதாவது, அமைதியாக இருக்கும் காலம் முழுவதும் பாகிஸ்தானில் இல்லாமல் இருக்கலாம் என்பது திட்டம். ஆப்கனின் அன்றைய அதிபர் மம்மூத் தாவூத் கான், பலூச்சி போராளி இயக்கங்கள் ஆப்கனிஸ்தானில் முகாம் அமைத்துக்கொள்ளவும் போராளித் தலைவர்கள் வீடு பார்த்துத் தங்கிக்கொள்ளவும் அனுமதி அளித்தார்.

ஷெர் முஹம்மது மர்ரியின் பராரி இயக்கத்தவர்கள் தொடங்கி (அவருமே விடுதலைக்குப் பிறகு சிறிது காலம் இங்கிலாந்துக்குச் சென்றுவிட்டுப் பிறகு ஆப்கன்

வந்துவிட்டார்.) அன்றைக்குப் புதிதாகப் பிறந்திருந்த சிறு சிறு இயக்கங்கள் வரை மொத்தமாக பலூசிஸ்தானை காலி செய்துகொண்டு ஆப்கனில் குடியேறின. அவர்களுக்கு ஒரு விஷயம் தெளிவாகத் தெரிந்தது. ஆப்கன் போர் முடிவடையும் வரை ஜியா உல் ஹக் பாகிஸ்தானின் அதிபராக இருப்பாரேயானால், அவரது மொத்த கவனமும் அங்கேதான் இருக்கும். பலூசிஸ்தான் உள்பட உள்நாட்டின் இதர எந்தப் பிரச்னைகளையும் அவர் கவனிக்கப்போவதில்லை. அது போலவே, அவரால் பிராந்தியத்துக்குப் புதிய பிரச்னைகளும் வரப் போவதில்லை. இதை வேறு விதமாக எடுத்துக்கொண்டு பலூச்சி போராளி இயக்கங்கள் மீண்டும் ஆயுதமேந்திப் போராடத் தொடங்கினால் அவர் மொத்தமாக அழித்துவிடுவார். அதில் சிறிதும் சந்தேகமில்லை. முன்பாவது வெறும் பாகிஸ்தான் ராணுவம். இப்போது அது அமெரிக்க ஆதரவு பெற்ற பாகிஸ்தான் ராணுவம். விளையாடிப் பார்க்க இது சமயமில்லை.

இந்தக் கணக்குகளின் அடிப்படையில்தான் பலூச்சி விடுதலை இயக்கத்தவரும் ஆப்கனிஸ்தானுக்கு இடம் பெயர்ந்து போனார்கள். எழுபத்தொன்பது முதல் எண்பத்தெட்டு வரை. உண்மையிலேயே அந்தப் பத்தாண்டுகளில் பலூசிஸ்தானில் ஒரு படுகொலைகூட நடக்கவில்லை. ஒரே ஒரு குண்டுவெடிப்புச் சம்பவம்கூட இல்லை. துப்பாக்கிகள் எடுக்கப்படவேயில்லை. பலூசிஸ்தான் ஓர் அமைதிப் பூங்கா. பாகிஸ்தான் ஒரு பூந்தோட்டக் காவல்காரன்.

கேட்க வினோதமாக இருக்கிறதல்லவா? பாகிஸ்தான் ஒரு வினோத ரச மஞ்சரி. இதுவும் இருக்கும். இதற்கு மேலும் இருக்கும்.

50. புயலுக்கு முன்

ஜியா உல் ஹக்கின் காலத்தில் பலூசிஸ்தான் விடுதலை இயக்கங்கள் இருக்கும் இடம் தெரியாமல் அடங்கி ஒடுங்கி இருந்ததைப் பார்த்தோம். அதற்கான காரணங்களையும் கண்டோம். பெரும்பாலான போராளிக் குழுத் தலைவர்கள் ஆப்கனிஸ்தானுக்குப் போய்விட்டது மிக முக்கியமான காரணம். அங்கே அவர்களுக்கு முகாம் அமைத்துக்கொள்ள முடிந்தது, பயிற்சி மேற்கொள்ள முடிந்தது, வெளி உலகத்துடன் தொடர்புகொள்ள முடிந்தது - இவை எல்லாமே உண்மைதான். அனைத்துக்கும் அப்பால் இன்னொரு காரணம் உண்டு.

பாகிஸ்தான் பார்க்காத ஆட்சிக் கலைப்பில்லை; ராணுவப் புரட்சியில்லை; ராணுவ ஆட்சியாளர்கள் இல்லை. ஆனால் அந்நாட்டின் சரித்திரத்தில் அம்மக்கள் ஜியாவுக்கு அஞ்சியதைப் போல இன்னொரு தலைவருக்கு அஞ்சியதில்லை. இந்த அச்சம் பலூச்சி விடுதலை இயக்கத்தினருக்கும் இருந்தது என்று சொன்னால் பொதுவாக ஒப்புக்கொள்ள மாட்டார்கள். அவர்கள் மொழியில் அச்சம் என்பது மடமையடா பாட ஆரம்பித்துவிடுவார்கள். உண்மையில் அது அச்சம்தான். என்னதான் அவர் பலூசிஸ்தான் போராளிகளுக்குப்

பொது மன்னிப்பு வழங்கினாலும், பறிமுதல் செய்த சொத்துகளைத் திருப்பிக் கொடுத்தாலும், ராணுவத்தைத் திரும்ப அழைத்துக்கொண்டாலும் அந்த அச்சம் அப்படியேதான் இருந்தது. எந்தக் கணமும் இந்த மனிதர் சீறலாம், வெடிக்கலாம் என்கிற அச்சம்.

ஜியா செய்த காரியங்கள் அப்படிப்பட்டவை. பாகிஸ்தானை அவர் இஸ்லாமிய மயமாக்கும் முயற்சியில் மிகத் தீவிரமாக ஈடுபட்டுக்கொண்டிருந்தார். எளிதாகப் புரிந்துகொள்ள வேண்டுமென்றால் இப்படிச் சொல்லலாம். ஆப்கனிஸ்தானில் முதல் முறை தாலிபன் ஆட்சிக்கு வந்தபோது என்னவெல்லாம் செய்தார்களோ, அதையெல்லாம் பாகிஸ்தானில் நடைமுறைப்படுத்த ஆரம்பித்தார். ஒவ்வொரு நாளும் ஒவ்வோர் அறிவிப்பு வரும். திடீரென்று பெண்கள் விளையாட்டுகளில்-போட்டிகளில் பங்கேற்கத் தடை என்றொரு அறிவிப்பு வந்தது. வேலைக்குப் போகும் பெண்களுக்கு மிகக் கடுமையான நிபந்தனைகளுடன் கூடிய வழிகாட்டு நெறிமுறைகள் அறிமுகப்படுத்தப்பட்டன. பாகிஸ்தானில் வசித்து வந்த சிறுபான்மை மதத்தினரின் பாதுகாப்பு கிட்டத்தட்ட இல்லாத நிலைமைக்கே சென்றது. குறிப்பாகக் கிறித்தவர்களும் இந்துக்களும் ஜியா காலத்தில் அங்கே சொல்லொணாத் துயரங்களை அனுபவித்தார்கள். வடமேற்கு எல்லை மாகாணம், பஞ்சாப் போன்ற பிராந்தியங்களில் அரசுக்கு எதிராக முணுமுணுத்தவர்கள் அத்தனை பேரையும் விசாரணையே இல்லாமல் காணாமலாக்கினார்கள். அனைத்துக்கும் உச்சம், அஹ்மதியா முஸ்லிம்கள், இஸ்லாமியர்களே இல்லை; மாற்று மதத்தவர்கள் என்று அறிவித்துக் கொத்துக் கொத்தாகக் கொன்றது.

இது முந்தைய ராணுவ ஆட்சியாளர்கள் யாரும் செய்யாதது. ஏன் இதைச் செய்கிறாய் என்று யாரும் கேட்டுவிட முடியாது. சட்டம் பேச முடியாது. இருந்த சட்டங்கள் அனைத்தையும் மனிதர் சஸ்பெண்ட் செய்து

வைத்திருந்தார். அவர் சொல்வதுதான் சட்டம். எதிர்த்து எதுவும் பேசிவிடாமல் அமைதியாக ஒதுங்கியிருப்பது; தற்செயலாக என்னவாவது நல்லது நடந்துவிட்டால் ஏற்றுக்கொண்டு இன்னும் ஒதுங்கிப் போய்விடுவது. ஜியா காலத்தில் உயிரோடு வாழ்வதற்கு அதுதான் ஒரே வழி என்பது பலூச்சிகளுக்குத் தெரிந்துவிட்டது. அதனால்தான் போராளிகள் இம்மனிதர் இருக்கும்வரை இந்தப் பக்கமே தலை வைத்துப் படுக்க வேண்டாம் என்று முடிவு செய்து ஆப்கனிஸ்தானுக்குக் குடிபெயர்ந்தனர்.

ஆகஸ்ட் 17. 1988 அன்று ஒரு விமான விபத்தில் ஜியா உல் ஹக் இறந்தார். அது ஒரு பெரிய விவகாரமானது. அது விபத்தா, திட்டமிட்ட கொலையா என்பது இன்று வரை விடை தெரியாத வினா. பாகிஸ்தானில் ஒருத்தர் என்றால் ஒருத்தரும் அது குறித்து வாய் திறக்கவில்லை. இறந்தவருக்கு அஞ்சலி செலுத்திவிட்டு அமைதியாகிவிட்டார்கள். போனாரா? சரி.

அடுத்த பத்தாண்டுக் காலம் பேனசிர் புட்டோவும் நவாஸ் ஷெரீபும் மாற்றி மாற்றி ஆண்டுகொண்டார்கள். தலா இரண்டு ஆட்சிக்காலம். எந்த ஆட்சிக்காலமும் முழுமையாக நீடித்து நிறைந்ததில்லை. இரண்டாண்டுகள் இருப்பார்கள். பதவி போகும். தேர்தல் வரும். அடுத்தவர் வருவார். அவர் மூன்றாண்டுகள் இருப்பார். பதவி போகும். தேர்தல் வரும். மீண்டும் இவர் வருவார். பிறகு அவர் வருவார். அடுத்து இவர் வருவார். ஆனால் இருவரும் ஜனநாயகவாதிகள். தேர்தல் நடத்துவார்கள். கட்சி நடத்துவார்கள். ஊழல் செய்வார்கள். கவிழ்ப்புகள், காலை வாரி விடுதல்கள் அனைத்தையும் அருமையாகச் செய்வார்கள். கவனிக்க வேண்டிய விஷயம் என்னவென்றால், ஜியா காலத்தில் அச்சத்தில் உறைந்து அடுத்த நாட்டில் இருந்து கவனித்துக்கொண்டிருந்த பலூச்சி போராளி இயக்கத்தவர்கள் அனைவரும் இந்த இருவரின் பத்தாண்டுக் கால ஆட்சி சமயத்திலும் பலூசிஸ்தானுக்குத் திரும்பி வரவில்லை. அல்லது,

வந்து வந்து போய்க்கொண்டிருந்தார்களே தவிர, போராட்டத்தைத் தொடர முன்வரவில்லை.

இதற்கு முக்கியமாக ஒரு காரணம் உண்டு. பாகிஸ்தானில் யார் ஆட்சிப் பொறுப்பேற்றாலும் முதலில் பலூசிஸ்தானில்தான் கை வைப்பார்கள். மேற்படி இரண்டு ஜனநாயகவாதிகளும் என்ன காரணத்தினாலோ அம்மாநிலத்துக்குப் பெரிய இடையூறுகள் செய்யாமல் - அல்லது, பலூசிஸ்தான் ஒரு பிரச்னையே இல்லை என்பது போலக் கண்டுகொள்ளாமல் அமைதியாக இருந்தார்கள். அவர்கள் முட்டிக்கொள்வதற்கு வேறு ஆயிரம் பிரச்னைகள் இருந்தன. இதில் இன்னொரு விஷயமென்னவென்றால், பேனசிர் முதல் முதலில் ஆட்சிப் பொறுப்புக்கு வந்தபோது (ஜியாவின் மறைவுக்குப் பிறகு நடந்த தேர்தல் மூலம்) மொத்த நாடும் வரிந்து கட்டிக்கொண்டு அவரை ஆதரித்து ஓட்டுப் போட்டது. ஜியாவின் பத்தாண்டுக் கால படுபயங்கர ஆட்சியில் சிக்குண்டு மீண்டிருந்தவர்கள், பழைய ஜுல்பிகர் அலி புட்டோ காலத்து ஊழல்களையெல்லாம் மறந்தே போய்விட்டது காரணம். அவர்கள் பேனசிரைத் தங்களைக் காக்க வந்த பெண் தேவதையாகப் பார்த்தார்கள். எனவே வாக்குச் சீட்டு உள்ள அளவுக்கு நல்ல ஓட்டும் வண்டி வண்டியாகக் கள்ள ஓட்டும் போட்டு வெற்றி பெற வைத்துவிட்டார்கள். பாகிஸ்தானின் முதல் பெண் பிரதமர். உலக அளவிலேயே பிரதமரான முதல் முஸ்லிம் பெண் என்று என்னென்னவோ புகழாரங்கள்.

ஆனால் அந்தத் தேர்தலில் பலூசிஸ்தான் மக்கள் பேனசிரின் பாகிஸ்தான் மக்கள் கட்சிக்கு மிகச் சொற்ப அளவு வாக்கே செலுத்தினார்கள். நாடெங்கும் பெருவெற்றி என்றாலும் பலூசிஸ்தானில் பேனசிருக்குப் படுதோல்விதான். ஆனாலும் அவர் அதைப் பொருட்படுத்தவில்லை என்பதுதான் முக்கியம்.

நவாஸ் ஷெரீப் விஷயம் வேறு. அவர் பஞ்சாப்காரர். பஞ்சாபிகளைக் கண்டாலே பலூச்சிகளுக்கு ஆகாது

என்று ஏற்கெனவே பார்த்திருக்கிறோம். உள்நாட்டிலும் வெளிநாடுகளிலும் ஏராளமான வர்த்தகங்கள் வைத்துக்கொண்டு, அது ஒழுங்காக நடப்பதன் பொருட்டே அரசியலை ஒரு பாதுகாப்பு வளையமாகப் பயன்படுத்திக்கொண்டிருந்த அரசியல்வாதி அவர். எனவே, அவர் ஆட்சிக்கு வந்தபோது, பலூச்சிகளைச் சீண்டி ஏதாவது ரகளையானால் தன் பதவி ஆட்டம் கண்டுவிடும் அபாயம் இருப்பதை உணர்ந்திருந்தார். குறிப்பாக, நவாஸ் ஷெரீபைக் கவிழ்க்க ஒரு நூலிழை அளவு சாத்தியம் தெரிந்தாலும் பேனசிர் பேனைப் பெருமாள் ஆக்கிவிடத் துடித்துக்கொண்டிருந்தார். அதற்கு இடம் தந்துவிடக் கூடாது என்பதனாலேயே நவாஸ் ஷெரீப் பலூசிஸ்தான் விஷயத்தில் பூப்போல நடந்துகொண்டார்.

பேனசிர் செய்யாத, நினைத்துப் பார்த்திராத ஒரு பெருஞ்செயலையும் அவர் பலூசிஸ்தானில் செய்வதாக அறிவித்தது அம்மக்களுக்கே வியப்புக்குரிய சங்கதி. பலூசிஸ்தானின் இயற்கை வளங்கள் குறித்து ஏற்கெனவே பார்த்திருக்கிறோம் அல்லவா? குறிப்பாக நிலக்கரி வளம் மிக்க பிராந்தியம் அது. நவாஸ் ஷெரீப், அங்கே நான்கு பெரிய நிலக்கரிச் சுரங்கங்களில் அருகே மின் உற்பத்தி மையங்களை நிறுவி 5200 மெகாவாட் மின்சாரம் எடுக்கும் திட்டம் ஒன்றை அம்மாநிலத்துக்கு அளித்தார். பலூசிஸ்தானின் பொருளாதார வளர்ச்சிக்கு அத்திட்டம் மிகவும் உதவும் என்றும் சொன்னார்.

இது அதற்கு முன் எந்த பாகிஸ்தான் அரசியல்வாதியும் சொல்லாதது. பலூசிஸ்தானின் வளங்களை எடுத்துச் செல்வதில் மட்டுமே பிறர் கவனமாக இருந்துவந்த நாட்டில் முதல் முறையாக நவாஸ் ஷெரீப், மின் உற்பத்தி நிலையங்கள் அமைத்து, அம்மாநிலத்துக்கே பலன் தரும்படியாகச் செய்யப்போகிறேன் என்று சொன்னது அவர்களுக்கு புதிதாக இருந்தது.

நவாஸ் சொன்னதைச் செய்தாரா, பலன் இருந்ததா என்பதெல்லாம் பிறகு. இரண்டாண்டுகளுக்கு ஒரு முறை, மூன்றாண்டுகளுக்கு ஒருமுறை இவரும் அவருமாக மாறி மாறி ஆட்சியைப் பிடித்தது, ஒவ்வொரு முறை ஆட்சிக்கு வரும்போதும் அடித்துக்கொண்டது, குற்றம் சாட்டிக்கொண்டது, வழக்குகள் தொடுத்தது போக மக்களுக்கு சேவை செய்ய அவர்களுக்கு நேரம் போதவில்லை. ஜனநாயகத்தின் பெயரால் நடைபெற்ற அந்தப் பத்தாண்டு கேலிக்கூத்துக் காலத்தில் பாகிஸ்தானின் பொருளாதாரம் ஆட்டம் காணத் தொடங்கியது.

கவனியுங்கள். சகிக்க முடியாத சர்வாதிகார ஆட்சிதான் ஜியாவினுடையது. ஆனால் பாகிஸ்தானில் பணப் பிரச்னை இல்லாத காலம் அவருடையதுதான். சர்வாதிகாரத்தை வீழ்த்திவிட்டு ஜனநாயகவாதிகள் ஆட்சிக்கு வந்தபோது தேனும் பாலும் சிந்து நதியினைப் போல ஓடுமென்றுதான் சொன்னார்கள். ஆனால் ஓடிய தேனையும் பாலையும் அவர்களே குடித்துத் தீர்த்துவிட்டபடியால் மக்களுக்கு மிச்சமேதும் இல்லாமல் போய்விட்டது.

தொண்ணூறுகளின் இறுதியில் நவாஸ் ஷெரீப் ஆட்சியில் இருந்தார். பாகிஸ்தான் பஞ்சத்தின் கோரப்பிடியில் சிக்கித் தவித்துக்கொண்டிருந்தது. வேறு வழியில்லாமல் அவர் பலூசிஸ்தானின் வளங்களைச் சுரண்டத் தொடங்கினார். எளிய விளைபொருள்கள் தொடங்கி மின்சாரம், கனிமங்கள் வரை என்னவெல்லாம் அங்கிருந்து எடுக்க முடியுமோ எடுத்துக்கொண்டு போகத் தொடங்கினார். மாநிலத்துக்குப் பத்து காசு லாபம் கிடையாது. பலூச்சிகள் எப்போதும் போல ஏழைகளாகவே இருக்க, அவர்களது மண்ணில் இருந்து எடுத்த வளங்களைக் கொண்டு நவாஸ் அரசையும் ஆட்சியையும் நடத்திக்கொண்டிருந்தார்.

சொல்லிவைத்தாற்போல கார்கில் போர் வந்தது. பர்வேஸ் முஷரஃப் வந்தார். போரில் தோற்றதும் அவருக்கும் நவாஸுக்கும் முட்டிக்கொண்டது. முஷரஃப் ராணுவப் புரட்சி செய்தார். நவாஸை அகற்றிவிட்டு ஆட்சியைப் பிடித்தார். பலூசிஸ்தானுக்கு சனி பிடித்தது. வேறு வழியின்றி அவர்கள் மீண்டும் ஆயுதமேந்திக் களம் காணத் தயாரானார்கள்.

51. வில்லாதி வில்லன்

நவாஸ் ஷெரீப் எப்படிப் பதவி இழந்தார், பர்வேஸ் முஷாரஃப் எப்படி அவரைத் தூக்கிக் கடாசினார், அந்த ராணுவப் புரட்சியின் திடுக்கிடும் காட்சிகளைப் பாகிஸ்தான் எப்படி எதிர்கொண்டது என்பதையெல்லாம் ஆர்வமுள்ளவர்கள் முஷாரஃப்பின் தன் வரலாறான In the line of fire இல் படித்துக்கொள்ளலாம். இந்த வரலாற்றுக்கு அது அநாவசியம். ஆனால் ஜியா உல் ஹக் ஆட்சிக்கு வந்தது முதல் முஷாரஃப் ஆட்சிக்கு வந்ததற்கு இடையில் சுமார் இருபதாண்டுக் காலம் இருந்தது. அந்த இருபதாண்டுக் காலமும் பலூசிஸ்தானில் பெரிய அசம்பாவிதங்கள் எதுவுமே நடக்கவில்லை. போராளி இயக்கங்கள் ஆயுதம் ஏந்தவில்லை. பாகிஸ்தான் ராணுவம் பரேடு நடத்தவில்லை. குண்டுகள் வெடிக்கவில்லை. கொலைகள் இல்லை. கைதுகள் இல்லை. ரெய்டுகள் இல்லை. ஒரு சர்வாதிகாரியின் முழு பத்தாண்டுக் கால ஆட்சி. இரண்டு ஜனநாயகவாதிகளின் அரைகுறைப் பத்தாண்டுக் கால ஆட்சி. மிக நீண்ட காலம்தான் அல்லவா?

அத்தனை நீண்ட காலம் அமைதியாக இருந்த பலூசிஸ்தான், முஷாரஃப் பதவிக்கு வந்த வேகத்தில் மீண்டும் ஆயுதமேந்திப் போராடத் தொடங்கிவிட்டதென்றால்

அம்மனிதர் அம்மாநிலத்தில் என்ன செய்தார் என்று பார்ப்பது அவசியம். பலூசிஸ்தானின் வரலாற்றைக் கவனமாகப் பார்த்தால் ஒரு விஷயம் புலப்படும். **1948** ஆம் ஆண்டில் இருந்தே அவர்கள் போராடத் தொடங்கியவர்கள்தாம். அப்போதிலிருந்தே பாகிஸ்தான் ராணுவம் பலூசிஸ்தானில் சுழன்று சுழன்று வேட்டையாடியது உண்மைதான். நூற்றுக் கணக்கில், ஆயிரக் கணக்கில் உயிர்கள் பறிபோனதும் உண்மையே. ஆனால் பர்வேஸ் முஷாரஃப்பின் காலத்தில் நிகழ்ந்த வெறியாட்டத்துக்கு நிகராக முன்னெப்போதுமே நிகழ்ந்ததில்லை.

இத்தனைக்கும் தனிப்பட்ட முறையில் அவருக்கு பலூச்சி இன வெறுப்பு இருந்திருப்பதற்கான நியாயங்கள் ஏதும் அவரது வாழ்வில் இல்லை. எல்லா பாகிஸ்தான் தலைவர்களையும் போல அவரும் பலூசிஸ்தானின் வளங்களைச் சுரண்டினார். எல்லாரையும் போல அவரும் பலூச்சிகளின் வாழ்வாதாரம் சார்ந்து சிந்திக்க மறந்தார். பலூசிஸ்தானுக்கு ஒரு மத்திய அரசு செய்ய வேண்டிய எதையும் செய்யாதிருந்ததிலும் எல்லோரையும் போலவேதான் இருந்தார். அம்மாநிலம் பசியிலும் பட்டினியிலும் பஞ்சத்திலும் தவித்த போது, சும்மா பார்த்துக்கொண்டுதான் இருந்தார். எதுவும் புதிதல்ல. ஆனால் அவரது ஆட்சியில்தான் பல்லாயிரக் கணக்கான பலூச்சிகள் படுகொலை செய்யப்பட்டார்கள். விசாரணையே இல்லாமல் கணக்கற்ற மக்கள் கைது செய்யப்பட்டுக் காணாமலாக்கப்பட்டார்கள். ஒவ்வொரு நாளும் ரத்த ஆறு ஓடிய காலமும் அவரது ஆட்சிக்காலம்தான். இவையெல்லாம்தான் இருபதாண்டுக் காலம் அமைதியாக இருந்த பலூச்சி விடுதலை இயக்கங்களைச் சிலிர்த்துக்கொண்டு எழவைத்தன. இருபத்தொராம் நூற்றாண்டின் இந்த முதல் இருபத்தைந்து ஆண்டுகளில் அங்கு நிகழ்ந்த அனைத்து வன்முறைச் சம்பவங்களுக்கும் மூல காரணமாக ஒருவரைச்

சுட்ட வேண்டுமென்றால் பர்வேஸ் முஷாரஃப்பை நோக்கித்தான் நாம் விரல் நீட்டியாக வேண்டும். சிறிது கூர்ந்து பார்க்கலாம்.

கார்கில் போரில் பாகிஸ்தான் தோற்றது. நவாஸ் ஷெரீஃபுக்கு உள்நாட்டில் எதிர்ப்பு வலுக்கத் தொடங்கியது. முதலில், கார்கில் போர் தனது உத்தரவின் பேரில் நடக்கவில்லை; தனக்குத் தெரியாமல் ராணுவத் தளபதி திட்டமிட்டுச் செய்துவிட்டார்; அதனால்தான் படுதோல்வி என்று நவாஸ் சொன்னார். அது பொய் என்பதும், போர் தொடங்குவதற்கு முன்பு மூன்று முறை தனது திட்டங்களை ராணுவம் அவருடன் விவாதித்திருக்கிறது என்பதும் பின்னர் ஆதாரங்களின் மூலம் வெளிப்பட்டது. ஏற்கெனவே ஊழல்களினாலும் தேர்தல் தகிடுதத்தங்களினாலும் நவாஸ் பெயரை இழந்திருந்தார். கார்கில் தோல்வி என்பது **1999** இல் பாகிஸ்தானில் ஒரு மாபெரும் தேசிய அவமானமாகக் கருதப்பட்டது. மக்கள் நவாஸின் மீது வெறுப்பின் உச்சத்தில் இருந்தார்கள். போதாக்குறைக்கு, எப்போது அவர் ராணுவத்தின்மீது பழியைப் போட்டுவிட்டுத் தான் தப்பித்துக்கொள்ளலாம் என்று நினைத்தாரோ, அப்போதே ராணுவம் அவரது கட்டுப்பாட்டில் இருந்து விலகத் தொடங்கிவிட்டது.

இனி நவாஸ் பயன்படமாட்டார் என்று ஐ.எஸ்.ஐயும் கருதியதால், உளவுத் துறையும் ராணுவ ஜெனரலுக்கு சாதகமாகச் செயல்படத் தொடங்கவே, அங்கே ஆட்சி மாற்றம் ஏற்பட்டது. எல்லா ராணுவப் புரட்சிகளும் எப்படி நடக்குமோ அப்படித்தான் அதுவும் நடந்தது. முஷாரஃப், நவாஸ் ஷெரீஃபைக் கைது செய்து வீட்டுச் சிறையில் வைத்தார். அரசியல் அமைப்புச் சட்டத்தை ரத்து செய்துவிட்டு ராணுவ ஆட்சியை அறிவித்தார். கொஞ்ச நாள் பொறுத்துக்கொள்ளுங்கள்; விரைவில் தேர்தல் வைத்துவிடலாம் என்று மக்களுக்குச் சொன்னார். அதிசயமாக அம்முறை பாகிஸ்தான் மக்களும் அந்தப்

புரட்சியை அமைதியாகவே எதிர்கொண்டார்கள். பெரிய எதிர்ப்பு இல்லை.

இதெல்லாம் சாதகமாக இருந்தாலும் பாகிஸ்தானின் சனீஸ்வரன் அப்போது ஆப்கனிஸ்தானில் ஆசனமிட்டு அமர்ந்திருந்தார். முஷாரஃப் கார்கில் போரில் தீவிரமாக இருந்த அதே சமயம், ஆப்கனிஸ்தானில் இருந்தபடி அமெரிக்க இரட்டைக் கோபுரத் தகர்ப்புக்கு ஒசாமா பின்லேடன் திட்டமிட்டுக்கொண்டிருந்தார். தாலிபன் அங்கே எழுச்சி பெற்று ஆட்சியில் இருந்தது. இங்கே பாகிஸ்தான் உச்சநீதி மன்றம், புதிய ராணுவ ஆட்சியாளரை அணுகி, ஐயா வல்லவரே, என்னதான் நீங்கள் புரட்சி செய்து ஆட்சியைப் பிடித்திருந்தாலும் ஒப்புக்கு ஒரு தேர்தல் நடத்தி, ஜனநாயகக் காவலராகவும் முடிசூடிக்கொண்டுவிடுங்கள்; இல்லாவிட்டால் பெரிய சிக்கல் என்று கேட்டுக்கொண்டது. அக்டோபர் 2002க்குள் பொதுத் தேர்தல்களை நடத்திவிடுவது நாட்டுக்கு நல்லது என்று உச்சநீதி மன்றம் சொன்னதை நல்ல பிள்ளையாக முஷாரஃப் ஏற்றுக்கொண்டார். அப்போது பாகிஸ்தானின் ஜனாதிபதி பொறுப்பில் இருந்தவர், ரபீக் தரார். அவரை வீட்டுக்குப் போகச் சொல்லிவிட்டு, ஜூன் 2001 இல் முஷாரஃப் நானே ஜனாதிபதி என்று அறிவித்துக்கொண்டார். ஜனாதிபதியாக இருந்துகொண்டு தேர்தல் நடத்துவது வசதி. தன் சௌகரியத்துக்கு எல்லாம் செய்துகொள்ளலாம் என்பது திட்டம். ஆனால் செப்டெம்பர் 11 ஆம் தேதி உலகை உலுக்கும்படியான ஒரு சம்பவத்தை அல் காயிதா அமெரிக்காவில் செய்துவிட்டது.

எண்ணி ஒரு மாதம். தீவிரவாதத்துக்கு எதிரான உலகு தழுவிய போர் என்று அறிவித்துக்கொண்டு அமெரிக்கப் படைகள் ஆப்கனிஸ்தானுக்கு வந்து சேர்ந்தன. இதோ பார். இது ஒரு நாளில் முடிகிற போரல்ல. ஆப்கனிஸ்தானில் முடிந்தாலும் அடுத்தபடியாக இராக்குக்குப் போகும். சிரியாவுக்குப் போகும். இன்னும் எங்கெல்லாம்

தேவையோ அங்கெல்லாம் போகும். உலகெங்கும் உள்ள தீவிரவாத இயக்கங்களை ஒழித்துக்கட்டும் வரை நான் ஓயப் போவதில்லை. ஒன்று, இந்தப் போரில் நீ என் பக்கம் இரு. இல்லாவிட்டால் நீ எதிரியின் பக்கம் இருப்பதாக நான் எடுத்துக்கொண்டுவிடுவேன். அடுத்த இலக்கு உன் நாடாகவும் இருக்கலாம் என்று அமெரிக்கா சொன்னது. வேறு வழி? முஷாரஃப், ஆப்கன் போரில் அமெரிக்காவை ஆதரித்தே தீர வேண்டிய நிலைக்கு ஆளானார்.

ஏற்கெனவே பார்த்திருக்கிறோம். ஆப்கனிஸ்தான் - பாகிஸ்தானுக்கு நடுவே இடைவெளிகள் குறைவு. வடக்கே கைபர் மாகாணம். தெற்கே பலூசிஸ்தான். இரண்டும்தான் எல்லைகள். கைபர் பிரச்னை இல்லை. ஆனால் பலூசிஸ்தான் - ஆப்கன் எல்லை என்பது கிட்டத்தட்ட ஒரு மாமண்டூர் பஸ் ஸ்டாண்ட். இரு தரப்புப் போராளி இயக்கங்களும் சர்வ சாதாரணமாக இரு புறமும் கடந்து போகும். ஆப்கனிஸ்தானில் எப்படி பலூச்சி இயக்கங்கள் முகாம் அமைத்து வாழ்ந்துகொண்டிருந்தனவோ, அதே போல பலூசிஸ்தானில் ஆப்கன் போராளிகளும் கணிசமான அளவில் எல்லைப்புற மலைக்குகைகளில் அஷ்டாங்க யோகம் பயின்றுகொண்டிருந்தார்கள். அல் காயிதா வரும். தாலிபன்கள் வருவார்கள். வடக்குக் கூட்டணிப் படையினர் வருவார்கள். இந்த இயக்கங்களுடன் தொடர்புடைய இதர சிறிய இயக்கங்களைச் சேர்ந்தவர்கள் இருப்பார்கள். இவர்களுக்கு உதவி செய்யும் அமைப்புகள் இருக்கும். கூரியர் சர்வீஸ் நடத்திக்கொண்டிருந்தவர்கள் இருப்பார்கள். உளவாளிகள் இருப்பார்கள். ஏற்றுமதி இறக்குமதிக்கான அந்த ஊர் டிவிஎஸ் பார்சல்காரர்கள் இருப்பார்கள். எது இல்லை? எல்லாமே உண்டு. வெள்ளமாக உண்டு.

ஆப்கன் போரில் அமெரிக்காவை ஆதரிக்கும் நிலைப்பாடு எடுக்கப்பட்டதுமே பலூசிஸ்தான்

விடுதலை இயக்கங்களை ஒடுக்கி வைக்க வேண்டிய கட்டாயம் முஷாரஃப்புக்கு ஏற்பட்டது. அதாவது, ஆப்கனில் இருந்து அவர்கள் யாரும் பலூசிஸ்தானுக்குள் வந்துவிடக் கூடாது என்பது முதன்மைச் செயல்திட்டம். அமெரிக்கா கேட்கும் அனைத்து உதவிகளையும் செய்துகொடுப்பதற்கு சௌகரியமாக அந்த எல்லைப் பகுதி மாநிலம் முழுவதும் தனது கட்டுப்பாட்டுக்கு வந்தாக வேண்டியது அவசியம் என்று அவர் நினைத்தார். இதனினும் பெரிய காரணம் ஒன்றுண்டு. அது அல் காயிதாவைப் பகைத்துக்கொள்ளவிருக்கிறோம் என்கிற யதார்த்தம் தந்த அச்சம்.

சோவியத் யுத்த காலத்தில் பலூசிஸ்தான் இயக்கங்களுக்கு ஆப்கன் இடதுசாரிகள் உதவினார்கள். ஆனால் அதெல்லாம் இருபது ஆண்டுகளுக்கு முந்தைய கதை. இது 2001. சோவியத்தே செத்துப் போய்விட்ட காலம். ஆப்கனில் இருந்ததெல்லாம் தாலிபனும் வடக்குக் கூட்டணிப் படைகளும்தான். இடைப்பட்ட காலத்தில் பலூசிஸ்தான் விடுதலை இயக்கங்களுக்கு யார் அங்கே உதவி செய்துகொண்டிருந்தது?

என்றால், அந்தந்தக் காலகட்டத்தில் ஆப்கனை ஆண்டுகொண்டிருந்தவர்கள் ஒவ்வொருவரும் பலூசிஸ்தான் விடுதலை இயக்கங்களுக்கு உதவி செய்பவர்களாகவே இருந்தார்கள். காரணம், தனது சரித்திரம் முழுவதும் ஆப்கனிஸ்தான் பாகிஸ்தானை நம்பியதில்லை. பாகிஸ்தான் ஆட்சியாளர்களுக்கும் ஆப்கன் ஆட்சியாளர்களுக்கும் பெரும்பாலும் ஒத்துப் போனதே இல்லை. தாலிபன் அங்கே ஆட்சியைப் பிடித்தபோதுகூட நேரடியாக - பகிரங்கமாக அறிவித்துக்கொண்டு பலூசிஸ்தான் இயக்கங்களுக்கு உதவி செய்யவில்லையே தவிர, உதவியே செய்யாமல் இல்லை.

தாலிபன் தலைவர் முல்லா ஓமர் கந்தஹாரில்தான் குடியிருந்தார். ஆட்சியெல்லாம் அங்கிருந்துதான்

நடத்தப்பட்டது. அப்போது கந்தஹாரின் முக்கியக் காவல் துறை அதிகாரியாக இருந்தவர்களுள் ஒருவரான Abdul Raziq Achakzai என்பவருக்கு ஓமர் அளித்திருந்த ஒரே பொறுப்பு, பலூசிஸ்தான் போராளிகளைப் பார்த்துக்கொள் என்பதுதான்.

முஷாரஃபுக்கு இதெல்லாம் தெரியும். அவரது கவலையெல்லாம் ஒன்றுதான். அமெரிக்கா படையெடுத்து வருகிறது. ஆப்கனில் ஒரு பேரழிவு நடக்கப் போவது உறுதி. அப்போது தாலிபன்களின் ஆதரவு அணியில் பலூசிஸ்தான் விடுதலை இயக்கங்கள் நிற்குமானால் தன் நிலை கவலைக்கிடமாகிவிடும். அதற்கு இடம் தரக்கூடாது.

இதெல்லாம்தான் அவர் பலூசிஸ்தானில் நிகழ்த்திய பெரும்பேரவலச் சம்பவங்களின் அடிப்படை.

52. வெடித்ததும் விளைந்ததும்

வன்மம், வெறுப்பு, விரோதம் போன்றவையெல்லாம் களையெடுக்க முடியாத அளவுக்கு வேரோடியிருக்கிறதென்றால் அதற்கு ஏதோ ஒரு குறிப்பிட்ட சம்பவம் அல்லது ஒரு குறிப்பிட்ட நபர் மட்டும் காரணமாக இருக்க முடியாது. நீடித்த, தொடர்ச்சியான, தலைமுறைகள் தாண்டிய காழ்ப்பில் அது விளைகிறது.

ஆனால் அடிப்படையில் மனித மனம் அமைதியை விரும்பும். யுத்தங்களையல்ல. ரத்தத்தை அல்ல. இழப்புகளையும் இல்லாமையையும் அல்ல. எண்ணிப் பாருங்கள். ஜியா உல் ஹக் என்னும் மனிதரின் காலத்தில் தெரிந்தோ தெரியாமலோ பலூசிஸ்தானுக்குச் சில நன்மைகள் நடந்தன. அவர்கள் ஆயுதங்களைத் துறந்தார்கள். அவருக்குப் பிறகு வந்த ஆட்சியாளர்களின் காலம் வரை அது தொடரத்தான் செய்தது. பாகிஸ்தான் அரசியல்வாதிகள் விரும்பியிருந்தால் இன்றுவரையிலுமேகூட அது நீடித்திருக்கும் அல்லத்து நீட்டித்திருக்க முடியும். அவர்கள் விரும்பவில்லை. எனவே அது சாத்தியமில்லாது போனது.

1998 ஆம் ஆண்டு நவாஸ் ஷெரீப் ஆட்சிக்காலத்தில் ஒரு சம்பவம் நடந்தது. வேறென்ன? பாகிஸ்தானின் முதல்

அணு ஆயுதப் பரிசோதனை. அந்தப் பரிசோதனை, பாகிஸ்தானை ஓர் அணு ஆயுத நாடாக அறிவித்தது. பலூசிஸ்தானைப் பாகிஸ்தானின் முதல் தர உள்நாட்டு எதிரியாக மீண்டும் முன்னிறுத்தியது.

மே *28, 1998.* பலூசிஸ்தானின் வடமேற்கு எல்லையில் உள்ள உள்ள சாகை (Chagai District) மாவட்டத்தில் ராஸ் கோ (Ras Koh) மொட்டை மலைகள் சூழ் பிராந்தியத்தில் பாகிஸ்தான் அணு ஆயுதப் பரிசோதனைகளை மேற்கொள்ள முடிவு செய்திருந்தது. வறண்ட, பாலைப் பகுதிதான். பெரிய அளவில் மக்கள் நடமாட்டம் இல்லாத பகுதியும்கூட. கிட்டத்தட்ட ராஜஸ்தானில் நாம் குண்டு வெடித்துப் பார்த்த போக்ரன் போன்ற நிலப்பரப்பே என்பதில் சந்தேகமில்லை. நவாஸ் ஷெரீஃப் யோசிக்க மறந்தது என்னவென்றால், பொதுவாகவே பெரும்பாலான பலூச்சி பழங்குடி மக்கள் ஒரு குறிப்பிட்ட இடத்தில் நிரந்தரமாக வசிக்காதவர்கள். அதுவும் மலைப் பிராந்திய மக்கள் இடம் பெயர்ந்துகொண்டே இருப்பார்கள். பருவ காலத்துக்கு ஏற்பத் தங்கள் இருப்பிடங்களை மாற்றுவது அவர்களது வழக்கம். எங்கே தங்களுக்கும் தங்கள் கால்நடைகளுக்கும் வாழ்வாதார சாத்தியங்கள் உள்ளனவோ அங்கே போவார்கள். குறிப்பிட்ட காலம் இருந்துவிட்டு இன்னோர் இடத்துக்கு நகர்வார்கள்.

எனவே, எப்போதும் மக்கள் வராத பகுதி என்று முடிவு செய்து ராஸ் கோ மலை சூழ்ந்த பகுதியில் அடுத்தடுத்து ஐந்து அணு ஆயுதப் பரிசோதனைகளை மேற்கொண்டு, வெற்றி என்று அறிவித்துவிட்டுப் போய்விட்டார்கள். ஆனால் அதன் பின்விளைவுகள் மிகவும் மோசமாக அமைந்துவிட்டன. சாகை மாவட்டத்தில் அடுத்த ஆறாண்டுக் காலம் ஒரு சொட்டு மழைகூடப் பெய்யவில்லை. ஒப்புக்குக் கூட விளைச்சல் என்ற ஒன்றில்லை. இங்கொன்றும் அங்கொன்றுமாக முளைத்திருக்கும் புற்கள் கூட மொத்தமாகப் பொசுங்கிப் போய்விட்டன. பிறகு முளைவிடவேயில்லை. இதனால்

என்ன ஆனதென்றால் மலைவாழ் மக்கள் மட்டுமல்லாமல், மாவட்டத்தில் வசித்த மொத்த மக்களுமே இடம் பெயர்ந்து வேறெங்காவது போகும்படி ஆகிப் போனது.

அதைக்கூட அம்மக்கள் பொறுத்திருந்திருப்பார்கள். அணு ஆயுதப் பரிசோதனை நடந்த நாளில் இருந்து தொடர்ச்சியாக அப்பகுதி எங்கும் ஐந்து வயதுக்கு உட்பட்ட குழந்தைகள் திடீர் திடீரென்று இறந்து விழ ஆரம்பித்தன. சரித்திரம் காணாத வகையில் மாவட்டம் முழுதும் ஏராளமான மக்கள் தொண்டை மற்றும் நுரையீரல் புற்றுநோய்த் தாக்குதலுக்கு உள்ளானார்கள். புதிதாகப் பிறந்த குழந்தைகளில் பல ஊனமுற்றுப் பிறந்தன. தவிர பல குழந்தைகள் வினோதமான உடல் உறுப்பு அமைப்புகளுடன் பிறந்து, உடனே இறந்தன.

பலூச்சிகள் பயந்துபோனார்கள். தங்களை ஒட்டுமொத்தமாக இனப்படுகொலை செய்வதன் பொருட்டே பாகிஸ்தான் அரசு அணு ஆயுதப் பரிசோதனையை பலூசிஸ்தானில் நடத்தியது என்று திண்ணமாக நம்பினார்கள். காரணம், அப்படி ஓர் எண்ணம் இருக்கிறது என்றுகூடப் பாகிஸ்தான் அரசு பலூசிஸ்தான் மாநில அரசிடம் தெரிவிக்கவில்லை. சூசகமாகக் கூடச் சொல்லவில்லை. சொன்னால் எப்படியும் மறுப்பார்கள்; அதை ஏன் சொல்லிக்கொண்டிருக்க வேண்டும் என்று நினைத்திருக்கலாம். ஆனால் இதன் விபரீதம் வேறு விதமாகிப் போனது. யாருக்காகவும் எந்தக் காரணம் கருதியும் இனி ஆயுதங்களைக் கீழே போடுவதில்லை; ஒவ்வொரு பாகிஸ்தானியும் ஒழிக்கப்பட வேண்டியவர்தாம் என்னும் முடிவுக்கு பலூச்சிகள் மொத்தமாக வந்துவிட்டிருந்தார்கள். இன்றைக்கு பலூசிஸ்தானின் விடுதலையை அறிவித்திருக்கும் பலூசிஸ்தான் விடுதலை ராணுவம் (BLA) உள்பட அங்கிருந்து செயல்படும் அத்தனை போராளி இயக்கங்களும் இந்தச் சம்பவத்துக்குப் பிறகு தோன்றியவைதாம்.

இதில் ஒரு துயர நகைச்சுவை உள்ளது. பாகிஸ்தான் அணு ஆயுத சோதனை மேற்கொண்ட 1998 ஆம் ஆண்டு காலக்கட்டத்தில் பலூச்சி மக்கள் கிட்டத்தட்ட விடுதலை வேட்கையை எல்லாம் மறந்து அல்லது துறந்துவிட்டு தேசிய நீரோட்டத்துடன் ஒத்துப் போகும் மனநிலைக்கு வந்துவிட்டிருந்தார்கள். படித்த இளைஞர்கள் அங்கே பெருகியிருந்தபடியால், தனி நாடு கோரிக்கையெல்லாம் நவீன யுகத்தில் எந்தளவு சாத்தியம் அல்லது சாத்தியமில்லை என்பதை அவர்கள் தத்தம் வீட்டாருக்கு எடுத்துச் சொல்லிப் புரிய வைக்கத் தொடங்கியிருந்தார்கள். நாம் தன்னாட்சி அதிகாரம் கேட்கலாம், நமது சட்ட திட்டங்களை நாம் வகுத்துக்கொண்டு, நம் பிராந்தியத்தின் வளங்களில் உரிய பங்கை எடுத்துக்கொண்டு நிம்மதியாக வாழலாம்; மற்றபடி பாகிஸ்தானில் இருந்து பிரிவதற்காக ஆயுதமேந்திப் போராடுவதெல்லாம் பயனற்ற செயல்; உலகம் ஒத்துழைக்காது என்றே அவர்கள் பேச ஆரம்பித்திருந்தார்கள்.

பழைய போராளி இயக்கத் தலைவர்கள் அனைவரும் பலூசிஸ்தானை விட்டு ஆப்கனுக்கும் வேறு பல நாடுகளுக்கும் போய்விட்டிருந்த சூழ்நிலையில், மக்களை வீறுகொண்டு எழச் செய்ய அங்கு யாருமில்லாமல் இருந்தார்கள். பலூச்சி அரசியல் கட்சிகளே பாகிஸ்தானின் இதர கட்சிகளுடன் கூட்டணி வைத்துத் தேர்தல்களில் ஈடுபட ஆரம்பித்துவிட்டிருந்தன. மெங்கால், புக்தி, மர்ரி போன்ற வலுவான, போர்க்குணம் மிக்க பழங்குடி இன அரசியல்வாதிகள் இஸ்லாமாபாத்துடன் ஒத்துப் போவது குறித்து விவாதிக்கத் தொடங்கியிருந்தார்கள். முட்டிக்கொண்டும் முறைத்துக்கொண்டும் இருந்தால் நாம் இப்படியே இருக்க வேண்டியதுதான்; சிறிய அளவில் சமரசங்கள் செய்துகொள்ளலாம்; அதன் மூலம் மாநில உரிமைகளை அதிகரிக்கக் கேட்கலாம். மாநில வளர்ச்சிக்கான நிதியை அதிகரிக்கச் சொல்லலாம்;

இஸ்லாமாபாத்துடன் ஒத்துழைப்பதில் தவறில்லை என்ற நிலைப்பாட்டை நோக்கி நகரத் தொடங்கியிருந்தார்கள்.

தொட்டதற்கெல்லாம் உளவுத் துறையை வைத்து பலூச்சி மக்களின் மனநிலையையும் நகர்வுகளையும் செயல்பாடுகளையும் ஆராய்ந்து அறிக்கை வாங்கிப் படிக்கும் நவாஸ் ஷெரீப், எப்படியோ அவர்களது இம்மனநிலை மாற்றத்தைக் கண்டறியத் தவறினார். விளைவு, பலூசிஸ்தான் முதலமைச்சருக்குக் கூடச் சொல்லாமல் அங்கே அணு ஆயுதப் பரிசோதனை நடத்தப்பட்டது. அதன் தொடர்ச்சியாக, பாகிஸ்தான் நமது ஜென்ம விரோதி மட்டுமே என்னும் பழைய நிலைபாட்டை அவர்கள் புதுப்பித்துக்கொண்டு மேலும் உக்கிரமடைய ஆரம்பித்தார்கள்.

இம்மாதிரிச் சூழ்நிலையில் ஆட்சிக்கு வந்ததால்தான் பர்வேஸ் முஷாரஃப், பொறுப்பேற்ற மறுகணமே 'நாட்டை வலுப்படுத்த உள்நாட்டுக் குழப்பங்களுக்குக் காரணமாகிறவர்களை ஒடுக்குவதே வழி' என்று பேசினார்.

போதாதா? முடிந்தால் கை வைத்துப் பார் என்று புதிய தலைமுறை பலூச்சி இளைஞர்கள் அமைப்பாகத் திரள ஆரம்பித்தார்கள். BLA பிறந்தது. இதர இயக்கங்கள் யாவும் ஒவ்வொன்றாக, பிராந்தியம் தோறும் உருவாகத் தொடங்கின. இருபது ஆண்டுகளாகத் துறந்திருந்த ஆயுதங்களை அவர்கள் தூசு தட்டி எடுத்து எண்ணெய் போட்டு ஆயத்தம் செய்தார்கள்.

பலூசிஸ்தான் விடுதலை ராணுவத்தின் தோற்றம், பலூச்சிகளின் நவீன காலப் போராட்ட சரித்திரத்தின் மிக முக்கியமான திருப்பம். எண்பதுகளின் தொடக்கம் முதலே செயல்பட்டுக்கொண்டிருந்த போராளிகள்தாம் ஙிலிகி என்கிற பெயரில் மறு பிறப்பெடுத்தார்கள் என்று சொல்வோர் உண்டு. இதற்கு மாறாக, பர்வேஸ் முஷாரஃப்பின் அமெரிக்க ஜால்ரா சத்தம்

பொறுக்காமல் ரஷ்யா அனுப்பி வைத்த இரண்டு ரகசிய ஏஜெண்ட்டுகளின் முயற்சியாலும் வழிகாட்டலாலும் பலூசிஸ்தான் மாணவர் அமைப்புகளில் இருந்து தேர்ந்தெடுக்கப்பட்ட இளைஞர்களைக் கொண்டு இது உருவாக்கப்பட்டது என்று சொல்வோரும் உண்டு.

இந்தத் தகவலையேகூட 1998 ஆம் ஆண்டுக்கு முன்பு - குறிப்பாகத் தொண்ணூறுகளின் முற்பகுதியில் நிகழ்ந்ததாகவும் சிலர் எழுதுகிறார்கள். சோவியத் என்னும் அமைப்பு கோர்ப்பசேவ் காலத்தில் கலைக்கப்பட்டதும் ஆப்கனிஸ்தானுக்கு சோவியத் உதவி முற்றிலுமாக நின்று போனது. ஒரே நாளில் அந்நாடு பரம தரித்திர தேசமானது தனியொரு வரலாறு. அது இருக்கட்டும்.

ஆப்கனிஸ்தான் மூலமாக பலூச்சி இயக்கங்களுக்கு உதவி செய்துகொண்டிருந்தார்கள் அல்லவா? அதுவும் நிற்கத்தானே வேண்டும்? அப்படித்தான் நின்றது. ஆயினும் பலூசிஸ்தான் விடுதலை இயக்கங்கள் உயிருடன் இருப்பது அவசியம் என்று கேஜிபியின் மூத்த அதிகாரிகள் சிலர் நினைத்தபடியால், தனியாக இரண்டு அதிகாரிகளை அனுப்பி, பலூச்சி விடுதலை இயக்க வீரர்களை ஒருங்கிணைக்கச் செய்ததாகவும், பி.எல்.ஏ அப்படிப் பிறந்ததுதான் என்றும் சொல்வார்கள்.

இரண்டாயிரமாவது ஆண்டு ஜூன் மாதம் தொடங்கி BLA தனது தாக்குதல்களை ஆரம்பித்தது. அது, முந்தைய பலூச்சி போராளி இயக்கங்கள் நிகத்திய தாக்குதல்களில் இருந்து முற்றிலும் வேறுபட்டிருந்தது. இப்போது அவர்கள் வெறும் கெரில்லா வீரர்கள் அல்லர். முறையான போர்ப்பயிற்சி பெற்றிருந்தார்கள். நவீன ஆயுதங்களைக் கையாளத் தெரிந்தவர்களாக இருந்தார்கள். படித்தவர்கள் இயக்கத்தில் அதிகம் இருந்தபடியால் அறிவியல்-தொழில்நுட்பத்தை அதிக அளவில் பயன்படுத்தும் சாத்தியம் அவர்களுக்கு இருந்தது. அனைத்தினும் முதன்மையாக, அந்த அணு ஆயுதப்

பரிசோதனைச் சம்பவத்துக்குப் பழிவாங்கும் வெறி அவர்கள் ஒவ்வொருவர் மனத்திலும் கொழுந்துவிட்டு எரிந்துகொண்டிருந்தது.

எனவே அவர்கள் தாக்கத் தொடங்கினார்கள். எனவே பர்வேஸ் முஷாரஃப் வெறி கொண்டார்.

53. வெறியாட்டம்

அடிப்படையில் பாகிஸ்தான், தீவிரவாத மனோபாவம் கொண்ட நாடு. அதாவது, அரசியல்வாதிகள் அவர்களது துறையில் உக்கிரமாக இருப்பார்கள். ராணுவம் தன் பணியில் அதி உக்கிரமாக இருக்கும். உளவுத் துறை இன்னொரு உக்கிரம். இருக்கவே இருக்கிறார்கள், ஆக்கிரமிப்பு காஷ்மீர் பகுதியைச் சேர்ந்த முழுநேரத் தீவிரவாதிகள். இத்தனை தீவிரர்களுக்கு நடுவே பலூசிஸ்தான், வடமேற்கு எல்லை மாகாண விடுதலை இயக்கத்தினரின் குரலெல்லாம் ஓங்கி ஒலிப்பது எப்போதுமே சாத்தியமானதல்ல. கதவிடுக்கில் சிக்கிக்கொண்ட பல்லியின் குரலைப் போல அவர்களது குரல் கேட்கத் தொடங்கினாலே குரல் வளையை நசுக்கிவிடுவார்கள். இதில் இன்னொரு துயரம் என்னவென்றால், பாகிஸ்தானை ஒரு தீவிரவாத நாடு என்று எங்காவது யாராவது சொல்ல ஆரம்பித்தால், இல்லவேயில்லை; நாங்கள் தீவிரவாதத்துக்கு எதிரானவர்கள் என்று காட்டிக்கொள்வதற்காக உடனே பலூசிஸ்தானில் ராணுவத்தைக் கொண்டு குவித்துப் பிரிவினைவாதம் பேசுவோரை ஒடுக்கி வைக்கிறோம் என்று ஆரம்பித்துவிடுவார்கள்.

பல திரைப்படங்களில் பார்த்திருப்பீர்கள். ஒரு வழக்கை உடனே முடிக்க வேண்டும் என்றாலோ, ஏதாவதொரு

வழக்கில் உடனடியாக யாரையாவது கைது செய்ய வேண்டி வந்தாலோ, கைவசம் உள்ள குற்றவாளிகளின் பட்டியலில் இருந்து சிலரைத் தேர்ந்தெடுத்துப் போய்க் கைது செய்து ஸ்டேஷனில் வைத்துவிடுவார்கள். உண்மையில் சம்பந்தப்பட்ட குற்றத்துக்கும் அவருக்கும் தொடர்பே இருக்காது. கணக்குக் காட்டத்தான் இது நடக்கிறது என்று அவர்களுக்கும் தெரிந்தே இருக்கும். தலையெழுத்தே என்று உடன்பட்டுத் தொலைப்பார்கள். இப்படியாக அவர்கள் நிரந்தரக் குற்றவாளிகளாக்கப்பட்டுவிடுவார்கள்.

அமெரிக்காவின் ஆப்கன் படையெடுப்பின்போது தானும் அமெரிக்காவைப் போலத் தீவிரவாத எதிர்ப்பில் தீவிரமாக இருக்கிறேன் என்று காட்டிக்கொள்வதற்காக பலூசிஸ்தானில் ராணுவத்தைக் கொண்டு குவித்தார் முஷாரஃப். ஒரு விதத்தில் இதற்கு அமெரிக்காவும் காரணம். அதை மறுக்க இயலாது.

அமெரிக்கப் படைகள் புறப்பட்டுவிட்டன என்ற தகவல் வந்த உடனேயே அல் காயிதாவினர் ஆப்கனிஸ்தானின் வட கிழக்கு எல்லைப்புற மலைக்கானகங்களில் பதுங்கிக்கொண்டார்கள். இது பாகிஸ்தானுக்கு வட மேற்கு - கைபர் பிராந்தியத்தின் எல்லை. அல் காயிதா அந்தப் பக்கம் வட கிழக்கு எல்லைக்குச் சென்றபோது அதன் புரவலரான தாலிபன் தென் கிழக்கு மலைத் தொடர்களில் தஞ்சமானது. அது பலூசிஸ்தான் எல்லை. இதில் மிகச் சிறப்பு என்னவென்றால், தாலிபன் தலைவர் முல்லா முஹம்மது ஓமர் அப்போது சட்டமாக குவெத்தாவுக்கே குடிமாறி வந்து உட்கார்ந்துவிட்டிருந்தார்.

ஓமர் குவெத்தாவில்தான் இருக்கிறார் என்று சி.ஐ.ஏ. சொன்னது. இல்லவேயில்லை; பாகிஸ்தானாவது, தீவிரவாதிகளுக்கு இடம் தருவதாவது என்று முஷாரஃப் சொன்னார். ஆனால் அமெரிக்கா அல்லவா? சொன்னால் போதாது. தான் சொன்னதை நிரூபிப்பதற்காக

அமெரிக்கப் படைகளுடன் சேர்ந்து தேடுதல் வேட்டை நடத்துவதற்குத் தன்னுடைய ராணுவத்தையும் அனுப்பியாக வேண்டும்.

அப்போதுதான் அரசியல்வாதி ஆகியிருந்தார் என்றாலும் அவரது அரசியல் கணக்குகள் அபாரமானவையும் அபாயகரமானவையும்கூட. பாகிஸ்தானில் சீனா அப்போது பல்வேறு புதிய திட்டங்களுக்கு சம்மதம் தெரிவித்து, நிறைய முதலீடு செய்ய ஆரம்பித்திருந்தது. அவற்றில் பெரும்பாலானவை பலூசிஸ்தானுக்குள் நடைமுறைப்படுத்தியாக வேண்டிய திட்டங்கள். சுரங்கத் திட்டங்கள், பெட்ரோலிய-எரிவாயுத் திட்டங்கள், துறைமுகத் திட்டங்கள் என்று எல்லாமே படு பயங்கரப் பெரிய திட்டங்கள். பலூசிஸ்தான் மட்டும் இல்லையென்றால் பாகிஸ்தான் என்றோ பரம தரித்திர தேசமாகியிருக்கும். இன்றுவரை அந்நாட்டின் பல்வேறு தேவைகளை பலூசிஸ்தானில் இருந்துதான் நிறைவேற்றிக்கொண்டிருக்கிறார்கள்.

அது ஒரு பக்கம் இருக்கட்டும். மேற்படி பாக்-சீனக் கூட்டணித் திட்டங்கள் பலூசிஸ்தானில் செயல்படுத்தப்படும்போதெல்லாம் உள்ளூர் மக்களுக்கு வேலை வாய்ப்பு இருக்கும் என்று தவறாமல் சொல்லப்படும். ஆனால் இருக்காது. பெரும்பாலும் பஞ்சாப் மாகாணத்திலிருந்தே ஆட்களைக் கொண்டு வந்து இறக்குவார்கள். பலூசிஸ்தானில் இருந்து எடுக்கப்படும் கனிம வளங்களும் மின்சாரமும் இதர மூலாதார லாபங்களும் நாட்டு நலனுக்காகவே செலவிடப்படும்; நிச்சயமாக அதில் ஒரு பங்கு பலூசிஸ்தானுக்கும் தரப்படும் என்று சொல்லப்படும். ஆனால் செய்ய மாட்டார்கள். வரலாறு முழுவதும் இப்படிச் சுரண்டிச் சுரண்டியே ஓட்டாண்டி ஆக்கிவிட்டார்களே என்பதுதான் பலூச்சிகளின் அடிப்படைக் காழ்ப்புக்குக் காரணம். போராட்டங்கள், கிளர்ச்சிகள், புரட்சி அனைத்தும் அதிலிருந்து ஆரம்பமானவைதாம்.

ஆயினும் தலைவிதியை நொந்துகொண்டு வாழப் பழகிவிட்டிருந்தார்கள். பலூசிஸ்தான் மண்ணில்தான் வேலை வாய்ப்புகள் இல்லை; வேறெங்காவது போயாவது பிழைத்துக்கொள்ளலாம் என்றால் பாகிஸ்தானில் அதுவும் முடியாது. பலூச்சிகளை வேலைக்கு வைத்தால் அரசுத் தரப்பில் இருந்து சிக்கல் வரும் என்பதால் யாரும் வேலை தர மாட்டார்கள். பொறுத்துப் பொறுத்துப் பார்த்த பல பலூச்சி இளைஞர்கள் தமது உடல் வலுவையும் ஆயுதம் ஏந்தும் லாகவத்தையும் முதலீடாக வைத்து பாகிஸ்தான் ராணுவத்துக்குப் போவார்கள். முஷாரஃப் ஆட்சிக்கு வந்ததும் அதிலும் கை வைத்தார்.

அவர் இறங்கியிருப்பது தீவிரவாதத்துக்கு எதிரான யுத்தம் அல்லவா? அதன் முதல் படியாகப் பாகிஸ்தான் ராணுவத்தில் இருந்த பலூச்சிகள் அத்தனை பேரையும் கட்டம் கட்டி வெளியே தள்ளினார். இதன்மூலம் பலூச்சிகள் என்றாலே தீவிரவாதிகள்தாம் என்ற எண்ணத்தை இதர பாக். மக்கள் மனத்தில் அழுத்தம் திருத்தமாகப் பதிய வைக்க நினைத்தார்.

எண்ணிப் பாருங்கள். பலூசிஸ்தானுக்குள் பிழைக்க வழியில்லை. அங்கிருந்து எடுக்கப்படும் வளங்களிலும் பங்கில்லை. வெளியிலும் வேலை பார்க்க முடியாது. ராணுவத்திலும் இடமில்லை. அம்மக்கள் ஆயுதம் தூக்காமல் பிறகு ஆசி வழங்கவா கை தூக்குவார்கள்?

முஷாரஃப் பதவிக்கு வந்த இரண்டாம் மாதம் தொடங்கி 2001 இறுதிக்குள்ளாக பலூசிஸ்தானில் ஏராளமான ராணுவ இலக்குகள் தாக்கப்பட்டன. சாலைகள் வெடி வைத்துத் தகர்க்கப்பட்டன. இரு தரப்பிலும் சேதாரம் அதிகம். ஆயினும் அவர்கள் தாக்குதலை நிறுத்தவில்லை. ஆப்கனில் போர் உறுதி என்றான பிறகு பலூசிஸ்தானில் ராணுவத்தைக் கொண்டு குவித்த முஷாரஃப், நீங்கள் முல்லா ஓமரைக் கண்டுபிடியுங்கள், அல்லது கண்டுபிடிக்காமல் போங்கள். இந்த பலூச்சிகளை ஒரு

வழி பண்ணிவிட்டு மறு காரியம் பாருங்கள் என்று ராணுவத்துக்கு உத்தரவிட்டிருந்தார்.

அதன் விளைவு, ஓமர் தேடுதல் வேட்டை என்கிற பெயரில் பலூச்சிகளின் குடியிருப்புகள் மாநிலமெங்கும் சூறையாடப்பட்டன. எதிர்த்த அனைவரும் சுட்டுக் கொல்லப்பட்டார்கள். கிராமம் கிராமமாகத் திரண்டு யாராவது எதிர்த்தால், மொத்த கிராமத்தையும் தீயிட்டுக் கொளுத்தினார்கள். பலூச்சி விடுதலை இயக்கத்தவர்களையும், அப்படி இருக்கலாம் என்று ராணுவம் சந்தேகப்பட்டவர்களையும் விசாரணையே இல்லாமல் பிடித்து உள்ளே போட்டார்கள். அவர்களது குடும்பங்கள் வலுக்கட்டாயமாகப் பிரிக்கப்பட்டு மூலைக்கொருவராக அனுப்பப்பட்டனர். எல்லாம் எதற்காக? ஓமரைத் தேடிக் கண்டுபிடிப்பதற்காக.

ஆப்கன் போர் முடிந்துவிட்ட பிறகும் ஓமரையும் ஒசாமாவையும் ஆப்கனிலும் பாகிஸ்தானிலும் தேடிக்கொண்டேதான் இருந்தார்கள். 2011 இல்தான் ஒசாமா பின்லேடன் பிடிபட்டு, சுட்டுக்கொல்லப்பட்டார். 2013 இல் முல்லா ஓமர் கராச்சியில் உள்ள ஒரு மருத்துவமனையில் காசநோயால் இறந்தார் (என்று 2015 இல் அறிவிக்கப்பட்டது). அவர்கள் எக்கேடு கெடட்டும். அவர்கள் பெயரைச் சொல்லி பலூசிஸ்தானில் பாக். ராணுவம் நடத்த ஆரம்பித்த வெறியாட்டம் அம்மக்களை முற்றிலும் நிதானம் இழக்கச் செய்து, பிறக்கும் குழந்தைகளின் கரங்களிலும் துப்பாக்கியை வைத்து சடங்கும் செய்யும் எல்லைக்கு இட்டுச் சென்றது.

ஜனவரி 2, 2005 அன்று ஒரு சம்பவம் நடந்தது. சரியாகச் சொல்வதென்றால் பலூசிஸ்தான் விடுதலை இயக்கங்களின் இறுதிப் போர் தொடங்கக் காரணமான சம்பவம் அதுதான்.

அவர் பெயர் டாக்டர் ஷாஜியா காலேத். பாகிஸ்தானில் உள்ள சிந்து மாகாணத்தைச் சேர்ந்தவர். அவருக்குப்

பாகிஸ்தான் பெட்ரோலியம் கார்ப்பரேஷனில் வேலை கிடைத்து பலூசிஸ்தானில் போஸ்டிங் ஆனது. றிறிசி ஊழியர்களுக்கான மருத்துவமனையில் பணியாற்றிக்கொண்டிருந்தார். அந்த மருத்துவமனை இருந்த இடம் தேரா புக்தி மாவட்டத்தில் உள்ள சூய் என்ற நகரம். டாக்டர் ஷாஜியா அந்தப் பணியை ஒப்புக்கொண்டு பலூசிஸ்தான் வந்ததற்கு ஒரு காரணம் இருந்தது. பொறியாளரான அவரது கணவருக்கும் PPC இல் வேலை கொடுப்பதாக அரசாங்கம் உத்தரவாதம் அளித்திருந்ததால்தான் அவர் அங்கே வந்தார். இல்லாவிட்டால் சிந்துவிலிருந்து ஒருவர் பலூசிஸ்தானில் வேலை பார்க்க வர ஒப்புக்கொள்வதெல்லாம் அங்கே ஆகாத காரியம்.

நீங்கள் முதலில் சென்று பணியில் சேருங்கள். பின்னாலேயே உங்கள் கணவர் வந்து சேர்ந்துகொள்வார் என்று சொல்லித்தான் அனுப்பி வைத்தார்கள். ஆனால் டாக்டர் ஷாஜியா பணியில் சேர்ந்த கையோடு அந்த வாக்குறுதியைத் தூக்கிக் கிடப்பில் போட்டுவிட்டார்கள். அவரும் பல மாதங்கள் கேட்டுக் கேட்டுப் பார்த்தார். கடிதங்கள் எழுதினார். அதிகாரிகளுடன் பேசினார். ஒன்றும் நடக்கவில்லை. புருஷன் ஒரு மூலையில் இருந்தார். மனைவி, நாட்டின் இன்னொரு மூலையில் வேலை பார்த்துக்கொண்டிருந்தார். தானே சமைத்து சாப்பிட்டுக்கொண்டு தன்னந்தனியாக வாழும்படி ஆகிப் போனது. என்றாவது கணவர் வந்துவிடுவார் என்று காத்திருந்தார்.

கணவர் வரவில்லை. அன்றிரவு நள்ளிரவுக்குப் பிறகு முகமூடி அணிந்த ஒரு மர்ம நபர் அவர் தங்கியிருந்த வீட்டுக்குள் நுழைந்தான். உறங்கிக்கொண்டிருந்தவரின் கண்களைக் கட்டி, கழுத்தில் ஒரு கயிறைச் சுற்றி இறுக்கி இழுத்துக் கீழே போட்டு, துப்பாக்கியின் பின் பாகத்தால் தாக்கத் தொடங்கினான். டாக்டர் ஷாஜியா அலறவும் முடியாமல் அவரது வாயிலும்

ஒரு துணிச்சுருள் சொருகப்பட்டது. தாக்குதலில் அவர் நிலைகுலைந்து மயங்கிய பிறகு பாலியல் வன்முறைக்கு உட்படுத்தப்பட்டார்.

இது பெருங்கொடுமை. இதற்குப் பிறகு நடந்தவை இதனினும் கொடுமை.

54. கூட்டுக் களவாணிகள்

முகமூடி அணிந்து, ஒரு திருடனைப் போல டாக்டர் ஷாஜியாவின் வீட்டுக்குள் புகுந்து தாக்கியது-பாலியல் பலாத்காரம் செய்தது, ஒரு ராணுவ அதிகாரி. இன்னொரு பெண்ணாக இருந்தால் அந்தளவு தாக்குதலுக்கு மிக நிச்சயமாக மயங்கி விழுந்திருப்பார் அல்லது இறந்தேகூடப் போயிருக்கலாம். ஆனால், டாக்டர் ஷாஜியா தனது மொத்த பலத்தையும் திரட்டி, கட்டுகளை அவிழ்த்துக்கொண்டு, அந்தக் குற்றவாளியிடமிருந்தும் தப்பித்து சத்தமிட்டபடியே வீட்டை விட்டு வெளியே ஓடினார்.

நள்ளிரவுப் பொழுது. அவர் தங்கியிருந்த குவார்ட்டர்ஸுக்கு அருகே இருந்த ஒரே பாதுகாப்பான இடம் மருத்துவமனைதான். எனவே அவர் அங்கே ஓடினார். அங்கிருந்த நர்ஸிடம் விவரம் சொல்லித் தன்னைக் காப்பாற்ற உதவும்படிக் கேட்டார். அந்த நர்ஸ், பாகிஸ்தான் பெட்ரோலியம் நிறுவனத்தின் உயரதிகாரிகளுக்கு போன் செய்து விவரம் சொன்னார். அவர்கள் பரபரப்பாகி, உடனே மருத்துவமனையில் இருந்த டூட்டி டாக்டர்களுக்கு விவரம் சொல்லி, ஷாஜியாவுக்குச் சிகிச்சை அளிக்கச் சொன்னார்கள்.

சிகிச்சையெல்லாம் பிறகு; முதலில் லிபியா சென்றிருக்கும் என் கணவருக்குத் தகவல் சொல்லுங்கள். என் குடும்பத்தாரை உடனே இங்கே வரவழையுங்கள் என்று ஷாஜியா சொன்னார். அவர்கள் கேட்கவில்லை. சிகிச்சையே முக்கியம் என்று சொல்லி, ஓர் அறைக்கு அழைத்துச் சென்று படுக்க வைத்து ஊசி போட்டார்கள். இது என்ன இஞ்செக்ஷன் என்று ஷாஜியா கேட்டதற்கு பதில் இல்லை. ஆனால் அவர் மூன்று நாள் கண்ணே திறக்காமல் தூங்குவதற்கு அந்த இஞ்செக்ஷன் உதவியது. அம்மருத்துவமனையில் இறுதிவரை அவருக்கு வேறெந்த சிகிச்சையும் செய்யப்படவில்லை. மூன்று நாள்களுக்குப் பிறகு அவரை கராச்சியில் உள்ள ஒரு மனநல மருத்துவமனைக்கு இடம் மாற்றினார்கள்.

ஆக, அந்த ராணுவ அதிகாரி, மருத்துவர்கள், பாகிஸ்தான் பெட்ரோலியம் நிர்வாகம் அனைவரும் குற்றவாளிகள்.

ஆயினும் மருத்துவமனையில் பணிபுரிந்த சில கடைமட்ட ஊழியர்களின் உதவியால் விஷயம் எப்படியோ பணி நிமித்தம் லிபியா சென்றிருந்த ஷாஜியாவின் கணவருக்குத் தெரியப்படுத்தப்பட்டது. அவர் கராச்சி வரும்வரை காத்திருந்து, வந்ததும் விவரம் சொல்லி, ஷாஜியா ஒரு நீண்ட புகார் எழுதி அவரிடம் ஒப்படைத்தார். குற்றத்தில் தொடர்புடைய அனைவரையும் தெளிவாகக் குறிப்பிட்டு நடவடிக்கை எடுக்கச் சொல்லி அதில் அவர் கேட்டிருந்தார். ஷாஜியாவின் கணவர் காலேத், புகாரை உரிய காவல் அதிகாரிகளிடம் சேர்த்தும் விட்டார்.

அவர்கள் உடனே நடவடிக்கை எடுத்தார்கள். எப்படி? புகார் சொன்ன டாக்டர் ஷாஜியாவைக் கராச்சியிலேயே ஒரு வீட்டில் தங்க வைப்பது போல அழைத்துச் சென்று காவலில் வைத்தார்கள். அவரது கணவர் காலேத் உள்பட யாருக்கும் அவரைச் சந்திக்க அனுமதி இல்லை. வீட்டைச் சுற்றி வலுவான (மஃப்டி) காவல் போடப்பட்டது. வினோதம் என்னவென்றால் காவலுக்கு இருந்தவர்களில் பாதிப்பேர்தான் போலிசார். மீதி, ராணுவத்தினர்.

ஷாஜியா சில மருத்துவ உதவிகள் கேட்டார். தனது நம்பிக்கைக்குரிய சில மருத்துவர்களின் பெயரைச் சொல்லி, அவர்களை வரவழைக்கச் சொன்னார். மறுத்துவிட்டார்கள். வழக்கை நடத்தத் தனது வழக்கறிஞரைத் தொடர்புகொள்ள வேண்டும் என்று கேட்டார். மறுத்துவிட்டார்கள். இவையெல்லாம் கராச்சியில் நடந்துகொண்டிருந்தபோதே, பலூசிஸ்தானில் ஷாஜியா தங்கியிருந்த மருத்துவமனையுடன் இணைந்த குடியிருப்புப் பகுதியிலும் ராணுவக் காவல் போடப்பட்டது. அவரது வீட்டில் குற்றவாளி விட்டுச் சென்ற தடயங்கள் அனைத்தும் கவனமாகச் சேகரிக்கப்பட்டு, கையோடு அழிக்கப்பட்டன.

அப்படியும் காலேத்தின் முயற்சியால் நடந்த விவரங்கள் பத்திரிகையாளர்களுக்கு அரைகுறையாகச் சென்று சேர்ந்து, அவர்கள் பாகிஸ்தான் பெட்ரோலியம் அதிகாரிகளைக் கேள்வி கேட்க வந்தார்கள். நிர்வாகம் சொன்ன பதில்:

பாலியல் வன்கொடுமை எல்லாம் நடக்கவில்லை. அது யாரோ கிளப்பிவிட்டது. டாக்டர் ஷாஜியாவுக்கு எளிய மனநலப் பிரச்னைகள் உள்ளன. சிகிச்சை பெற்று வருகிறார். விரைவில் எல்லாம் சரியாகிவிடும்.

பத்திரிகையாளர்களுக்கு இதனைச் சொன்ன கையோடு ஷாஜியாவின் குடும்பத்தினரை அழைத்து, 'மூடிக்கொண்டு அமைதியாகச் சென்றுவிடுங்கள். வழக்குப் பதிவு செய்தாலோ, பத்திரிகையாளர்களைச் சந்தித்து விவகாரமாக ஏதாவது பேசினாலோ யாரும் இருக்க மாட்டீர்கள்' என்று ராணுவ அதிகாரிகள் சொல்லி அனுப்பினார்கள்.

இத்தனைக்குப் பிறகும் டாக்டர் ஷாஜியா விடாமல் முயற்சி செய்து பிபிசி செய்தி நிறுவனத்தின் ஊழியர் ஒருவரைத் தொடர்புகொண்டு, தனக்கு நடந்ததை அப்பட்டமாக விவரித்தார். பாகிஸ்தானில் எந்தப்

பத்திரிகையிலும் வெளிவராத அவருக்கு நடந்த கொடுமை, பிபிசி மூலமாக உலகுக்குத் தெரிய வந்தது. பிறகு நியூ யார்க் டைம்ஸ் அவருக்கு நேர்ந்த கொடூர அனுபவத்தை விவரித்துப் பல கட்டுரைகளைத் தொடர்ச்சியாக வெளியிட்டது.

இப்போது முஷாரஃப்புக்குச் சிக்கல் வந்தது. இனியும் ஷாஜியாவை வைத்துக்கொண்டிருப்பது பெரும் பிரச்னைகளுக்கு வழிவகுக்கும் என்று நினைத்தார். அவரையும் அவரது கணவரையும் உடனே பாகிஸ்தானை விட்டு வெளியேறிவிடும்படி மிரட்டல்கள் பறந்தன. பாகிஸ்தானில் இருந்தால் நிச்சயமாகக் கொன்றுவிடுவார்கள் என்பது தெரிந்ததால் அவர்கள் பிரிட்டனுக்குத் தப்பிச் சென்றார்கள். அங்கிருந்து கனடாவில் குடியேற விண்ணப்பித்துவிட்டுக் காத்திருந்தார்கள். கனடா அரசு அவ்வளவு சீக்கிரம் டாக்டர் ஷாஜியாவுக்கு அனுமதி அளிக்கவில்லை. சர்வதேச ஊடகங்களில் வெளியான கட்டுரைகள் அனைத்தையும் கவனமாகப் படித்துப் பரிசீலித்த பின்புதான் அவர்கள் ஏற்றுக்கொண்டார்கள். ஷாஜியா பிறகு மனித உரிமைப் போராளியாகி, பாகிஸ்தானில் பெண்களுக்கு நேரும் அனைத்து வன்கொடுமைகளுக்கும் எதிராகப் போராடத் தொடங்கினார்.

அவரைப் புரிந்துகொண்ட, நடந்ததை எளிதாக ஏற்றுக்கொண்டு தனது அன்பையும் அரவணைப்பையும் நிரந்தரமாகத் தர முன்வந்த, அவரது அனைத்துப் போராட்டங்களுக்கும் ஆதரவளித்த கணவர் அமைந்தது ஷாஜியாவின் பெரும் பலம். அவர்களது கதை, இந்த வரலாற்றில் இந்த அளவுக்குப் போதுமானது. சம்பவம் நடந்தது பலூசிஸ்தானில். பிராந்தியம் தேரா புக்தி. புக்தி பழங்குடி இன மக்கள் கணிசமாக வசிக்கும் இடம். ஒரு மருத்துவருக்கு இவ்வளவு பெரிய கொடுமை, இத்தனை பெரிய அநீதி இழைக்கப்பட்டதும் அதற்கு பாகிஸ்தான் பெட்ரோலியம் நிறுவனமும் ராணுவமும் காவல்

துறையும் மருத்துவமனை ஊழியர்களும் உடந்தையாக இருந்ததையும் அவர்களால் ஏற்கவோ, மறக்கவோ, மன்னித்துக் கடக்கவோ முடியவில்லை.

ஏற்கெனவே பிபிஎல்லின் மீது அவர்கள் கொலைவெறியில் இருந்தார்கள். எரிவாயு எடுப்பது பலூசிஸ்தானில் - தேரா புக்தியில். ஆனால் உள்ளூரில் யாருக்கும் அதனால் எந்தப் பயனும் கிடையாது. பாதிக்கப்பட்ட மருத்துவர் ஷாஜியாவையே எடுத்துக்கொள்ளுங்கள். அவர் சிந்து மாகாணத்திலிருந்து அழைத்து வரப்பட்டவர். அந்நிறுவனத்தின் அனைத்துத் துறைகளிலும் பணியாற்றியவர்கள் சிந்து-பஞ்சாப்பிலிருந்து வந்தோராகவே இருந்தார்கள். ராணுவம் பஞ்சாப். காவல் துறை பஞ்சாப். இதர அனைத்து அரசுத்துறை ஊழியர்களும் பஞ்சாப். ஆனால் எரிவாயு எடுக்க பலூசிஸ்தான் மண் வேண்டும். அங்கே கூலித் தொழிலாளிகளில்கூட பலூச்சிகள் இருக்க மாட்டார்கள்.

தேரா புக்தி பழங்குடி மக்கள் வெறுப்பின் உயரங்களைத் தொட்டுக் கடந்திருந்தார்கள். நடந்த சம்பவத்துக்குப் பழிவாங்கும் விதமாகவும் என்றென்றும் பாகிஸ்தான் மறக்கவே முடியாத பாதிப்பொன்றை ஏற்படுத்தும் விதமாகவும் ஏதாவது செய்ய வேண்டும் என்று துடித்தார்கள். (இதற்கு இன்னொரு காரணம் சொல்லப்படுகிறது. ஆனால் போதிய ஆதாரங்கள் கிடைக்கவில்லை. டாக்டர் ஷாஜியாவுக்கு நேர்ந்த கொடுமையை முற்றிலும் மறைக்க முடியாத சூழ்நிலை உண்டானபோது பழியைப் பழங்குடி இனத் தலைவர்களின் மீது போட்டுவிட ராணுவம் ஒரு முயற்சி மேற்கொண்டதாகவும் ஆனால் அது எடுபடவில்லை என்றும் ஒரு பேச்சு உண்டு. அதனால் விளைந்த கோபத்திலேயே தேரா புக்தி பழங்குடியினர் ஆயுதம் ஏந்த முடிவு செய்தார்கள் என்று சில தகவல்கள் உள்ளன. முன்சொன்னது போல் இதற்கு வலுவான ஆதாரங்கள் இல்லை.)

புக்தி பழங்குடிகளுக்கு அப்போது நம்பிக்கை நட்சத்திரமாக இருந்தவர் பெயர், நவாப் அக்பர் ஷாபாஸ்கான் புக்தி. அவர் அந்தப் பழங்குடி மக்களின் தலைவர் மட்டுமல்ல. நீண்ட நெடுங்காலமாக பலூசிஸ்தான் விடுதலை இயக்கங்களுடன் நெருங்கிப் பணியாற்றியவர். பலூசிஸ்தான் சட்டமன்றத்தில் இரண்டு முறை அமைச்சராகவும் இருந்திருக்கிறார். ஜனநாயகம், சட்டமன்றம் எல்லாம் ஒரு பக்கம் இருந்தாலும் அவருக்கு இன்னொரு முகமும் உண்டு. ஜனநாயகம் சரிப்பட்டு வராதபோது ஆயுதம் ஏந்திவிடுவார். அக்பர் புக்தி மட்டுமல்ல. பலூசிஸ்தான் விடுதலைப் போராட்டத்தில் ஈடுபட்ட அத்தனை பேருமே அநேகமாக இப்படித்தான் இருந்திருக்கிறார்கள். அந்நிலத்தின் பிரச்னைகள் அப்படி. அவர்களது தேவைகள் அப்படி. சந்தர்ப்ப சூழ்நிலைகள் அப்படி. ஒன்றுமே செய்ய முடியாது.

டாக்டர் ஷாஜியாவுக்கு நேர்ந்த கொடுமைக்கு ஒரு பதில். அது பாகிஸ்தான் பெட்ரோலியம் நிறுவனத்துக்கும் பாகிஸ்தான் அரசுக்கும் ராணுவத்துக்கும் தருகிற ஒற்றை பதிலாக இருக்க வேண்டும். அதே சமயம் மொத்த நாட்டையும் திகைத்து, ஸ்தம்பித்துப் போகச் செய்வதாகவும் இருக்க வேண்டும். துப்பாக்கிச் சூடு, குண்டுவெடிப்புகளெல்லாம் போதாது. வேறு ஏதாவது. பெரிதாக, மிகப் பெரிதாக இருக்க வேண்டும்.

உட்கார்ந்து யோசித்து அவர்கள் ஒரு முடிவெடுத்தார்கள். பிபிஎல் எடுக்கும் எரிவாயு, தேரா புக்தியின் எல்லை தாண்டி இனி வெளியே போகாது.

55. அக்பர் புக்தி

சென்ற அத்தியாயத்தில் பெயரளவில் அறிமுகமான நவாப் அக்பர் ஷாபாஸ்கான் புக்தியை இப்போது சற்று விரிவாகத் தெரிந்துகொள்ளலாம். ஏனெனில் 2005 ஆம் ஆண்டு பலூசிஸ்தான், தேரா புக்தி பகுதியில் உண்டான மக்கள் எழுச்சி ஒரு போராகவே உருமாற்றம் கண்டதற்கு அவர் மிகவும் முக்கியமான காரணம். டாக்டர் ஷாஜியாவுக்கு ஒரு ராணுவ அதிகாரியினால் நேர்ந்த கொடுமையை அவர் மன்னிக்கவே முடியாது என்று சொன்னார். பொதுவாகவே பலூசிஸ்தான் பழங்குடிகள் பெண்களை மிக உயர்வாக மதிக்கும் பண்புள்ளவர்கள். தங்கள் பிராந்தியத்துக்குப் பணி நிமித்தம் வந்திருந்த ஒரு வெளியூர் (அவர்கள் வெளிநாடு என்றே சொல்வார்கள்) பெண்மணியை ஒரு ராணுவ அதிகாரி வன்கொடுமைக்கு உள்ளாக்கியதை அவர்கள் தேரா புக்திக்கு நேர்ந்த அவமானமாகவே கருதினார்கள். தங்கள் நிலத்தின் புனிதம் மாசுபட்டுவிட்டதாகச் சொன்னார்கள். பழங்குடிகளின் கட்டுப்பாடுகள், நெறிமுறைகள், நம்பிக்கைகள் அனைத்துக்கும் எதிராக நிகழ்த்தப்பட்ட இத்தாக்குதலுக்குப் பாகிஸ்தான் விலை கொடுத்தே தீரவேண்டும் என்று அக்பர் புக்தி சொன்னார். காத்திருந்த தேரா புக்தி மக்கள் என்ன செய்யலாம் என்று கூடிப் பேசி, பல்வேறு வழிகளை விவாதித்தார்கள்.

இறுதியில் எரிவாயுவிலேயே கைவைப்பது என்று முடிவு செய்தார்கள்.

சம்பவம் நடந்தபின்பு, ஒருவார காலம் அவர்கள் அமைதியாகத் தமக்குள் மட்டும் பேசி, திட்டம் தீட்டினார்கள். தாக்குதல் எதிர்பாராத விதமாக, மாபெரும் பாதிப்பை உண்டாக்கும் தரத்தில் இருக்க என்ன செய்யலாம் என்று ஆலோசித்தார்கள். மிகக் கடுமையான பாதுகாப்பு வளையங்களுக்குப் பின்னால் இயங்கிக்கொண்டிருந்த சுய் எரிவாயு வயல்களை முதலில் தாக்க முடிவு செய்தார்கள். இதனை அவர்கள் இரண்டு கட்டங்களாகச் செய்தார்கள்.

முதலில் எரிவாயு வயல்வெளியிலிருந்து ஊருக்கு வெளியே செல்லும் பைப்லைன்களை அடைப்பது. டேங்கர் லாரிகள் உள்ளே வர இயலாத வண்ணம் சாலைகளை அடைப்பது. காவல் துறையும் ராணுவமும் எங்கே யார் என்ன செய்கிறார்கள் என்று ஊருக்கு வெளியே சுற்றிவரத் தொடங்கும் நேரத்தில் மிக நேரடியாக எரிவாயுக் கிடங்குகளின்மீது தாக்குதல் தொடுப்பது.

திட்டமிட்டபடி அவர்கள் செய்தார்கள். ஒருவர் இருவரல்லர். எண்ணிக்கையே தெரியாத அளவுக்குத் தேரா புக்தி பகுதிவாழ் மக்களின் ஒத்துழைப்புடன் அக்பர் புக்தியின் பயிற்சி பெற்ற போராளிகள் இத்தாக்குதலை மேற்கொண்டார்கள். சற்றும் இடைவெளியில்லாமல் மூன்று நாள்கள் விடாமல் தாக்கினார்கள். சுய் எரிவாயு வயல் சின்னாபின்னமாகிப் போனது. இதன் விளைவு மிகப் பயங்கரமாக இருந்தது. ஏற்கெனவே பார்த்திருக்கிறோம். பாகிஸ்தானின் பெரும்பாலான வளங்கள் பலூசிஸ்தானில் இருந்தே கொண்டு செல்லப்படுபவை. அப்படி இருக்கையில் தேசத்தின் அதிமுக்கியமான எரிவாயுக் கிணறுகளின் மீது தாக்குதல் நடத்தி சேதப்படுத்தினால் சரக்கு எப்படி வெளியே செல்லும்?

தேரா புக்தி மக்களுக்குப் பைத்தியமா பிடித்துவிட்டது? எரிவாயு வயல்களின்மீது நடத்தப்படும் தாக்குதல்கள் அந்தப் பகுதி மக்களின் ஆரோக்கியத்தைத்தான் முதலில் பாதிக்கும் என்று எடுத்துச் சொல்லுங்கள். கொத்துக் கொத்தாக அவர்கள் செத்து விழுந்தால் அரசாங்கம் பொறுப்பல்ல என்று பர்வேஸ் முஷாரஃப் அலறினார்.

ஆனால் அக்பர் புக்தி அதையெல்லாம் பொருட்படுத்தவில்லை. இரவு பகல் இடைவெளியின்றி மூன்று நாள்களுக்கு அவரது வீரர்கள் தொடர்ச்சியாகத் தாக்குதல் நடத்திக்கொண்டே இருந்தார்கள். தடுக்க வந்த ராணுவத்தினர் கண்ணிவெடிகளில் சிக்கினார்கள். வெளியில் இருந்து பெரும்படை தேரா புக்திக்குள் நுழையக் காத்திருந்தது. ஆனால் எங்கும் சாலைகள் கிடையாது. அனைத்துச் சாலைகளும் துப்புரவாக உடைத்துப் போடப்பட்டு இருந்தன.

முஷாரஃப் வெறியானார். தகர்க்க முடியாத கவச வாகனங்களில் சுமார் நான்காயிரத்து ஐந்நூறு ராணுவ வீரர்களை ஏற்றி அனுப்பினார். கையோடு ஹெலிகாப்டர்களையும் சுய் பகுதிக்கு அனுப்பினார். அந்தக் கணத்தில் அது ஒரு முழு நீள யுத்தமாக உருவெடுத்தது. இடைவிடாத ஷெல் தாக்குதல்கள். எங்கெங்கும் துப்பாக்கிச் சூடுகள். பழங்குடிகள் சலிக்காமல் கையெறி குண்டுகளையும் கண்ணீர்ப் புகைக் குண்டுகளையும் வீசி ராணுவத்தை நிலைகுலையச் செய்தார்கள். ராணுவத்துடன் ஒப்பிட, அவர்களது ஆயுத பலம் குறைவு. எனவே பதுங்கியிருந்துதான் அவர்களால் தாக்க முடிந்தது.

இதனிடையில் பாகிஸ்தானின் பல பகுதிகளில் எரிவாயு சப்ளை நிறுத்தப்பட்டு, மக்கள் கொந்தளித்துக்கொண்டிருக்கிறார்கள் என்ற தகவல் வந்து சேர, போராளிகளுக்கு இன்னும் உற்சாகமாகிப் போனது. தாக்குதலை அவர்கள் இன்னும்

தீவிரப்படுத்தினார்கள். தேரா புக்தியில் இப்படி ஒரு சம்பவம் நடந்துகொண்டிருக்கிறது என்பது போர் தொடங்கிய ஐந்தாம் நாள் பிற்பகல் பலூசிஸ்தானின் பிற பகுதிகளுக்குப் பரவத் தொடங்கியது. புக்திகள், தேரா புக்தியில் மட்டும் இல்லை. அவர்கள் பலூசிஸ்தானின் பல்வேறு மலைப் பகுதிகளில் பரவி வசித்துக்கொண்டிருந்தார்கள். அவர்களுள் பலர், தமது இனக்குழுவின் மீது மட்டும் பாகிஸ்தான் ராணுவம் குறி வைத்துத் தாக்கிக்கொண்டிருக்கிறது என்று நடந்த சம்பவத்தின் முழுமை அறியாமல், அரைகுறையாகப் புரிந்துகொண்டதன் விளைவு, எங்கெல்லாம் ராணுவத்தைப் பார்த்தார்களோ, அங்கெல்லாம் தாக்க ஆரம்பித்தார்கள்.

வேறு வழியே இல்லாமல் முஷாரஃப் பத்தாயிரம் வீரர்களைக் கொண்ட மாபெரும் படை ஒன்றை பலூசிஸ்தானுக்கு அனுப்பினார். என்ன வேண்டுமானாலும் செய்துகொள்ளுங்கள். கலவரம் ஓய வேண்டும். அவ்வளவுதான்.

மார்ச் 17, 2005 அன்று தேரா புக்தியில் போர் தொடங்கியது. ராணுவம் கண்மண் தெரியாமல் ராக்கெட் தாக்குதல் நடத்த ஆரம்பித்தது. தரைப்படை ஒரு பக்கம், ஹெலிகாப்டர் படை இன்னொரு பக்கம். சுய் எரிவாயு வயல் வெளிப் பிராந்தியம்தான் போர்க்களம் என்றிருந்த நிலைமை மாறி, மொத்த மலையும் ரத்தக்காடானது. எங்கெங்கும் மக்கள் அலறி ஓடிக்கொண்டிருந்தார்கள். கால்நடைகள் மிரண்டு ஓடின. குழந்தைகள் அலறின. திடீர் திடீரென்று வீடுகளின் மீது ராக்கெட் வந்து விழுந்து வெடித்தது. எங்கெங்கும் பற்றி எரிந்தது. வெறிகொண்ட பழங்குடிகள் தங்களால் இயன்ற அனைத்து விதங்களிலும் பதில் தாக்குதல் மேற்கொண்டார்கள். ஆயினும் ராணுவத்தின் ராக்கெட் தாக்குதல்கள், அவர்களது குடியிருப்புகளை முற்றிலுமாக அழித்தொழித்துவிட்டன. இன்றைக்கு காஸாவில் இஸ்ரேல் என்ன செய்திருப்பதாக

நமக்குப் புகைப்படங்கள் காட்டுகின்றனவோ, அதையேதான் அன்று பலூசிஸ்தானில் பாகிஸ்தான் ராணுவம் செய்தது. அன்றைக்கு தேரா புக்தியில் இடிந்த குடியிருப்புப் பகுதிகளுள் பல இன்றுவரை சீரமைக்கப்படாமல், கைவிடப்பட்ட பிராந்தியமாக அப்படியேதான் காட்சியளிக்கின்றன.

கிட்டத்தட்ட மூன்று வார காலம் மூச்சுவிடக்கூட அவகாசமில்லாமல் இந்தத் தாக்குதல் தொடர்ந்தது. நாற்பத்து மூன்று பழங்குடிகள் கொல்லப்பட்டார்கள். ஆயிரக்கணக்கானோர் கடுமையான காயங்களுக்கு ஆளாகி, சிகிச்சை அளிக்க மருத்துவமனையும் இல்லாமல் முடங்கிப் போனார்கள். ராணுவத் தரப்பில் இழப்பு என்ன என்பது பற்றிய விவரங்கள் வெளியிடப்படவில்லை. ஆனால் அக்பர் புக்தி வெறிகொண்டு செயல்படத் தொடங்கிவிட்டார் என்கிற தகவல் பலூசிஸ்தான் முழுதும் பரவிவிட்டது.

என்ன செய்யலாம் என்று முஷாரஃப் யோசித்தார். அக்பர் புக்தி, இதர பழங்குடித் தலைவர்களுடன் கலந்து பேசி, பதினைந்து அம்சச் செயல்திட்டம் ஒன்றைத் தயாரித்தார். என்ன இருந்தாலும் ஜனநாயக அரசியலிலும் இருந்தவர். அமைச்சராகவும் பணியாற்றியவர் அல்லவா? பலூச்சிகளின் கோரிக்கையில் புதிதாக ஏதும் இருக்க வாய்ப்பில்லை. எப்போதும் கேட்பதுதான். பாதிக்கப்பட்டவர்களுக்கு நீதி. அபகரிக்கப்பட்ட வளங்களுக்கு விலை. மாநிலத்துக்கு உரிய நிதிப் பங்கீடு. ராணுவத்தை வாபஸ் வாங்குவது.

எதையும் செய்யத் தயாரில்லை என்று முஷாரஃப் சொன்னார். விளைவு, அக்பர் புக்தியின் ஆயுதப் படை மாநிலமெங்கும் ராணுவ இலக்குகளை திட்டமிட்டுத் தொடர்ந்து தாக்க ஆரம்பித்தது.

ஒரு தேசியவாதியாகவே அவர் அறியப்பட்டிருந்தாலும் நமக்குப் படித்தறியக் கிடைக்கும் விவரங்களின் அடிப்படையில் பெரும்பாலும் அவர் தனது

பழங்குடி இனத்துக்காகப் போராடிய தலைவராகவே காட்சியளிக்கிறார். 2005 போருமேகூட தேரா புக்தியில் நடந்த சம்பவம் காரணமாக இல்லாதிருந்தால் அவரால் முன்னெடுத்திருக்கப்பட்டிருக்க வாய்ப்பில்லை என்று சிலர் எழுதுகிறார்கள். என்னவானாலும் தொடங்கிவிட்டார். எனவே அவரை ஒழித்துவிட்டுத்தான் மறுவேலை என்று முஷாரஃப் முடிவு செய்தார்.

மார்ச் 2006 இல் தேரா புக்தியில் ஒரு பேருந்தின்மீது தாக்குதல் நடத்தப்பட்டது. நடத்தியவர்கள் அக்பர் புக்தியின் ஆள்கள். அத்தாக்குதலில் பேருந்தில் பயணம் செய்த சுமார் 30 பேர் கொல்லப்பட்டார்கள். பாகிஸ்தான் ராணுவத்துடன் போரிட்டுக்கொண்டிருந்த அக்பர் புக்தி, சட்டென்று இனக்குழு மோதலில் கவனம் செலுத்தத் தொடங்கிய தருணம், ராணுவத்துக்கு வசதியாகப் போனது. மாவட்டம் முழுவதும் அவரைத் தேடி அலையத் தொடங்கினார்கள். அக்பர் புக்தி, யாரும் நெருங்க இயலாத ஒரு மலைக்குகையில் சென்று மறைந்துகொண்டார்.

ஆகஸ்ட் 26, 2006 அன்று அந்தக் குகை வெடித்து விழுந்தது. அக்பர் புக்தி இறந்தார். அவர் அங்கே வைத்திருந்த வெடிமருந்துப் பொருள்கள் வெடித்துத்தான் விபத்தாகியிருக்க வேண்டும் என்று பாகிஸ்தான் ராணுவம் சொன்னது. அதெல்லாம் இல்லை; எதிரி இனக்குழுவினரின் உளவுத் துணையுடன் பாகிஸ்தான் ராணுவம்தான் அவரைக் கொன்றது என்று புக்திகள் சொன்னார்கள். அவர் தங்கியிருந்த குகைக்குள் இருந்து பல மில்லியன் ரூபாய் பணம், ஏராளமான ஆயுதங்கள், இரண்டு சாடிலைட் போன்கள் உள்ளிட்ட என்னென்னவோ கண்டெடுக்கப்பட்டதாகப் பிறகு உளவுத் துறை நடத்திய ஒரு பத்திரிகையாளர் சந்திப்பின்போது சொல்லப்பட்டது. பலூசிஸ்தானின் நீண்ட நெடுங்கால அரசியல்வாதி ஒருவரின் வாழ்க்கை அப்படியாக ஒரு முடிவுக்குக் கொண்டுவரப்பட்டது.

56. BLA

பர்வேஸ் முஷாரஃப். ஆப்கன் யுத்தம். பாகிஸ்தானின் அமெரிக்க ஆதரவு நிலைப்பாடு. பலூசிஸ்தானின் இயற்கை வளங்கள் தீவிரமாகச் சுரண்டப்பட ஆரம்பித்த சூழ்நிலை. டாக்டர் ஷாஜியாவுக்கு நேர்ந்த கொடுமை. அக்பர் புக்தியின் படுகொலை. இவற்றை மொத்தமாக ஒரு கடலை உருண்டை போல உருட்டி மெல்லத் தொடங்குங்கள். BLA என்கிற பலூசிஸ்தான் விடுதலை ராணுவத்தின் பிறப்பு நிகழ்ந்ததற்கான அடிப்படை புரியும்.

பலூசிஸ்தானில் புரட்சிகர இயக்கங்களுக்கு எக்காலத்திலும் குறைவிருந்ததே இல்லை. ஒத்த கருத்துள்ள பத்து பேர் கூடினால் ஓர் இயக்கம். சிக்கல் என்னவென்றால், 'எங்களுக்குப் பாகிஸ்தான் வேண்டாம்' என்பதுதான் அம்மாநிலத்தின் பொதுவான ஒத்த கருத்து. அந்த வகையில் மொத்த மாநிலமும் ஒரே இயக்கத்துக்குள் உள்ளதாகச் சொல்லிவிட முடியும். ஆனால் ஆயுதம் ஏந்திப் போராட வருபவர்கள் வேறல்லவா?

பலூசிஸ்தான் விடுதலை ராணுவம் என்பது பலூச்சி போராளிகள் ஆப்கனிஸ்தானில் தங்கியிருந்த காலத்தில் உருவான ஓர் அமைப்பு. ஆனால் இதன் தோற்றத்தில் ஒரு தெளிவின்மை உண்டு. ஆயிரம் சொன்னாலும்

தாலிபன் என்பது மிகத் தீவிர மதவாத அமைப்பு. என்னதான் தாலிபனுக்கு பாகிஸ்தானைப் பிடிக்காது; அதன் ஆட்சியாளர்களைப் பிடிக்காது என்றாலும் மதம் என்று வருகிறபோது சமரசமே செய்ய மாட்டார்கள். அப்படிப் பார்த்தால், தன்னை ஒரு மதச்சார்பற்ற போராளி இயக்கமாக முன்னிறுத்திய பலூசிஸ்தான் விடுதலை ராணுவத்துக்குத் தாலிபன் அரசு (அரசாகச் செயல்பட்ட காலத்தில்) உதவியிருக்க வாய்ப்பில்லை.

இன்னொரு கதை உள்ளது. ஆப்கனில் அடைக்கலம் புகுந்திருந்த பலூச்சி இளைஞர்களை ஒருங்கிணைத்து, ஙிலிகிவாக உருவாக்கியவர்கள் இரண்டு கேஜிபி ஏஜெண்ட்கள் என்று அந்தக் கதை ஆரம்பிக்கும். அந்த இரண்டு ஏஜெண்ட்களின் உண்மைப் பெயர் இன்றுவரை சொல்லப்பட்டதில்லை. மிஷா, சாஷா என்கிற புனைபெயரிலேயே குறிப்பிடுகிறது சரித்திரம். பலூச்சி மாணவர் அமைப்பு என்ற பெயரில் இயங்கிய இளைஞர்களில் இருந்து தேர்ந்தெடுத்த சிலருக்குப் போர்ப்பயிற்சி அளித்து BLAவை அவர்கள் உருவாக்கினார்கள் என்று சொல்வார்கள்.

இதில் என்ன குழப்பம் என்றால் தாலிபன் காலத்தில் அவ்வளவு சுலபமாக கேஜிபி ஏஜெண்ட்கள் ஆப்கனிஸ்தானில் இயக்கம் உருவாக்கும் அளவுக்கெல்லாம் சுதந்தரமாகச் செயல்பட்டிருக்க வாய்ப்பில்லை. இந்தச் சந்தேகத்தைக் கிளப்பினால் இதற்கு வேறொரு கிளைக்கதை மூலம் பதில் கிடைக்கிறது. BLA என்பது தாலிபன் ஆட்சியில் இருந்த காலத்தில் தொடங்கப்பட்டதல்ல; ஆப்கனில் இடதுசாரிகள் ஆட்சியில் இருந்தபோதே (அதாவது சோவியத் ஆதரவு அரசு) அதற்கான விதை ஊன்றப்பட்டுவிட்டது என்று சில ஆய்வாளர்கள் சொல்கிறார்கள்.

அந்த வழியில் சிந்தித்தாலும் இடிக்கிறது. ஒரு பேச்சுக்கு இது உண்மையாக இருக்கலாம் என்றே

எடுத்துக்கொண்டாலும், சோவியத் உளவாளிகளால் உருவாக்கப்பட்ட ஒரு மதச்சார்பற்ற போராளி இயக்கத்தைப் பிறகு வந்த தாலிபன் ஆதரித்திருக்கச் சற்றும் வாய்ப்பில்லை. ஆனால் இன்றைய தேதி வரையிலுமே பலூசிஸ்தான் விடுதலை ராணுவம் என்பது ஆப்கனிஸ்தானில் இருந்துதான் இயங்குகிறது. அன்றும் தாலிபன். இன்றும் தாலிபன். BLA அன்றும் மதச்சார்பற்ற இயக்கம்தான்; இன்றும் அதுவேதான்.

இந்தக் குழப்படியான தொடக்க கால வரலாறு சார்ந்த கருத்துகளுள் முக்கியமான இன்னொன்று உள்ளது. அதையும் பார்த்துவிட்டு உள்ளே போய்விடலாம்.

அது என்னவென்றால், BLA என்பது எல்லோரும் நம்புவது, சொல்வது போல இரண்டாயிரமாவது ஆண்டு பிறந்த இயக்கமல்ல. எழுபதுகளின் இறுதி ஆண்டுகளிலேயே அது பிறந்துவிட்டது. அதாவது அமெரிக்க-சோவியத் பனிப்போர் காலத்திலேயே ஆப்கனிஸ்தானுக்கு வந்து போர்ப்பயிற்சி பெற்ற வீரர்களை ஒருங்கிணைத்து கேஜிபி உருவாக்கிய இயக்கம் அது. அன்றைக்கு BLA என்கிற பெயர் கிடையாதே தவிர, இயக்கமாக ஒன்று சேர்ந்துவிட்டார்கள். சோவியத் யூனியனில் கோர்பசேவ் ஆட்சிக்கு வந்தபிறகு சோவியத் என்கிற அமைப்பைக் கலைத்துவிட்டு ஆட்டம் முடிந்தது என்று அறிவித்த கணத்தில் ஆப்கனுக்கு சோவியத் ரஷ்யாவில் இருந்து வந்துகொண்டிருந்த உதவிகள் அனைத்தும் நின்று போயின. ஆப்கனில் இருந்த சோவியத் தொடர்பாளர்கள் அத்தனை பேரும் ஒரே நாளில் மாயமாகிப் போய்விட்டார்கள். அடுத்து என்ன செய்வது என்று புரியாத குழப்பத்தில் பல ஆண்டுகள் ஙிலிகிவின் உறுப்பினர்கள் ஆப்கனிஸ்தானிலேயே வீட்டோடு (அல்லது காட்டோடு) தங்கி, சமைத்துச் சாப்பிட்டு வாழ்ந்துகொண்டிருந்தார்கள். அவ்வப்போது பலூசிஸ்தானில் நடக்கும் சம்பவங்களைக் கூர்ந்து கவனித்துக்கொண்டும், தாங்கள் செயல்படத்

தொடங்கும்போது தாக்குதல்கள் என்ன விதமாக அமைய வேண்டும் என்று சிந்தித்துக்கொண்டும் இருந்தார்கள். நடுநடுவே பலூசிஸ்தானுக்குள் இருந்து செயல்பட்டுக்கொண்டிருந்த பல்வேறு குழுவினருக்குத் தங்களால் முடிந்த உதவிகளைச் செய்துகொண்டிருந்தார்கள்.

மேற்படி வரலாற்றுக் குழப்பங்கள் மிகுந்த வரலாற்றுத் தொடக்கம் இருப்பதால், ஒரு வசதிக்கு அது இரண்டாயிரமாவது ஆண்டில் இருந்து செயல்படத் தொடங்கிய இயக்கமாகக் கருதிக்கொள்ளலாம். நாசீர் பலூச், ஹைர்பயர் மர்ரி, பலாச் மர்ரி, ரஸாக் மண்டலி எனச் சிலர் இதன் தொடக்க கால கமாண்டர்களாக இருந்திருக்கிறார்கள். நாசீருக்குப் பிறகு BLAவின் கமாண்டராக அறியப்பட்ட அஸ்லாம் பலோச், இந்த இயக்கத்தின் இருப்பையும் செயல்பாடுகளையும் உலகறியச் செய்தவர். நான்கே நோக்கங்கள்தாம்.

1. பலூசிஸ்தானின் விடுதலை. பாகிஸ்தானுடன் ஒட்டுமில்லை உறவுமில்லை.

2. இதற்கு இடையூறாக மட்டுமே இருக்கும் பாகிஸ்தான் ஆட்சியாளர்கள் அனைவரையும் - தேர்தலில் வென்று வந்தவர்களானாலும் சரி, ராணுவ ஆட்சியாளர்களானாலும் சரி - கதறடிப்பது. அவர்களது ஊழல்களையும் சுரண்டல்களையும் உலகறியச் செய்வது.

3. பலூசிஸ்தானின் வளங்கள் அனைத்தும் பலூச்சிகளுக்கு மட்டுமே. சம்பந்தமே இல்லாத யார் யாரோ உண்டு கொழுப்பதை அனுமதிப்பதற்கில்லை.

4. பாகிஸ்தானின் நெருங்கிய நட்பு நாடான சீனா, பாகிஸ்தானில் மேற்கொண்டிருக்கும் CPEC (China-Pakistan Economic Corridor) திட்டங்களைத் தகர்ப்பது. அவை பெரும்பாலும் பலூசிஸ்தானின் வளங்களைக் குறி வைத்துத் தொடங்கப்பட்டவை. ஆனால் பலூச்சிகளுக்கு நயா பைசா பயனில்லை. தெற்கே குவாதர் துறைமுகத்தில்

தொடங்கி, வடக்கே கனிம வளம் மிகுந்த மலைப்பகுதிகள் வரை பிராந்தியமெங்கும் எங்கெல்லாம் அவர்கள் கடை திறக்கிறார்களோ அங்கெல்லாம் தாக்குவது. சீனர்களைக் கதறி ஓடச் செய்வது.

இந்த நான்கு அம்சச் செயல்திட்டத்துடன் இரண்டாயிரமாவது ஆண்டு முதல் பலூசிஸ்தானில் BLA தீவிரமாகச் செயல்படத் தொடங்கியது. அந்த வருட மே மாதத்துக்குப் பிறகு யார் செய்கிறார்கள், என்ன செய்கிறார்கள் என்றே கண்டுபிடிக்க முடியாத அளவுக்கு பலூசிஸ்தானில் நிலைகொண்டிருந்த பாகிஸ்தான் ராணுவத்தினர், உயர்மட்ட அரசாங்க ஊழியர்கள் மொத்தமாகக் கூடியிருக்கும் இடங்களில் தொடர்ச்சியாகக் குண்டுகள் வெடிக்கத் தொடங்கின. ஒவ்வொரு தாக்குதலிலும் குறைந்தது இருபத்தைந்து பேர் இறந்தார்கள். துல்லியமான இறப்பு விவரங்களைப் பாகிஸ்தான் அரசு பெரும்பாலும் வெளியிடவில்லை. இன்றைக்கு பி.எல்.ஏ., ட்விட்டரை (எக்ஸ் தளம்) மொத்த குத்தகைக்கு எடுத்துக்கொண்டு தனது ஒவ்வொரு செயல்பாட்டையும் மக்களுக்குத் தெரியப்படுத்திக்கொண்டிருக்கிறது. ஆனால் இரண்டாயிரத்தில் அதெல்லாம் கிடையாது. பாகிஸ்தான் இலக்குகள் தாக்கப்பட்டன என்று செய்தி வரும். அதுவுமே சில சமயம் வரும், பல சமயம் வராது. உண்மையில் என்ன நடக்கிறது என்பது பலூசிஸ்தானில் இருந்தவர்களுக்கு மட்டுமே தெரியும்.

இந்தத் தாக்குதல்கள் நான்கு விதமாக நடத்தப்பட்டன. முதலாவது ராணுவ நிலைகளின் மீது நிகழ்த்தப்பட்ட ராக்கெட் தாக்குதல். இரண்டாவது, ராணுவ வாகனங்களைக் கண்ணி வெடி வைத்துத் தகர்ப்பது. மூன்றாவது அரசு அலுவலகங்களைக் குண்டு வீசித் தகர்ப்பது. நான்காவது உயரதிகாரிகளைக் குறிவைத்துக் கொல்வது.

இந்தத் தாக்குதல்களை BLA திட்டமிட்டு, ஒரு சீரான இடைவெளியில் தொடர்ச்சியாக பலூசிஸ்தான் முழுவதும் நடத்தியது. இதுதான் இங்கே முக்கியம். இதற்கு முன்பு இயங்கிய இயக்கங்கள் அனைத்தும் அதனதன் இனக்குழுத் தலைமை எங்கே இருந்ததோ, அந்தப் பிராந்தியத்தை மையமாகக் கொண்டு தங்கள் சுற்றுப் புறங்களில் மட்டுமே நடவடிக்கைகளை அமைத்துக்கொண்டன. அல்லது தங்கள் இனக்குழுவினர் எங்கெல்லாம் வசிக்கிறார்களோ, அந்தப் பிராந்தியங்களில் மட்டும். பி.எல்.ஏ. எப்படித் தன்னை மதச்சார்பற்ற இயக்கமாக முன்னிறுத்தியதோ, அதே போல பலூசிஸ்தானின் ஒரு குறிப்பிட்ட இனக்குழுவுக்குரிய அமைப்பாகவும் காட்டிக்கொண்டதில்லை. உலகெங்கும் தீவிரவாதத்துக்கு எதிரான போர் என்று அமெரிக்கா அறைகூவல் விடுத்துக்கொண்டிருந்த சமயம். அல் காயிதாவும் தாலிபனும் இடம்பெறாத நாளிதழ் முதல் பக்கங்களே கிடையாது என்றிருந்த சூழ்நிலையை நினைவுகூர்ந்தால், எந்த ஒரு போராளி இயக்கத்தையும் மறு யோசனையே இல்லாமல் இஸ்லாமியத் தீவிரவாத இயக்கம் என்று முத்திரை குத்தி விடுவார்கள் என்ற சூழ்நிலை இருந்தது. எனவே பி.எல்.ஏ மிகக் கவனமாக எந்தக் குறிப்பிட்ட அடையாள வளையங்களுக்குள்ளும் சிக்கிக்கொள்ளாமல் செயல்பட முடிவு செய்தது. இடதுசாரி சித்தாந்தத் தாக்கம் உள்ளவர்களே என்றாலும் பி.எல்.ஏவை இடதுசாரி இயக்கம் என்றும் சொல்ல முடியாது என்பதுதான் இங்கே முக்கியம்.

ஒரே நோக்கம், பலூசிஸ்தானின் விடுதலை. ஒரே எதிரி பாகிஸ்தான். ஒரே வழி, ஆயுதப் போராட்டம்.

அவர்கள் அடித்து ஆடத் தொடங்கினார்கள்.

57. மரண விளையாட்டு

இரண்டாயிரமாவது ஆண்டு முதலே பலூசிஸ்தான் விடுதலை ராணுவம் தீவிரமாகச் செயல்படத் தொடங்கிவிட்டது என்றாலும் அந்த அமைப்பு பரவலாக வெளியே தெரியத் தொடங்கியது 2006 ஆம் ஆண்டுதான். சிந்தி மருத்துவர் ஷாஜியாவுக்கு நேர்ந்த வன்கொடுமை, அதன் தொடர்ச்சியாக நவாப் அக்பர் புக்தி தலைமையிலான போராளிகள் நிகழ்த்திய தாக்குதல்கள், பாகிஸ்தான் ராணுவம் அக்பர் புக்தியைக் கொன்றது - இவை மூன்றையும் பின்னணியில் நினைவில் நிறுத்துங்கள். BLA அத்தருணத்தில்தான் தனது தாக்குதல்கள் மேலும் தீவிரம் கொள்ளத் தேவையான அனைத்து நடவடிக்கைகளையும் எடுக்க ஆரம்பித்தது.

டிசம்பர் 14, 2006 அன்று பர்வேஸ் முஷாரஃப் பலூசிஸ்தானுக்கு வந்தார். சொல்லப்பட்ட காரணம், கோலு மாவட்டத்தில் இருந்த ஒரு துணை ராணுவ முகாமை அதிபர் பார்வையிட வருகிறார் என்பது. அவரது வருகைக்கான உண்மைக் காரணம் வேறு. அந்த ஆண்டு ஆகஸ்ட் 26 ஆம் தேதிதான் நவாப் அக்பர் புக்தி கொல்லப்பட்டிருந்தார். அதன் தொடர்ச்சியாக பலூசிஸ்தான் முழுதும் மக்கள் கிளர்ச்சி செய்யத் தொடங்கியிருந்தனர். பி.எல்.ஏ உள்பட விடுதலை

இயக்கங்கள் அனைத்தும் மூலைக்கொரு சம்பவம் செய்துகொண்டிருந்தன. எனவே ஒரு மாபெரும் தாக்குதல் நிகழ்த்தி, சிறிது காலத்துக்காவது பலூச்சிகள் அடங்கியிருக்கும்படி ஏதாவது செய்ய முடிகிறதா பார்க்கலாம் என்று முஷாரஃப் நினைத்தார். மாபெரும் என்றால் உண்மையிலேயே மாபெரும். ஆயிரக் கணக்கில் மக்கள் கொல்லப்படும்போது ஓர் அச்சம் வரும். அது அடங்கி ஒடுங்கச் செய்யும் என்று அவர் நினைத்தார். இதையெல்லாம் யாரும் வெளிப்படையாகச் சொல்லிவிட்டுச் செய்ய முடியாது அல்லவா? பின்னால் நடந்த சம்பவங்களைக் கொண்டு ஊகித்தறிய வேண்டியவை.

பலூச்சி தேசியவாதம் பேசும் அத்தனை பேரையும் கொன்றுவிடுவது என்பதுதான் அன்றைய தேதியில் முஷாரஃப்பின் முடிவு. தேடிப் பிடித்துச் சிறையில் அடைப்பதெல்லாம் கட்டுப்படியே ஆகாது என்று அவர் நினைத்தார். ஆனால் எந்தத் திட்டமும் கசிந்துவிடாமல் மிகக் கவனமாக ராணுவம் செயலாற்ற வேண்டும். அதைப் பேசி வடிவமைப்பதே அவரது வருகையின் உண்மை நோக்கமாக இருந்திருக்க வேண்டும்.

நோக்கம் வேண்டுமானால் வெளியிடப்படாமல் இருக்கலாம். வருவது தெரியாதிருக்குமா? முஷாரஃப் வருகிறார். நல்லது, கொன்றுவிடலாம் என்று BLA முடிவு செய்தது. அது மிகப் பயங்கரமான அபாயங்களை உள்ளடக்கிய மரண விளையாட்டு என்பது அவர்களுக்குத் தெரியும். இருப்பினும் செய்து பார்க்க முடிவு செய்தார்கள்.

முஷாரஃப், கோலுவில் இருந்த துணை ராணுவ முகாமைப் பார்வையிட வருகிறார் என்பது முதன்மைச் செய்தியாக இருப்பினும் அவர் வேறு சில திட்டங்களுடன் அங்கே வந்தார். அதில் முதலாவது, அந்தப் பிராந்தியத்தில் வசிக்கும் பழங்குடி மக்கள் - குறிப்பாக வயதானவர்களை

ஒருங்கிணைத்து ஒரு நிகழ்ச்சி ஏற்பாடு செய்யச் சொல்லியிருந்தார். ஒரு மக்கள் தலைவராக, தனது குடிபடைகளின் மீது மாளாத நேயம் கொண்டவராக அங்கே சில நலத்திட்டங்களையும் அறிவிக்க இருந்தார். அந்தச் சந்தர்ப்பத்தைப் பயன்படுத்திக்கொண்டு தாக்குதல் நடத்தலாம் என்று BLA முடிவு செய்தது.

நபர்களைத் தேர்ந்தெடுத்து, ராக்கெட் லாஞ்சர்களுடன் அனுப்பி வைத்தார்கள். போராளிகள் கோலு துணை ராணுவ முகாமுக்கு நெருக்கமாக ஒரு மறைவிடத்தைத் தேர்ந்தெடுத்துப் பதுங்கி இருந்து, முகாமை நோக்கி ராக்கெட்டுகளை ஏவினார்கள். ஆனால் நேரக் கணிப்பு பிசகிப் போனது. முஷாரஃப் அங்கே வருவதற்குச் சற்று முன்னதாகவே அவர்கள் தாக்குதல்களை நடத்திவிட, முஷாரஃப் உள்பட யாருக்கும் எந்த பாதிப்பும் இல்லாமல் ஆனது.

ராணுவம் அதிர்ந்துவிட்டது. அதிபரைக் குறி வைத்து நடத்தப்பட்ட தாக்குதல். அதுவும் ஒரு துணை ராணுவ முகாமின்மீது நடத்தப்பட்டிருக்கிறது. என்றால் உங்கள் பாதுகாப்பு என்ன லட்சணம் என்று ஊர் சிரித்துவிடாதா?

முஷாரஃப் வந்தார். வெடித்த ராக்கெட் குண்டுகளைப் பார்வையிட்டார். உயிர்ச் சேதம் உண்டா, வேறு சேதங்கள் ஏதேனும் உண்டா என்று விசாரித்தார். அதிர்ஷ்டவசமாகச் சேதமில்லை என்று அங்கிருந்த ராணுவ அதிகாரிகள் சொன்னார்கள். தாக்கியவர்கள் அகப்பட்டார்களா என்று கேட்டார். இல்லை என்று பதில் வந்தது. ஓஹோ அப்படியா என்று சொல்லிவிட்டு, திட்டமிட்டபடிப் பழங்குடி மக்களைக் கூப்பிட்டு உட்கார வைத்து உரையாற்ற ஆரம்பித்தார்.

பிரியப்பட்ட குடிமகா சனங்களே, கோலுவுக்குள் காலெடுத்து வைத்தால் பிணமாகத்தான் திரும்பிச் செல்வாய் என்று அவர்கள் சொல்ல நினைத்திருக்கிறார்கள். நல்லது. நான் மக்கள்

பணிக்காக என்னை நேர்ந்துவிட்டவன். இதற்கெல்லாம் அஞ்சமாட்டேன். உங்கள் பேட்டைக்கு மீண்டும் வருவேன். மீண்டும் மீண்டும் வருவேன். அதுவும் விரைவிலேயே திரும்ப இன்னொரு முறையும் வரப் போகிறேன். ஏனென்று தெரியுமா? முன்போலப் பாகிஸ்தான் இப்போது பிச்சைக்கார தேசமல்ல. நம்மிடம் பணம் இருக்கிறது. நாம் வளரத் தொடங்கிவிட்டோம். நம்ப முடியவில்லையா? சரி. உங்கள் மாவட்டத்துக்கே ஒன்றரை பில்லியன் டாலர் நிதி ஒதுக்குகிறேன். எல்லாம் உங்களுக்காக. எல்லாம் வளர்ச்சித் திட்டங்களுக்காக. மகிழ்ச்சிதானே. நீங்கள் என்னோடு இருங்கள். நானும் இறுதிவரை உங்களுக்காக, உங்களுடன் இருப்பேன்.

பேசிவிட்டுப் புறப்பட்டுவிட்டார். அன்றைக்கே மிராக் பலோச் என்னும் BLAவின் செய்தித் தொடர்பாளர் தாக்குதல் நடத்தியது தாங்கள்தாம் என்று அறிவித்தார். பாகிஸ்தான் அரசு BLAவை பயங்கரவாத இயக்கமாக அறிவித்து, தடை செய்தது. அமெரிக்கா அறிவித்தது. பிரிட்டன் அறிவித்தது. இரான் அறிவித்தது. சரி, நீ அறிவித்துக்கொண்டு போ என்று சொல்லிவிட்டு BLA அடுத்தத் தாக்குதல் திட்டங்களில் ஈடுபடத் தொடங்கியது.

அடுத்த மூன்றாண்டுக் காலம் பலூசிஸ்தானில் நடந்தவை எதுவும் சொல்லும் தரமற்றது. ராணுவமும் சரி; BLAவும் சரி. கண்மண் தெரியாமல் தாக்கிக்கொண்டார்கள். எப்போது எங்கே என்ன நடக்கும் என்றே கணிக்க முடியாதபடி இரு தரப்புத் தாக்குதல்களும் உக்கிரமடைந்திருந்தன. இழப்புகளும் அதிகம். ஆனால் BLA மக்கள் பாதிப்புறும் விதத்தில் அதுவரை எந்தத் தாக்குதலிலும் இறங்கவில்லை என்பது முக்கியம். அதை அவர்கள் தொடர்ந்திருந்தால், மிகப் பெரிய அளவில் அவர்களுக்கு சர்வதேச கவனமும் ஆதரவும் கிடைத்திருக்கும். விதி யாரை விட்டது?

பலூசிஸ்தானில் பிரஹும்தாஹ் புக்தி (Brahumdagh Bugti) என்றொரு விடுதலை இயக்கத் தலைவர் இருந்தார். நமக்கு நவாப் அக்பர் ஷாபாஸ்கான் புக்தியைத் தெரியும் அல்லவா? அவரது பேரன். பலூசிஸ்தானில் எப்போதாவது சட்டமன்றம் இயங்கிய காலங்களில் ஒருமுறை முதலமைச்சராகவும் இன்னொரு முறை ஆளுநராகவும்கூட இருந்திருக்கிறார். பலூச் குடியரசுக் கட்சி என்ற அரசியல் கட்சியின் தலைவரும்கூட. ஏற்கெனவே பார்த்திருக்கிறோம், பலூசிஸ்தானைப் பொறுத்தவரை ஜனநாயக அரசியல், ஆயுதப் போராட்டம் என்பவை இருவேறு துறைகள் அல்ல. எப்போது எது சரிப்பட்டு வருகிறதோ அப்போது அதை எடுத்துக்கொள்வார்கள்.

பிரஹும்தாஹ் புக்தி, தனது பாட்டனாரிடம் சிறு வயது முதலே ஆயுதப் பயிற்சி பெற்றவர். அவரது இயக்கத்தில் ஒரு சாதாரணப் போராளியாக இருந்து பல தாக்குதல் சம்பவங்களில் ஈடுபட்டவர். படிப்படியாக வளர்ந்து அதே இயக்கத்தின் தலைமைப் பொறுப்புக்கும் வந்தவர். பிறகு தேர்தல், ஜனநாயகம், சட்டமன்றம், மந்திரி பதவி போன்றவை வந்தாலும் அடிப்படையில் போராளி. அவர் ஒரு காரியம் செய்தார்.

பிப்ரவரி 2, 2009 அன்று குவெத்தா நகரில், ஐநாவின் அகதிகள் மறுவாழ்வுக்கான ஹை கமிஷனர் ஜான் ஸொலக்கி (John Solecki) என்பவர் ஆயுததாரிகளால் கடத்தப்பட்டார். அவர் அமெரிக்கர். பலூசிஸ்தானில் இருந்துகொண்டு ஆப்கன் அகதிகளுக்கு உதவும் பணியில் ஈடுபட்டிருந்தவரைக் கடத்தியது ஙிலிஹிதி என்று அழைக்கப்பட்ட ஒருங்கிணைந்த பலூசிஸ்தான் விடுதலை முன்னணி என்ற அமைப்பு. பலூசிஸ்தானைப் பொறுத்தவரை அமைப்புகளின் பெயர்களை நினைவில் கொள்வது மிகவும் சிரமம். ஒவ்வோர் இடத்தில் ஒவ்வொரு பெயரில் வருவார்கள். அது பிரச்னை இல்லை. ஆனால் வேறு வேறு பெயர்களில் இயங்கும்

இயக்கங்களில் ஒருவரே சம்பந்தப்படுவார். இது குழப்பும். நபர்கள் அல்ல; செயலே முக்கியம் என்று நினைப்பவர்கள் அப்படி இருப்பார்கள்.

அது இருக்கட்டும். மேற்படி ஐநாவின் ஹை கமிஷனரான அமெரிக்கர் கடத்தப்பட்டது பாகிஸ்தானில் பெரிய பூகம்பத்தை உண்டாக்கியது. நாலாபுறங்களில் இருந்தும் பாகிஸ்தான் அரசுக்கு நெருக்கடி வரத் தொடங்கியது. கடத்தலில் ஈடுபட்டவர்கள், மேற்படி அதிகாரியின் ஓட்டுநரை சுட்டுக் கொன்றுவிட்டு, அவரை மட்டும் அழைத்துக்கொண்டு போய்விட்டார்கள். ஆனால் எங்கே போனார்கள், என்ன செய்தார்கள் என்று யாருக்கும் தெரியவில்லை.

பாகிஸ்தான் ராணுவம் என்னென்னவோ செய்து பார்த்தது. பலூசிஸ்தான் மலைக் கானகங்களில் உள்ள ஒவ்வொரு குகையிலும் தேடுதல் வேட்டை நடத்தியது. ஆனால் கண்டுபிடிக்க முடியவில்லை. இந்தச் சூழ்நிலையில், இக்கடத்தல் சம்பவத்துக்குத் திட்டம் வகுத்துக் கொடுத்துப் பின்னால் இருந்து இயக்கி முடித்தது பிரஹூம்தாஹ் புக்திதான் என்பது தெரிய வந்தது. இதைக் கண்டுபிடித்தவர்கள் பாகிஸ்தான் ராணுவத்தினர் அல்லர். அமெரிக்க உளவுத் துறையைச் சேர்ந்தவர்கள் கண்டறிந்த இவ்விவரத்தை, ஆப்கனிஸ்தானுக்கான ஐநாவின் சிறப்புப் பிரதிநிதியாக அப்போது வேலை பார்த்துக்கொண்டிருந்த கை எய்ட் (Kai Eide), ஆப்கன் அதிபர் ஹமீத் கர்சாயிடம் கொண்டு சென்றார்.

இது பலூசிஸ்தான் விவகாரம். இதில் நான் என்ன செய்ய முடியும் என்று கேட்டார் ஹமீத் கர்சாய். விவகாரம் பலூசிஸ்தான் சம்பந்தப்பட்டது என்றாலும் நடந்த கடத்தலின் சூத்திரதாரியான பிரஹூம்தாஹ் புக்தி காபூலில் இருக்கிறாரே என்றது சி.ஐ.ஏ.

ஹமீத் கர்சாய் எவ்வளவு நல்லவர், அப்பாவி என்று தெரிந்துகொள்ள இச்சம்பவம் ஒரு சாட்சி.

அது இருக்கட்டும். அவர்தான் படாதபாடு பட்டு பிரஹும்தாஹ் புக்தியைத் தேடிப் பிடித்து, அப்பா தாயே என்று கெஞ்சிக் கூத்தாடி, கடத்தப்பட்ட ஐநா அதிகாரியை விடுவிக்கச் சொல்லிக் கேட்டார். ஒழிகிறது என்று அவரும் தனது ஆள்களுக்குத் தகவல் அனுப்பி, பிடித்து வைத்திருந்த அதிகாரியை விடுவிக்கச் சொல்லி உத்தரவிட, ஒரு வழியாக ஏப்ரல் 4 ஆம் தேதி அந்த அதிகாரி கடத்தல்காரர்களால் விடுவிக்கப்பட்டார்.

என்னடா இது, BLAவைக் குறித்துப் பார்த்துக்கொண்டிருந்தோம், சம்பந்தமில்லாமல் இந்த பிரஹும்தாஹ் புக்தி எங்கிருந்து வந்து குதித்தார் என்று சிறிது குழப்பம் ஏற்பட்டிருக்கலாம். காரணம் இருக்கிறது. சற்றுப் பெரிய காரணம்.

58. அந்நியனே வெளியேறு

பிரஹும்தாஹ் புக்தி 2006 ஆம் ஆண்டின் தொடக்கம் முதலே ஆப்கனிஸ்தானில்தான் இருந்தார். அதுவும் தலைநகர் காபூலிலேயே. இதர பலூசிஸ்தான் விடுதலை இயக்க வீரர்கள், தலைவர்களெல்லாம் கந்தஹாரிலும் அதனைச் சுற்றியுள்ள பகுதிகளிலும் முகாம் போட்டு உட்கார்ந்திருந்தபோது, மேற்படி புக்தி மட்டும் தனது குடிபடைகளுடன் காபூலில் தங்கியிருந்ததற்கு நிச்சயமாகச் சிறப்புக் காரணங்கள் இருந்திருக்க வேண்டும். ஆனால் அது வெளியே சொல்லப்படவேயில்லை. 'என்னது? புக்தி காபூலில் இருக்கிறாரா?' என்று ஹமீத் கர்சாய் அதிர்ச்சியடைந்ததாகக் காட்டிக்கொண்டாலும் அவர் அறியாதிருந்திருக்க வாய்ப்பில்லை. அவரென்ன. ஆப்கனிஸ்தானில் வசிக்கும் நாய் நரி பூனை பெருச்சாளிகளுக்கும்கூட பலூசிஸ்தான் போராளிகள் அங்கேதான் வசிக்கிறார்கள் என்பது தெரியும். தாலிபனுக்கும் அல் காயிதாவுக்கும் இதர ஆப்கன் இனக்குழுவினருக்கும் பலூசிஸ்தானும் கைபர் பக்துன்வாவும் எப்படியோ அப்படித்தான் அவர்களுக்கு ஆப்கனிஸ்தானின் நகரங்களும் கிராமங்களும் காடுகளும் மேடுகளும். தேச எல்லைகள் எல்லாம் ஒரு சௌகரியத்துக்கு வரைபடங்களில் கிழிக்கப்படும் கோடுகள். போராளிகள் தமது சௌகரியத்துக்கு

அதைக் கிழித்து எடுத்து ஓரமாக வைத்துவிடும் வித்தை தெரிந்தவர்கள்.

அது இருக்கட்டும். அந்த ஐநா அதிகாரியான அமெரிக்கரை பிரஹும்தாஹ் புக்தி விடுதலை செய்யச் சொல்லி உத்தரவிட்டு, அந்தக் கல்யாணம் ஒரு வழியாக நடந்து முடிந்தது, ஏப்ரல் மாதம். சொல்லி வைத்தாற்போல அதே ஏப்ரலில் மூன்று பலூச்சி தேசியவாதத் தலைவர்கள் அடையாளம் தெரியாத ஒரு குழுவினரால் கடத்திச் செல்லப்பட்டார்கள் (ஏப்ரல் 3, 2009). குலாம் முஹம்மது பலூச், லாலா முனீர் பலூச், ஷெர் முஹம்மது பலூச் (இவர் பலூசிஸ்தான் குடியரசுக் கட்சியைச் சேர்ந்த வேறொரு ஷெர் முஹம்மது.) ஆகிய அம்மூன்று பேரும் பலூசிஸ்தானில் முதல் வரிசை அரசியல்வாதிகள். ஊரறிந்த பிரமுகர்கள்.

தர்பாத் என்ற நகரில் நீதிமன்ற வழக்கு விசாரணை ஒன்றனுக்காக வந்துவிட்டு வெளியே வந்தபோது துப்பாக்கி முனையில் அவர்கள் கடத்தப்பட்டார்கள். பட்டப்பகலில் நடந்த கடத்தல் சம்பவத்தைப் பொதுமக்கள் பலர் பார்த்திருந்தார்கள். அவர்களுள் ஒரு சிலர், கடத்தியவர்கள் பாதுகாப்புப் படையில் பணிபுரிபவர்கள் என்று பிறகு சொன்னார்கள். பலூச்சி தலைவர்களை வேறு யார் கடத்துவார்கள்?

கடத்தப்பட்டவர்கள் ஐந்து நாள்களுக்குப் பிறகு ஏப்ரல் 8 ஆம் தேதி, அங்கிருந்து முப்பத்தைந்து கிலோ மீட்டர் தொலைவில் ஓரிடத்தில் பிணமாகக் கண்டெடுக்கப்பட்டார்கள். இது சந்தேகமில்லாமல் ஐநா அதிகாரி கடத்தலுக்குப் பழி வாங்க பாகிஸ்தான் படைகள் மேற்கொண்ட நடவடிக்கையே என்று மொத்த பலூசிஸ்தானும் சொன்னது. இதன் விளைவுகள் மிகவும் மோசமாக இருந்தன. மாநிலம் முழுவதும் கடையடைப்பு, எதிர்ப்பு ஊர்வலங்கள், பேரணிகள், பொதுக்கூட்டங்கள், தீவைப்புச் சம்பவங்கள், கல்

வீச்சுகள் என்று அல்லோலகல்லோலப்பட்டது. பி.எல்.ஏ. இதற்குப் பழிவாங்க முடிவு செய்தது.

இது நடந்துகொண்டிருந்தபோதே இன்னொரு சம்பவம் அரங்கேறத் தொடங்கியது. பழைய கலாட் மன்னர் (கடைசி ஆட்சியாளர்) மிர் அஹ்மத் யார்கானை நினைவிருக்கிறதல்லவா? அவரது வாரிசான சுலைமான் தாவூத் என்பவர்தான் 2009 காலக்கட்டத்தில் 'கலாட் மன்னர்' என்கிற பரம்பரைப் பெயரை ஏந்திக்கொண்டிருந்தார். அதாவது பெயரளவில் கலாட் மன்னர். மற்றபடி அப்போது கலாட் ராஜ்ஜியம் என்றே ஒன்று கிடையாது. மொத்தமாக பலூசிஸ்தான். அது பாகிஸ்தானின் ஒரு மாகாணம். இவரும் பெயரை மட்டும் எடுத்துக்கொண்டு பிரிட்டனுக்குப் போய் வசிக்கத் தொடங்கினார். அங்கிருந்தபடி பலூசிஸ்தானில் விடுதலை இயக்கத் தலைவர்களுடனும் போராளிக் குழுக்களுடனும் தொடர்புகொண்டு அரசியல் செய்து வந்தார்.

மூன்று பலூச்சி தலைவர்கள் கடத்தப்பட்டு, கொலை செய்யப்பட்ட சம்பவத்தில் மாநிலமே கொந்தளித்துக்கொண்டிருந்தபோது மேற்படி சுலைமான் தாவூத், திடீரென்று ஓர் அறிவிப்பை வெளியிட்டார்.

இனி பலூசிஸ்தானுக்கு நானே ஆட்சியாளர். பலூசிஸ்தான் பாகிஸ்தானில் இருந்து பிரிந்துவிட்டது. தேசியவாதத் தலைவர்களும் போராளி இயக்கத் தலைவர்களும் என்னுடன் இருக்கிறார்கள். ஆப்கனிஸ்தானில் இருக்கும் பிரஹும்தா புக்தியும்கூட இதனை ஆதரிக்கிறார். எனவே மக்களே, பழைய கலாட் பேரரசை மீண்டும் நாம் கட்டியெழுப்புவோம். பாகிஸ்தானிகளை உண்டு இல்லை என்று செய்துவிடுவோம்.

பலூசிஸ்தான் மக்கள் அதை நம்பினார்களா, ஏற்றுக்கொண்டார்களா, வேல்ஸில் வசித்துக்கொண்டிருந்த சுலைமான் தாவூத் ஊர் திரும்பும் நாள் எதுவென்று

ஆவலுடன் காத்திருந்தார்களா என்பதெல்லாம் இங்கு முக்கியமல்ல. சாத்தியமுள்ள அனைத்து விதங்களிலும் பாகிஸ்தான் அரசுக்குக் குடைச்சல் கொடுத்துக்கொண்டே இருப்பது என்னும் செயல்திட்டம் ஒன்றே அவர்களுக்கு அப்போது முக்கியமாக இருந்தது.

அந்தக் கட்டத்தில்தான் பிரஹும்தா புக்தி சொன்னார். முதலில் நமது நிலத்தில் வசிக்கும் அந்நியர்களை நாம் அகற்றுவோம். அதுதான் அனைத்தினும் முக்கியம். நமது இலக்கு ராணுவமாக மட்டும் இருக்கிறது. பாகிஸ்தான் ஆட்சியாளர்களாக மட்டும் இருக்கிறார்கள். இது நமக்கு உதவாது. அவர்கள் மெல்ல மெல்ல பலூசிஸ்தான் முழுவதும் பாகிஸ்தானிகளைக் கொண்டு வந்து குடிவைத்துவிடுகிறார்கள். சிந்திகளும் பஞ் சாபிகளும் நம் நாடெங்கும் பரவி நிறைந்துவிட்டார்கள். ஆட்சியாளர்களுக்கு அவர்கள் ஆதரவு தருகிறார்கள். நேரடியாகவும் மறைமுகமாகவும் அவர்களது ஆதரவு தொடர்ச்சியாக இருப்பதனால்தான் ராணுவம் இங்கே ஆட்டமான ஆட்டம் போட்டுக்கொண்டிருக்கிறது. நம் நிலத்தில், பட்டப்பகலில் நமது தலைவர்களைக் கடத்திச் சென்று அவர்களால் கொல்ல முடிகிறது என்றால் அதற்கு என்ன பொருள்? நீதிமன்றத்தில் இருப்பவர்கள் யார்? நீதிபதி யார்? வழக்கறிஞர்கள் யார்? இதர ஊழியர்கள் யார்? எங்கும், எல்லா இடங்களிலும் பஞ்சாபிகள் நிறைந்துவிட்டார்கள். சந்துகள் தோறும் சிந்திகள் பரவிவிட்டார்கள். பலூசிஸ்தான், பலூச்சிகளுக்கு மட்டுமே சொந்தமான இடம். இங்குள்ள அந்நியர்கள் அத்தனை பேரையும் முதலில் அகற்றியாக வேண்டும். அவர்கள் வெளியேறத் தயாரில்லை என்றால் நாம் பெருக்கித் தள்ளுவோம். குழந்தைகள், பெண்கள், ஆண்கள், வயசாளிகள், நோயாளிகள் என்றெல்லாம் பார்ப்பதற்கில்லை. அந்நியர்கள். அவ்வளவுதான். இது நடந்தால் மட்டுமே நமக்குப் பூரண சுதந்தரம் சாத்தியம்.

அவரது கருத்து இதுதான். இதைப் பல்வேறு விதங்களில் அவர் தொடர்ச்சியாகப் பேசத் தொடங்கினார். அவர் மட்டுமல்லாமல், அவரது கட்சியைச் சேர்ந்தவர்கள், ஆயுதக் குழுவினைச் சேர்ந்தவர்களும் பலூச்சி மக்களிடையே இதனை உக்கிரமாகப் பிரசாரம் செய்யத் தொடங்கினார்கள். ஆனால், பிரஹும்தா புக்திக்கு நன்றாகத் தெரியும். இந்தக் கருத்தை நிலிகி ஏற்றுக்கொண்டு செயல்படுத்தத் தொடங்கினால் மட்டுமே விளைவு எதிர்பார்த்தாற்போல இருக்கும். நூற்றுக்கணக்கான சிறிய இயக்கங்கள் பலூசிஸ்தானில் இருக்கலாம். அவர்கள் செயல்பட்டுக்கொண்டும் இருக்கலாம். ஆனால் பெரிய காரியங்களைச் செய்வது பி.எல்.ஏதான்.

நீங்கள் என்ன சொல்கிறீர்கள்?

ஆப்கனிஸ்தானிலேயே கந்தஹார் பிராந்தியத்தில் தலைமறைவாக வசித்து வந்த பி.எல்.ஏவின் தலைவர்களைச் சந்தித்து அவர் கேட்டார். யோசிப்பதற்கு பலூசிஸ்தான் விடுதலை ராணுவம் எத்தனை நாள்கள் எடுத்துக்கொண்டன என்று சரியாகத் தெரியவில்லை. சரி என்று ஒப்புக்கொண்டதற்கான ஆவண ஆதாரங்களும் இல்லை. ஆனால் அதன் பிறகு பி.எல். ஏவின் தாக்குதல் இலக்கில் பொது மக்களும் சேர்ந்தார்கள். அதாவது பலூசிஸ்தானில் வசிக்கும் பஞ்சாபிகள், சிந்திகள்.

இது பலூசிஸ்தான் விடுதலை இயக்க வரலாற்றின் மிக முக்கியமானதொரு தருணம். பி.எல்.ஏ ஒரு போராளி இயக்கமாக மட்டும் சரித்திரத்தில் நிலைபெற்றிருக்க வேண்டிய அமைப்பு. இப்போதும் அங்கே அதனை அப்படித்தான் நினைக்கிறார்கள், அப்படித்தான் மதிக்கிறார்கள். ஆனால் உலக அளவில் பலூசிஸ்தான் விடுதலை ராணுவம் என்பது ஒரு தடை செய்யப்பட்ட பயங்கரவாத இயக்கமாக உள்ளது. அமெரிக்கா தொடங்கி பாகிஸ்தான் வரை அதனைத் தடை செய்திருப்பது ஒரு

பொருட்டல்ல. ஆனால் ஒரு போராளி இயக்கமாகக் கருதி, 'ஊரறிய யாருக்கும் தெரியாமல்' ஏராளமான உதவிகள் செய்திருக்கும் இந்தியாவும்கூட அவர்கள் சுதந்தர பலூசிஸ்தான் பிரகடனத்தை வெளியிட்டபோது 'காதுல விழல' என்று வேறு வேலைகளில் தீவிரமாக இருந்ததை நினைவுகூரலாம். இந்தியா எங்கள் நண்பன் என்று ட்விட்டுக்கு ட்விட் சொல்லிக்கொண்டே இருந்தார்கள். பொருட்படுத்தினோமா? எங்களை அங்கீகரியுங்கள் என்று கதறாத குறையாகக் கெஞ் சினார்கள். செய்தோமா? பலூசிஸ்தானில் வசிக்கும் இந்தியர்களைப் பற்றியும் அங்குள்ள இந்து கோயிலைப் பற்றியும் சிறப்பு டாக்குமெண்டரி எல்லாம் வெளியிட்டார்கள். கவனித்தோமா? இரு தரப்பு நெருக்கத்தின் வரலாற்றைப் பக்கம் பக்கமாகப் பேசினார்கள், எழுதினார்கள். பொருட்படுத்தினோமா?

இன்றுவரை இந்தியாவைத் தனது நட்பு நாடாகவே பலூசிஸ்தானும் பி.எல்.ஏவும் ஓயாமல் சொல்லிக்கொண்டிருக்கின்றன. இந்திய அரசு அதை மறுக்கவில்லை. ஆனால், 'ஆமாம், அப்படித்தான்' என்று ஒப்புக்கொள்ளவும் இல்லை என்பதைக் கவனியுங்கள். எது போராளி இயக்கம், எது அதன் முகத்தை ஒரு தீவிரவாத இயக்கத்தின் முகமாக மாற்றுகிறது என்பதைச் சரியாகப் புரிந்துகொள்ள வேண்டும். பி.எல்.ஏ. என்றல்ல. எல்லா இயக்கங்களுக்குமே இது ஒரு பிரச்னை. பெரும்பாலான நாடுகளில் நியாயமான காரணங்களைச் சொல்லிப் போராடும் விடுதலை இயக்கங்கள் வெற்றியடையாமல் போவதன் அடிப்படைக் காரணம் இதில்தான் உள்ளது.

பலூசிஸ்தான் விடுதலை ராணுவத்தின் போராட்ட வரலாற்றின் உள்ளே முழுதாக நுழைவதற்கு முன்னால் இந்த அடிப்படையைச் சற்றுத் தெளிவாகப் புரிந்துகொண்டுவிடுவது நல்லது.

59. வேறு முகம்

பலூசிஸ்தானில் வசிக்கும் பலூச்சி இனத்தவர் அல்லாத அனைவரையும் ஒழித்துக்கட்டுங்கள் என்று அறைகூவல் விடுத்தவர் பிரஹும்தா புக்தியாக இருக்கலாம். பலூசிஸ்தானில் இயங்கிக்கொண்டிருந்த பல்வேறு சிறிய ஆயுதக் குழுக்கள் அந்தப் பணியில் சிறிதளவு ஈடுபட்டிருக்கலாம். ஆனால் எப்போது பலூசிஸ்தான் விடுதலை ராணுவம் (BLA) அதைத் தனது செயல் திட்டங்களுள் ஒன்றாகக் கையில் எடுத்ததோ, அப்போது சிக்கல் பெரிதாகிப் போனது.

ஒப்பீட்டளவில் BLAவுக்கு ஆள் பலம் அதிகம். ஆயுத பலம் அதிகம். பெரிய அளவில் அவர்களிடம் நவீன ஆயுதங்கள் கிடையாது என்றாலும் இதர இயக்கங்கள் வைத்திருந்த நாட்டுத் துப்பாக்கிகளைவிடச் சற்று உயர்ந்த தரத்தில் அவர்கள் ஆயுதங்கள் வைத்திருந்தார்கள். என்னதான் சோவியத் இல்லை, ரஷ்யப் புரவலர்கள் இல்லை என்றாலும் இயங்கத் தொடங்கிய ஒன்பதாண்டுகளில் BLAவுக்குக் கணிசமான அளவில் வெளிநாடு வாழ் பலூச்சிகளின் ஆதரவு கிடைத்திருந்தது. பலூச்சிகள் என்றில்லை. பாகிஸ்தானைப் பிடிக்காத அனைத்துத் தரப்பிலிருந்தும் ஏதோ கொஞ்சம் நிதி வரத்து இருக்கத்தான் செய்தது. இல்லை, இல்லை என்று

இக்கணம் வரை மறுத்துக்கொண்டிருந்தாலும் இந்திய-ஆப்கன் அரசுகளின் ஆதரவு தனி. எனவே, அவர்கள் என்ன திட்டமிடுகிறார்களோ அதைச் சரியாகச் செய்து முடிக்கக் கூடியவர்களாக இருந்தார்கள்.

மே மாதம் **2009** ஆம் வருடம் BLA, பலூசிஸ்தானில் வசிக்கும் பஞ்சாபிகளைக் குறி வைத்தது. கவனியுங்கள். நிறுவனங்கள் அல்ல. அரசு அலுவலகங்கள் அல்ல. ராணுவமல்ல. உயரதிகாரிகள் அல்ல. பலூசிஸ்தானில் பணி நிமித்தம் வந்து, வீடு வாசல் குடும்பம் குட்டியுடன் அங்கேயே நிரந்தரமாகத் தங்கிவிட்டிருந்த சாதாரண மக்கள். அவர்கள் பஞ்சாபிகள். அவ்வளவுதான் வித்தியாசம். அடித்தட்டுத் தொழிலாளிகள் முதல் உயரதிகாரிகள் வரை அவர்களில் எத்தனையோ சமூகப் படிகளில் வசிப்போர் உண்டு. BLA அதையெல்லாம் பொருட்படுத்தவில்லை. நீ பஞ்சாபியா? ஒன்று ஓடிவிடு. அல்லது இறந்துவிடு.

ஓடிவிடு என்றால் எங்கே ஓடுவது? வேண்டுமானால் வீடு மாறலாம். வீதி மாறலாம். ஊர் மாறலாம். மாநிலத்தையே விட்டு வெளியேறிச் செல்வதென்றால் அவ்வளவு எளிதா? வேறு வழியில்லை, ஓடிவிடுங்கள் என்று BLA சொன்னது. ஓடாதவர்களைக் குறிவைத்துத் தாக்கவும் ஆரம்பித்தது. அந்த ஆண்டின் இறுதிக்குள் சுமார் ஐந்நூறு பஞ்சாபிகள் பலூசிஸ்தானில் கொலை செய்யப்பட்டார்கள். இந்த பயங்கரம் எப்போது நடக்கும், எங்கே நடக்கும் என்று யாருக்கும் தெரியாது. எப்போது வேண்டுமானாலும் எங்கு வேண்டுமானாலும் நடக்கும். ஆண்கள், பெண்கள், குழந்தைகள் பேதமே இல்லாமல் நடக்கும். ரயில் நிலையங்களில், குடியிருப்புப் பகுதிகளில், மருத்துவமனைகளில், மார்க்கெட்டில், வழிபாட்டு இடங்களில் - இங்கே அங்கே என்ற பேதமே இல்லை. திடீரென்று ஒரு பஞ்சாபியின் எதிரே BLAவின் வீரர் ஒருவர் வந்து நிற்பார். நீ பஞ்சாபியா என்பார். ஆமாம் என்றால் முடிந்தது. இல்லை என்று சொல்லித்

தப்பிக்க இடமிருக்காது. ஏனெனில், முன்பே ஒருவரைக் குறித்துத் தெளிவாக விசாரித்து அறிந்துகொண்ட பின்புதான் அவர்கள் நெருங்குவார்கள்.

இது உக்கிரமடையத் தொடங்கியது. BLA பஞ்சாபிகளைக் குறி வைத்துத் தாக்கிக் கொல்கிறது என்று தெரிந்ததும் இதர இயக்கங்கள் உற்சாகம் கொண்டு அவர்களும் தம்மாலானதைச் செய்யத் தொடங்கினார்கள். விளைவு, பலூசிஸ்தான், மக்கள் வசிப்பதற்குரிய இடமே இல்லை என்று உலகெங்கும் செய்தி பரவத் தொடங்கியது.

எப்படி-எத்தனை விதமாக யோசித்துப் பார்த்தாலும் இன்றுவரை பலூச்சிகள் தமது சுதந்தரக் கனவைக் கனவாகவே தக்கவைத்திருப்பதற்கான அடிப்படை இதில்தான் உள்ளதென்று தோன்றுகிறது. புரியவில்லை அல்லவா? சிறிது விளக்கிவிடலாம்.

ஒரு போராளி இயக்கத்துக்கும் தீவிரவாத இயக்கத்துக்கும் சில நுணுக்கமான வேறுபாடுகள் உள்ளன. மேலோட்டமான பார்வைக்கு இரண்டும் ஒன்று போலத்தான் தோற்றமளிக்கும். ஒரு லட்சியம். ஒரு கனவு. விடுதலை வேட்கை. அதற்கான நியாயங்கள். ஆயுதப் போர். அந்நிய நாட்டில் அடைக்கலம் இருந்துகொண்டு தங்கள் மண்ணில் யுத்தம் புரிவது. எல்லாம் ஒன்றுபோலத்தான் இருக்கும். ஆனால் போராளி இயக்கம் என்பது சில திட்டவட்டமான கொள்கைகளைக் கொண்டிருக்கும். என்ன ஆனாலும் அவர்கள் தமது பிராந்தியத்தின் அரசியலுக்கு அப்பால் உள்ள பகுதிகளின் அரசியலில் மூக்கை நுழைக்க மாட்டார்கள். ஆயுதப் போரைத் தமது பிராந்திய எல்லைக்கு வெளியே செய்ய மாட்டார்கள். யார் எதிரி என்று வரையறுத்த பின்பு, வேறு யாரை நோக்கியும் அவர்களது ஆயுதம் உயராது. தேவைக்கேற்ப, சந்தர்ப்ப சூழலுக்கேற்ப எதிரிகளை மாற்றிக்கொண்டோ, கூடுதல் குறைவு செய்துகொண்டோ இருக்க மாட்டார்கள். அந்நிய நிலத்தில் தாக்குதல் நடத்த மாட்டார்கள். பொது மக்களை அச்சுறுத்தும் விதமான

செயல்களில் ஒருபோதும் ஈடுபட மாட்டார்கள். ஓர் அரசாங்கம்தான் தங்கள் எதிரி என்றால், அதனோடு மட்டும்தான் இறுதிவரை போர் புரிவார்கள். அந்த அரசின் மக்களும் அரசின் உறுப்புதானே என்றெல்லாம் வெட்டி நியாயம் பேசிக்கொண்டிருக்க மாட்டார்கள். தனி நபர் கொலைகளில் ஈடுபட மாட்டார்கள். சித்தாந்தக் கல்வியின் அவசியம் இந்த இடத்தில்தான் அவர்களுக்கு வேலை செய்யும்; செய்ய வேண்டும்.

உலகெங்கும் இயங்கிய-இயங்கிக்கொண்டிருக்கும் ஒவ்வோர் இயக்கத்தையும் மேற்சொன்ன விவரங்களுடன் பொருத்திப் பாருங்கள். வென்ற இயக்கங்கள் ஏன் வென்றன என்பதும் தோல்வியடைந்த இயக்கங்கள் ஏன் தோற்றன என்பதும் புரிந்துவிடும்.

ஓர் இயக்கம், விடுதலை இயக்கமாக மட்டும் இருக்கும்போது புவியியல் எல்லைகள் கடந்த மக்கள் ஆதரவு அவர்களுக்குத் தாராளமாகக் கிடைக்கும். அவர்களது சித்தாந்தத்துடன் ஒத்துப் போகிற அரசுகள் ஆதரிக்க முன்வரும். போரில் அவர்கள் தோற்றே போனாலும் பெயர் நல்ல விதமாக நிலைக்கும். என்றென்றும் நினைக்கப்படக்கூடியவர்களாக இருப்பார்கள். எப்போது ஓர் இயக்கம் மக்கள் வெறுப்படையும்படியான காரியங்களில் ஈடுபட ஆரம்பிக்கிறதோ, அப்போது அதன் இலக்கு சிதறிப் போகும். ஆதரித்தவர்கள் விட்டு விலகத் தொடங்குவார்கள். அரசியல் லாபங்களுக்காகச் சில காலம் தோளில் கைபோட்டுக்கொண்டு இருந்துவிட்டுப் பிறகு, உதவியர்கள் அனைவரும் காணாமல் போய்விடுவார்கள்.

BLA பஞ்சாபிகளைக் கொல்ல முடிவெடுத்ததும் நடந்த சம்பவங்களுக்குத் தானே பொறுப்பு என்று பகிரங்கமாக அறிவித்ததும் பாகிஸ்தான் முழுவதும் கடும் அதிர்ச்சி அலைகளை உருவாக்கின. பலூசிஸ்தானில் வசித்து வந்த அப்பாவிப் பஞ்சாபிகள் அனைவரும் தமது சொத்து

சுகங்கள் அனைத்தையும் அப்படியே விட்டுவிட்டு மாநிலத்தை விட்டு ஓட வேண்டியதானது. இது அந்நாட்டின் இதர அனைத்து மாநில மக்கள் மத்தியிலும் மிகுந்த அதிர்ச்சியையும் கவலையையும் உண்டாக்கியதன் விளைவு, பலூசிஸ்தானை அவர்கள் ஒரு பூச்சாண்டிப் பிராந்தியமாகப் பார்க்கத் தொடங்கினார்கள். உலகில் எங்கெல்லாம் பலூசிஸ்தான் பிரச்னை பேசப்பட்டதோ, அங்கெல்லாம் BLAவின் ரத்த வெறி நடவடிக்கைகள் முதன்மையான பேசுபொருளானது.

2010 ஆண்டுத் தொடக்கம் முதல் BLAவின் இந்த இன அழிப்புத் தாக்குதல் மேலும் தீவிரமடைய ஆரம்பித்தது. அவர்கள் பலூசிஸ்தானில் உள்ள கல்வி நிலையங்களை அப்போது தங்களது இலக்குகளாக்கிக்கொண்டார்கள். பஞ்சாபி ஆசிரியர்கள், பேராசிரியர்கள், பஞ் சாபி மாணவர்கள் என்று குறி வைத்துக் கொல்ல ஆரம்பித்தார்கள். இதன் விளைவு, மாநிலமெங்கும் பள்ளி, கல்லூரிகள் திறப்பதே பெரும்பாடு என்றாகிப் போனது.

நஜீமா தாலிப் என்றொரு பெண் பேராசிரியர் குவெத்தாவில் இருந்த பல்கலைக்கழகத்தில் பணியாற்றிக்கொண்டிருந்தார். அவர் ஒரு பஞ்சாபி. நாள், நேரம் பார்த்து அவரைக் கொன்றுவிட்டுக் கொன்றது தாங்களே என்று BLA அறிவிக்கவும் செய்தது. இது பெரிய விவகாரமாகிப் போனது. பஞ்சாபி யாரானாலும் கொல்வோம் என்பதுதான் திட்டம் என்ற வரையறைக்குள் அதைக் கொண்டுவரப் பார்த்தால் அதிலும் இடித்தது. BLA அந்தப் பேராசிரியரிடம் தங்கள் இயக்கத்துக்குப் பணம் கேட்டு மிரட்டியதாகவும் அவர் தர மறுத்ததால் கொன்றுவிட்டார்கள் என்றும் பாகிஸ்தான் முழுவதும் செய்தி பரவியது. இதன் தொடர்ச்சியாக, பலூசிஸ்தானில் வசித்து வந்த அனைத்து சிந்தி-பஞ்சாபிகளும் BLA பொது மக்களிடம் பணம் கேட்டு மிரட்டுவதாகச் சொல்லத் தொடங்கினார்கள். பெயரைப் பெருமளவு கெடுத்த காரியம் இது.

BLA என்றில்லை. எல்லா இயக்கங்களும் தமக்கென ஒரு நியாயம் வைத்திருக்கும். தன் செயல்களின்மீது அதனைப் போர்த்தி வைக்கும். அதுதான் சரி என்று வாதிடும். ஒன்றும் செய்வதற்கில்லை. ஆனால் மக்கள் ஆதரவு என்பது விடுதலை இயக்கங்களுக்கு அடித்தளம் போன்றது. அது இருக்கும்வரைதான் எதுவும் சாத்தியம். சற்று சறுக்கினாலும் அடித்தளம் ஆட்டம் கண்டுவிடும்.

BLA மிகத் தீவிரமாகச் செயல்படத் தொடங்கிய ஆரம்பக் காலங்களில் பலூசிஸ்தானில் இதர எந்த இயக்கமும் பெரிதாகத் தலையெடுக்கவில்லை. விடுதலைக்காகப் போராட எண்ணி வீதிக்கு வந்த அத்தனை பேரும் பி.எல்.ஏவில் சேரத்தான் ஆசைப்பட்டார்கள். ஆனால் 2010ல் நிலைமை அவ்வாறு இல்லை. மக்களின் ஆதரவு சிறிது குறையத் தொடங்கியது. வேறு பல இயக்கங்கள் சிலிர்த்துக்கொண்டு எழ ஆரம்பித்தன. பலூசிஸ்தான் விடுதலை முன்னணி என்றொரு அமைப்பை அல்லா நசர் பலூச் என்பவர் வழி நடத்த ஆரம்பித்தார். பலூசிஸ்தான் ரிபப்ளிகன் ராணுவம் என்று இன்னொரு அமைப்பு உருவானது. லஷ்கர் ஏ பலூசிஸ்தான், ஜலாவன் பலோச் டைகர் என்று மூலைக்கொரு அமைப்பு சிலிர்த்துக்கொண்டு எழத் தொடங்கியது.

முன்பும் உண்டு; எப்போதும் உண்டுதான். ஆனால் இனக்குழு அடிப்படையில் முன்னர் அமைப்புகள் உருவாயின. தலைவர் போனதும் அமைப்பு இல்லாமல் போனது. ஆனால் இந்த அமைப்புகள் இனக்குழு வரையறை இல்லாமல் பலூச்சி யார் வேண்டுமானாலும் இணைந்து செயல்படக்கூடியவையாக இருந்தன.

எல்லோருக்கும் ஒரே நோக்கம்தான். எல்லோரிடமும் இருந்தது, ஒரே விதமான செயல்பாடுதான். யாராலாவது தங்கள் துயரம் தீர்ந்தால் போதும் என்றிருந்த மக்களுக்குத்தான் நல்லதாக எதுவும் நடக்காதிருந்தது.

60. பிளவுகளும் பிரிவுகளும்

பலூசிஸ்தான் விடுதலை ராணுவத்தை அறிமுகம் செய்துகொள்ளும்போதே அது செய்த மகத்தானதொரு பிழையை முன்வைத்துத் தொடங்க வேண்டியதாகிவிட்டது. கஷ்டம்தான். ஆனால் வேறு வழியில்லை. வாளால் அறுத்துச் சுட்டாலொழிய சில நீண்ட நாள் பிரச்னைகள் ஏன் பிரச்னைகளாகவே இருக்கின்றன என்பதற்குக் காரணம் விளங்காது.

ஜியா உல் ஹக்கும் பேனசிர் புட்டோவும் நவாஸ் ஷரீஃபும் பலூசிஸ்தான் சிக்கலுக்கு எந்தத் தீர்வும் கண்டுபிடிக்கவில்லை. ஆனால் சுமார் இருபதாண்டுக் காலம் அவர்களால் பிராந்தியத்தை அமைதியாக வைத்துக்கொள்ள முடிந்தது. பயங்கரவாதத்துக்கு எதிராக அமெரிக்கா முன்னெடுத்த போரில் அதன் சார்பு நிலையை எடுத்த முஷாரஃப், அதன் மூலம் பாகிஸ்தானுக்கு நிறைய பணம் வரத் தொடங்கியிருப்பதாக பகிரங்கமாகவே அறிவித்தார். பாகிஸ்தான் இனி ஏழை நாடல்ல என்றே சொன்னார். ஆனால் பலூசிஸ்தானுக்கு மட்டுமல்ல. மொத்த பாகிஸ்தானுக்குமே அவர் ஒன்றும் செய்யவில்லை. அவர் அதிகாரத்தில் இருந்த ஒன்பதாண்டுக் காலமும் பாகிஸ்தான் குமுறிக் கொட்டும் எரிமலையாகத்தான் இருந்தது. எங்கெங்கும் அதிருப்தி.

எல்லா இடங்களிலும் வன்மம். எப்போதும் விரோதம். அவர் செல்லும் இடமெல்லாம் யாராவது கொல்லப் பார்த்துக்கொண்டே இருந்தார்கள்.

வெறுப்பில் என்ன செய்வதென்று புரியாமல்தான் அவர் தனது மொத்தக் கோபத்தையும் பலூசிஸ்தான்மீது காட்டினார். கட்டற்ற அடக்குமுறை. கணக்கற்ற கொலைகள். இடைவிடாத தாக்குதல்கள். மாநிலத்தில் இருந்த கொஞ்சநஞ்ச வருமான சாத்தியங்களையும் சுத்தமாகத் துடைத்து ஏறக்கட்டும் நிலைக்குக் கொண்டு போனவர் அவர்தாம். இதில் சந்தேகமே இல்லை.

அது விளைவித்த கோபம்தான் பி.எல்.ஏவுக்கு மேலோங்கியிருந்தது. கோபம் உச்சிக்கு ஏறும்போது கவனப்பிசகு எளிதாக நேரும். சிந்தனை தடுமாறும். தவறுகள் தாராளமாக நடக்கும். அப்படி நடந்ததைத்தான் பார்த்தோம். ஆனால் தவறு என்பது எப்போதும் ஒன்றில் தொடங்கி ஒன்றோடு முடிவதில்லை. செய்யத் தொடங்கிவிட்டால் அது நிற்காது. நிறுத்தவும் முடியாது. ஙிலிகி ஒரு விஷயத்தை முற்றிலுமாகச் சிந்திக்க மறந்திருந்தது. பலூசிஸ்தான் என்பது பாகிஸ்தானின் ஒரு மாநிலம் மட்டுமல்ல. அதன் ஒரு பகுதி ஆப்கனிஸ்தானில் இருக்கிறது. இன்னொரு பகுதி இரானில் இருக்கிறது. மூன்று வேறு வேறு நாடுகளின் எல்லைகளுக்கு உட்பட்ட ஒரு பரந்த நிலப்பரப்பு அது. பலூச்சி என்னும் இனம் வேண்டுமானால் ஒன்றாக இருக்கலாம். ஆனால் அவர்கள் மூன்று வேறு வேறு தேசிய அடையாளங்களைக் கொண்டிருந்தார்கள்.

பாகிஸ்தானுக்குள் உள்ள பலூசிஸ்தானில் நடக்கும் கிளர்ச்சியும் எழுச்சியும் மற்றதும்தான் இதர இரு நாடுகளின் எல்லைகளுக்குள் இருக்கும் பலூச்சி பிராந்திய மக்களுக்கு சோறாகவும் நீராகவும் உள்ளது. அங்கே விடிந்தால் இங்கும் விடியும் என்ற நம்பிக்கையில்தான் அவர்கள் நாளைக் கடத்திக்கொண்டிருக்கிறார்கள்.

இதை BLA உணராதிருக்க வாய்ப்பில்லை. ஆனால், பலூசிஸ்தானில் அந்த இயக்கம் செய்கிற அனைத்தையும் மற்ற இரு நாட்டு அரசுகளும் கண்டும் காணாமலும் இருக்காது அல்லவா? அவரவருக்கு அவரவர் அரசியல், அவரவர் நிலைபாடு, அவரவர் தேவைகள். சந்தர்ப்ப சூழ்நிலைக்கேற்பத்தான் அரசியல் நடக்கும். பொதுவாக சந்தர்ப்ப சூழ்நிலை என்பது நியாய தருமங்களைப் பொருட்படுத்துவதில்லை. போட்டுத் தள்ள ஒரு வாய்ப்பு உள்ளதென்றால் முதலில் அதைத்தான் செய்வார்கள். இருப்பியல் நியாயங்களுக்கு அப்பால் இயக்கங்களின் நியாயமெல்லாம் அரசுகளுக்கு ஒரு பொருட்டே அல்ல.

ஆப்கனிஸ்தானில் தாலிபனுக்குப் பாகிஸ்தான் விரோதி. எனவே அந்நாடு பலூச்சி இயக்கங்களை ஆதரித்தது. ஆனால் இரானுக்கு அப்படி இல்லை அல்லவா? இரான், பாகிஸ்தானின் நட்பு நாடு. பெரிய ரத்த உறவு இல்லை என்றாலும் துறைமுகம்-வர்த்தகம் சார்ந்த காரணங்களுக்காகவேனும் பாகிஸ்தானுடன் ஒத்துப் போகும் நாடு. தவிரவும் இரான் பகுதி பலூசிஸ்தானும் அந்நாட்டுக்கு ஒரு நிரந்தரத் தலைவலி. இரு பக்க ஊடுருவல்கள், அத்துமீறல்கள் எப்போதும் இருக்கும் இடம் என்பதால், பாகிஸ்தான் பகுதி பலூச்சி இயக்கங்கள் இரானுக்குள் நுழைந்துவிடாமல் பார்த்துக்கொள்ளும் பெரிய தலைவலி அவர்களுக்கு எப்போதும் இருந்தது.

ஆப்கனிஸ்தானுமேகூட இயக்கங்களுக்கு அடைக்கலம் கொடுக்கும். போர்ப் பயிற்சி தரும். பாகிஸ்தானைச் சீண்டுவதன் பொருட்டு இவற்றைச் செய்யுமே தவிர, சுதந்தர பலூசிஸ்தான் உருவாகும் சூழ்நிலை ஒன்று உண்மையிலேயே வந்துவிடுமானால் முதல் காரியமாக இயக்கங்களுக்குத் தனது ஆதரவைத் திரும்பப் பெறத்தான் செய்யும். ஏனெனில் எந்த நாடுமே தனது நிலப்பரப்பை இழக்க விரும்பாது. பாகிஸ்தானிலிருந்து பலூசிஸ்தான் பிரிந்துவிடுமானால் மறுகணமே ஆப்கன்

பகுதி பலூசிஸ்தானும் சுதந்தர கோஷம் எழுப்பத் தொடங்கிவிடும் அல்லவா?

இப்படிச் சுற்றியிருக்கும் நாடுகளின் கல்யாண குணங்களைக் கருத்தில் கொள்ளாமல் ஒரு விடுதலை இயக்கம் தனது நடவடிக்கைகளை இஷ்டத்துக்கு அமைத்துக்கொள்வது சரியா என்று BLA சிந்தித்திருக்க வேண்டும். அதைச் செய்யாமல் விட்டது பெரும் பிழையாகிப் போனது. முஷாரஃப் உங்களைக் கொல்கிறார், நீங்கள் பஞ்சாபிகளைக் கொல்கிறீர்கள். என்ன வித்தியாசம் என்று கேட்டுவிட்டு நகரத் தொடங்கியது சர்வதேச சமூகம். இதன் விளைவு, நியாயமான காரணத்தை முன்வைத்துப் போராடிக்கொண்டிருந்த பலூசிஸ்தானின் குரல், உலக அரங்கில் எத்தனை ஓங்கி ஒலித்தாலும் எடுபடாத சூழ்நிலை மெல்ல மெல்ல உருவாகத் தொடங்கியது.

இது இயக்கங்களிடையே பெரிய அளவில் மனச்சோர்வை உருவாக்கியது. கருத்து வேறுபாடுகளை விளைவித்தது. ஙிலிகிவுக்குள்ளேயே தலைவர்கள் ஆளுக்கொரு பக்கம் திரும்பி நின்றுகொண்டு பேசத் தொடங்கினார்கள். அஸ்லாம் பலோச் என்றொரு BLA தலைவர் இருந்தார். அந்த இயக்கத்தை நவீனமாக்கியவர் என்று அவரைச் சொல்வார்கள். நவீன கெரில்லா போர்க்கலை உத்திகளில் கைதேர்ந்தவர். பி.எல்.ஏவுக்கென்று ஒரு பிரத்தியேகமான தற்கொலைப்படையை உருவாக்கியவர். ஙிலிகி நடத்திய மாபெரும் தாக்குதல் சம்பவங்கள் பலவற்றின் மூளையாகச் செயல்பட்டவர். போலன் பகுதியின் முதல் தளபதி அவர்தான்.

இயக்கத்துக்குள் என்ன கசமுசா என்று தெரிய வருவதற்குள்ளாகவே அவரை BLAவிலிருந்து நீக்குவதாக அறிவித்தார்கள். நீக்கப்பட்ட அஸ்லாம் பலோச், BLA-J என்றொரு அமைப்பைத் தொடங்கி, தனியாவர்த்தனம் செய்ய ஆரம்பித்தார். மறுபுறம் தாய்க்கழக BLAவின் தலைவர்கள் பலர் பாகிஸ்தானிலும்

ஆப்கனிஸ்தானிலுமாகத் தொடர்ச்சியாக மர்மமான முறையில் கொல்லப்பட்டுக்கொண்டிருந்தார்கள். பெருந்தலைவர்கள்தாம் என்றில்லை. பிராந்திய கமாண்டரைக் கொன்றாலும் கொலை கொலைதானே? சிக்கல், கொன்றது யார் என்பதில் இருந்தது. பொது எதிரி பாகிஸ்தான் செய்யும். ஆனால் இயக்கத்துக்குள்ளேயே பிரிவினை மனோபாவம் வளர்த்துக்கொண்டிருப்போரும் செய்யலாம். பிரிந்து சென்றவர்களும் செய்யலாம். இதர இயக்கங்களும் செய்யலாம்.

ஒரு தாக்குதல் சம்பவத்துக்குப் பொறுப்பேற்றுக்கொள்வது போல எந்த இயக்கமும் தனி நபர் கொலைகளை - குறிப்பாக, இயக்கத்துக்குள் இருப்போர் கொல்லப்படும்போது - தானே செய்தேன் என்று ஒப்புக்கொள்ளாது. ஒருவரையொருவர் என்றென்றும் சந்தேகத்துடனேயே பார்த்துக்கொள்வதும், சந்தர்ப்பம் கிடைத்தால் தாக்கிக்கொள்வதும் நிகழும். பலூசிஸ்தானிலும் அது நிகழ ஆரம்பித்தது. பலூசிஸ்தான் விடுதலை முன்னணி, பலூசிஸ்தான் விடுதலை ராணுவம், அதிலிருந்து பிரிந்த அஸ்லாம் பலோச் பிரிவு ஆகிய மூன்று இயக்கங்களுக்குள்ளும் எப்போதும் பெரும் பதற்றம் நிலவியது. இரண்டு காரணங்களுக்காக இந்த மூன்று இயக்கங்களும் அங்கே மோதிக்கொள்ளும் சூழல் உருவானது.

முதலாவது, நிதி வரத்து. பலூசிஸ்தான் போராளிகளுக்கென்று வரும் சொற்ப அயல் நிதி முன்னர் ஓரிடமாகச் சேர்ந்தது. பொது நோக்கங்களுக்குப் பயன்பட்டது. இயக்கங்களின் எண்ணிக்கை அதிகரிக்கும்போது யாருக்கு எவ்வளவு என்ற கேள்வி வந்துவிடுகிறதல்லவா?

இரண்டாவது காரணம் இன்னுமே தீவிரமானது. முன்பே நாம் பார்த்திருக்கிறோம். பலூசிஸ்தான் மக்களைப் பொறுத்தவரை, பூரண சுதந்தரம் என்பதற்கு அப்பால்

அவர்களுக்கு வேறு எண்ணமோ கனவோ கிடையாது. மாநிலத்தில் ஒவ்வொரு குடும்பத்தில் இருந்தும் குறைந்தபட்சம் ஒருவராவது ஏதேனும் ஓர் இயக்கத்துக்குச் சென்றிருப்பார் அல்லது தொடர்பில் இருப்பார். எதுவுமே இல்லாவிட்டாலும் நிதியாவது அளிப்பார். BLF ஒரு பெரும் மக்கள் இயக்கமாக அங்கே திரண்டெழுந்தபோது கண்ணை மூடிக்கொண்டு மக்கள் அதனை ஆதரித்தார்கள். எப்போது பொதுமக்கள் மீது அவர்கள் தாக்குதல் நிகழ்த்தத் தொடங்கினார்களோ, அப்போது மெல்ல மெல்லப் பின்வாங்கத் தொடங்கினார்கள்.

இந்தச் சூழ்நிலையில், BLAவில் இருந்து பிரிந்தவர்கள், BLAவுக்குச் சமமாகக் கிளர்ந்து எழுந்துகொண்டிருந்த BLF என்று ஆளுக்கொரு பக்கம் தத்தமது இயக்கத்துக்கு ஆள் சேர்க்கத் தொடங்கியபோது அது மாபெரும் மோதலுக்கு வழி வகுத்தது. சிறிது காலமாக அடங்கியிருந்த இனக்குழுப் பிரிவினைகள் மீண்டும் தலையெடுக்க ஆரம்பித்தன. எந்த இனக்குழுவில் இருந்து எவ்வளவு பேர் எந்த இயக்கத்துக்குப் போகிறார்கள் என்பது பேசுபொருளானது. பேச்சு தீவிரமடையும்போது கைகலப்பானது. மோதலானது.

ஒரு கட்டத்தில் BLAவும் BLFஉம் இணைந்து செயல்படலாம் என்று சமாதானப் பேச்சுவார்த்தையெல்லாம் நடத்தப்பட்டது. இதன் பின்னணியில் இந்திய உளவுத் துறை இருந்ததாகவும் உறுதி செய்யப்படாத தகவல் உண்டு. ஆனால் அப்படியொன்று நடக்கவில்லை. கூட்டணியெல்லாம் முடியாது; ஒன்று சேர்வது முடியவே முடியாது என்று BLF சொல்லிவிட்டது.

இந்தக் கூத்து ஒரு பக்கம் நடந்துகொண்டிருந்தபோது BLAவின் மூத்த தலைவர்கள் சிலர் மீது நிதி மோசடிக் குற்றச்சாட்டுகள் எழுந்தன. BLA அதைக் கடுமையாக மறுத்தது. ஆயினும் சாட்சியங்களும் ஆதாரங்களும் மோசடி நடந்திருப்பதையே ஊர்ஜிதப்படுத்தின. இதன்

விளைவு - BLAவில் இருந்து இயங்கிக்கொண்டிருந்த கணிசமான போராளிகள் வெறுப்புற்று அதிலிருந்து விலகி UBA (ஐக்கிய பலூச்சி ராணுவம்) என்ற பெயரில் தனி இயக்கம் கண்டனர்.

பெயர்களை அடுக்கிக்கொண்டே செல்வதில் ஒன்றுமில்லை. எல்லா நாடுகளிலும் எல்லா போராளி இயக்கங்களுக்குள்ளும் நடக்கும் சகோதரச் சண்டைதான். ஆனால் நிராகரிக்கவே முடியாத நியாயங்களைக் கொண்டிருந்த பலூசிஸ்தானிலும் அது நடந்துவிட்டபடியால் அம்மக்களின் பூரண சுதந்தரக் கனவு, நனவாகும் தேதி காலவரையறை இன்றி ஒத்திவைக்கப்பட்டது.

61. நீண்ட பெரும் பாதை

பலூசிஸ்தான் விடுதலைப் போராட்ட வரலாற்றில் 2015 ஆம் ஆண்டு ஒரு முக்கியமான புள்ளி. அதற்கு முன்பு பலூச்சிகள் அறிந்ததெல்லாம் பாகிஸ்தானின் ராணுவ ஆட்சியாளர்கள், பாகிஸ்தானின் ஜனநாயக ஆட்சியாளர்கள், பாகிஸ்தானின் சுரண்டல், பாகிஸ்தானின் துரோகங்கள். இதற்கு அப்பால் ஒன்றுமில்லை. அவர்கள் தமக்குத் தெரிந்த ஆயுத வழிகளில் பாகிஸ்தானுக்கு பதிலளித்து வந்தார்கள். நடுநடுவே பங்காளிச் சண்டைகள், இனக்குழுச் சண்டைகள், இயக்கங்களுக்குள்ளே பிரிவினை, புதிய இயக்கங்கள் உருவாகுதல், புதிய கட்சிகள் பிறப்பது, பிறக்கிற புதிய அமைப்பு எதுவானாலும் பொது எதிரியான பாகிஸ்தானுக்கு எதிராகப் போராடுவது, போரிடுவது. கட்டுசெட்டாகக் குடும்பம் நடத்துவது என்றால் என்னவென்று தெரியும் அல்லவா? அதைப் போல அவர்கள் கட்டுசெட்டாகச் சண்டை போட்டுக்கொண்டிருந்தார்கள். 2015 ஆம் ஆண்டு பலூச்சி இயக்கங்கள் சற்றும் எதிர்பாராத விதமான ஒரு பெரிய திருப்பம் பாகிஸ்தானில் உண்டானது. அது. சீனாவுடனான வர்த்தக உறவுகளின் விரிவாக்கத் திட்டங்கள்.

தொடக்கம் முதலே சீனா பாகிஸ்தானின் நட்பு நாடு. ஏன் நட்பு, எதனால் நட்பு என்றெல்லாம் கேட்கக் கூடாது. அது நட்புதான். சீனாவுக்கு இந்தியாவுடன் ஆகாது. எனவே இந்தியாவுக்கு ஆகாத பாகிஸ்தானுடன் என்ன வேண்டுமானாலும் ஆகும் என்கிற எளிய கணக்கு போதும். சற்று நுணுக்கமாகச் சிந்திக்க முடியுமானால் இன்னொன்று புரியும். எந்தப் பணக்கார நாடு எவ்வளவு உதவிகள் செய்தாலும் பாகிஸ்தானால் எழுந்து நிற்க முடியாது. ஒரு பக்கம் அணு ஆயுதம் செய்வார்கள். இன்னொரு பக்கம் மொத்த நாடும் வறுமையில் வாடும். இதற்குக் காரணம் மிக எளிமையானது. பாகிஸ்தான் தனது நாட்டுக்கும் அதன் வளர்ச்சித் திட்டங்களுக்கும் போடும் பட்ஜெட்டுக்குச் சற்றேறக் குறைய சம அளவிலேயே ராணுவத்துக்கும் நிதி ஒதுக்கும் நாடு. சில வருடங்களில் ராணுவ பட்ஜெட் எல்லை மீறியும் போயிருக்கிறது. காஷ்மீர் தீவிரவாதிகளுக்கு ஊட்டச் சத்து மாத்திரைகள் அளிப்பதற்கே அவர்கள் தனியாக உழைத்துச் சம்பாதிக்க வேண்டும். காஷ்மீரை முன்னிட்டுச் செலவிடும் தொகைக்குச் சற்றும் குறையாத அளவுக்கு பலூசிஸ்தானுக்கும் செலவாகும். இதெல்லாம் ஏன், எதற்கு என்ற கேள்விக்கே இடமில்லை. இதெல்லாம் இல்லாவிட்டால் பாகிஸ்தான் இல்லை. அவ்வளவுதான்.

என்ன கொடுத்தாலும் போதாத நிலையிலேயே எப்போதும் இருக்கும் ஒரு நாட்டில் வளங்களும் இருக்குமானால் மேற்படி 'நட்பு' நாடு பதிலுக்கு என்ன எடுக்கலாம் என்றுதான் பார்க்கும். பாகிஸ்தானால் என்ன கொடுக்க முடியும்? வளங்கள்தானே? அதனால் பரவாயில்லை. நீ எடுத்துக்கொள். எனக்குக் கப்பம் கட்டிவிட்டு எடுத்துச் செல். முடிந்தது கதை. காசா பணமா? வளமெல்லாம் பலூசிஸ்தானில் உள்ளவை. அங்கே போய் அள்ளிக்கொள்வதென்பது மகனே உன் சமர்த்து. துப்பிருந்தால் வெட்டி எடு. இல்லாவிட்டால் முட்டிக்கொண்டு சாவு.

2015 ஆம் ஆண்டு சீனா-பாகிஸ்தான் பொருளாதார வழித்தடம் (CPEC) என்றொரு அசகாயத் திட்டம் இரு தரப்புக்கும் இடையே கையெழுத்தானது. இது சீனாவின் Belt and Road என்ற திட்டத்தின் ஒரு பகுதி அல்லது அத்திட்டத்தின் பாகிஸ்தானிய விரிவாக்கம். பொருளாதார வழித்தடத் திட்டம் என்று சுருக்கமாகப் புரிந்துகொள்ளலாம். பாகிஸ்தானின் தெற்கு எல்லையோர குவாதர் துறைமுகத்திலிருந்து (இது பலூசிஸ்தானின் கடைக்கோடி எல்லை என்பதை நினைவில் கொள்ள வேண்டும்.) சீனாவின் ஜின்ஜியாங் மாகாணத்தின் தெற்கு எல்லையை இணைப்பது திட்டம். இணைப்பது என்றால் சாலை வழியாக இணைப்பது. இருப்புப் பாதைகள் வழி இணைப்பது. அனைத்தினும் முக்கியம், பைப்லைன் மூலம் இணைப்பது. இதனால் சீனாவுக்குப் பாகிஸ்தானின் குவாதர் துறைமுகம் நெருக்கமான ஒன்றாகிவிடும். நீதியல்ல; நிதி கேட்டு நெடும்பயணம் போகப் பெரும் வசதி. புவியியல் ரீதியில் மிக முக்கியமானதோர் இடத்தில் அமைந்துள்ள துறைமுகம் என்பது, ஒரு நாட்டின் பொருளாதார வளர்ச்சிக்கு இதயம், நுரையீரல், பெருமூளை, சிறுமூளை, கிட்னி வகையறாக்களைப் போல முக்கியமானது.

குவாதர் துறைமுகம், பாகிஸ்தானில் உள்ளது. ஆனால் பலூசிஸ்தானின் எல்லைக்கு உட்பட்டது. எனவே பாகிஸ்தானுக்கு அங்கே பெரிய லாபங்கள் இல்லை. போய் ஏதாவது செய்யலாம் என்று ஆரம்பித்தால் கையைக் காலை உடைத்து அனுப்பிவிடுவார்கள். எனவே வழக்கமான துறைமுகச் செயல்பாடுகள் மட்டுமே அங்கே நடக்கும். அதுவும் சுறுசுறுப்பில்லாமல் நடக்கும். அதற்கே ஆயிரத்தெட்டு பாதுகாப்பு ஏற்பாடுகள், செக்யூரிடி கெடுபிடிகள் உண்டு. பலூச்சி இயக்கங்கள் எப்போது என்ன செய்யும் என்று தெரியாது என்பதால் பாகிஸ்தான் அரசால் அத்துறைமுகத்தை வைத்துக்கொண்டு உருப்படியாக ஒன்றும் செய்ய முடியாதிருந்தது.

அதனாலேயே அதைச் சரியாகப் பராமரிக்காமலும் இருந்தார்கள்.

இப்போது சீனாவுடன் ஏற்படுத்திக்கொண்ட பொருளாதார ஒப்பந்தத்தின் அடிப்படையில் துறைமுகத்தைச் சீனாவின் கட்டுப்பாட்டில் கொடுத்துவிட்டால் அவர்கள் அதைப் பட்டி டிங்கரிங் பார்த்து, நவீன துறைமுகமாக்குவார்கள். வர்த்தகப் பாதைகளை ஒழுங்கு செய்வார்கள். ஏற்றுமதி இறக்குமதி விவகாரங்கள் வளம் பெறும். லாபம் மிகும். சீனாவுக்கு ஏழேழு ஜென்மத்துக்கும் சாத்தியமில்லாத அரபிக் கடல் வர்த்தகம் இதன் மூலம் உருவாகிச் செழிக்கும். டோல்கேட் குத்தகைக்காரர்கள் போலத் தங்கள் முதலீட்டுக்கும் லாபத்துக்கும் ஈடாக ஒரு குறிப்பிட்ட சதவீதத்தை அவர்கள் பாகிஸ்தான் அரசுக்குத் தருவார்கள். அது நிச்சயமாகப் பாகிஸ்தானின் ராணுவ பட்ஜெட்டையாவது சமப்படுத்தும் அளவுக்கு இருக்கும்.

ஒப்பந்தம் கையெழுத்தானது. முதல் கட்டமாகச் சீனா இந்த குவாதர் துறைமுகத் திட்டத்துக்கு அறுபத்திரண்டு பில்லியன் டாலர் நிதியை ஒதுக்கியது. சிக்கல் இல்லாமல் இது செயல்படத் தொடங்குமானால் அடுத்தடுத்த விரிவாக்கத் திட்டங்களை விளக்கி ஒரு பெரிய அறிக்கையும் அளித்தார்கள். அதில் பெரும்பாலான திட்டங்கள், பலூசிஸ்தான் எல்லைக்குள்ளாகவே வருபவை. அங்குள்ள இயற்கை எரிவாயுப் புதையல்களைத் தோண்டி எடுப்பது. பைப் வைத்துச் சீனாவுக்குக் கொண்டு செல்வது. அங்குள்ள நிலக்கரிச் சுரங்கங்களைப் பயன்படுத்தி மின்சாரம் எடுப்பது. அதில் சம்பாதிப்பது. அங்கே காற்றாலைகளை அமைப்பது. அதிலும் சம்பாதிப்பது. புதிய சுரங்க சாத்தியங்களைத் தேடுவது. கிடைத்தால் வெட்டி எடுப்பது. அள்ளிச் செல்வது. ஆனால், இதெல்லாம் பிறகு. முதலில் குவாதர் துறைமுகம். அதுதான் தொடக்கம். அங்கிருந்துதான் ஆரம்பிக்க வேண்டும். அதுவே ஒப்பந்தமும்கூட.

இந்த சிறிணிசி திட்டம் செயல்வடிவம் பெறத் தொடங்கிய சமயத்தில்தான் பலூசிஸ்தான் போராளி இயக்கங்கள் ஒன்று பலவாகி, பல இன்னும் பலவாக பல்கிப் பெருகத் தொடங்கியிருந்தன. இயக்கங்களுக்குள் பிளவு உண்டாகிப் புதிய புதிய இயக்கங்கள் பிறந்ததைப் போலவே, பலூசிஸ்தான் அரசியல் கட்சிகளும் பிரிந்து பிரிந்து பெருக ஆரம்பித்திருந்த காலகட்டம் அது. விடுதலை இயக்கங்களே தங்களது விடிவெள்ளி என்று எண்ணியிருந்த பலூசிஸ்தான் மக்கள், அவர்கள் ஆளாளுக்குப் பிரிந்து ஆளுக்கொரு தனிக் கழகம் காணத் தொடங்கியதில் கலங்கிப் போயிருக்க, மறுபுறம் பாகிஸ்தானின் தோழன் என்று சொல்லிக்கொண்டு சீனா பலூசிஸ்தானுக்குள் வந்து கடை போட ஆரம்பித்ததில் அவர்கள் உண்மையிலேயே நிலைகுலைந்துவிட்டார்கள்.

இத்தனைக்கும் CPEC திட்டம் தொடங்கப்படுவதற்கு முன்பிருந்தே அதனால் பலூசிஸ்தானுக்கு என்னென்ன லாபம், எத்தனை ஆயிரம் பேருக்கு எங்கெல்லாம் வேலை வாய்ப்புகள் கிடைக்கும் என்றெல்லாம் பட்டியல் தயார் செய்து பகுதி பகுதியாகப் பாகிஸ்தான் அதிகாரிகளும் ராணுவத்தினரும் வந்து மேடை போட்டு உரையாற்றிவிட்டுப் போயிருந்தார்கள். ஆனால் பலூச்சிகள், அதைத்தான் ஆபத்தின் தொடக்கப் புள்ளியாகவே பார்த்தார்கள்.

என்றைக்கும் இல்லாத் திருநாளாக இப்போது எங்கிருந்து இவர்களுக்கு பலூசிஸ்தான் மீது அக்கறை வந்தது? இதெல்லாம் வளங்களைச் சுரண்டுவதற்குத் தீட்டப்படும் திட்டங்களே அன்றி வேறல்ல. தன்னால் நேரடியாகச் செய்ய முடியாத காரியத்தைத்தான் பாகிஸ்தான் அரசு சீனாவின் உதவியுடன் செய்யத் தொடங்கியிருக்கிறது என்று பலூச்சிகள் மனப்பூர்வமாக நம்பினார்கள்.

இம்மாதிரி நேரங்களில் விடுதலை இயக்க வீரர்கள்தாம் மக்கள் பக்கம் நிற்பார்கள். என்ன ஆனாலும் நாங்கள்

இருக்கிறோம்; பார்த்துக்கொள்கிறோம் என்று நம்பிக்கை சொல்வார்கள். ஆனால் இப்போது கதை வேறு விதமாக உருமாறிவிட்டிருந்தது. அதே 'என்னவானாலும் நாங்கள் இருக்கிறோம்'தான் சொன்னார்கள். ஆனால் நேற்று வரை ஒன்றாக ஒரே குரலில் சொல்லிக்கொண்டிருந்தவர்கள் இப்போது ஆளுக்கொரு புதிய இயக்கப் பெயரைச் சொல்லி ஆளுக்கொரு தனிக் குரலில் பேசினார்கள். எங்களை நம்புங்கள். நாங்கள் இருக்கிறோம். இது பகுதி ஒன்று. எங்களை மட்டும் நம்புங்கள்; நாங்கள் பார்த்துக்கொள்கிறோம். இது பகுதி இரண்டு. அவனை நம்பாதீர்கள்; அவன் உதவ மாட்டான். இதுதான் அபாயகரமான பகுதி மூன்று.

இயக்கங்கள் பிரிந்து செயல்படத் தொடங்கியது மக்கள் மத்தியில் கடும் அதிருப்தியையும் குழப்பத்தையும் விளைவித்ததை மறுக்கவே முடியாது. அவர்களது அதிருப்தியைப் பொய்யாக்கி, எப்படியாவது அவர்களது அன்பையும் நம்பிக்கையையும் ஆதரவையும் பெற்றுவிட வேண்டும் என்று ஒவ்வொரு இயக்கமும் முடிவு செய்தன. ஏனெனில், மக்கள் ஆதரிக்கும் இயக்கம் மட்டும்தான் நின்று நிலைக்கும். சாதிக்கும். மக்கள் ஒதுக்கிவிட்டால் முடிந்தது கதை.

எனவே பலூசிஸ்தான் மக்களின் பூரண நம்பிக்கையைப் பெறுவதன் பொருட்டு சீனா-பாகிஸ்தான் பொருளாதார வழித்தடத் திட்டத்தை சர்வ நாசம் செய்துவிடுவது என்று முடிவு செய்து அன்றைய தேதியில் ஆகக் குறைந்தபட்சம் பத்து போராளி இயக்கங்கள் களத்தில் இறங்கின. இதில் இரண்டு மூன்று தற்கொலைப்படைப் பிரிவுகள் இருந்த இயக்கங்களும் அடக்கம்.

62. சொந்த சூனியம்

பலூசிஸ்தான் விடுதலை இயக்கங்களின் போராட்ட வரலாற்றில் அவர்கள் சீன-பாகிஸ்தான் பொருளாதார வழித்தடத் (CPEC) திட்டங்கள் மீது நடத்திய தாக்குதல்கள் மிகவும் முக்கியமானவை. ஆரம்ப முதலீடு, அறுபத்திரண்டு பில்லியன் டாலர்கள் என்பது சிறிய தொகை அல்ல. திட்டம் இடையூறின்றித் தொடர்ந்து நடக்குமானால் அதன்மூலம் பாகிஸ்தான் அடையக்கூடிய நன்மைகள் மிக அதிகம். நீண்டநாள் நோக்கில், அத்திட்டம் பாகிஸ்தானின் பெரும்பாலான நிதிச் சுமைகளைக் களையக்கூடியது என்பதில் ஐயமில்லை.

இந்தியாவுக்கும் சீனாவுக்குமான உறவு நிலை நேற்று வரை சொல்லிக்கொள்ளும்படியாக இருந்ததில்லை. இன்றைய அமெரிக்க அதிபர் டொனால்ட் டிரம்ப்பின் வரிக் கொள்கைகளால் இனி அது சற்று மேம்படலாம். இந்தியப் பிரதமர் ஷாங்காய் ஒத்துழைப்பு மாநாட்டில் (ஆகஸ்ட் *31, 2025*) கலந்துகொள்வதும்கூட வழக்கமான ஒன்றல்ல. இந்திய-சீன உறவு நிலை மேம்படத் தொடங்குமானால், சீனா மிக நிச்சயமாகத் தனது வர்த்தக அடிமையான பாகிஸ்தானை இந்தியா தொடர்பான விவகாரங்களில் சற்று அடக்கி வாசிக்கச் சொல்லும். யார் கண்டது? நல்லுறவு என்ற ஒன்று இல்லாதிருந்தாலும்

மோசமான சம்பவங்கள் நிகழாதிருக்கும். பாகிஸ்தானுமே, வளர்ச்சியை நோக்கிச் செல்லத் தொடங்கிவிட்டால் வெட்டி விவகாரங்களில் ஈடுபட அவசியம் இல்லாது போகும்.

இவையெல்லாம் நல்லபடியாக நடக்க வேண்டுமானால் பாகிஸ்தானில் சீனா ஆரம்பித்த CPEC திட்டம் இடையூறின்றித் தொடர வேண்டும். நவீன உலகில் யுத்தம் என்பது வர்த்தக யுத்தம் மட்டுமே. வலிமை என்பது பொருளாதார வலிமை மட்டுமே. பாகிஸ்தான் ஆட்சியாளர்களுக்கும் இது தெரியாதிருக்காது. ஆனால் அவர்கள் செய்த மிகப் பெரிய பிழை, பலூச்சி மக்களைப் புறக்கணித்துவிட்டு, திட்டத்தை அவர்களது நிலத்தில் ஆரம்பித்ததுதான். இது ஆதிமுதல் அவர்கள் செய்து வருவதுதான். மாறுதல்கள் ஏதுமில்லை. எனவே இது புதிய பிழையும் அல்ல. ஆனால் பெரிய அளவில் - நீண்ட நாள் நோக்கில் ஒரு மாபெரும் வளர்ச்சிக்கான வழி புலப்படும்போதாவது சற்று சிந்தித்திருக்கலாம். ஆனால் இல்லை. என்ன செய்ய முடியும்? அது பாகிஸ்தான். அது அப்படித்தான் இருக்கும்.

சிறிணிசி திட்டத்தின் தோற்றுவாய் இரண்டாயிரமாவது ஆண்டின் தொடக்கத்திலேயே நிகழ்ந்துவிட்டது. குவாதர் துறைமுகத்தில் வைத்துத்தான் பிள்ளையார் சுழி போட்டார்கள். இதுதான் **2015** ஆம் ஆண்டுக்குப் பிறகு விரிவாகத் திட்டமிடப்பட்ட பொருளாதார வழித்தடத் திட்டத்தின் 'ஒரு பகுதி' ஆனது. அந்த முதல் பதினைந்து ஆண்டுகளில் துறைமுகம் வாயிலாகச் சீனாவும், சீனாவினால் பாகிஸ்தானும் அடைந்த லாபங்களில் பத்து சதவீதமாவது பலூசிஸ்தானுக்கு அளிக்கப்பட்டிருக்குமானால் அத்தனை பெரிய களேபரங்கள் உண்டாகியிருக்காது. பத்து காசு லாபமும் தங்களுக்கு இல்லை; என்றுமே இருக்கப் போவதும் இல்லை என்பது தெரிந்தபோதுதான் பலூச்சி இயக்கங்கள் சீன இலக்குகளுக்கு எதிராக ஆயுதமேந்த முடிவு செய்தன.

இதில் மிகத் தீவிரமாக இருந்த அமைப்பு ஙிலிகி-யி என்கிற பி.எல்.ஏவில் இருந்து பிரிந்த அஸ்லாம் பலோச்சின் இயக்கம். அஸ்லாம் பலோச், பலூச்சி இயக்கங்களில் முதல் முதலில் தற்கொலைப் படைப்பிரிவை உருவாக்கியவர். நூறு சிறிய தாக்குதல்களில் ஈடுபடுவதினும் ஒரே ஒரு பெரிய தாக்குதல் நீண்ட நாள் நோக்கில் நல்ல பலனைக் கொடுக்கும் என்பது அவரது சித்தாந்தம். குவாதர் துறைமுகத்தைச் சீரமைக்கும் பணியில் ஈடுபட்டிருந்த சீன அரசின் பிரதிநிதிகளுக்கு BLA-J முதலில் ஒரு பொது அறிவிப்பினை வெளியிட்டது.

உங்களுக்கு எதிராக ஆயுதம் ஏந்த முடிவு செய்திருக்கிறோம். தப்பிக்க விரும்பினால் பலூசிஸ்தானில் இருந்து வெளியேறிவிடுங்கள்.

சீனா ஒன்றுமறியாத அப்பாவி அல்ல. பாகிஸ்தானின் பிரச்னைகள் அதற்குத் தெரியும். தான் கை வைத்திருக்கும் பலூசிஸ்தான் எப்படிப்பட்ட இடம் என்று தெரியும். குவாதர் துறைமுகத் திட்டம் எவ்வளவு பெரியது; ஏதாவது சிக்கல் வந்தால் போட்ட பணம் என்ன ஆகும் என்று நன்றாகவே தெரியும். எனவே பாகிஸ்தான் அரசு அளித்திருந்த பாதுகாப்பு தவிர, சீனாவில் இருந்தும் கணிசமான அளவில் பாதுகாப்புப் படை கொண்டு வரப்பட்டது.

பொதுவாக எந்த நாடும் இதனை அனுமதிக்காது. பாதுகாப்புக் காரணங்களுக்காக இன்னொரு நாட்டின் ராணுவம் வந்து நிற்பதை மானப் பிரச்னையாகவே எடுத்துக்கொள்ளும். ஆனால் பாகிஸ்தானைப் பொறுத்தவரை ஆப்கன் யுத்த சமயத்தில் அமெரிக்கப் படைகள் படுத்துப் புரண்டு, எழுந்து குளித்துச் சாப்பிட்டுக் குடும்பமே நடத்திவிட்டுப் போயிருந்த அனுபவம் இருந்ததால் இது அவர்களுக்குத் தவறாகத் தெரியவில்லை. தவிர, ஆண்டாண்டு காலமாக இருந்து வரும் பலூச்சி போராளி இயக்கங்களைப் பாக்.

ராணுவத்தால் மொத்தமாக அடக்கி ஒடுக்கி வைக்க முடியவில்லை. என்ன இப்போது? யார் குத்தியாவது அரிசி வெந்தால் சரி என்று நினைத்துவிட்டார்கள்.

ஆனால் அது அத்தனை சுலபமாக இல்லை. பலூச்சி இயக்கங்களின் சீனாவுக்கு எதிரான தாக்குதல்கள் பெரும்பாலும் தற்கொலைத் தாக்குதல்களாக இருந்தன. இழப்புகள், சேதங்கள் ஒருபுறம் இருக்க, இத்தாக்குதல்கள் உண்டாக்கிய அதிர்வலைகள் மிகப் பெரிதாகவும் இருந்தன. பெண்கள் இதில் ஈடுபடுத்தப்படுவார்கள் என்று சீன அதிகாரிகள் எதிர்பார்த்திருக்கவில்லை. மாபெரும் கண்டெய்னர்கள், கனிமங்களை ஏற்றிச் சென்ற லாரிகள், பாதுகாப்புப் படையினரின் கவச வாகன வரிசைகள், அனைத்தினும் முக்கியமாக எரிவாயுக் குழாய்ப் பாதைகள் என்று குறி வைத்து நிகழ்த்தப்பட்ட இந்தத் தாக்குதல்கள், பாகிஸ்தானில் சீனா மேற்கொண்ட பணிகளை அடிக்கடி நிறுத்தி வைத்தன.

இதன் விளைவு, **2015** ஆம் ஆண்டுக்குப் பிறகு பாகிஸ்தான் ராணுவத்தின் சரி பாதிக்கும் மேற்பட்ட எண்ணிக்கையிலான வீரர்கள் பலூசிஸ்தானில் கொண்டு குவிக்கப்பட்டார்கள். ஒரு மாநிலத்தின் எந்தச் சாலையில், எந்த இடத்தில் நின்று எந்தப் பக்கம் பார்த்தாலும் பத்து ராணுவ வீரர்கள் நிச்சயமாகத் தென்படுவார்கள் என்பது மக்கள் மத்தியில் எவ்வளவு பீதியையும் கசப்புணர்வையும் உண்டாக்கும் என்று சிந்தித்துப் பாருங்கள். நாங்கள் செய்வது எதிர்வினை மட்டுமே என்று பாகிஸ்தான் அரசு சொன்னது. வினையா எதிர்வினையா என்பதல்ல. நிலவரம் போகிற போக்கு யாரோ செய்வினை வைத்தாற்போலத்தான் ஆகிவிட்டிருந்தது.

ஒரு கட்டத்தில் சீனா தன் சுய விருப்பத்தின் அடிப்படையில் நிறுத்தியிருந்த வீரர்கள் போதாமல், பாக். உளவுத் துறையே சீன அரசிடம் உதவி கோரும்படி நிலவரம் மோசமானது. உலகில் எந்த நாடும், எப்பேர்ப்பட்ட

சூழ்நிலையிலும் வைத்துக்கொள்ள விரும்பாத சொந்த சூனியம் அது. சீனாவின் ராணுவமும் உளவுத் துறையும் பாகிஸ்தானைத் தங்களுடைய இன்னொரு வீடாகக் கருதி வந்து குடியமரத் தொடங்கின. இதன் விளைவுகள் மிகத் தீவிரமானவை. சிறிணிசி தொடர்பான அனைத்து விஷயங்களிலும் பாகிஸ்தானின் உள்நாட்டுப் பாதுகாப்பு சார்ந்த கொள்கைகள், முடிவெடுக்கும் உரிமை, செயல்படுத்தும் உரிமை அனைத்திலும் சீனாவுக்கு செல்வாக்கு ஏற்படத் தொடங்கியது. விட்டால் மொத்த நாட்டையும் சீனாவுக்குக் குத்தகைக்குக் கொடுத்துவிடுவார்கள் என்று உலகமே பார்த்துச் சிரிக்கும் அளவுக்கு நிலவரம் மோசமாகிப் போனது.

அதே சமயம் மேற்படி CPEC திட்டத்தின் இரண்டாம் கட்டப் பணிகள் தொடங்கப்பட்டபோது சீன ராணுவம் மற்றும் உளவுத் துறையின் பங்களிப்பு முன்னெப்போதும் இல்லாத அளவுக்குக் கூடியிருந்தது. பலூச்சி இயக்கங்களுக்கும் பாகிஸ்தான் அரசுக்கும் நடந்துகொண்டிருந்த யுத்தத்தின் கன பரிமாணம் சற்றும் குறையாத அளவுக்கே சீனத் துருப்புகளுக்கும் பலூச்சி இயக்கங்களுக்கும் இடையே நிகழ ஆரம்பித்தன. இதில் உச்சக்கட்ட அவல நகைச்சுவை என்னவென்றால், பாகிஸ்தானில் சீன ராணுவமே இல்லை என்றுதான் இன்றுவரை அந்நாட்டு அரசு சொல்லி வருகிறது.

இவை எதையும் பார்க்கச் சகிக்காத பலூச்சி இயக்கங்கள், சீனாவை பாகிஸ்தானில் இருந்து மொத்தமாக விரட்டிவிட்டுத்தான் பாகிஸ்தானுடன் சண்டையைத் தொடர வேண்டும் என்ற முடிவுக்கு வந்தன. அதன் விளைவு, பலூசிஸ்தான் மட்டுமல்லாமல் இஸ்லாமாபாத் வரை தாக்குதல் சம்பவங்கள் எல்லை மீறத் தொடங்கின. பேருந்துகளில் குண்டு வைத்தார்கள். பங்குச் சந்தை தலைமையகத்தில் தற்கொலைத் தாக்குதல் நடத்தினார்கள். ராணுவ முகாம்களின்மீது சரமாரியாகத் தாக்கினார்கள். பதிலுக்குப் பாகிஸ்தான் ராணுவம்

கண்மண் தெரியாத அளவுக்கு பலூச்சி மக்கள் மீது பதில் தாக்குதல் நிகழ்த்த ஆரம்பித்தார்கள். நூறு, ஆயிரம், இரண்டாயிரம் என்றிருந்த ‘காணாமல் போனவர்கள்’ எண்ணிக்கை பல ஆயிரங்களைத் தாண்டியது. முன்பாவது பாகிஸ்தான் மட்டும். இப்போது சீன உளவுத் துறை உள்ளே வந்திருந்தது. எனவே அவர்களது ஆலோசனைப்படி பலூசிஸ்தானுக்குள் என்ன நடந்தாலும் அம்மண்ணுக்குள்ளேயே புதைத்துவிட சகல விதமான நடவடிக்கைகளும் சிரத்தையாக மேற்கொள்ளப்பட்டன. எந்தக் கொலையும் வெளியே தெரியாது. என்ன நடந்தாலும் செய்தி ஆகாது.

ஒரு கணம் சிந்தித்துப் பாருங்கள். பி.எல்.ஏவின் ஜாஃபர் எக்ஸ்பிரஸ் கடத்தல் சம்பவத்துக்கு முன்னால் பலூசிஸ்தான் என்கிற பிராந்தியத்தின் பெயர் செய்திகளில் அடிபட்டு எத்தனை ஆண்டுகள் ஆகியிருக்கும்? அந்தச் சம்பவத்தின் வீரியம், ஆழம், ரயில் கடத்தல் என்னும் மகா பெரிய முயற்சி அளித்த அதிர்ச்சி - விவரம் தேச எல்லைகளைக் கடந்து உலகைத் தொட்டது. அதற்கு முன்னால்?

சீனா எப்போதும் ஓர் இரும்புத் திரையைப் போர்த்தியிருக்கும் நாடு. பாகிஸ்தான் சீனாவை எடுத்துப் போர்த்திக்கொண்டதன் விளைவு அது.

63. குல்பூஷன்

இந்த வரலாற்றின் மிக முக்கியமானதொரு கட்டத்துக்கு இப்போது வந்து சேர்ந்திருக்கிறோம். காலம் காலமாகப் பாகிஸ்தான் இந்தியாவின் மீது வைக்கும் குற்றச்சாட்டுகளுள் இது முதன்மையானது. தீவிரமானது. தவிரவும் தடாலடியாக இடது கையால் மறுத்து ஒதுக்கிவிட முடியாததும்கூட. பலூசிஸ்தானில் ஸிகிகீ. பார்த்துவிடலாம்.

இது ஒரு விசித்திரம். எல்லா நாடுகளிலும் குறைந்தது இரண்டு உளவு அமைப்புகள் இருக்கும். ஒன்று உள்நாட்டு விவகாரங்களைக் கவனிக்கும். இன்னொன்று அண்டை நாட்டு அறப்பணிகளில் ஈடுபடும். இந்த இரண்டு அமைப்புகளுக்குமே பல துணை அமைப்புகள் இருக்கும். ராணுவ உளவுத் துறை என்பது இன்னொரு முக்கியமான தனிப் பிரிவு. அது ஒரு தனி உலகம். அங்கே பல உட்பிரிவுகள். இதெல்லாம் இல்லாத, இவை தீவிரமாக இயங்காத நாடுகள் கிடையாது. ஆனால் அமெரிக்கா, இஸ்ரேல் தவிர வேறெந்த நாடும் தனது உளவு அமைப்பின் செயல்பாடுகளை பகிரங்கமாக ஒப்புக்கொள்ளாது.

ஓர் உளவாளி, எதிரி நாட்டில் பிடிபட்டுக் கைதானால் ஒன்று, கூசாமல் அவர் யாரென்றே தெரியாது என்று

சொல்லிவிடுவார்கள். அல்லது அவர் உணவுத் துறை அதிகாரிதானே தவிர உளவுத் துறைக்கும் அவருக்கும் சம்பந்தமே கிடையாது என்பார்கள். ஒவ்வொரு நாட்டுக்கும் உளவுத் துறை இன்றியமையாதது. ஆனால் காலம் முழுவதும் கள்ளக்காதலி போலத்தான் வாழ்ந்தாக வேண்டும்.

ஓர் உதாரண சம்பவத்துடன் தொடங்கினால் இந்தப் பகுதி புரிவதற்கு எளிதாக இருக்கும்.

அவர் பெயர் குல்பூஷன் ஜாதவ். இன்றைய தேதியில் அவருக்கு ஐம்பத்தைந்து வயது ஆகியிருக்கும். அவரது மனைவி, குழந்தைகள் உள்பட யாரும் அவரைக் கடந்த பத்து வருடங்களாகப் பார்த்திருக்க வாய்ப்பில்லை. ஏனென்றால் பாகிஸ்தான் ராணுவத்தால் கைது செய்யப்பட்டு 2016 ஆம் ஆண்டு முதல் சிறையில் இருக்கிறார். எந்த ஊர்ச் சிறை என்றுகூடச் சரியாகத் தெரியாது. இருக்கிறாரா இல்லையா என்பதும் தெரியாது. பலூசிஸ்தானில் போராளி இயக்கங்களுக்கு உதவி செய்தவர் என்கிற குற்றச்சாட்டின் பேரில் பாகிஸ்தான் அரசால் கைது செய்யப்பட்டவர், குல்பூஷன்.

1987 ஆம் ஆண்டு முதல் 2001 ஆம் ஆண்டு வரை குல்பூஷன் இந்தியக் கடற்படையில் பணியாற்றினார். பிறகு அந்தப் பணியில் இருந்து ஓய்வு பெற்றுப் போனார். ஓய்வு பெற்று எங்கே போனார், என்ன செய்தார் என்பதில் தொடங்குகிறது மர்மம். ஓய்வு பெற்ற பிறகு குல்பூஷன் இரானில் உள்ள சிஸ்தான் மாகாணத்தில் (இரானிய பலூசிஸ்தான் பிராந்தியம்) சபாஹர் என்ற நகரத்தில் சிறுதொழில் எதையோ தொடங்கி வியாபாரம் செய்து வந்ததாக இந்திய அரசு சொன்னது. இல்லவே இல்லை; ஹுசைன் முபாரக் படேல் என்ற பெயரில் பலூசிஸ்தான் பிராந்தியத்தில் விடுதலை இயக்கங்களுடன் (அவர்கள் மொழியில் தீவிரவாத இயக்கங்கள்) தொடர்புகொண்டு செயல்பட்டார் என்று பாகிஸ்தான் சொன்னது.

எல்லை கடந்து அவர் பாகிஸ்தானுக்குள் நுழைந்தபோதுதான் பிடிபட்டிருக்கிறார். ஆனால் இந்திய அரசு, குல்பூஷனை இரானில் இருந்து கடத்திச் சென்று கைது செய்துவிட்டதாகச் சொன்னது. இந்தக் கடத்தல் சம்பவத்தை நடத்தியவர்கள் பாகிஸ்தானிய தாலிபனைச் சேர்ந்தவர்களாக இருக்கலாம் என்பது பரவலான ஊகம். இல்லை; ஜெய்ஷ் அல் அதில் என்கிற இரானிய பலூசிஸ்தான் பகுதி ஜிகாதி இயக்கமே இதனைச் செய்தது என்று இந்தியா சொன்னது. கிடையவே கிடையாது; அவர் பலூசிஸ்தானில் உளவு வேலை பார்த்துக்கொண்டிருந்தபோது பாக். ராணுவத்தினரால் கையும் களவுமாகப் பிடிபட்டார் என்று அடித்துச் சொன்னது பாகிஸ்தான்.

பாகிஸ்தான் ராணுவ நீதிமன்றம் குல்பூஷனுக்கு மரண தண்டனை விதித்தது. உளவுப் பணியில் ஈடுபட்டோருக்கு வேறு தண்டனைகள் இருக்க வாய்ப்பில்லை. ஆனால் இந்தியாவின் தீவிர முயற்சிகளின் விளைவாக, விவகாரம் சர்வதேச நீதிமன்றத்துக்கு எடுத்துச் செல்லப்பட்டது. அங்கே இன்னும் தீர்ப்பு ஆனபாடில்லை. தீர்ப்பு வரும்வரை மரண தண்டனையை நிறுத்தி வைக்க உத்தரவிடப்பட்டிருப்பதால் எப்படியோ இன்றுவரை குல்பூஷன் உயிருடன் இருக்கிறார். ஆனால் எந்தச் சிறையில் எப்படி இருக்கிறார் என்று தெரியாது.

இருக்கட்டும். பலூசிஸ்தானில் குல்பூஷன் என்ன செய்தார்? அடுத்து வருபவை அனைத்தும் பாகிஸ்தான் அரசுத் தரப்பு நீதிமன்றத்தில் முன்வைத்த வாதங்கள்:

2003 ஆம் ஆண்டு, L9630722 என்கிற எண் கொண்ட பாஸ்போர்ட்டில் ஹுசைன் முபாரக் படேல் என்ற பெயருடன் அவர் முதல் முதலில் பலூசிஸ்தான் எல்லைக்குள் நுழைந்திருக்கிறார். வெளிப்பார்வைக்கு ஏதோ ஒரு சிறுதொழில் முனைவோர். செய்ததெல்லாம் உளவுப் பணி. பலூசிஸ்தானிலும் கராச்சியிலும் பலூச்சி

இயக்கங்களைச் சேர்ந்தவர்களுக்கு - குறிப்பாக BLAவினருக்குக் கடற்போர் பயிற்சி அளிப்பது அவரது முதன்மைப் பணியாக இருந்தது.

கடற்போர். இதைக் கவனிக்க வேண்டும். குல்பூஷன் ஒரு கடற்படை அதிகாரியாகப் பணியாற்றியவர். சீன-பாகிஸ்தான் வர்த்தக நெடும்பாதைப் பணியின் தொடக்கமே குவாதர் துறைமுகம்தான். CPEC செயல்பாடுகளை நாசம் செய்ய பி.எல்.ஏவுக்கு வெறும் தரைப்படை பலம் போதாது. ஒரு கடற்படையை உருவாக்க வேண்டும். அவர்களுக்குப் போர்ப்பயிற்சி வழங்க வேண்டும். இதனை ரகசியமாகவும் செய்ய வேண்டும். அதைத்தான் பாகிஸ்தானில் குல்பூஷன் செய்துகொண்டிருந்தார் என்று பாகிஸ்தான் சொன்னது.

ராணுவ விசாரணை எப்படி இருக்கும், பிடிபட்ட இந்திய உளவாளி ஒருவரை பாகிஸ்தான் எப்படியெல்லாம் வன்முறைக்கு உட்படுத்தும் என்று விளக்க வேண்டிய அவசியமில்லை அல்லவா? பொதுவாக உளவுப் பணிக்குச் செல்பவர்கள் விசாரணையில் எதையும் ஒப்புக்கொள்ள மாட்டார்கள். இந்தியா என்றில்லை. எல்லா நாட்டு உளவாளிகளுமே அப்படித்தான். ஆயினும் பாகிஸ்தான் ராணுவ விசாரணையில் குல்பூஷன் சிலவற்றை ஒப்புக்கொண்டிருப்பதாக அந்நாட்டு அரசு சொன்னது. குல்பூஷனின் வாக்குமூலத்தை விடியோ எடுத்துப் போட்டது.

ரா-வுக்காகப் பணியாற்றியதையும் பலூசிஸ்தான் விடுதலை இயக்கங்களுடன் தாம் தொடர்பில் இருந்ததையும் அவர்களுக்கு நிதி உதவி செய்ததையும் கராச்சியில் பல வன்முறை சம்பவங்களின் பின்னணியில் இருந்து செயல்பட்டதையும் அவர் ஒப்புக்கொண்டிருப்பதாகப் பாகிஸ்தான் சொன்னது.

சீன-பாகிஸ்தான் பொருளாதார வழித்தடத் திட்டங்களைக் குலைப்பதும் ஆளுக்கொரு பக்கம் அடித்துக்கொண்டும்

சண்டையிட்டுக்கொண்டும் பிரிந்தும் இருந்த பலூச்சி தேசிய இயக்கத் தலைவர்களுக்கிடையே ஒருங்கிணைப்பை உண்டாக்குவதும் குல்பூஷனின் பணியாக இருந்ததாகப் பாகிஸ்தான் சொன்னது. இதனைச் சாத்தியமாக்க அவர் நூற்றுக்கணக்கான மர்ம நபர்களைக் கொண்ட ஒரு பெரிய வலைப்பின்னலை பலூசிஸ்தானிலும் கராச்சியிலும் உருவாக்கியிருக்கிறார். (அவர்கள் அனைவரையும் கைது செய்துவிட்டதாகவும் பாகிஸ்தான் அரசு நீதிமன்றத்தில் சொன்னது.)

இவை அனைத்தும் பாகிஸ்தான் முன்வைத்த குற்றச்சாட்டுகள். இதற்கெல்லாம் இந்தியா என்ன பதில் சொன்னது?

குல்பூஷன் ஜாதவ், இந்தியக் கடற்படையில் கமாண்டராகப் பணியாற்றியவர் என்பதில் சந்தேகமில்லை. ஆனால் பணி ஓய்வு பெற்றுப் போன பிறகு அவர் வழி தனி வழி என்றாகிவிட்டது. அதன் பிறகு அவருக்கு அரசாங்கத்துடன் எந்தத் தொடர்பும் இருந்ததில்லை என்று இந்தியா சொன்னது. இதில் விசித்திரம் என்னவென்றால், பணி ஓய்வு பெற்ற குல்பூஷன் இரானிய பலூசிஸ்தான் மாகாணத்தில் தொழில் முனைவோராக இருந்தார் என்கிற தகவலே தங்களுக்குத் தெரியாது என்று குல்பூஷனின் குடும்பத்தினரும் நண்பர்களும் சொன்னார்கள். முதலில் அவர் பணி ஓய்வு பெற்ற விவரமே வீட்டுக்குத் தெரியாது என்றும் சொன்னார்கள்.

2016 ஆம் ஆண்டு குல்பூஷன் பிடிபட்ட பின்பு பாகிஸ்தான் உளவுத் துறையும் ராணுவமும் பாதுகாப்பு அமைச்சகமும் மிகக் கவனமாக பலூசிஸ்தானில் இந்திய உளவுத் துறையின் செயல்பாடுகளைப் பட்டியலிட்டு ஒரு விரிவான அறிக்கை தயாரித்தன. இந்த அறிக்கை அமெரிக்கா உள்ளிட்ட பல்வேறு நாடுகளுக்கு அனுப்பப்பட்டது தவிர, ஐக்கிய நாடுகள் சபையின் பொதுச் செயலாளரிடமும் நேரடியாக வழங்கப்பட்டது.

குல்பூஷனின் வாக்குமூலம் என்று பாகிஸ்தான் குறிப்பிட்டுச் சுட்டிக்காட்டிய எதற்கும் வலுவான ஆதார பலம் இல்லை என்பது பாகிஸ்தானுக்கு ஒரு பலவீனமாக இருந்தது. அதாவது, குல்பூஷன் சிலவற்றைப் பேசியிருந்தார். ஆனால் அவர் சொன்ன தகவல்களுக்குத் தேவையான ஆதாரங்களைப் பாகிஸ்தானால் திரட்ட முடியவில்லை.

இதனைச் சுட்டிக்காட்டி, 'பாகிஸ்தான் தயாரித்திருப்பது ஓர் அறிக்கை மட்டுமே. அனைத்தும் ஆதாரமற்ற குற்றச்சாட்டுகள். ராவுக்கும் குல்பூஷனுக்கும் எந்தத் தொடர்பும் இல்லை' என்று இந்திய அரசு மறுத்துவிட்டது. வழக்கு விவகாரங்கள் இன்னும் முடிந்தபாடில்லை. குல்பூஷன் என்கிற ஒரு தனி மனிதர் மட்டும் பாகிஸ்தான் சிறைச்சாலை ஏதோ ஒன்றில் இன்னும் உயிருடன் வசிக்கிறார் என்று இந்தக் கதையை நிறைவு செய்ய வேண்டியதாகிறது.

இந்தக் குறிப்பிட்ட விவகாரத்தில் இருந்து நாம் கவனிக்க வேண்டிய முக்கியமான விஷயம் ஒன்றுண்டு. உளவாளிகள் பிடிபட்டாலும் இந்திய உளவுத் துறை பலூசிஸ்தானில் வேலை செய்வதற்கான வலுவான ஆதாரங்கள் கிடைக்காது என்பதுதான் அது. இதனை அழுத்தந்திருத்தமாக மனத்தில் இருத்திக்கொண்டு பலூசிஸ்தானில் ரா எப்போதிலிருந்து என்ன செய்துகொண்டிருக்கிறது என்று பார்க்கத் தொடங்குவது நல்லது.

64. ரா க்கோழி

இஸ்ரேல் பாலஸ்தீன் சிக்கலுக்கு அடுத்தபடி, தீராத-தீர்க்க முடியாத-யாருக்கும் தீர்க்கும் விருப்பமில்லாத பெரும் சிக்கல் ஒன்று உண்டென்றால் அது இந்தியா-பாகிஸ்தான் உறவு அல்லது உறவற்ற நிலை. தேசப் பிரிவினை சமயத்தில் உருவான சிக்கல் அல்ல இது. முஸ்லிம் லீக் என்ற கட்சி இந்திய அரசியலில் வேர் கொள்ளத் தொடங்கி, முஸ்லிம்களுக்குத் தனிநாடு என்று பேச ஆரம்பித்தபோதே உருவாகத் தொடங்கியது. அதைப் பற்றிப் பேசுவது நேர விரயம். எப்படி இந்தியாவுக்குள் அரசியல் குழப்பங்கள் விளைவிக்கப் பாகிஸ்தான் தொடர்ச்சியான முயற்சிகளை மேற்கொண்டு வருகிறதோ, அதே போலத்தான் பாகிஸ்தான் அரசு எதிர்கொள்ளும் பல்வேறு உள்நாட்டுப் பிரச்னைகளின் பின்னணியில் இந்திய உளவுத் துறை இருந்ததாக/இருப்பதாக அவர்கள் தரப்பு சொல்லும். சென்ற அத்தியாயத்தில் நாம் விரிவாகப் பார்த்தோம். இதற்கெல்லாம் வலுவான ஆதார ஆவணங்கள் கிடைக்காது. எனவே எதையும் அடித்துப் பேச முடியாது; அழுத்தம் திருத்தமாக நிறுவ முடியாது. ஆனாலும் அது உண்டு. எப்போதும் உண்டு.

அறுபதுகளில் கிழக்கு பாகிஸ்தான் பிரிந்து தனிநாடு காண்பதற்கு மேற்கொண்ட முயற்சிகளில் இந்தியாவின்

பங்களிப்பு இருந்தது உலகுக்கே தெரியும். அதன் தொடர்ச்சியாக **1971** ஆம் ஆண்டு நடந்த இந்திய-பாகிஸ்தான் போரும் அதன் விளைவுகளும் இந்த வரலாற்றிலேயே முந்தைய அத்தியாயம் ஒன்றில் விவரிக்கப்பட்டுள்ளன. நாம் கவனிக்க வேண்டியது ஒன்றுதான்.

இந்தியாவும் சரி, பாகிஸ்தானும் சரி. பிரிட்டிஷ் ஆட்சிக் காலத்துக்குப் பிறகு ஏராளமான சமஸ்தானங்கள் இணைக்கப்பட்டு உருவாக்கப்பட்ட நாடுகள். அதிர்ஷ்டவசமாக இந்தியாவில் அந்த இணைப்பு இயல்பானதாகவும் அனைத்துத் தரப்புக்கும் நியாயம் செய்வதாகவும் அமைந்தது. இன்று வரை தீராத சில சிக்கல்கள் உண்டென்றாலும் வலுவான, உறுதிமிக்க அரசியல் அமைப்புச் சட்டத்தின் மூலம் ஜனநாயகம் கட்டிக்காக்கப்படுவதால் பெரிய விபரீதங்கள் இல்லாமல் நாம் வாழ்கிறோம்.

பாகிஸ்தானில் நிலைமை வேறு. மதத்தை அடிப்படையாக வைத்துப் பிரிந்து போன நாடு அது. அதனாலேயே இனமும் அந்நாட்டின் அரசியலில் முக்கியப் பங்காற்றத் தொடங்கியது. முஸ்லிம்களின் நாடு என்று ஒற்றை வரியில் முடிக்க முடியாது. பஞ்சாபி முஸ்லிம்கள் வேறு; சிந்துப் பகுதி முஸ்லிம்கள் வேறு. பலூச்சி முஸ்லிம்கள் வேறு. வடமேற்கு எல்லைப்புற மாகாணப் பழங்குடி முஸ்லிம்கள் வேறு. கிழக்கு பாகிஸ்தானில் வசித்த வங்காள முஸ்லிம்கள் முற்றிலும் வேறு. மதம் ஒன்றானாலும் அவர்களது மொழி, கலாசாரம் உள்ளிட்ட அனைத்தும் வேறு வேறு என்பது அந்நாட்டின் அரசியலில் செல்வாக்கு செலுத்தத் தொடங்கியது.

நமக்கு இங்கே மதம் உள்பட அனைத்துமே இரண்டாம் பட்சமாகி, இந்தியா என்கிற தேசிய அடையாளம் ஒன்றே முன்னிறுத்தப்பட்டது. தொடக்கம் முதலே, ஆயிரம் உண்டிங்கு ஜாதி-அந்நியர் வந்து புகல் என்ன நீதி

என்று பேசி, பாடிப் பழக்கப்படுத்திவிட்டார்கள். அது இல்லாத காரணத்தால் பாகிஸ்தானுக்கு அடிப்படையில் சிக்கலாகிப் போனது. இந்தியா என்றில்லை. எந்நாட்டு உளவு நிறுவனமும் பாகிஸ்தானில் ஒரு கலவரத்தை உண்டாக்குவது மிகவும் எளிது. எந்தக் குறிப்பிட்ட பிராந்தியத்திலும் திடீர் மோதல்களை உருவாக்குவது எளிது. அனைத்தினும் முக்கியம், எந்த அதிகாரியையும் அங்கே விலைக்கு வாங்குவது மிகவும் எளிது.

பங்களாதேஷ் விடுதலைப் போர் நடந்துகொண்டிருந்த சமயத்தில் பாகிஸ்தான் உளவுத் துறை, இந்தியாவின் வடகிழக்கு மாநிலங்களில் இயங்கி வந்த பிரிவினைவாத இயக்கங்களைப் பயன்படுத்தி உள்நாட்டில் பல்வேறு குழப்பங்களை விளைவிக்க முயற்சி செய்தது. இந்தியாவின் கவனம் கிழக்கு பாகிஸ்தானிலிருந்து திரும்பி, உள்நாட்டுப் பாதுகாப்பின் மீது குவியும்படியாக எதையாவது செய்ய நினைத்தார்கள். அது நடக்கவில்லை. போரில் பாகிஸ்தான் தோற்று, பங்களாதேஷும் உருவாகிவிட்டது. அதுவரை ஒரு கட்டுப்பாட்டுக்குள் இருந்த இரு தரப்புப் பகை இன்னும் வீரியம் கொண்டு மேலும் தீவிரமடைய ஆரம்பித்தது அப்போதிலிருந்துதான்.

இந்தியாவுக்குள் பாகிஸ்தான் தொடர்ச்சியாகச் செய்து வந்திருக்கும் நாச வேலைகளை நாம் அறிவோம். காஷ்மீரைத் தவிர்த்துவிட்டுப் பார்த்தாலுமே மும்பை குண்டு வெடிப்புகள், டெல்லி நாடாளுமன்றத் தாக்குதல் சம்பவம் என்று தொடங்கிப் பின்னோக்கியே ஒரு பெரும் பட்டியல் போட முடியும். இவற்றுக்கான நேரடி பதிலடி அந்தந்தச் சந்தர்ப்பத்தில் என்னவாக இருந்தன என்பதற்கு சரித்திர ஆதாரங்கள் உண்டு. மறைமுக பதிலடி என்ற ஒன்று எப்போதும் இருக்கும். அது பெரும்பாலும் உளவுத் துறையின் மூலம் செய்யப்படும். பாகிஸ்தானுக்குள் செய்யப்படும். உண்மையில் நேரடி பதிலடிகளைக் காட்டிலும் அதுதான் வீரியம் மிக்கது. அதுதான்

அவர்களைத் தாற்காலிகமாகவேனும் அச்சுறுத்தி அமைதியாக வைக்கவல்லது.

எழுபத்தொன்றாம் ஆண்டுக்குப் பிறகு இந்திய உளவுத் துறை ரா, பலூசிஸ்தான் விடுதலை இயக்க வீரர்களுக்குத் தீவிரமாக ஆதரவளிக்க முடிவு செய்தது உண்மை. காஷ்மீர் சிங், சரப்ஜித் சிங், இரவீந்திர கௌசிக், சென்ற அத்தியாயத்தில் கண்ட குல்பூஷன் ஜாதவ் போன்ற சில பிடிபட்ட உளவாளிகள் சார்ந்து வெளிவந்த செய்திகளும் தகவல்களும் அவ்வப்போது இதனை உறுதிப்படுத்தும். எந்த நாடும் உளவுச் செயல்பாடுகளை ஒப்புக்கொள்ளாதுதான். ஆனால் ஒப்புக்கொள்ளாத காரணத்தினாலேயே இல்லை என்றும் ஆகிவிடாதல்லவா? மார்ச் 11 ஆம் தேதி பலூசிஸ்தானில் நடந்த ஜாஃபர் எக்ஸ்பிரஸ் ரயில் கடத்தல் சம்பவமும் ஏப்ரல் 22 ஆம் தேதி (இரண்டும் 2025 ஆம் ஆண்டு நடந்தவை) காஷ்மீர்-பஹல்காமில் நடைபெற்ற தாக்குதலும் ஒன்றுடன் ஒன்று தொடர்பே இல்லாதவையாகத் தோற்றம் தரலாம். ரயில் கடத்தலில் ஈடுபட்ட குழுவினருக்கு இந்திய உளவுத் துறை உதவி செய்ததாகப் பாகிஸ்தானும், பஹல்காம் சம்பவத்தின் பின்னணியில் பாகிஸ்தான் உளவுத் துறையின் பங்களிப்பு நிச்சயமாக உண்டு என்று இந்தியாவும் சொல்வதை இணைத்து யோசிப்பதெல்லாம் எளிய மக்களுக்கு முடியாத செயல். ஆனால் அரசியல் எளிமையானதல்ல.

இந்தியாவின் பிரச்னை, பாகிஸ்தான் மட்டுமல்ல. சொல்லப் போனால் இந்தியாவுக்குப் பாகிஸ்தான் ஒரு பிரச்னையே அல்ல. ஆனால் 1951 ஆம் ஆண்டு முதல் பாகிஸ்தானும் சீனாவும் பிரிக்கவே முடியாத நல்லுறவுடன் இருப்பதுதான் பெரும் பிரச்னை. பாகிஸ்தான் - சீனா இடையே உள்ளது வெறும் நட்புறவு, வர்த்தக உறவு மட்டுமல்ல. வரையறுக்கவே முடியாத நெருக்கம் அந்த இரு நாடுகளுக்கிடையே உண்டு. பாகிஸ்தானின் பல்வேறு ஆட்சி மாற்றச் சம்பவங்களின்

பின்னணியில் சீன ராணுவம் மற்றும் உளவுத் துறையின் கருத்துப் பங்களிப்பு இருந்திருக்கிறது. இரு நாட்டு ராணுவங்களும் இணைந்து செயலாற்றிய தருணங்கள் அதிகம். சீனாவின் அரபிக் கடல் வர்த்தகம் மொத்தமும் பாகிஸ்தான் துணையுடன்தான் நடைபெறுகிறது. பதிலுக்குப் பாகிஸ்தானின் பல பொருளாதாரத் தேவைகளைச் சீனா தீர்த்து வைக்கிறது.

தெற்காசியாவில் வேகமாக வளர்ந்து வரும் நாடுகளின் வரிசையில் இந்தியா முன்னிலையில் இருப்பது சீனாவுக்குப் பிரச்னை. நேரடியாகக் குடைய முடியாத இடத்தில் அந்நாடு இருப்பதால் பாகிஸ்தானை அது பல்வேறு விதங்களில் பயன்படுத்திக்கொள்கிறது. இரு நாட்டு ராணுவமும் இன்றுவரை கட்டிக்காக்கும் நெருக்கத்தின் அடிப்படையே இந்தியா சார்ந்த அச்சமும் கவனமும்தான். தெற்காசியப் பிராந்தியத்தில் இந்தியாவின் ஆதிக்க வேகத்தை மட்டுப்படுத்த அது மிகவும் அவசியம் என்று சினா நினைக்கிறது.

தொடக்கம் முதலே பாகிஸ்தான் - சீன உறவினால் இந்தியா எதிர்கொள்ளக்கூடிய அபாயங்களை இந்தியா உலக அரங்கில் உரக்கப் பேசி வந்திருக்கிறது. பாகிஸ்தானில் அந்நாடு மேற்கொள்ளும் வர்த்தக நடவடிக்கைகள், உள் கட்டுமானம் சார்ந்த நடவடிக்கைகள், ராணுவ ஒத்துழைப்பு நடவடிக்கைகள் அனைத்துமே இந்தியாவை அச்சுறுத்தும் முயற்சிகளே அன்றி வேறல்ல. சீனாவின் அதிவேக வளர்ச்சிக்கு அவர்களுக்கு எவ்வளவு இயற்கை வளங்கள் இருந்தாலும் போதுமானதல்ல. குறிப்பாக இயற்கை எரிவாயு, மின்சாரம், பெட்ரோலியப் பொருள்கள் எல்லாம் கொள்ளை கொள்ளையாகக் கொட்டிக்கொண்டே இருந்தாலும் எடுத்து விழுங்கி ஜீரணிக்க அவர்கள் எப்போதும் தயாராகவே இருக்கிறார்கள். ஒப்பீட்டளவில் பாகிஸ்தான் அவர்களுக்கு வசதி. புவியியல் ரீதியில் நெருக்கமான நிலம் என்பது ஒரு புறம். பாகிஸ்தானின் இந்திய விரோத மனோபாவம்

ஒருபுறம். என்ன கொடுத்தாலும் பணிந்து ஏற்கும் அந்த நாட்டின் நிரந்தரத் தேவைகள் சார்ந்த பணிந்து போகும் குணம் ஒருபுறம். எப்படிக் கணக்குப் போட்டாலும் பாகிஸ்தானுக்குச் சீனாவும் சீனாவுக்குப் பாகிஸ்தானும் இந்தியாவினால் முக்கியம்.

எனவே இந்தியாவுக்கு வேறு வழியில்லை. பாகிஸ்தானின் இந்தியா மீதான குற்றச் செயல்களின் வேகத்தைக் கட்டுப்படுத்த அவர்களது உள்நாட்டில் வேலை செய்தே தீர வேண்டியிருக்கிறது. தவிர, சீனா-பாகிஸ்தான் பொருளாதார வழித்தடத் திட்டங்கள் ஒவ்வொன்றாக நிறைவேறி, பாகிஸ்தானின் துறைமுக சாத்தியங்கள் அனைத்தும் சீனாவின் சொத்து போலாகிவிடுமானால் அது தெற்காசியாவில் சீனாவின் ஆதிக்கத்தை இன்னும் பெருகச் செய்யும். இது இந்தியா மட்டுமல்லாமல் இந்தப் பிராந்தியத்தில் உள்ள அனைத்து நாடுகளுக்குமே நிரந்தரத் தலைவலி தரக்கூடியது. இந்தியாவுக்கு அது திருகுவலியாக இருக்கும். எனவே பலூசிஸ்தான். எனவே விடுதலை இயக்கங்களுக்கு உதவி.

இந்தப் பின்னணியை மனத்தில் வைத்து, மே 8, 2025 அன்று நள்ளிரவு, பலூச்சி விடுதலை இயக்கத் தலைவரும் எழுத்தாளருமான மிர் யார் பலோச் வெளியிட்ட சுதந்தரப் பிரகடனத்தையும் அதன் தொடர்ச்சியாக பலூசிஸ்தான் விடுதலை இயக்கப் பிரதிநிதிகள் இந்தியாவைத் தங்கள் தோழமை நாடாகக் குறிப்பிட்டுத் தொடர்ச்சியாக வெளியிட்ட ட்விட்களையும் (எக்ஸ் தளத்தில்) ஒன்றிணைத்து யோசிக்கலாம். இந்திய உளவுத் துறை அங்கே என்ன செய்திருக்கும் என்பது புரிந்துவிடும்.

65. கூடித் தொழில் செய்

அது இந்திய உளவுத் துறையின் முயற்சியால் நடந்ததா அல்லது வேறு தரப்புகளின் உதவியால் நிகழ்ந்ததா என்று தெரியாது. இந்திய உளவுத் துறையின் பங்களிப்பு கணிசமாக இருந்ததாகச் சொல்வார்கள். ஆனால் உறுதி செய்ய வழியில்லை. 2018 ஆம் ஆண்டு நவம்பர் மாதம் BRAS என்றொரு கூட்டமைப்பு உருவாக்கப்பட்டது. இதன் நோக்கம், அமைப்பு, கட்டுமானம், செயல்பாடு அனைத்தையும் கூர்ந்து கவனித்தால் பாலஸ்தீன விடுதலை இயக்கத்தை (PLO) அப்படியே பிரதியெடுத்து ஒரு பலூசிஸ்தான் பதிப்பு போட்டாற்போலிருந்தது. BRAS என்பது Baloch National Freedom Movement என்பதன் சுருக்கம். ஆளுக்கொரு இயக்கம், ஊருக்கொரு கட்சி, பேருக்கொரு கோஷம், பெருமைக்குச் சில சம்பவங்கள் என்றிருந்தால் இந்த ஜென்மத்தில் பலூசிஸ்தான் விடுதலை என்பது கைகூட வாய்ப்பே இல்லை என்று யாரோ சொல்லியிருக்க வேண்டும். அல்லது பலூச்சி விடுதலை இயக்கங்களுக்கே இது உறைத்திருக்க வேண்டும்.

ஏனென்றால், BLAவுக்குள் பிளவுகள் உண்டாகி ஒன்று, இரண்டு, மூன்று தரப்புகள் தனியே போனது ஒரு பக்கம் நடந்துகொண்டிருந்தபோதே, பலூசிஸ்தானின் பல்வேறு பகுதிகளில் குட்டிக் குட்டியாகப் பல போராளி

இயக்கங்கள் உருவாகத் தொடங்கியிருந்தன. மறுபுறம் பலூசிஸ்தான் ரிபப்ளிகன் ராணுவம் (BRA), பலூசிஸ்தான் விடுதலை முன்னணி (BLF), பலூச் ரிபப்ளிகன் கார்ட்ஸ் (BRG) என்று ஏற்கெனவே உருவாகி, அவ்வப்போது பெரிய சம்பவங்கள் செய்துகொண்டிருந்த இயக்கங்களும் மிகத் தீவிரமாக ஆள் சேர்ப்பில் ஈடுபட்டிருந்தன. புதிய சிறிய அமைப்புகளைத் தங்களுடன் இணைத்துவிடுவதில் இந்தப் பெரிய அமைப்புகளுக்கிடையே கடும் போட்டி நிலவியது. பழம் பெருச்சாளியான BLAவும் அதிலிருந்து பிரிந்தவர்களும் மறுபுறம் தங்கள் பங்குக்கு பகிரங்கமாகவே ஆள் சேர்ப்பு அறைகூவல் விடுக்கத் தொடங்கினார்கள்.

ஒரு கட்டத்தில் மீண்டும் இது இனக்குழு ரீதியிலான கட்சி சேர்ப்பு நடவடிக்கையாக உரு சிறுத்துவிடக்கூடிய அபாயம் தெளிவாகத் தெரிந்தது. ஒரே இலக்கின் மீது ஒன்றுக்கு மேற்பட்ட இயக்கங்கள் ஒரே சமயத்தில் தாக்குதல் திட்டங்களை நிகழ்த்தப் போக, ஒருவருக்கொருவர் முட்டிக்கொண்டு சாகும்படியான சம்பவங்களும் நடந்தன. இது உண்டாக்கிய கடுப்பில், சகோதரச் சண்டை பெருகி, யார் யாரை எதற்காக அடிக்கிறார்கள் என்றே தெரியாத அளவுக்கு நிலைமை மோசமாகிவிடும் அபாயம் உண்டானது.

உண்மையில் பாகிஸ்தான் அதைத்தான் பன்னெடுங்காலமாக எதிர்பார்த்துக்கொண்டிருந்தது. பலூச்சி இயக்கங்கள் முட்டிக்கொண்டு அழிய வேண்டும். அவர்களாக அழிந்தாலொழிய, நம்மால் முற்றிலும் வேரறுக்க முடியவே முடியாது என்று பாக். ராணுவத்துக்குத் தெரிந்திருந்தது. எனவே, இயக்கங்கள் முட்டிக்கொள்வதற்குச் சாதகமான சில சந்தர்ப்பங்களையும் ஐ.எஸ்.ஐ உளவாளிகள் உருவாக்கித் தரத் தொடங்கினார்கள்.

உதாரணமாக, ஏதாவதொரு சிறிய இயக்கத்தின் தாக்குதல் திட்டத்தை இடைமறித்துத் தெரிந்துகொள்வார்கள். அதைத் தடுக்க எந்த நடவடிக்கையும் எடுக்காமல் அத்தகவலை வேறொரு பெரிய இயக்கத்தின் தலைமைக்குச் சென்று சேரும் விதமாக ஊதிப் பெருக்கிச் சொல்லி வைப்பார்கள். பத்து ராணுவ டிரக்குகள் குறிப்பிட்ட பாதையில் போகவிருக்கின்றன. உள்ளே இருநூறு வீரர்கள் இருப்பார்கள்; போட்டுத் தள்ளலாம் என்பது சிறிய இயக்கத்தின் திட்டம் என்றால், அதை ஐம்பது டிரக்காகவும் ஐயாயிரம் வீரர்களாகவும் மாற்றிச் சொல்லி அனுப்பிவைப்பார்கள். இரு தரப்புப் போராளிகளும் சம்பவ இடத்துக்குச் சென்று சேரும்போது பிம்பிலிகி பிலாக்கி என்று மாட்டு வண்டியில் யாராவது நாலு பேர் மூட்டை முடிச்சுகளைக் கட்டிக்கொண்டு கடந்து போவார்கள். பிறகென்ன? உன்னால நான் கெட்டேன், என்னால நீ கெட்ட என்று இரு தரப்பு இயக்கங்களும் அடித்துக்கொள்ளத் தொடங்கி, சில தலைகள் விழும்வரை செல்லும்.

ஒன்றிரண்டல்ல. ஏராளமான சம்பவங்கள் இப்படித் தொடர்ச்சியாக நடந்திருக்கின்றன. விடுதலை இயக்க வேட்கையுடன் களத்துக்கு வருகிற பல இளைஞர்கள் அற்பக் காரணங்களால் அடித்துக்கொண்டு இறந்து போவது கணிசமாகத் தொடங்கியது. அதனைத் தடுப்பதன் பொருட்டே BRAS உருவாக்கப்பட்டது. BLF இன் தலைவரான அல்லா நாசர் பலோச் என்பவர் இதன் உருவாக்கத்தின் பின்னணியில் மிகத் தீவிரமாகச் செயல்பட்டிருக்கிறார். பல்வேறு அமைப்புகளின் தலைவர்களுடன் பேசி, ஒரு பொதுவான செயல்திட்டத்தின் கீழே இயக்கங்களைக் கொண்டு வருவது என்பது அத்தனை எளிதல்ல. மிக நிச்சயமாக இவ்விஷயத்தில் இந்திய உளவுத் துறையின் உதவி அவர்களுக்கு இருந்திருக்க வேண்டும். பாகிஸ்தான் அப்படித்தான் திரும்பத் திரும்பச் சொன்னது.

BRAS அமைப்பில் முதல் முதலில் நான்கு பெரிய குழுக்கள் இணைவதற்குச் சம்மதித்தன. அவை,

Baluchistan Republican Army (BRA)
Baluchistan Liberation Army (BLA)
Baluchistan Liberation Front (BLF)
Baloch Republican Guards (BRG)

இதில் யாரும் எதிர்பாராத திருப்பமாக 2020 ஆம் ஆண்டுத் தொடக்கத்தில் Sundhudesh Revolutionary Army (SRA) என்கிற சிந்தி போராளிக் குழு ஒன்று BRAS இல் சேர்ந்துகொண்டது. நீங்கள் பலூசிஸ்தான் விடுதலைக்குப் போராடுங்கள். நாங்கள் சிந்திகளின் விடுதலைக்குப் போராடுகிறோம். பொது எதிரி பாகிஸ்தான். அதற்கு உதவி சீனா. அவ்வளவுதானே? நாம் இணைந்து தாக்குவோம் என்று சொன்னது அந்தக் குழு.

அதுநாள் வரை பலூசிஸ்தான் இயக்கங்கள் தொடர்ந்து போராடிக்கொண்டிருந்தனவே தவிர, பெரிய அளவில் அவர்களால் நினைத்ததைச் செய்ய முடிந்ததில்லை. நிதியோ, ஆயுத உதவிகளோ மற்றதோ பெரிதல்ல. இருபத்தோறாம் நூற்றாண்டின் முதல் பத்தாண்டுகளுக்குப் பிறகு அவர்களுக்குப் பல ஐரோப்பிய நாடுகளிலும் மத்தியக் கிழக்கு நாடுகளிலும் பிரசாரம் செய்து நிதி சேர்த்து அனுப்ப நிறைய பேர் கிடைத்திருந்தார்கள். ஆனால் நிதியல்ல. மதி முக்கியம் என்று அவர்கள் புரிந்துகொள்வதற்கு மேலும் எட்டாண்டுகள் காத்திருக்க வேண்டியதானது.

கடந்த முப்பது நாற்பது ஆண்டுகளாக ஆசியப் பிராந்தியத்தில் தோல்வியுற்ற விடுதலை இயக்கங்களின் தோல்விக்கான காரணங்களை BRAS கூட்டமைப்பு ஏற்பட்ட பின்பு அவர்கள் மிகத் தீவிரமாக அலசி ஆராயத் தொடங்கினார்கள். காலிஸ்தான் இயக்கம். அஸ்ஸாம் பிரிவினைவாத இயக்கங்கள். ஈழ விடுதலை இயக்கங்கள்.

கரேலியா விடுதலை இயக்கங்கள் (ரஷ்யா). உய்குர் இயக்கங்கள் (சீனா). ரோஹிங்கியாக்கள் (மியான்மர்).

அந்தந்த நாட்டு அரசாங்கங்களின் அடக்குமுறை, சர்வதேச ஆதரவின்மை போன்ற காரணங்கள் அனைத்து இயக்கங்களுக்கும் உண்டென்றாலும் சகோதரச் சண்டைகளால் மக்கள் ஆதரவை இழந்து, அதனாலேயே பலம் குன்றிச் செயல்பட இயலாமல் தோற்ற கதைகளே அதிகம் என்பதை பலூச்சி இயக்கங்கள் கண்டுகொண்டன. அப்படியொரு நிலைமை தங்களுக்கு வந்துவிடக் கூடாது என்று அவை முடிவு செய்தபோது மேற்படி இயக்கங்கள் தங்களுக்குள் இருந்த பகையைத் தாற்காலிகமாகவேனும் தள்ளி வைத்துவிட்டு, விடுதலைக்காக ஒன்றிணைந்து பாடுபட முடிவு செய்தன.

பலூசிஸ்தான் விடுதலை இயக்க வரலாற்றில் BRAS இன் தோற்றமும் செயல்பாடும் இன்னொரு பெரிய திருப்புமுனை என்பதில் சந்தேகமில்லை. அமைப்பாக அவர்கள் திரண்டதும் அதுவரை செய்திராத ஒரு பெருஞ் செயலை உத்தேசித்தனர். அது, பாகிஸ்தான் உளவுத் துறைக்குள் ஊடுருவுவது. ஐ.எஸ்.ஐக்கு நாடெங்கும் இன்ஃபார்மர்கள் உண்டு. இது பலூசிஸ்தானிலும் உண்டு. இயக்கங்களுக்கு யார் உளவாளி, யார் எட்டப்பன் என்று தெரியாதா? தெரியாது என்றாலும் கண்டுபிடிப்பதா கஷ்டம்? அவர்கள் ஒரு காரியம் செய்தார்கள்.

பாகிஸ்தான் உளவுத் துறைக்குத் தகவல் தருகிற நபர்களை வட்டமிட்டு, குறிப்பிட்ட நபரால் சந்தேகப்படவே முடியாத அவரது நெருங்கிய உறவினர் ஒருவரை முதலில் தம் பக்கம் வளைத்துவிடுவது. பிறகு மேற்படி இன்ஃபார்மருக்கு உதவியாளர் போல அந்த உறவினரைச் செயல்பட வைத்து, மெல்ல மெல்ல அவரையே முழுநேர இன்ஃபார்மராக்கி, உளவுத் துறை அதிகாரிகளுடன் நெருங்கச் செய்து அதன் மூலம் ராணுவத் திட்டங்களையும் நகர்வுகளையும்

அவர்கள் இடைமறித்துப் பெற ஆரம்பித்தார்கள். பல இடங்களில் இன்ஃபார்மர்களின் மனைவிமார்களையே இயக்கங்கள் தம் பக்கம் செயல்பட வைத்த சம்பவங்களும் நடந்திருக்கின்றன.

மறுபுறம் பலூசிஸ்தானுக்குள் எங்கெல்லாம் சீனாவின் வர்த்தக முனையங்கள் நிறுவப்பட்டிருந்தனவோ, அங்கெல்லாம் குறி வைத்துத் தாக்க ஆரம்பித்தார்கள். இவை இரண்டும் பலூசிஸ்தானுக்குள் நடந்துகொண்டிருந்தபோதே தனியொரு படைப்பிரிவினைக் கல்லூரிப் பேராசிரியர்கள், வெளிநாடுகளில் உயர் பதவியில் இருக்கும் பலூச்சி இன இளைஞர்களின் தலைமையில் பல்வேறு மத்தியக் கிழக்கு மற்றும் ஐரோப்பிய நாடுகளுக்கு அனுப்பி, பலூசிஸ்தான் பிரச்னையின் உண்மையான தன்மையைக் குறித்துத் தீவிரமாகப் பிரசாரம் செய்ய ஏற்பாடு செய்தார்கள்.

இவையெல்லாம் முன்னர் நடக்கவில்லையா என்றால், நடந்தது. ஆனால் தெளிவான திட்டங்களுடன் ஒருங்கிணைந்த இயக்கமாக மேற்கொள்ளப்பட்டபோது இவை கணிசமான பலனைத் தர ஆரம்பித்தன. அனைத்தினும் முக்கியமாக, நான்கைந்து பெரிய இயக்கங்கள் ஒரு குடையின் கீழே செயல்பட ஆரம்பித்திருப்பதைக் கண்டு, இங்குமங்குமாகச் சிதறி, அவரவர் வழியில் போராடிக்கொண்டிருந்த சிறிய இயக்கங்களும் மெல்ல மெல்ல BRASஐ நோக்கி வர ஆரம்பித்தன.

BRAS இல் உறுப்புகளாக இருந்த இயக்கங்கள் அனைத்தும் வேறுவேறு கொள்கைகளைக் கொண்டவை. பலூசிஸ்தான் விடுதலை என்னும் பொது நோக்கம் ஒன்றைத் தவிர அவர்களுக்குள் பொருத்தம் என்று தேடிப் பிடித்தால் ஒன்றிரண்டு தேறுவதே கடினம். இருப்பினும், போராட்டம் வெற்றியடைய வேண்டுமானால் எக்காரணம் கொண்டும் இயக்கங்களின்

மீது இனக்குழு-மத அடையாளம் படர்ந்துவிடக் கூடாது என்பதில் அவர்கள் கவனமாக இருந்தார்கள். சந்தேகமில்லாமல் BRAS தன்னை ஒரு மதச்சார்பற்ற இடதுசாரிக் கூட்டமைப்பாகவே முன்னிறுத்தியது. அதன் உறுப்பினர்களுக்கு மிகத் தீவிரமான சித்தாந்தப் பயிற்சி வகுப்புகள் நடத்தப்பட்டன. பாகிஸ்தானின் காலனி ஆதிக்கத் தந்திரோபாயங்களை முறியடிப்பதற்கு சித்தாந்த பலம் இருந்தால் மட்டுமே முடியும்; அதனைக் கொண்டு மட்டுமே மக்களிடம் தெளிவாக விளக்கிப் பேச முடியும் என்று BRAS கருதியது (அல்லது அதனை வடிவமைத்தவர்கள் கருதினார்கள்).

BRAS உருவாக்கம் பலூசிஸ்தான் விடுதலை இயக்கத்தில் மிக முக்கியமானதொரு திருப்புமுனைச் சம்பவமாக அமைந்ததை மறுக்க இயலாது. அதை நிரூபிக்கும் விதமாக 2020 ஆம் ஆண்டு ஙிலிகி அதுவரை யாரும் எண்ணிப் பார்த்திராததொரு பெரும் தாக்குதல் ஒன்றைத் திட்டமிட்டது. கூட்டமைப்பில் இருந்த அனைத்து இயக்கங்களும் அதற்கு உறுதுணையாக இருக்க முடிவு செய்தன.

66. பிசகிய குறி

அன்றைக்குத் திங்கள் கிழமை. ஜூன் மாதம் 29 ஆம் தேதி, 2020 ஆவது வருடம். ஏழரை ஒன்பது ராகு காலமெல்லாம் முடிந்த பிறகு நிதானமாக 9.32 மணிக்கு பாகிஸ்தான் பங்குச் சந்தை (கராச்சியின் வால் ஸ்டிரீட் என்று வருணிக்கப்படும் சுந்த்ரிகார் சாலையில் உள்ளது.) திறக்கப்பட்டது. காலை ஒன்பதரை முதல் பிற்பகல் மூன்றரை வரை அது இயங்கும் நேரம். பொதுவாகப் பத்து மணிக்கு வர்த்தகம் சூடு பிடிக்கத் தொடங்கினால் பதினொன்றரை-பன்னிரண்டு மணிக்கு வீறுகொண்டு வேகமெடுக்கும். எனவே BLAMன் மஜீத் படைப் பிரிவு (பல்வேறு பிரிவுகளுள் இது ஒன்று) பத்து மணிக்குத் தாக்கலாம் என்று முடிவு செய்தது.

நான்கு பேர் கொண்ட குழு ஒன்று இதற்கென அமைக்கப்பட்டது. ஓட்டுநர் தவிர, தஸ்லீம் பலோச் என்றொரு போராளி. சல்மான் என்று இன்னொரு போராளி. சிராஜ் என்றொரு போராளி. நால்வருமே பலூசிஸ்தானில் உள்ள கெச் மாவட்டத்தைச் (முன்பு துர்பத் மாவட்டம் என்று அழைக்கப்பட்டது) சேர்ந்தவர்கள். இந்த நால்வருள் சல்மான் என்பவரின் தேசிய அடையாள அட்டையை ஆவணமாகச் சமர்ப்பித்து (நமது ஆதார் போலப் பாகிஸ்தானில்

இதற்கு CNIC என்று பெயர்) கராச்சியில் உள்ள ஒரு டொயோட்டா ஷோரூமில் கொரல்லா ரகக் காரை (வெள்ளை நிறம்) விலை கொடுத்து வாங்கியிருக்கிறார்கள். வந்த வேலையை முடித்துவிட்டு அப்படியே சொந்த ஊருக்குப் பறந்துவிட வசதி என்று நினைத்திருக்கலாம்.

அவர்கள் தானியங்கித் துப்பாக்கிகளையும் கையெறி குண்டுகளையும் வைத்திருந்தார்கள். பங்குச் சந்தைக் கட்டட வளாகத்துக்குள் நுழையும்போதே கையெறி குண்டுகளை வீசியபடி செல்வது. பிறகு காரை நிறுத்தி இறங்கிக் கண்ணில் படுவோர் அனைவரையும் சுட்டுத் தள்ளுவது. கட்டடத்துக்குள்ளே புகுந்து முடிந்தவரை சேதம் விளைவித்துவிட்டு, ஒரு சில நிமிடங்களில் வெளியேறிக் காரில் ஏறித் தப்பித்துவிடுவது. ஏதாவது சிக்கல் உண்டாகுமானால் கட்டடத்துக்குள் இருப்போரில் சிலரைப் பணயக் கைதிகளாகப் பிடித்து வைத்துக்கொண்டு தப்பிப்பது. இது அவர்களுடைய திட்டம்.

நிச்சயமாக அதற்கு முன்பும் பல முறை அவர்கள் அந்த வளாகத்துக்கு வந்து ஆய்வு செய்துவிட்டுப் போயிருப்பார்கள். பணியாளர்கள் எத்தனை பேர், வர்த்தகத்தில் ஈடுபட வருவோர் எத்தனை பேர், பாதுகாவலர்கள் எத்தனை பேர், பக்கத்து போலிஸ் ஸ்டேஷனில் இருப்போர் எத்தனை பேர் எல்லா விவரங்களையும் சேகரித்திருப்பார்கள். அதற்கேற்பத்தான் ஆயத்தமாகியிருப்பார்கள். அனைத்தையும் மீறி வேறேதாவது நடந்துவிடுமானால் அதற்கும் தயாராகவே இருந்திருப்பார்கள். ஏனெனில் அந்தத் தாக்குதலின் நோக்கம் சுட்டுக் கொல்வதோ, வளாகத்துக்குச் சேதம் விளைவிப்பதோ அல்ல. பங்குச் சந்தை வர்த்தக வளாகத்தில் நிகழ்த்தப்படும் தாக்குதல் எவ்வளவுக்கு எவ்வளவு பெரிதாக அமையுமோ, அதே அளவுக்குப் பாகிஸ்தான் பங்குச் சந்தை வீழ்ச்சியடையும். அது பாகிஸ்தானில் முதலீடு செய்துகொண்டிருக்கும்

சீனாவுக்குப் பேரிடியாக அமையும். உலகம் மொத்தமும் பலூசிஸ்தானைத் திரும்பிப் பார்க்க ஒரு சந்தர்ப்பம்.

சரியாகக் காலை பத்து மணிக்கு அந்த டொயோட்டா கொரல்லா கார் கராச்சி பங்கு வர்த்தகக் கட்டட வளாகத்துக்கு வந்தது. திட்டமிட்டபடி உள்ளே நுழையும்போதே கையெறி குண்டுகளை வீசியபடியே போனார்கள். காரை நிறுத்திவிட்டு இறங்கிய கணத்திலிருந்து கண்மண் தெரியாமல் திசைக்கொருவராகச் சுட்டுக்கொண்டே கட்டடத்தை நோக்கி ஓடத் தொடங்கினார்கள். பாதுகாப்புப் படையினர் சுதாரிப்பதற்குள் உள்ளே புகுந்துவிட வேண்டும் என்று அவர்கள் நினைத்திருக்க வேண்டும்.

அது மட்டும் பிசகிப் போனது. அபாயம் என்று தெரிந்த மறு கணமே பாதுகாப்புப் பணியில் இருந்த வீரர்கள் தாக்க வந்த நால்வரையும் நோக்கிச் சுட்டுக்கொண்டே பாய்ந்தார்கள். இந்தச் சம்பவம் அதிகபட்சம் பத்து அல்லது பதினைந்து நிமிடங்கள் நடந்திருக்கலாம். அவ்வளவுதான். பி.எல்.ஏவினர், பாதுகாப்புப் படையினர், வளாகத்தில் இருந்தவர்கள் என மொத்தமாக எட்டு பேர் சம்பவ இடத்தில் உயிரிழந்தார்கள். காயமடைந்து மருத்துவமனைக்கு எடுத்துச் செல்லப்பட்டவர்கள் தனி.

சில நிமிடங்கள் உண்டான பதற்றத்தில் வளாகம் கலகலத்துப் போனது. ஆனால், பி.எல்.ஏவினர் உள்ளே சென்று தாக்கத் தொடங்குவதற்குள் பாதுகாப்புப் படையினர் அவர்களைச் சுட்டுக் கொன்றதால் உள்ளே நடந்துகொண்டிருந்த பங்கு வர்த்தகத்தில் பாதிப்பு ஏற்படவில்லை. எப்படியும் வர்த்தகம் சரியும், குறியீட்டு எண் சரியும், சீனா கலவரமாகும் என்று எதிர்பார்த்தவர்களுக்கு அது ஒரு மகத்தான தோல்வி என்பதில் சந்தேகமில்லை.

ஆனால் சம்பவத்துக்குப் பிறகு மேற்கொள்ளப்பட்ட விசாரணை முடிவடைவதற்குள்ளாகவே பாகிஸ்தானின்

வெளியுறவுத் துறை அமைச்சர் மஹ்மூத் குரேஷி, நடந்ததற்கு இந்திய ஸ்லீப்பர் செல்கள்தாம் காரணம் என்று பொதுவில் அறிவித்தார். அப்போது பாகிஸ்தானின் பிரதமராக இருந்தவர் இம்ரான் கான். நாடாளுமன்றத்தை அவசரமாகக் கூட்டி, மொத்தப் பழியும் இந்தியாவினுடையது என்று பகிரங்கமாகக் குற்றம் சாட்டினார். அது மட்டுமல்ல. இப்படியொரு தாக்குதலை இந்திய உளவுத் துறை, பலூச்சி இயக்கங்களை வைத்துச் செய்வதற்குத் தயாராகிக்கொண்டிருந்தது தனக்கு இரண்டு மாதங்களுக்கு முன்னரே தெரியும் என்றும் சொன்னார். ஆனால் இந்தியா இதனைக் கடுமையாக மறுத்தது. அப்படிப்பட்ட தாக்குதல்களைத் தான் ஒருபோதும் செய்வதில்லை என்று சொன்னது.

பங்கு வர்த்தக வளாகத்தின் மீது துணிகரமாக ஒரு தாக்குதல் நிகழ்த்தப்பட்டும் வர்த்தகம் பாதிக்கப்படவில்லை என்பது பாகிஸ்தானைப் பொறுத்தவரை மாபெரும் வெற்றியாகப் பார்க்கப்பட்டது. தாக்குதலில் கொல்லப்பட்ட பாதுகாப்பு வீரர்களின் குடும்பங்களுக்குப் பல தனியார் அமைப்புகள்கூட நிதி உதவிகள் செய்தன.

BRAS என்ற கூட்டமைப்பு ஏற்பட்ட பின்பு, பி.எல். ஏவினால் வடிவமைக்கப்பட்டு நடத்தப்பட்ட இத்தாக்குதல் தோல்வியடைந்தது பலூச்சி இயக்கங்களுக்கு ஒரு பின்னடைவு என்பதில் சந்தேகமில்லை. ஆனால் அவர்கள் எதிர்பார்த்த இரண்டு விளைவுகளுள் ஒன்று நடந்துவிட்டது. பாகிஸ்தான் பங்குச் சந்தை வீழ்ச்சியுறவில்லை என்றாலும் பலூசிஸ்தான் விடுதலை இயக்கங்களைக் குறித்து மேற்குலகம் முழுவதும் பேசுவதற்கு அந்தச் சம்பவம் உதவியது. அதே சமயம் இந்தியாதான் இதன் பின்னணியில் இருந்து இயக்கியது என்று பாகிஸ்தான் தொடர்ச்சியாகவும் ஆவேசமாகவும் சர்வதேச அரங்கில் புகார் சொல்லிக்கொண்டிருந்தது. சரி, இந்தியாதான். ஆதாரம் என்ன என்று பதில் கேள்வி

எழுந்தபோது அவர்களால் உறுதியாக ஓர் ஆதாரத்தை முன்வைக்க முடியாமல் போனது.

1971க்குப் பிறகு பலூசிஸ்தான் விடுதலை இயக்கத்தினருக்கு இந்தியா தொடர்ச்சியாகவும் சீராகவும் உதவிகள் செய்துகொண்டேதான் இருக்கிறது என்று இன்று, இக்கணம் வரை சொல்லப்பட்டு வந்தாலும், ஒரு சில இந்தியர்கள், உளவாளிகள் என்ற அடையாளத்துடன் பாகிஸ்தானால் கைது செய்யப்பட்டிருந்தாலும் ஆதாரபூர்வமாக எந்தக் குற்றச்சாட்டும் நிரூபிக்கப்பட்டதில்லை என்பது இங்கே கவனத்தில் கொள்ளப்பட வேண்டியது ஆகும்.

67. திடீர் வீரம்

பலூசிஸ்தான் விடுதலை ராணுவத்தின் கராச்சி பங்கு வர்த்தக மையம் மீதான தாக்குதல் தோல்விதான். ஆனால், பலூசிஸ்தான் விடுதலை என்னும் பல்லாண்டு காலப் பெருங்கனவை எட்டிப் பிடிப்பதற்கு இனி மாநில எல்லைகளைக் கடந்து தாக்குதல் செய்வது ஒன்றே வழி என்று கிட்டத்தட்ட அனைத்து இயக்கங்களும் முடிவு செய்தன. இதற்கு ஒரு முக்கியமான காரணம் உண்டு.

1948 ஆம் ஆண்டு முதல் பலூசிஸ்தானில் ஒரு சிறிய தாக்குதல் சம்பவமாவது நடைபெறாத நாள் அநேகமாகக் கிடையாது. ஒன்று இவர்கள் தாக்குவார்கள், அல்லது அவர்கள் தாக்குவார்கள். யாரும் யாரையும் தாக்கவில்லை என்றால் பொது மக்களில் ஒரு சிலரை - குறைந்தது ஒருவரையாவது பாகிஸ்தான் ராணுவம் கடத்திச் சென்று காணாமலாக்கிவிடும். பரப்பளவு அடிப்படையில் பாகிஸ்தானின் மிகப்பெரிய மாகாணம் பலூசிஸ்தான். ஒரு மூலையில் ஒரு கடத்தல் சம்பவம் நடந்ததென்றால் அது பிராந்தியம் முழுவதும் தெரிய வருவதற்கே சில நாள்கள் எடுக்கும். ஆனால் தப்பித் தவறிக்கூட பலூசிஸ்தானுக்கு வெளியே செய்தி போகாது. நாளிதழ்கள், வானொலி, தொலைக்காட்சி எதிலும் வராது. காவல் நிலையப் புகார்கள்கூட அந்தந்தக்

காவல் நிலையங்களிலேயே பத்திரமாகப் பேணிப் பராமரிக்கப்படுமே தவிர, நீதிமன்றம் செல்பவைகூட மிகக் குறைவு. சென்றாலும் பயன் இருக்காது.

இப்படிப்பட்ட சூழ்நிலையில், பி.எல்.ஏ நடத்திய பங்குச் சந்தைக் கட்டடத்தின் மீதான தாக்குதல் தோல்வியுற்றாலும் அடுத்த சில மணி நேரங்களில் உலகெங்கும் தகவல் பரவிவிட்டது. இது அவர்களே எதிர்பாராதது. டிசம்பர் 13, 2001 அன்று புது டெல்லியில் நாடாளுமன்ற வளாகத்துக்குள் நுழைந்து லஷ்கர் ஏ தொய்பா மற்றும் ஜெய்ஷ் ஏ முகம்மது அமைப்புகளின் தீவிரவாதிகள் ஐந்து பேர் தாக்கி, உயிரிழந்த சம்பவம் நினைவிருக்கிறதல்லவா? கிட்டத்தட்ட அதே மாதிரியான முயற்சிதான் இது. இந்தியா விஷயத்தில், ஆண்டாண்டுக் காலமாக பாகிஸ்தான் தீவிரவாதிகள் செய்து வரும் விவகாரங்களை உலகறியும். பலூசிஸ்தானைப் பொறுத்தவரை, அது ஓர் அரசுக்கு எதிரான ஒரு குறிப்பிட்ட பிராந்தியத்தின் பிரிவினைவாதிகளின் கிளர்ச்சி என்ற அளவோடு அணுகப்பட்டதால், பிரச்னையின் ஆழமும் தீவிரமும் யாருக்கும் தெரியாதிருந்தது. இந்தப் பங்குச் சந்தைத் தாக்குதல் அதற்கான கதவை அகலமாகத் திறந்து வைத்தது.

போலன், ஹர்னாய், பஞ்க்கூர், கேஜ் போன்ற பிராந்தியங்களில் அதன் பிறகு வரலாறு காணாத விதத்தில் வெடிகுண்டுகள் வெடித்தன. ஏராளமான சுரங்கப் பாதைகள், நெடுஞ்சாலைகள், காவல் சாவடிகள் அடுத்தடுத்துத் தகர்க்கப்பட்டன. மாநிலமெங்கும் பல்வேறு நிலக்கரிச் சுரங்கங்களைக் குறி வைத்தும் தாக்கினார்கள். எங்கெல்லாம் சீனா கால் வைத்திருந்ததோ அங்கெல்லாம் அடித்தார்கள். ஹர்னாய், மச் சுரங்கங்களின்மீது நடத்தப்பட்ட தாக்குதல்கள் மிகப்பெரிய சேதங்களை விளைவித்தன. குவாதர் துறைமுகத் திட்டங்களை எப்படியெல்லாம் சீர் குலைக்க முடியுமோ அப்படியெல்லாம் யோசித்து யோசித்துத்

தாக்குதல் நிகழ்த்தினார்கள். பலூசிஸ்தானுக்குள் மேற்கொண்ட இத்தாக்குதல்கள் தவிர, பஞ்சாப் தொடங்கி இஸ்லாமாபாத் வரை பல்வேறு இடங்களிலும் அவ்வப்போது குண்டு வெடிப்புகளும் துப்பாக்கிச் சூடுகளும் நடந்தன.

மறுபுறம் ஆயுதமேந்தாத விடுதலை இயக்கத்தவர்கள் (பெரும்பாலும் முன்னாள் அரசியல்வாதிகள், வயது முதிர்ந்தவர்கள்) ஒவ்வொரு பலூச்சி குடும்பத்திலும் காணாமல் போனவர்களைப் பற்றிய தகவல்களை பகிரங்கப்படுத்த வலியுறுத்தி மக்களை ஒருங்கிணைத்து ஊர்வலம் போகத் தொடங்கினார்கள். இது பேரணிகள், கண்டனக் கூட்டங்கள், ஆர்ப்பாட்டங்கள் என்று பரிமாணமெடுத்தது. இதன் நிகர லாபம் என்னவென்றால் அமெரிக்க-இங்கிலாந்து செய்தி நிறுவனங்களெல்லாம் போட்டி போட்டுக்கொண்டு பலூசிஸ்தானுக்கு வந்து தங்கி, செய்தி சேகரிப்பதில் ஆர்வம் காட்டத் தொடங்கின.

2020 தொடங்கி, 2023 வரை இடைவிடாமல் இத்தகைய சம்பவங்கள் பலூசிஸ்தானில் நடந்துகொண்டிருந்தன. சாத்தியமுள்ள அனைத்து விதங்களிலும் பாகிஸ்தானுக்கு எதிரான தாக்குதல்களைத் தீவிரப்படுத்த அனைத்து இயக்கங்களும் முயற்சி செய்துகொண்டிருந்தன. இழப்புகள் அதிகமாகவே இருந்தன என்றாலும் அவர்கள் அதைப் பொருட்படுத்தவில்லை. நீடித்த, தொடர்ச்சியான, இடைவிடாத தாக்குதல்களின் மூலம் நிரந்தரப் பதற்றத்தை உருவாக்கி வைக்க முடியுமானால் அது சிறிதளவேனும் தங்களுக்கு லாபகரமாக அமைய வாய்ப்புண்டு என்று பலூச்சி இயக்கங்கள் கருதின.

ஆனால் சட்டென்று வேறொரு காரணத்தால் உலகின் கவனம் சற்று திசை மாறிப் போனது. அது 2024 ஆம் ஆண்டின் தொடக்கத்தில் ஏற்பட்ட பாகிஸ்தான் - இரான் மோதல். உண்மையில் பாகிஸ்தானே அப்படியொரு

தாக்குதலில் தான் ஈடுபட நேரிடும் என்று எண்ணிப் பார்த்திருக்க வாய்ப்பில்லை.

அது பாகிஸ்தானில் உறுதியான ஓர் அரசாங்கம் இல்லாதிருந்த சமயம். நாடெங்கும் பொதுத் தேர்தல்கள் நடத்தப்பட்டு அடுத்த ஆட்சியை யார் அமைக்கப் போகிறார்கள் என்கிற எதிர்பார்ப்பு மேலோங்கியிருந்த காலக்கட்டம். அன்வார் உல் ஹக் கக்கார் என்ற இடைக்காலப் பிரதமர் அப்போது பாகிஸ்தானில் ஆட்சி செய்துகொண்டிருந்தார். அதாவது, பெயருக்குப் பொறுப்பில் இருந்தார். ஆகஸ்ட் 2023 முதலே அவர்தான் பிரதமராக இருந்தார் என்றாலும் 2024 ஆம் ஆண்டு ஜனவரி பிறந்தபோது அவருக்கு கிரகங்களின் சகாயம் அவ்வளவாக நன்றாக இல்லாமல் போனது.

விவகாரம் இதுதான். ஜனவரி 16 ஆம் தேதி, திடீரென்று இரான் ராணுவம் தனது பலூச்சி பிராந்தியத்தில் இருந்துகொண்டு பாகிஸ்தானிய பலூசிஸ்தானுக்குள் ஏவுகணைகளை வீசத் தொடங்கியது. காரணம் கேட்டதற்கு, பாகிஸ்தானிய பலூசிஸ்தான் பிராந்தியத்தில் இருந்துகொண்டு இரானுக்குள் குழப்பம் விளைவிக்கும் ஜெய்ஷ் அல் அத்ல் என்கிற இரானிய எதிர்ப்பு இயக்கத்தை நோக்கிய தாக்குதல் அது என்று சொன்னது. இங்கே கவனிக்க வேண்டிய சங்கதி ஒன்று உண்டு. இரான் குற்றம் சாட்டிய ஜெய்ஷ் அல் அத்ல், ஓர் சுன்னி முஸ்லிம் இயக்கம். இரான் ஒரு ஷியா நாடு. பாகிஸ்தான் சுன்னி முஸ்லிம் பெரும்பான்மை உள்ள நாடு. ஆக, இங்கே விடுதலை கிடுதலையெல்லாம் மையப்புள்ளி கிடையாது. ஷியா-சுன்னி விவகாரம் இது.

இரானின் குற்றச்சாட்டு, அந்தக் குறிப்பிட்ட இயக்கம், இரானிய பலூசிஸ்தான் பிராந்தியத்துக்குள் கிளர்ச்சி செய்து, பிரிவினைக்கு வித்திடுகிறது என்பது. பாகிஸ்தான் மறைமுகமாக அந்த இயக்கத்தை ஆதரித்து ஊக்குவிக்கிறது என்பது அவர்கள் தரப்பு. சிறிது திரும்பிப் பார்த்தீர்கள்

என்றால், இதே ஜெய்ஷ் அல் அத்ல் இயக்கம்தான் குல்பூஷன் ஜாதவைக் கடத்திச் சென்று பாகிஸ்தான் ராணுவத்திடம் ஒப்படைத்ததாக இந்தியா குற்றம் சாட்டியது நினைவுக்கு வரலாம்.

ஆனால் இந்தியத் தரப்பைப் பாகிஸ்தான் எப்படி மறுத்ததோ, அதே போலத்தான் இரானின் குற்றச்சாட்டையும் மறுத்தது. இரான் அத்துமீறித் தனது நிலப்பரப்பில் தாக்குதல் நடத்துவதைச் சகித்துக்கொண்டிருக்க முடியாது என்று சொல்லி, பதிலுக்கு இரானிய இலக்குகளின் மீது ஏவுகணைகள் வீசத் தொடங்கியது. இது இரானுக்கு மட்டுமல்ல. அமெரிக்கா உள்பட அனைத்து நாடுகளுக்கும் மிகப்பெரிய வியப்பைத் தந்தது. இந்தியா தவிர இதர எந்த நாட்டுடனும் பாகிஸ்தான் தனது சரித்திரத்தில் வலுச் சண்டைக்கோ-வந்த சண்டைக்கோ வரிந்து கட்டிக்கொண்டு நின்றதில்லை. ஆப்கனிஸ்தானுடன் பல்வேறு தகராறுகள் உண்டென்றாலும், தாலிபனுக்கு சுத்தமாகவே பாகிஸ்தானைப் பிடிக்காது என்றாலும் முட்டிக்கொள்ளாமல் எப்படியோ வண்டி ஓட்டிக்கொண்டிருக்கிறார்கள். தவிர, அரசியல், வர்த்தக உறவு விஷயத்தில் பாகிஸ்தானுக்கு இரானும் ஒரு பங்குதாரி. சொல்லப் போனால் முக்கியமான பங்குதாரி. அப்படி இருக்கும்போது எப்படி வந்தது இந்த திடீர் வீரம்? அதுவும் இடைக்கால ஆட்சிக் காலத்தில்?

என்றால், சீனா தன்னுடன் இருக்கும் துணிச்சல். என்ன ஆனாலும் சீனா பார்த்துக்கொள்ளும் என்கிற நம்பிக்கை. மட்டுமல்லாமல், இரானுக்கும் சீனாவைப் பகைத்துக்கொள்ள முடியாது. அதே அரசியல், வர்த்தக உறவுகள் அவர்களுக்கு இடையிலும் உண்டு. இதையெல்லாம் கணக்கிட்டுத்தான் இரானின் ஏவுகணைத் தாக்குதல்களுக்குப் பாகிஸ்தான் பதிலடி தரத் தொடங்கியது.

ஒரு வார காலத்துக்கு மேலே இந்தப் பதற்றம் நீடிக்கவில்லை. அதாவது பாகிஸ்தான் எதிர்பார்த்தது போல, சீனா அதை நீடிக்க அனுமதிக்கவில்லை. இரு தரப்பு அமைதிப் பேச்சுவார்த்தைகளுக்கு ஏற்பாடு செய்து, சொம்புடன் நடுவே அமர்ந்து சேர்த்து வைத்து, என்ன செய்ய வேண்டுமோ அதனைச் செய்துவிட்டது என்பது ஒரு பக்கம் இருந்தாலும், பலூசிஸ்தான் விடுதலை இயக்கங்களுக்கு இந்த திடீர்க் குறும்போர் மிகப்பெரிய குழப்பத்தை விளைவித்தது.

ஜெய்ஷ் அல் அத்ல் என்பது பாகிஸ்தானின் அடியாள் இயக்கம் என்பது பலூசிஸ்தானில் அனைவருக்கும் தெரியும். இரானிய பலூசிஸ்தானில் இருந்துகொண்டு அங்கே விடுதலைக்குப் போராடுவது போன்ற தோற்ற மயக்கத்தினை ஏற்படுத்திக்கொண்டு பாகிஸ்தானிய பலூசிஸ்தானுக்குள் காட்டித்தரும் பணியைச் செய்துகொண்டிருக்கும் இயக்கம் அது. அதனை ஒரு காரணமாக முன்வைத்து இரானுடன் பாகிஸ்தான் ஏவுகணைத் தாக்குதலில் ஈடுபடுகிறதென்றால் - அதன் மத்தியஸ்தப் பிரகஸ்பதியாகச் சீனா உட்காருகிறதென்றால் இதன் அடிப்படை நோக்கம் என்னவாக இருக்கும்? பாகிஸ்தானின் இறையாண்மையை இரான் மீறிவிட்டது, அத்துமீறித் தாக்கிவிட்டது அது இது என்று அடித்து விட்டாலும் இரான் மீது இவ்வளவு துணிச்சலான தாக்குதலைப் பாகிஸ்தான் மேற்கொள்ளும் என்று யாரும் எதிர்பார்க்கவில்லை.

ஒரு வாய்ப்புக் கிடைத்தால் களப்பலியாக பலூசிஸ்தானில் உள்ளோரைப் போட்டுத்தள்ளவே பாகிஸ்தான் இப்படி நாடகமாடுகிறது என்று பெரும்பாலான பலூச்சி இயக்கங்கள் நினைத்தன. உலக அளவில் பலூசிஸ்தான் பிரச்னை தீவிரமாகப் பேசப்படத் தொடங்கியிருந்த சமயம் அது. உலக நாடுகளின் - சர்வதேச ஊடகங்களின் கவனத்தை அதிலிருந்து விலக்கி, பலூச்சி இயக்கங்களின் புகார்களை நீர்த்துப் போக வைக்க இதனை ஒரு

சந்தர்ப்பமாகப் பயன்படுத்தப் பார்க்கிறார்கள் என்று பலூசிஸ்தான் விடுதலை ராணுவம் நினைத்தது. இனி நடத்தும் தாக்குதல்கள் அனைத்தும் அளவில் மிகப் பெரிதாக மட்டுமே இருக்க வேண்டும் என்று அப்போது முடிவு செய்தார்கள்.

68. ரயிலைக் கடத்து

நீங்கள் வரைபடத்தை வைத்துக்கொண்டு குவெத்தாவில் இருந்து பெஷாவருக்குப் போகும் வழியைத் தேடினீர்கள் என்றால் இடது தோள்பட்டையிலிருந்து மூக்கைத் தொடும் தூரம் காட்டும். இரண்டு நகரங்களுமே ஆப்கனிஸ்தான் எல்லைக்கு நெருக்கமாக இருக்கும். குவெத்தா பலூசிஸ்தான் மாநிலத்தின் தலைநகரம். பெஷாவர், அதற்கு வடக்கே கைபர் பக்துன்வா மாநிலத்தின் தலைநகரம். சாலை வழி அல்லது விமான வழியில் செல்வதென்றால் சுமார் அறுநூறு கிலோ மீட்டர் தொலைவு. ஓரிரவுப் பயண நேரம்தான் எடுக்கும். ஆனால் இதே நகரங்களை ஜாபர் எக்ஸ்பிரஸில் பயணம் செய்து கடப்பதென்றால் 1600 கிலோ மீட்டர் தொலைவும் ஒன்றரை நாள் அவகாசமும் பிடிக்கும்.

இன்றைக்கு சரித்திரப் பிரசித்தி பெற்றுவிட்ட ஜாபர் எக்ஸ்பிரஸ் உலகின் அதி உன்னத ஊர் சுற்றி ரயில். அது குவெத்தாவில் இருந்து நேரே வடக்கு நோக்கிப் போகாது. குவெத்தாவில் புறப்பட்டு சிபி, ஜகோபாபாத், ரோப்ரி வரை தென் கிழக்கு திசையில் பயணம் செய்து, அங்கிருந்து வீறுகொண்டு வட கிழக்கு திசையில் கான்பூர், பகவல்பூர், மூல்தான் வரை போய்விட்டு, இன்னும் தீவிர வட கிழக்கில் வெறிகொண்டு

லாகூர் வரை பாய்ந்துவிட்டு, அங்கிருந்து வடக்கே இஸ்லாமாபாத்துக்குப் போய், மேற்கே திரும்பி பெஷாவரைச் சென்றடையும். இது குரோம்பேட்டையில் இருந்து கோடம்பாக்கம் செல்வதற்கு, திண்டுக்கல்லுக்குப் போய் திருப்பதியைத் தொட்டு, அங்கிருந்து நகரி, திருவள்ளூர், போரூர் வழியாக அசோக் நகரைப் பிடித்து அம்பேத்கர் சாலையை அடைவதை நிகர்த்தது. ஆனால் இந்த ஒரு பயணத்தில் மொத்த பாகிஸ்தானின் குறுக்கு வெட்டுத் தோற்றம் கிடைத்துவிடும்.

இந்த ஜாபர் எக்ஸ்பிரஸ் ஒரு பயணிகள் ரயில்தான் என்றாலும் பயணிகளை ஏற்றிச் செல்வதற்காகவே பாசத்துடன் உருவாக்கப்பட்ட ரயில் பாதையல்ல இது. சீனா-பாகிஸ்தான் பொருளாதார வழித்தடத் திட்டங்களுள் ஒன்றாக 2003 ஆம் ஆண்டு உருவாக்கப்பட்டது. முதலில் குவெத்தாவிலிருந்து ராவல்பிண்டி வரைதான் ஓடிக்கொண்டிருந்தது. பிறகு பெஷாவர் வரை நீட்டி, தலையைச் சுற்றிக் காதைத் தொட வைத்தார்கள். பெரும்பாலும் சீன அதிகாரிகள், சீன சரக்குகள், பாகிஸ்தான் ராணுவத்தினர் பயன்படுத்தும் ரயில் இது. குவெத்தாவில் ரயில் ஏறுபவர்கள்கூடப் பெரும்பாலும் பணி நிமித்தம் பலூசிஸ்தானுக்கு வந்தவர்களாகவே இருப்பார்கள். பிறவி பலூச்சிகள் பெரிய அளவில் இந்த வழித்தடத்தைப் பயன்படுத்துவதில்லை. தவிர, பலூசிஸ்தானுக்கு வெளியே போய்க் கடமையாற்ற அவர்களுக்குப் பெரும்பாலும் ஏதும் இருப்பதுமில்லை.

இதனால்தான் பலூச்சி போராளிகள் ஒரு ரயில் தாக்குதலை உத்தேசித்தாலே அது ஜாபர் எக்ஸ்பிரஸாக அமைந்துவிடுகிறது. ஜாபர் எக்ஸ்பிரஸுக்குத் தாக்குதல்கள் புதிதல்ல. அது ஓடத் தொடங்கிய நாளாக எவ்வளவோ சம்பவங்களைப் பார்த்திருக்கிறது. பெரும்பாலும் மலைப்பாதை. பெரும்பாலும் சுரங்க வழி. பெரும்பாலும் பொட்டல் காடு. பலூசிஸ்தான் எல்லையைத் தாண்டும் வரை ஜாபர் எக்ஸ்பிரஸ் போகும் பாதை என்பது சிறந்த

திகில் படக் காட்சிகளுக்கு ஏற்றது. ஆனால் எப்போதும் அந்த ரயிலில் சில நூறு ராணுவ வீரர்களாவது இருப்பார்கள் என்பதால் (பலூசிஸ்தானில்தானே பாதி பாகிஸ்தான் ராணுவமே இருக்கிறது!) பயணிகளும் செல்வார்கள்.

பி.எல்.ஏ உள்ளிட்ட குழுக்கள் அவ்வப்போது ரயில் பாதையில் குண்டு வைத்துத் தகர்க்கும். ரயில் நிற்கும். பாதையைச் சீராக்கிக்கொண்டு மீண்டும் புறப்பட்டுப் போகும். இது அங்கே வழக்கம். இதனாலேயே ஜாபர் எக்ஸ்பிரஸில் எப்போதும் ரயில் பாதை சீரமைப்புப் பணியாளர் குழு ஒன்றும் இருக்கும். ஓட்டுநர்களும் மற்ற ரயில்களில் உள்ளது போல ஓரிருவர் கிடையாது. எப்போதும் நாலைந்து டிரைவர்கள் ரயிலில் இருப்பார்கள். அவர்கள் பாதுகாப்புக்கு ஒரு தனிப்படை போலிஸும் இருக்கும்.

மார்ச் 11, 2025 அன்று ஜாபர் எக்ஸ்பிரஸ் கடத்தப்பட்டதாக முதலில் செய்தி வந்தபோது உலகம் சிறிது வியந்து பார்த்தது. அதெப்படி திமிங்கலம் ஒரு ரயிலைக் கடத்த முடியும் என்று கேட்காதவர்கள் இல்லை. உண்மையில் அது கடத்தல் அல்ல. ரயிலைத் தடுத்து நிறுத்தி, பயணிகளை இறக்கி ஒரு ஓரமாக உட்கார வைத்துப் பிணைக் கைதிகளாக அறிவித்தார்கள். இதனை பி.எல்.ஏ எப்படிச் செய்தது என்பதுதான் முக்கியம்.

ஜாபர் எக்ஸ்பிரஸ் அன்று காலை ஒன்பது மணிக்குக் குவெத்தாவில் இருந்து புறப்பட்டது. கரி எஞ்சின் வண்டிதான். அன்றைக்கு ஒன்பது கோச்சுகள் இணைக்கப்பட்டிருந்தன. பயணம் செய்தவர்கள் நாநூற்று ஐம்பது பேர். குவெத்தாவில் கிளம்பி சிபி நகரத்தை அடையும் தொலைவுக்குள் மிக நீண்ட மலைப்பாதை இருக்கும். ஏராளமான சுரங்க வழித் தடங்கள் உண்டு. அதில் எட்டாவது சுரங்கத்தை

பி.எல்.ஏ. தேர்ந்தெடுத்திருந்தது. ரயில் அங்கே நின்றுவிட வேண்டும். இது நடப்பதற்குத் தோதாக எட்டு இடங்களில் வெடி வைத்து முன்னதாகத் தகர்த்திருந்தார்கள். அந்த எட்டில் ஒன்று ரயில் நெருங்கும்போதே வெடித்ததால் எரிபொருள் டேங்க் பற்றிக்கொண்டுவிட்டது. தவிர நான்கு பெட்டிகள் தடம் புரண்டன.

வண்டியில் ஐந்து போலிசாரும் துணை ராணுவப்படை வீரர்கள் இரண்டு பேரும் பாதுகாப்புப் பணியில் இருந்தார்கள். வெடிச்சம்பவம் நிகழ்ந்து விபரீதம் புரிந்ததுமே அவர்கள் ஓட்டுநர் பெட்டியை நோக்கி விரையத் தொடங்கினார்கள். அப்போது ரயிலின் இரு புறங்களிலும் நூற்றுக்கணக்கான போராளிகள் ஆயுதங்களுடன் வண்டியை நெருங்கி வந்ததைப் பார்த்திருக்கிறார்கள்.

கலவரமான பயணிகள், கிடைத்த வழிகளில் எல்லாம் குதித்துத் தப்பி ஓடப் பார்த்தார்கள். சிலர் தப்பித்தது உண்மை. தப்பித்தபோது சிலர் சுடப்பட்டதும் உண்மை. போராளிகள் ரயிலைச் சுற்றி வரிசைகட்டி நின்றுகொண்டு, இறங்கிய பயணிகளைக் கைது செய்து அழைத்துப் போனார்கள். பெண்களையும் குழந்தைகளையும் தனியே பிரித்து உட்காரச் சொன்னார்கள். ஆண்கள் அனைவரையும் தனியே இருக்க வைத்தார்கள். ரயிலில் இருந்த போலிசார், ராணுவத்தினரை மட்டும் கண்டவுடன் சுட்டுக் கொன்றார்கள். விஷயம் குவெத்தாவுக்கும் சிபிக்கும் சென்று சேர்ந்து ராணுவம் புறப்பட்டு வருவதற்குள் அன்றைய பொழுது முடிந்து இருட்டிவிட்டது.

சுமார் இருபத்தைந்து போராளிகள் மட்டும் பணயக் கைதிகளுக்கு அருகே காவலுக்கு இருந்தார்கள். மற்ற அத்தனை பேரும் மலைகளில் மறைந்து காணாமல் போனார்கள். ராணுவம் - மீட்புப்படை வந்தபோது எங்கெங்கிருந்தோ அவர்கள் குண்டு வீசியும்

துப்பாக்கியால் தொடர்ச்சியாகச் சுட்டும் போரைத் தொடங்கினார்கள்.

ஆபரேஷன் க்ரீன் போலன் என்று பெயரிடப்பட்ட அம்மீட்பு நடவடிக்கை கிட்டத்தட்ட முப்பது மணி நேரத்துக்கு நீடித்தது. கொல்லப்பட்டவர்கள், தப்பிச் சென்றவர்கள் போக 354 பேர் மீட்கப்பட்டதாகப் பாகிஸ்தான் அறிவித்தது. பெண்களையும் குழந்தைகளையும் பி.எல்.ஏவினர் முன்னதாகவே விடுவித்துவிட்டதாக அந்த அமைப்பின் பிரதிநிதிகள் எக்ஸ் தளத்தில் எழுதினார்கள். நாங்கள்தான் மீட்டோம் என்று ராணுவம் சொன்னது. பி.எல்.ஏ தரப்பில் முப்பத்து மூன்று பேர் இந்தச் சம்பவத்தின்போது கொல்லப்பட்டிருந்தார்கள். ராணுவத் தரப்பில் இருபத்து மூன்று பேர்.

இதுவல்ல விஷயம். 354 பேர் மீட்கப்பட்டதாகப் பாகிஸ்தான் அறிவித்ததைப் பார்த்தோம் அல்லவா? அப்படி ஒன்று நடக்கவேயில்லை; பிணைக் கைதிகளை ராணுவம் பொருட்படுத்தாமல் அப்படியே விட்டுச் சென்றுவிட்டது; பி.எல்.ஏவினர் அவர்களைக் கொன்றுவிட்டார்கள் என்று ஒரு தகவல் பரவத் தொடங்கியது. பி.எல்.ஏவே தனது சமூக வலைத்தளக் கணக்குகளில் இதனை வெளியிட்டதாக ஒரு தரப்பும், பி.எல்.ஏவின் பெயரைக் கெடுக்க புனைபெயரில் அப்படியொரு தகவல் பரப்பப்பட்டது என்று இன்னொரு தரப்பும் பேசின. பலூசிஸ்தானில் நடக்கிற எதுவும் பேசுபொருள் ஆகிவிடக் கூடாது என்பதுதான் பாகிஸ்தானுக்கு முக்கியம். எனவே ஜாபர் எக்ஸ்பிரஸ் கடத்தல் விவகாரம், அது நடந்த மறுநாளே சுமூகமாக முடிந்துவிட்டது; அனைவரையும் மீட்டுவிட்டோம் என்று சொல்லிக் கடையை மூடிவிட்டார்கள்.

ஆனால் அது அந்த ஒரு கடத்தலுடன் நிற்கப் போவதில்லை என்பது அவர்களுக்குப் புரிந்துவிட்டது. பலூச்சி

இயக்கங்கள் ஒரு மாபெரும் ரகசியச் செயல்திட்டத்துடன் அடுத்தடுத்து நிறைய திட்டமிட்டுக்கொண்டிருப்பதாக உளவுத் துறையும் அரசை எச்சரித்தது. என்ன செய்யலாம் என்று பாகிஸ்தான் பிரதமர் ஷெபாஸ் ஷெரீப் யோசித்தார். ரயில் கடத்தல் சம்பவத்துக்கு இந்திய உளவுத் துறையே காரணம் என்று ஓர் அறிவிப்பைப் போட்டுவிட்டு, பலூசிஸ்தானில் உள்ள அத்தனை விடுதலை இயக்கத் தலைவர்களையும் கைது செய்ய உத்தரவிட்டார்.

அந்தப் புள்ளியில்தான் பி.எல்.ஏ தனது இறுதி யுத்தத்தைத் தொடங்க நேர்ந்தது.

69. இறுதிப் போர்

சிலவற்றை எத்தனை விரிவாகச் சொன்னாலும் எத்தனை முறை திரும்பத் திரும்பச் சொன்னாலும் நேரடியாக பாதிக்கப்படாதவர்களுக்குச் சரியாகப் புரியாது. அவற்றில் ஒன்று, பலூசிஸ்தானில் நபர்கள் காணாமல் போவது. இது குறித்து இந்த வரலாற்றின் பல்வேறு அத்தியாயங்களில் ஆங்காங்கே சொல்லப்பட்டிருப்பதைப் படித்திருப்பீர்கள். ஆனால் அது எந்த விதமான தாக்கத்தையும் உண்டாக்கியிராது. ஒன்றும் செய்ய முடியாது. அது அப்படித்தான். முன்னொரு காலத்தில் தூர்தர்ஷன் மட்டும் ஒளிபரப்பாகிக்கொண்டிருந்தபோது காணாமல் போனவர் பற்றிய அறிவிப்பு என்றொரு நிகழ்ச்சி வரும். யாராவது நான்கு பேர் புகைப்படங்களைப் போட்டு, பெயர், வயது, காணாமல் போன அன்று அணிந்திருந்த உடையின் நிறம் போன்றவற்றைக் குறிப்பிட்டு, தகவல் தெரிந்தால், தொடர்புகொள்ள வேண்டிய முகவரி என்று ஒன்றைச் சொல்வார்கள். கணப் பொழுது எண்ணிப் பாருங்கள். நம்மில் எத்தனை பேர் அந்நிகழ்ச்சியைக் கண்டு, காணாமல் போனவருக்காக வருந்தியிருப்போம்?

சரி, இப்படிச் சொன்னால் புரிகிறதா பாருங்கள். கடந்த பத்தாண்டுகளில் பலூசிஸ்தானில் காணாமல் போனவர்களின் எண்ணிக்கை சுமார் நாற்பதாயிரம்.

கடந்த ஐம்பதாண்டுகளில், குறைந்தபட்சம் மூன்று லட்சம் பேர்.

பிள்ளை பிடிப்பதை முழு நேரத் தொழிலாகச் செய்வோர்கூட இவ்வளவு பேரைக் கடத்திச் சென்று எங்கும் பதுக்கி வைக்கவும் முடியாது; பிச்சை எடுக்க விடவும் முடியாது அல்லவா? ஆனால் பலூசிஸ்தானில் இது தினசரி சம்பவம். அரசுக்கு யார் மீதெல்லாம் சந்தேகம் வருகிறதோ, யாரெல்லாம் நேரடியாகவும் மறைமுகமாகவும் பாகிஸ்தானுக்கு எதிரான நடவடிக்கைகளில் ஈடுபடுகிறார்களோ அவர்களை வயது வித்தியாசம் பாராமல், ஆண்-பெண் பேதம் பாராமல் ராணுவம் அள்ளிப் போட்டுக்கொண்டு போய்விடும். காவல் நிலையத்தில் பெரும்பாலும் முறையான வழக்குப் பதிவு என்ற ஒன்று நடக்காது. அதனாலேயே பெரும்பாலான விவகாரங்கள் நீதிமன்றங்களுக்குச் செல்லாது. அப்படியே போகுமானாலும் ராணுவ நீதிமன்றம்தான். அங்கே சட்டங்கள் வேறு; விசாரணை முறை வேறு; தண்டனைகள் வேறு.

கடத்திச் செல்லப்படுபவர்கள் சில நாள்களுக்கு ஏதாவது ஒரு சிறைக்கூடத்தில் வைக்கப்படுவார்கள். பிறகு பல்வேறு சிறைகளுக்கு மாற்றுவார்கள். அதிர்ஷ்டம் இருந்தால் சில முதல் பல வருடங்களுக்குப் பிறகு, குறிப்பிட்ட நபர் திரும்ப வரலாம். பெரும்பாலும் பலூச்சிகள் விஷயத்தில் அதிர்ஷ்டம் வேலை செய்யாது என்பதால் அவர்கள் வராமலேயே போய்விடுவார்கள். பன்னெடுங்காலத்துக்குப் பிறகு, குறிப்பிட்ட நபரின் உடல் ஏதாவதொரு சாலை ஓரம் கிட்டத்தட்ட சிதைக்கப்பட்ட நிலையில் கண்டெடுக்கப்படும். அதாவது அவரது உற்றார் உறவினர்களுக்கே அடையாளம் சொல்லத் தடுமாற்றம் உண்டாகும் அளவுக்கு அடையாளம் இல்லாமல் போயிருக்கும்.

இது சாதாரண மக்களுக்குத்தான் என்றில்லை. பலூசிஸ்தான் விடுதலை இயக்கத்தில் ஈடுபாடு கொண்ட

அத்தனை பேருக்கும் இதுதான் நிலைமை. அவர்கள் எத்தனை பெரிய தலைவர்களானாலும் சரி. இது மட்டும்தான்.

மார்ச் 11, 2025 ஆம் தேதி ஜாபர் எக்ஸ்பிரஸ் ரயில் கடத்தல் சம்பவம் நடந்ததன் மறுநாள் முதல் பலூசிஸ்தான் முழுவதும் நூற்றுக் கணக்கில் தொடங்கி ஆயிரக் கணக்கில் நபர்கள் காணாமல் போய்க்கொண்டே இருந்தார்கள். ஜனநாயக முறைப்படி போராடும் அரசியல் கட்சியினரையும் ராணுவம் விட்டுவைக்கவில்லை. அனைவரையும் பிராந்தியவாரியாக முகவரிப் பட்டியல் வைத்துக்கொண்டு தேடிச் சென்று கைது செய்து அழைத்துப் போய்விட்டார்கள். அப்படிக் கைது செய்யப்படாமல் இருந்தவர்கள் அனைவரும் தற்செயலாகத் தப்பித்தவர்களே. எனவே, அப்படித் தற்செயலாகத் தப்பித்தவர்கள் ஒன்றுகூடி ஏதாவது முயற்சி எடுத்தால்தான் மீண்டும் ஒரு பெரிய விபரீதம் நடக்காமல் தடுக்க முடியும் என்கிற நிலை உண்டானது.

மார்ச் 28 ஆம் தேதி பலூசிஸ்தான் தேசிய கட்சி - மெங்கல் பிரிவு (BNP-M) வாத் நகரில் இருந்து குவெத்தா வரை நீதி கேட்டு நெடும்பயணம் ஒன்றை அறிவித்தது. காரணமின்றிக் கைது செய்த அனைத்து பலூச்சி தலைவர்களையும் விடுதலை செய்யக் கோரி, இக்கட்சியினர் அமைதி ஊர்வலம் புறப்பட்டார்கள்.

ஊர்வலம் நடக்கக் கூடாது என்று பாகிஸ்தான் பிரதமர் ஷெபாஸ் ஷெரீஃப் சொன்னார். அப்படியானால் ஊர்வலம் செல்கிறவர்களையும் கைது செய்தால்தான் உண்டு என்று ராணுவம் சொன்னது. சொல்லாதே செய் என்று உத்தரவு வந்தது.

அந்நெடும்பயணத் திட்டம் மிகக் கூர்மையான யோசனையுடனும் கவனத்துடனும் வடிவமைக்கப்பட்டது. வெறுமனே நூறு பேர், ஆயிரம் பேர் புறப்பட்டுச் சென்று கைதாவதல்ல நோக்கம். மாநிலம் முழுதும் மக்கள்

அணிதிரளும் விதத்தில் ஆங்காங்கே வீதிக் கூட்டங்கள், மௌனப் போராட்டங்கள், உண்ணாவிரதங்கள் திட்டமிடப்பட்டிருந்தன. ஒரு பிராந்தியத்தின் அனைத்து மக்களும் அரசுக்கு எதிராகத் திரண்டெழுந்து அமைதி வழியில் நீதி கேட்கும் நிகழ்ச்சி.

ஆம். பலூசிஸ்தானில் இந்த அமைதி வழியெல்லாம் உதவாத ஒன்றுதான். அங்கே ஆயுதக் குழுக்கள்தாம் ஆட்சி செய்கின்றன. அதில் சந்தேகமில்லை. ஆயுதக் குழுக்களுடன் ஜனநாயகவாதிகளுக்கு மிக நிச்சயமாகத் தொடர்புண்டு. ஏற்கெனவே பார்த்திருக்கிறோம். அமைச்சராக இருந்தவரெல்லாம்கூட தனியே ஆயுதப்படை வைத்துப் பயிற்சி கொடுத்துப் போரிட்டவர்களாக இருந்த நிலம் அது. தாங்கவே முடியாத ஒரு கட்டத்துக்குப் பிறகு, எந்த வழியில் போராடுகிறோம் என்பது ஒரு பொருட்டில்லாமல் போய், சாத்தியமுள்ள அனைத்து விதங்களிலும் முட்டி மோதிப் பார்க்கிற சூழ்நிலை எப்படியோ சில இடங்களில் உண்டாகிவிடுகிறது. உலகெங்கும் ஆயுதமேந்திப் போராடிய சிறுபான்மையினரின் வரலாறு அப்படித்தான் இருக்கும்.

இந்த வரலாற்றின் முதல் அத்தியாயத்தில் நாம் டாக்டர் மஹ்ராங் பலோச்சைப் பார்த்தோம். நினைவிருக்கிறது அல்லவா? தந்தையை, தமயனை, இதர பல உறவுகளை இதே போன்ற 'காணாமல் போன' சம்பவங்களில் பறிகொடுத்த பிறகு துணிச்சலுடன் வீதிக்கு வந்து அமர்ந்து போராடத் தொடங்கிய பெண். அவரது கைதுக்குப் பிறகு அவரைப் பார்ப்பதற்காக நீதிமன்றத்தின் வாசலுக்கு வந்து காத்திருந்த அவரது தாயாரையும் முதல் முதலாக வழக்கை எடுத்து நடத்தவிருந்த அவரது சகோதரியையும்கூடப் பார்த்தோம். அந்தச் சம்பவம் நடந்தது இப்போதுதான்.

மார்ச் 22, 2025. அன்றைக்குத்தான் மஹ்ராங் பலோச் குவெத்தாவில் தனது ஆதரவாளர்களுடன்

போராட்டத்தில் இறங்கினார். ஆதரவாளர்கள் என்றால் பத்து நூறு பேர் இல்லை. பல்லாயிரக் கணக்கில் மக்கள் திரண்டுவிட்டிருந்தார்கள். டாக்டர் மஹ்ராங் பலோச், ஜனநாயக வழியில் பலூசிஸ்தான் விடுதலைக்கு என்னென்ன செய்ய முடியுமோ எல்லாவற்றையும் மிகத் தீவிரமாகச் செய்துகொண்டிருந்தவர். இரண்டாயிரத்துப் பதினோராம் ஆண்டு அவரது தந்தை கடத்தப்பட்டு கொலை செய்யப்பட்டார். இரண்டாயிரத்துப் பதினேழில் அவரது சகோதரர் அதே போலக் கடத்தப்பட்டார். தீவிரமான சித்திரவதைகளுக்குப் பிறகு அவர் விடுவிக்கப்பட்டிருந்தார். விட்ட வரை லாபம் என்று அந்தக் குடும்பம் அத்தோடு ஊரை விட்டுச் சென்றுவிடவில்லை. மஹ்ராங் பலோச், அதன் பிறகுதான் மக்களில் ஒருத்தியாக வீதிக்கு இறங்கி வந்து போராடத் தொடங்கினார். ஒவ்வொரு பலூச்சி குடும்பத்திலும் குறைந்தது ஒரு நபராவது காணாமல் போயிருக்கிறார்கள். இதற்கெல்லாம் ஒரு நீதி வேண்டாமா? நியாயம் வேண்டாமா? விடமாட்டேன் என்று வெறிகொண்டு அவர் மக்களைத் திரட்டி பாகிஸ்தான் அரசுக்கு எதிரான தனது முழக்கங்களை முன்வைக்க ஆரம்பித்தார்.

அதன் பிறகு எத்தனையோ கைதுகள். என்னென்னவோ சித்திரவதைகள். மஹ்ராங் பார்க்காத கொடுமைகள் இல்லை. ஆனால் எதற்கும் அவர் மனம் தளர்ந்ததில்லை. இருக்கும் வரை போராடுவோம்; ஒருவேளை இறந்துவிட்டால் நம்மைப் பார்த்து வளர்ந்தவர்கள் தொடர்வார்கள் என்று பளிச்சென்று பதில் சொல்வார்.

குவெத்தா நகரில் மஹ்ராங் நடத்திய அமைதிப் போராட்டமும் காணாமல் போனவர்களைத் திருப்பிக் கொடுங்கள் என்று கேட்டு ஆரம்பிக்கப்பட்டதுதான். ஆனால் எப்போதும் அவருக்குக் கூடும் கூட்டத்தினும் பல மடங்கு அன்று அதிகக் கூட்டம் கூடிவிட்டது. மஹ்ராங்கைக் கைது செய்துவிடுவார்கள் என்று எல்லோருக்கும் தெரிந்திருந்தது. என்ன ஆனாலும் அதற்கு

அனுமதிக்கக் கூடாது என்ற முடிவில் ராணுவமோ காவல் துறையோ அவரை நெருங்கக்கூட முடியாத அளவுக்கு மக்கள் வளைத்து வளைத்து மனிதச் சங்கிலி கட்டினார்கள்.

அது ஒரு சரித்திர சம்பவம். பல்லாயிரக் கணக்கான பலூர்ச்சி தலைவர்கள் அதற்குமுன் கைதாகியிருக்கிறார்கள்; காணாமல் போயிருக்கிறார்கள். மஹ்ராங் அந்தப் போராட்டத்தை ஆரம்பித்ததேகூட அப்படிக் கைதானவர்களையும் காணாமல் போனவர்களையும் மீட்பதற்காகத்தான். அது என்னவானாலும் அவர் கைதாகிவிடக் கூடாது என்பதில் மக்கள் விழிப்புடன் இருந்தார்கள்.

அதனால்தான் ராணுவ வாகனங்கள் போராட்டம் நடைபெறும் இடத்துக்கு வந்தபோது அவர்கள் வெறிகொண்டார்கள். அரை மணி நேரத்துக்குள்ளாக எல்லாம் நடந்து முடிந்துவிட்டது. கலவரம். அடிதடி. கண்ணீர்ப் புகை. துப்பாக்கிச் சூடு. போராட்டக்காரர்கள் அரசு மருத்துவமனைக்குள் நுழைந்து சேதம் விளைவிக்கப் பார்த்ததும் மஹ்ராங் அங்கே இருந்து அதைப் பார்த்துக்கொண்டிருந்ததும் சட்டவிரோதம் என்று சொல்லி அவரைக் கைது செய்தார்கள். தடுக்க வந்த அத்தனை பேரையும் அடித்துத் துவைத்துப் போட்டுவிட்டுக் காவலர்கள் மஹ்ராங்கை வண்டியில் ஏற்றிக்கொண்டு போய்விட்டார்கள். (இன்று, ஆகஸ்ட் 21,2025 - இக்கணம் வரை மஹ்ராங் சிறையில்தான் இருக்கிறார்.)

மஹ்ராங் மட்டுமல்ல. அன்று ஒருநாளில் மட்டும் ஆயிரக் கணக்கான பலூர்ச்சிகள் மாநிலமெங்கும் பல்வேறு காரணங்களுக்காகக் கைதாகி வேறு வேறு சிறைகளுக்கு உடனடியாக அனுப்பப்பட்டார்கள். அநேகமாக, மாநிலத்தில் அதுவரை கைதாகாதிருந்த அனைத்து பலூர்ச்சி அரசியல்வாதிகளும் அன்று

கைது செய்யப்பட்டுவிட்டார்கள். ஓரிருவர் விடுபட்டிருக்கலாம். அதுவும் தற்செயல்தான். இது சிக்கலை மேலும் பெரிதாக்கியது. மொத்த மக்களும் கொதித்தெழுந்து அரசுக்கு எதிரான கலவரங்களில் ஈடுபட ஆரம்பித்தார்கள். எதுவும் திட்டமிட்டதல்ல. எதுவும் முறைப்படுத்தப்பட்டதும் அல்ல. எல்லாம் அவரவர் உணர்ச்சிகரத்துக்கேற்ப. எல்லாம் அவரவரால் முடிந்த அளவுக்கு. எங்கெங்கும் தீ வைப்புச் சம்பவங்கள். கல் வீச்சுகள். அடித்து உடைப்புகள். அழித்தொழிப்புகள். பதிலுக்கு ராணுவம் வரலாறு காணாத கோர முகத்தைக் காட்டத் தொடங்கியது. தெரு நாயைச் சுடுவது போல வீதியில் தென்பட்ட மக்கள் அனைவரையும் சுட்டுக்கொண்டே சென்றார்கள். மொத்த மாநிலத்திலும் இருந்த பத்திரிகையாளர்கள் அகற்றப்பட்டு, யாரும் உள்ளே வராமல், உள்ளே இருப்போர் வெளியேற முடியாமல் செய்து, மின்சாரத்தைத் துண்டித்து, போக்குவரத்தை நிறுத்தி, இதர வசதிகள் அனைத்தையும் துண்டித்து இந்தப் பணியை அவர்கள் மேற்கொண்டார்கள்.

இதுதான். இவ்வளவுதான். இதற்கு மேலும் வழக்கமான போராட்டங்கள் உதவப் போவதில்லை என்று மக்களுக்குத் தெரிந்தது. மக்கள் அம்முடிவுக்கு வந்தபோது ஙிலிகி என்ன முடிவுக்கு வந்திருக்க முடியும்? ‘ஆப்பரேஷன் ஹெராஃப் 2.0’ அப்போது திட்டமிடப்பட்டது.

ஹெராஃப் என்ற சொல்லுக்கு ‘இருட்புயல்’ என்று பொருள் வரும். ஏற்கெனவே பி.எல்.ஏ அந்தப் பெயரில் ஒரு தாக்குதல் திட்டத்தைச் செய்திருந்ததால் இதற்கு 2.0 சேர்க்கப்பட்டது. அவர்கள் ஆரம்பித்தார்கள்.

70. முன்னேற்றம்

பலூசிஸ்தானில் ஒருவரைக் கைது செய்வது என்பது பெரிய விஷயமே அல்ல. எத்தனை பெரிய பிரபலமாக இருந்தாலும் அது நடக்கும். கலாட் சாம்ராஜ்ஜியத்தின் கடைசி மன்னரையே கைது செய்தவர்கள் அல்லவா பாகிஸ்தான் அரசியல்வாதிகள்? குத்துமதிப்பாக ஒரு கணக்கெடுத்துப் பார்த்தால், பலூசிஸ்தான் பிராந்தியத்தில் அரசியலில் ஈடுபட்ட அத்தனைத் தலைவர்களுமே குறைந்தது ஒரு முறையாவது கைதாகியிருக்கிறார்கள். அது போன்ற ஒன்றாகத்தான் மஹ்ராங் பலூச்சின் கைது இருக்கும் என்று ஷெபாஸ் ஷெரீப் நினைத்ததுதான் பிசகாகிப் போனது.

ஒவ்வொரு காலகட்டத்திலும் ஒரு பெரும் மக்கள் தலைவர் உருவாகி வருவது எங்கும் எப்போதும் நடப்பது. மஹ்ராங்கும் அப்படி வந்தவர்தாம். வித்தியாசம் என்னவெனில், அவர் அரசியல் கட்சி நடத்தவில்லை. Baloch Yakjehti Committee (BYC) என்ற மனித உரிமை இயக்கத்தைத்தான் வழிநடத்துகிறார். ஊர்வலங்கள், பேரணிகள், உண்ணாவிரதங்கள், பொதுக்கூட்டங்கள். இவ்வளவுதான் அவரது ஆயுதங்கள். பலூசிஸ்தானில் போராளி இயக்கங்களுக்கும் அரசியல் கட்சிகளுக்கும் உள்ள செல்வாக்கினும் மஹ்ராங்குக்கு உள்ள செல்வாக்கு

மிகுதி. கட்சிகள் ஒன்றிணைந்து ஏதாவது திட்டம் தீட்டினாலும் சரி; இயக்கங்கள் எதையாவது செய்ய நினைத்தாலும் சரி. 'டாக்டர் காதில் ஒரு வார்த்தை போட்டுவிட்டு' ஆரம்பிப்பது அங்கே வழக்கம்.

பாகிஸ்தான் அரசுக்கு இதெல்லாம் தெரியாததல்ல. ஆனால் மொத்த பலூச்சி தலைவர்களையும் பிடித்து உள்ளே வைத்துவிட வேண்டும் என்கிற ஆவேசத்தில் அவர்கள் இயங்கியதில் மஹ்ராங் விஷயம் என்னவாக உருக்கொள்ளும் என்று கணப் பொழுது சிந்திக்க மறந்தார்கள். ஙிலிகி ஏப்ரல் **2025** இல் குறைந்தது ஐம்பது இடங்களில் தாக்குதல் நடத்தியது. இது ஒரு குறிப்பிட்ட பிராந்தியம் என்றில்லாமல் பலூசிஸ்தான் மாநிலமெங்கும் ஒரே சமயத்தில் நடத்தப்பட்டது. ராணுவ இலக்குகள். காவல் நிலைய இலக்குகள். அரசு அலுவலக இலக்குகள். இதற்கு முன்பு, பலூசிஸ்தான் விடுதலை ராணுவம் நடத்திய தாக்குதல்களுக்கும் இந்தத் தொடர் தாக்குதல்களுக்கும் ஒரு முக்கியமான வேறுபாடு உண்டு.

முன்னர் அவர்கள் ஒரு சம்பவத்தைத் திட்டமிட்டு, அதை முடித்துவிட்டுப் போய்விடுவார்கள். இம்முறை, ஒரு பிராந்தியத்தைக் குறிவைத்தால், அங்குள்ள அரசுத் தரப்புகள், துருப்புகள் அனைத்தையும் கொன்றுவிடுவது அல்லது விரட்டிவிடுவது என்பதைச் செயல்திட்டமாகக் கொண்டிருந்தார்கள். முற்றிலும் அரசுத் துருப்புகள் அகற்றப்பட்டதும் அந்தப் பகுதியைத் தாங்கள் கைப்பற்றிவிட்டதாக அறிவிக்க ஆரம்பித்தார்கள். அப்படிக் கைப்பற்றப்பட்ட நகரங்களிலும் கிராமங்களிலும் சுற்றிப் பாதுகாப்பு ஏற்பாடுகள் செய்து, ராணுவம் உள்ளே நுழைய முடியாத விதத்தில் எங்கெங்கும் கண்ணிவெடிகள் புதைத்தார்கள். சாலைகளை முற்றிலுமாக உடைத்தார்கள். மலைப் பகுதிகளில் ஹெலிகாப்டர் எதிர்ப்பு ஏவுகணைகளுடன் தனிப்படைகளை நிறுத்தினார்கள். மலைகளில் ஏறி

வரும் பாதையெங்கும் கண்ணிவெடிகளைப் புதைத்து, போதாக்குறைக்கு உருட்டிவிடத் தோதாக மொட்டை மலைப் பாறைகள் அருகே உள்ளூர் தன்னார்வலர்களை நிறுத்திவைத்தார்கள்.

இயக்கங்களுக்கிடையே சுமாரான சமரசமும் ஓரளவு இணக்கமான சூழலும் உருவாகியிருந்ததால் (BRAS முயற்சிகளின் தொடர்ச்சி) பி.எல்.ஏவின் இந்தத் தொடர் தாக்குதல் நடவடிக்கைகளுக்கு மற்ற போராளிக் குழுக்கள் பக்கபலமாக இருந்தன.

ஏப்ரல் மாதம் முழுவதும் எப்போது எங்கே என்ன நடக்கும் என்றே ஊகிக்க முடியாதபடி தொடர்ச்சியாக அவர்கள் ராணுவ இலக்குகளைத் தாக்கிக்கொண்டே இருந்தார்கள். பெரும்பாலான அரசு அலுவலகங்கள் இயங்கவேயில்லை. கதவை இழுத்துப் பூட்டிக்கொண்டு ஊரைப் பார்க்கப் போய்விட்டார்கள். பலூசிஸ்தானில் இருந்த ராணுவத்தின் அளவு அதிகரிக்கப்பட்டது. ஆனால் பெரும்பாலான இடங்களில் சாலைகள் உடைக்கப்பட்டிருந்ததால் ராணுவ வாகனங்கள் உள்ளே வருவதில் சிக்கல் இருந்தது. இருக்கவே இருக்கிறது ஜாபர் எக்ஸ்பிரஸ் என்றும் நினைக்க முடியாது. ஏற்றி அனுப்புப்படுவோர் என்ன ஆவார்கள் என்று தெரியாத சூழ்நிலை. பி.எல்.ஏவில் ஜாபர் எக்ஸ்பிரஸை - அதன் பாதையை - வழியில் வரும் முக்கியமான ஸ்டேஷன்களைக் கண்காணிப்பதற்கென்றே தனியொரு உளவுப் பிரிவு உண்டு. எங்காவது ராணுவத்தினர் மொத்தமாக ஏறுகிறார்கள் என்று தெரிந்தால் போதும். வழியில் குறைந்தபட்சம் ஒரு துப்பாக்கிச் சூடு சம்பவமாவது நடந்துவிடும்.

மே மாதம் மூன்றாம் தேதி பலூசிஸ்தான் விடுதலை ராணுவத்தின் இந்தத் தொடர் தாக்குதல் நடவடிக்கைகளில் ஒரு முக்கியமான சம்பவம் நிகழ்ந்தது. கலாட் மாவட்டத்தில் மங்கோச்சர் என்றொரு கிராமம்.

மக்கள் தொகை அதிகம் கிடையாது. இருந்த கொஞ் சநஞ்ச பேரும் மெல்ல மெல்ல இடம் பெயர்ந்து போய்விட்ட கிராமம். காரணம், அது ஒரு ராணுவ நிலை. ராணுவ கிராமம் என்றே சொல்லத்தக்க வகையில் வீரர்கள் குவித்துவைக்கப்பட்ட இடம். பி.எல்.ஏ, மங்கோச்சரைக் குறி வைத்தது.

ஏராளமான வெடிகுண்டுகளும் கிரானேடுகளும் பயன்படுத்தப்பட்டன. இடைவிடாத இயந்திரத் துப்பாக்கித் தாக்குதல்களும் இருந்தன. ஒரு முழுப் பகலும் முழு இரவும் நடந்த போரில் மங்கோச்சரை பி.எல்.ஏ கைப்பற்றியது. குறைந்தது நாற்பது ராணுவ வீரர்கள் இந்தத் தாக்குதலில் கொல்லப்பட்டார்கள். மற்றவர்கள் தப்பிச் சென்றார்கள்.

ஒரு கிராமத்தை வெற்றி கொள்வது அத்தனை பெரிய செயலா என்று தோன்றலாம். அது ஒரு ராணுவக் கேந்திரமாக இருந்தது என்பதும், தாக்குதலைச் சமாளிக்க முடியாமல் ராணுவத்தினர் கிராமத்தை விட்டுச் சென்றார்கள் என்பதும் அதற்கு முன் பலூசிஸ்தானில் எப்போதும் நடந்ததில்லை.

ராணுவம் முற்றிலும் விலகிவிட்டதை உறுதி செய்துகொண்டு, பி.எல்.ஏ கிராமத்தைச் சுற்றி செக் போஸ்ட்களை நிறுவியது. அந்த ஓரிடத்தில் கிடைத்த வெற்றி எங்கும் பரவும்படியாக, அக்கம்பக்கத்து கிராம மக்கள் மூலம் செய்தி பரவலாக்கப்பட்டது. இது மாநிலமெங்கும் ஆயுததாரிகளுக்கு மிகுந்த உற்சாகம் அளித்தது. மறுநாள் முதல் பி.எல்.ஏவின் தாக்குதல் இன்னும் வேகமெடுத்தது. மங்கோச்சரைப் போலப் பல்வேறு இடங்களில் அவர்கள் கிராமங்களைக் கைப்பற்றத் தொடங்கினார்கள். சிறிய நகரங்கள் அவர்கள் வசமாயின. அப்போதுதான் பி.எல்.ஏவுக்கே இது இறுதிப் போர் என்ற எண்ணம் ஏற்பட்டிருக்க வேண்டும். வரலாற்றில் அதற்குமுன் அவர்கள் அப்படியொரு

தொடர் வெற்றியைக் கண்டதில்லை. பி.எல்.ஏ மட்டுமல்ல. வேறெந்த இயக்கமும். எப்போதுமே.

இதற்கு இரண்டு காரணங்கள் இருந்தன. முதலாவது, முன்பே பார்த்தபடி ராணுவத்தால் பல இடங்களில் முன்னேற முடியவில்லை. சாலை உடைப்பு என்பது நம்ப முடியாத அளவுக்கு மோசமான நிலையை அடைந்திருந்தது. ஒரு பேச்சுக்கு, நாளையே பலூசிஸ்தானில் சாலைகள் சீரமைக்கப்பட ஆரம்பித்தால், அத்திட்டம் நிறைவடைய ஒரு சில ஆண்டுகளே ஆகலாம். அந்த அளவுக்கு மோசம். ராணுவத்தினர் ஏராளமாக இருந்தாலும் குறிப்பிட்ட இடங்களுக்கு அவர்களால் உடனடியாகச் சென்று சேர முடியவில்லை.

இரண்டாவது காரணம், மக்கள் ஆதரவு. இதுதான் மிகவும் முக்கியம். பி.எல்.ஏவின் தொடர் தாக்குதல் நடவடிக்கைகள் மாநிலம் முழுதும் மக்களுக்குத் தெரிந்திருந்தது. அவர்களில் நேரடி ஆதரவு தருவோர், மறைமுக ஆதரவு தருவோர் என்று இரு பிரிவுகள் இருந்தாலும் ஆதரிக்காதவர்கள் அநேகமாக யாருமில்லை என்பது முக்கியம். ஏனெனில், இந்தத் தொடர் தாக்குதல் நடவடிக்கைகள் எப்போது திட்டமிடப்பட்டன என்பது சார்ந்து சில குழப்பங்கள் இன்றும் உள்ளன. ஆனால் மஹ்ராங் பலோச்சின் கைதுக்குப் பிறகு இவை வேகமெடுத்தன என்பதாலும் பலூசிஸ்தானில் மஹ்ராங் பலோச்சின் கைதுக்காகப் பாகிஸ்தானைப் பழிவாங்கியே தீரவேண்டும் என்ற எண்ணம் இல்லாதவர்களே கிடையாது என்பதாலும் இது நிகழ்ந்தது. பி.எல்.ஏ தாக்குதல் நடத்தத் தீர்மானித்த ஒவ்வோர் இடத்திலும் அவர்களுக்கு மக்களின் நிபந்தனையற்ற ஆதரவு இருந்தது. அதனால்தான் சிறிய வெற்றிகளே ஆனாலும் தொடர்ச்சியாக அவர்களால் வெற்றி பெற முடிந்தது.

மே மாதம் ஒன்பதாம் தேதி நள்ளிரவு அவர்கள் அந்த அறிவிப்பை வெளியிட்டார்கள். பலூசிஸ்தான்

விடுதலைப் பிரகடனம். முன்பும் ஓரிரு சந்தர்ப்பங்களில் பாகிஸ்தானில் இருந்து பிரிந்துவிட்டோம் என்று பலூச்சிகள் அறிவித்திருக்கிறார்கள். அது வேறு. இது முற்றிலும் வேறு.

71. மௌனத்தில் விளையாடும் மனச்சாட்சியே.

மே 9, 2025 அன்று நள்ளிரவு மிர் யார் பலோச் என்கிற பலூசிஸ்தான் எழுத்தாளர் - பத்திரிகையாளர் எக்ஸ் தளத்தில் அறிவித்தார். இனி பலூசிஸ்தான், பாகிஸ்தானின் ஒரு மாநிலமல்ல. அது ஒரு சுதந்தரக் குடியரசு. எங்களைப் பாகிஸ்தானியர் என்று சொல்லாதீர்கள். நாங்கள் பாகிஸ்தானியர் இல்லை; பலூச்சிகள். ஆண்டாண்டுக் காலமாக எங்கள் நிலத்தின் வளங்களைச் சுரண்டிக்கொண்டு எங்களை ஏய்த்து வந்த பாகிஸ்தானில் இருந்து நாங்கள் பிரிந்துவிட்டோம். ஐநா எங்களை அங்கீகரிக்க வேண்டும். உடனடியாக பலூசிஸ்தானுக்கு அமைதிப் படை ஒன்றை அனுப்ப வேண்டும். இங்குள்ள பாகிஸ்தான் ராணுவம் முழுதாக விலக உதவ வேண்டும். இந்தியா எங்களை அங்கீகரிக்க வேண்டும். பலூசிஸ்தானில் தூதரகம் திறக்க வேண்டும். புது டில்லியில் பலூசிஸ்தான் தூதரகம் அமைய வழி செய்ய வேண்டும். நாங்கள் இந்தியாவை நம்புகிறோம். இந்தியாவை முழுவதுமாக ஆதரிக்கிறோம். அபகரிப்பு காஷ்மீர் நிலத்தில் இருந்து பாகிஸ்தான் அரசும் ராணுவமும் முற்றிலுமாக விலக வேண்டும் என்கிற இந்திய நிலைபாட்டை அப்படியே ஏற்கிறோம். அதுதான் சரி. தனக்கு உரிமை இல்லாத நிலங்களான - வடக்கே

காஷ்மீரையும் தெற்கே பலூசிஸ்தானையும் இப்படித்தான் பாகிஸ்தான் அபகரித்து வைத்துள்ளது...

இவை தொடக்கம். தனித்தனி ட்விட்களாக அவர் போட்டுக்கொண்டே இருந்தார். பல்லாயிரக் கணக்கான பலூச்சிகள் உடனுக்குடன் அவற்றைப் பகிர்ந்துகொண்டிருந்தார்கள். திடீரென்று #RepublicOfBalochistan என்கிற ஹேஷ்டேக் பிரபலமானது. அனைத்து சமூக ஊடக வெளியிலும் மக்கள் இதனைப் பேசினார்கள். கவனியுங்கள். மே ஏழாம் தேதிதான் இந்திய ராணுவம் ஆக்கிரமிப்பு காஷ்மீர் பகுதிக்குள் நுழைந்து தீவிரவாதிகளின் முகாம்கள் மீது தாக்குதல் நடத்திவிட்டுத் (ஆப்பரேஷன் சிந்தூர்) திரும்பியிருந்தது. எட்டாம் தேதி அந்தச் சம்பவம் உலகுக்குத் தெரிய வந்தது. மறுநாளே இந்தியாவின் செயல்பாட்டை ஆதரித்தும் இந்தியா தங்களை அங்கீகரிக்க வேண்டும் என்று கோரியும் பலூசிஸ்தான் தேசியவாதியும் விடுதலை இயக்கத் தலைவரும் எழுத்தாளருமான ஒருவர் எக்ஸ் தளத்தில் எழுதுகிறார்.

மிர் யார் பலோச் என்பவர் ஒரு தனி நபர்தான். ஒரு மனித உரிமைப் போராளி. மஹ்ராங் பலோச்சைப் போன்ற களச் செயல்பாட்டாளர். பலூசிஸ்தான் விடுதலை ராணுவத்தில் அவர் உறுப்பினர் இல்லை. ஆனால் பி.எல்.ஏ இறுதி யுத்தம் என்று அறிவித்து, பலூசிஸ்தான் முழுதும் பாகிஸ்தான் ராணுவத்துக்கு எதிரான தாக்குதல்களைத் தொடங்கி, சில வெற்றிகளையும் அடையத் தொடங்கியபோது மிர் யார் பலோச்தான் பலூசிஸ்தான் பிரிந்து, தனி நாடாகிவிட்டதாக அறிவித்தார். இதனை அவர் பி.எல்.ஏவின் சார்பில் அறிவிக்காமல், ஒட்டுமொத்த பலூசிஸ்தான் மக்களின் சார்பாகவே அறிவித்ததையும் கவனிக்க வேண்டும்.

மிர் யார் பலூச்சின் பிரகடனம், பாகிஸ்தான் அரசுக்கு மிகுந்த அதிர்ச்சியையும் பதற்றத்தையும் அளித்தது.

அமெரிக்கா தொடங்கி பாகிஸ்தான் வரை பல்வேறு நாடுகள் பி.எல்.ஏவை ஒரு பயங்கரவாத இயக்கமாக அறிவித்துத் தடை செய்திருப்பதுதான் அதுவரை உலகறிந்த முதன்மை உண்மை. அதை வைத்துத்தான் பலூசிஸ்தானில் நடப்பதெல்லாம் தீவிரவாதிகளின் அட்டூழியம் மட்டுமே என்று பாகிஸ்தான் சொல்லி வந்தது. அதாவது ராணுவம் அங்கே நிகழ்த்தும் கோரத் தாக்குதல்கள், கடத்தல்கள் எதையுமே வெளியே சொல்லாமல், நடக்கும் அனைத்துக்கும் தீவிரவாதிகளே காரணம் என்று ஒரு பிம்பத்தைக் கட்டி எழுப்புவதில் பாகிஸ்தான் பல ஆண்டுகளாகத் தீவிரமாக உழைத்து ஓரளவு சாதித்தும் இருந்தது.

சிறிது சிந்தித்துப் பார்த்தால் இந்த விஷயம் எளிதாகப் புரியும். மிர் யார் பலோச்சின் இந்த சுதந்தரப் பிரகடனம் வெளியாகாதிருந்திருந்தால் இன்று, இக்கணம் வரையிலுமே நாம் பலூசிஸ்தான் பிரச்னையைப் பொருட்படுத்தி சிந்தித்திருக்க மாட்டோம். மொத்த உலகமுமே அங்கே என்னதான் நடக்கிறது என்று தெரிந்துகொள்ள ஆர்வம் காட்டியது அதன் பிறகுதான். பலூச்சிகள் சமூக ஊடகங்களைச் சரியாகப் பயன்படுத்தத் தொடங்கியதன் விளைவு, பலூசிஸ்தானில் நடக்கிற அனைத்தும் உலகுக்கு வெட்ட வெளிச்சமாகத் தொடங்கின.

மிகச் சிறிய விஷயமாகத் தோன்றலாம். ஆனால் இது உண்டாக்கிய விளைவு மிகப் பெரிது. கவனியுங்கள். காஷ்மீரின் ஒரு பகுதி இப்போது பாகிஸ்தானுக்குள் இருக்கிறது. அவர்கள் அதை ஆசாத் காஷ்மீர் (சுதந்தர காஷ்மீர்) என்பார்கள். நாம் என்ன சொல்கிறோம்? பாகிஸ்தான் அபகரித்த காஷ்மீர் (PoK). வரலாற்று ரீதியில் அதுவே சரி என்பதால் உலகம் அதனை ஒப்புக்கொண்டது. பாகிஸ்தானை ஆதரிக்கும் ஒன்றிரண்டு நாடுகள் மட்டும்தான் அபகரிப்பு காஷ்மீர் என்கிற சொல்லைக் கவனமாகத் தவிர்க்கும். இதர

நாடுகள் அனைத்தும் நாம் எப்படிச் சொல்கிறோமோ, அப்படித்தான் சொல்லும். இதனைக் கூர்ந்து கவனித்து, மிர் யார் பலோச் தனது ட்விட்களில் பலூசிஸ்தானில் நிலைகொண்டிருக்கும் பாகிஸ்தான் ராணுவத்தைக் குறித்துக் குறிப்பிடும்போதெல்லாம் PoB என்ற ஹேஷ்டேகைப் பயன்படுத்துவார். Pakistan occupied Balochistan. அபகரிக்கப்பட்ட நிலம். காஷ்மீரைப் போலவே பலூசிஸ்தான் விஷயத்திலும் வரலாற்று ரீதியில் அது சரியே என்பதால் விவரங்களைச் சரிபார்த்த உலக மக்கள் அதனை நம்பி ஏற்கத் தொடங்கினார்கள். உண்மையில், பலூசிஸ்தான் விடுதலை இயக்கம் சர்வதேச கவனத்தை முழுமையாகப் பெற்றது அந்த மே ஒன்பதாம் தேதி அறிவிப்புக்குப் பிறகுதான்.

மிர் யார் பலோச் ஒரு ட்விட்டில் சொன்னார், 'ஆகஸ்ட் 11, 1947 அன்று பிரிட்டிஷார் பலூசிஸ்தானில் இருந்து புறப்பட்டுச் சென்றபோதே நாங்கள் எங்கள் சுதந்தரப் பிரகடனத்தை அறிவித்துவிட்டோம். அதன் பிறகு ஆக்கிரமித்த பாகிஸ்தான் விலக வேண்டியதுதான் இன்னும் மிச்சம்.'

கடந்த எழுபது ஆண்டுகளுக்கும் மேலாக பலூசிஸ்தான் மிகத் தீவிரமான மனித உரிமை மீறல் பிரச்னையால் அவதிப்பட்டுக்கொண்டிருக்கிறது. இதில் சற்றும் சந்தேகமில்லை. ஆள் கடத்தல், காணாமல் போனதாக அறிவித்தல், படுகொலை செய்தல் - இம்மூன்றும் ராணுவத்தால் தொடர்ச்சியாக நடத்தப்படுகிறது. சமூக ஊடகங்களின் வசதி இன்று இத்தகவல்களை உலகுக்குத் தெரியப்படுத்துகிறது. மற்றபடி அங்கே இவை காலம் காலமாக இருந்து வருவதுதான். அமெரிக்கா மற்றும் சீனாவின் நிரந்தர ஆதரவு பாகிஸ்தான் அரசுக்கு இருப்பதனால் பலூசிஸ்தான் பிரச்னை பெரிதாகாமல் அவர்களால் பார்த்துக்கொள்ள முடிகிறது. குறிப்பாக, பலூசிஸ்தானில் நடக்கும் மனித உரிமை மீறல்களைக் கண்டிக்கத் தெரிந்த ஐநா, அது சார்ந்து வேறெந்த

நடவடிக்கையையும் இன்றுவரை எடுக்காதிருப்பதைச் சிந்திக்கலாம். அமெரிக்க உதவி!

சரி, மிர் யார் பலோச் ஐநாவை மட்டும் உதவிக்கு அழைக்கவில்லை. இந்தியாவையும்தானே அழைத்தார்? அம்மா என்றழைக்காத உயிரில்லையே தொனியில் அல்லவா தொடர்ச்சியாகப் பேசினார், அறைகூவல் விடுத்தார், கெஞ்சினார், கையெடுத்துக் கும்பிட்டார்? சுதந்தரப் பிரகடனம் வெளியிட்ட ஒரு பிராந்தியம் இந்தியாவைத் தன் தோழன், வழிகாட்டி, விடியலுக்கான ஒரே சிறந்த உபாயமென்று கருதிக் கேட்டபோதும் இந்தியா ஏன் வாய்திறக்கவில்லை? மிர் யார் பலோச்சின் பல ட்விட்களில் இந்திய வெளியுறவுத் துறை அமைச்சர் ஜெய்சங்கரையும் பாதுகாப்புத் துறை அமைச்சர் ராஜ்நாத் சிங்கையும் tag செய்திருப்பதைப் பாருங்கள். எல்லோரும் எல்லாம் அறிந்தவர்கள். எதைப் பேசலாம், எப்போது பேசலாம் என்பது வரை முன்கூட்டியே விவாதித்து முடிவெடுத்திருக்கவும் கூடும். ஆனால் இந்தியத் தரப்பில் இன்றுவரை பலூசிஸ்தான் சார்ந்து - அவர்கள் கோரிக்கைக்கு எந்த ஒரு பதிலும் வெளியிடப்படவில்லை.

ஐநாவின் அமைதிக்குக் காரணம் வேறு. இந்தியாவின் அமைதிக்குக் காரணம் வேறு. இது மௌனத்தில் விளையாடும் மனச்சாட்சி விவகாரம். சற்று விரிவாகத்தான் பார்க்க வேண்டும்.

72. காரணங்களின் கதை

இந்த நீண்ட நெடிய வரலாற்றின் மிகத் தீவிரமான, சிக்கலுக்கும் சந்தேகத்துக்கும் உரிய, தெளிவான, திட்டவட்டமான ஆதாரங்களற்ற - ஆனால் இன்றியமையாததொரு புள்ளியில் நிற்கிறோம். இந்தியாவும் பலூசிஸ்தானும். அதன் உறவும் நெருக்கமும். விருப்பங்களும் முயற்சிகளும். லாபங்களும் நட்டங்களும்.

மாபெரும் போராட்டத்துக்குப் பிறகு பலூசிஸ்தான் தனது விடுதலையை பகிரங்கமாக அறிவித்தது. மாநிலமே கொந்தளித்துக் கைதுகளாலும் கலவரங்களாலும் பி.எல்.ஏ நடத்திக்கொண்டிருந்த தொடர் தாக்குதல்களாலும் கொத்துக் கொத்தாக விழுந்துகொண்டிருந்த உயிர்களாலும் தத்தளித்துக்கொண்டிருந்தது. அமெரிக்காவும் சீனாவும் மிக வலுவாகப் பாகிஸ்தானை ஆதரித்துக்கொண்டிருப்பது பலூச்சிகளுக்குத் தெரியாததல்ல. பொழுதுபோகாவிட்டால் தனது ராணுவ விமானங்களை உலகின் எந்த மூலைக்கும் அனுப்பி ஓர் ஆட்டம் ஆடிவிட்டுத் திரும்பும் வழக்கம் கொண்ட அமெரிக்கா, பலூசிஸ்தானை கணப் பொழுது பொருட்படுத்திவிடுமானால் மொத்தமும் முடிந்தது. இருக்கவே இருக்கிறது, தீவிரவாதத்துக்கு எதிரான உலகு தழுவிய போர் என்கிற பழைய டெம்ப்ளேட்.

ஆனால் ஆப்கனிஸ்தானை உண்டு இல்லை என்று ஒருவழியாக்கிப் பிய்த்துப் போட்ட பரோட்டா போலச் செய்து முடித்துவிட்டுத் தாலிபன் கையிலேயே நாட்டை ஒப்படைத்துவிட்டுச் சென்ற பரம புருஷர்கள் அவர்கள். அமெரிக்கக் கணக்குகள் சாமானியர்களுக்கு அத்தனை எளிதில் புலப்படாது. பலூசிஸ்தானெல்லாம் அவர்களுக்கு ஒன்றுமேயில்லை. வா என்று பாகிஸ்தான் கூப்பிடவில்லை என்பதுதான் இன்றைய தேதியில் உள்ள மிக எளிய காரணம்.

சரி. சீனா அங்கே செயல்பட்டுக்கொண்டிருக்கிறது. வர்த்தக உறவுதான் என்றபோதும், சீனா இருக்கும் இடத்தில் கோக்குமாக்காக அமெரிக்க ராணுவத்தை உதவிக்குக் கூப்பிடப் பாகிஸ்தான் விரும்பாது. தவிரவும் தனது உள்நாட்டுச் சிக்கலுக்கு அமெரிக்காவை உதவிக்குக் கூப்பிடுவது மானப் பிரச்னையும்கூட. ஆயுத உதவிகள், ராணுவத் தளவாட உதவிகள் அனைத்தும் இருக்கவே இருக்கிறது. போதவில்லை என்று சொன்னால் இன்னும் இன்னும் கப்பலேற்றி அனுப்பி வைப்பார்கள். அதில் சந்தேகமில்லை. நேரடி அமெரிக்க ராணுவ சப்ளை இப்போதைக்கு இருக்க வாய்ப்பில்லை என்பது மட்டும்தான் பலூச்சி இயக்கங்களின் ஒரே நம்பிக்கை. சீனாவின் விஷயமும் கிட்டத்தட்ட இதுதான். அவர்கள் பலூசிஸ்தானில் ‘களப்பணி’ ஆற்றிக்கொண்டிருக்கும் பிராந்தியங்களில் மட்டும் தங்கள் பாதுகாப்புக்காக என்ன செய்ய வேண்டுமோ அதனைச் செய்துகொள்கிறார்கள். ராணுவம், உளவுத் துறை உள்பட ஒரு குட்டி சீனப் பாதுகாப்புத் துறைக் கிளை அலுவலகம் பாகிஸ்தானில் செயல்பட்டுக்கொண்டிருக்கிறது.

இந்த இரு தரப்புமே எப்போது வேண்டுமானாலும் ஓரடி தள்ளி எடுத்து வைக்குமானால் பி.எல்.ஏ என்றல்ல; அனைத்து பலூச்சி இயக்கங்களுமே இருந்த இடம் தெரியாமல் போய்விடும் அபாயம் மிக அதிகம். காரணம், பலூசிஸ்தான் விடுதலை இயக்கங்களுக்கு

‘வெளி’ உதவிகள் அதிகமில்லை. இந்தியா ஆதரிக்கிறது என்று பாகிஸ்தான் இடைவிடாமல் சொல்கிறது. ஜாபர் எக்ஸ்பிரஸ் சம்பவம் வரை அனைத்துக்கும் பின்னால் இந்திய உளவுத் துறை உள்ளதென்பது அவர்கள் குற்றச்சாட்டு. இல்லவேயில்லை என்றுதான் இந்தியா சொல்கிறது. ஆனால், விடுதலை என்று அறிவித்த மறுகணமே இந்தியாவின் ஆதரவைக் கேட்டு நின்ற பலூச்சிகளைச் சற்று சிந்தித்துப் பார்க்கலாம். அவர்கள் ஐநாவை அமைதிப்படை அனுப்பச் சொல்லிக் கேட்டார்கள். பிறகு இந்தியாவின் ஆதரவைக் கோரினார்கள். வேறு எந்த நாட்டையாவது குறிப்பிட்டார்களா என்றால் கிடையாது.

ஏன் என்ற கேள்விக்கு ஒரே பதில்தான். நிபந்தனையற்று பலூச்சி போராளி இயக்கங்களை ஆதரிக்க இன்று உலகில் ஒரு நாடும் கிடையாது. பாகிஸ்தான் என்கிற நாடு உருவாகி, ஓராண்டிலேயே அவர்கள் பலூசிஸ்தானை வலுக்கட்டாய ராணுவ நடவடிக்கையின் மூலம் இணைத்துக்கொண்டு எழுபத்தெட்டு ஆண்டுகள் ஆகிவிட்டன. பலூசிஸ்தான் தன்னை ஒரு குடியரசாகத் தக்க வைத்துக்கொள்வதற்கு ஆயிரத்தெட்டு நியாயங்கள் இருந்தாலும் எதுவுமே இன்றுவரை எடுபடாதிருப்பதற்குப் பல நுணுக்கமான காரணங்கள் உண்டு. அனைத்தையும் மீறி இந்தியா தங்களை ஆதரிக்கும் என்று அவர்கள் நினைத்தார்கள். எதிர்பார்த்தார்கள். வேண்டுகோள் விடுத்தார்கள். இக்கணம் வரை அது ஏன் நடக்கவில்லை?

இந்த வரலாற்றின் மிகத் தொடக்க அத்தியாயங்களில் நாம் ஒரு காட்சியைக் கண்டோம். இந்தியாவும் பாகிஸ்தானும் சுதந்தரம் அடையவிருந்த நேரத்தில், தனது நிலை என்னவென்று தெரியாமல் கலாட்டின் மன்னர் தத்தளித்துக்கொண்டிருந்த கட்டம். தனது சுதந்தரத்துக்குப் பிறகு ராணுவத்தைக் கொண்டு நிறுத்தி அச்சுறுத்தி, கலாட் சாம்ராஜ்ஜியத்தைப் பாகிஸ்தான் தன்னோடு இணைத்துக்கொண்டபோது

இந்தியா வெறும் பார்வையாளராக மட்டுமே இருந்து கவனித்துக்கொண்டிருந்ததையும் கண்டோம். அன்றைக்கும் அவர்கள் இந்தியாவின் ஆதரவை மிகவும் எதிர்பார்த்தார்கள். கிடைக்கவில்லை. இன்றைக்கும் அவர்கள் இந்தியாவைத்தான் எதிர்பார்த்தார்கள். நடக்கவில்லை.

என்றால், பலூசிஸ்தான் விஷயத்தில் பாகிஸ்தான் சொல்வது முழுப் பொய்யா? இந்திய உளவுத் துறை அங்கே செயல்படுவதே இல்லையா? அப்படி ஒரு விஷயமே கிடையாதா? அது பாகிஸ்தானின் உள்நாட்டு விவகாரம் என்கிற நிலைப்பாட்டில்தான் இன்றுவரை இந்தியா இருக்கிறதா?

பாகிஸ்தானில் இருந்து செயல்படும் Advance Legal Research Foundation என்னும் அமைப்பு வெளியிடும் Journal of Law & Social Studies என்னும் ஆய்விதழில் 2023 ஆம் ஆண்டு 'A Historical Examination of Raw's Funding of Baloch Insurgents and its Representation in Pakistani Media' என்றொரு ஆய்வுக் கட்டுரை வெளியானது. பாகிஸ்தானில் இருந்து வெளியான ஆய்வறிக்கை, பாகிஸ்தான் சார்பாகத்தான் பேசும் என்று ஒரு வரியில் கதையை முடித்துவிடலாம். கட்டுரை என்னவாக இருந்தாலும் அதன் பொருட்டு இவர்கள் மேற்கொண்ட களப்பணியில் கிடைத்த சில புள்ளிவிவரங்களை அப்படி அப்படியே சேர்த்துப் பதிப்பித்தார்கள். அது நமக்கு முக்கியம்.

பாகிஸ்தானில் வசிக்கும் பதினெட்டில் இருந்து ஐம்பது வயது வரையிலான பல்வேறு தரப்பு மக்களில் 251 பேரைத் தேர்ந்தெடுத்து, அவர்களிடம் மொத்தம் பத்தொன்பது வினாக்களைக் கொடுத்து பதில் தரக் கேட்டது இந்த ஆய்வுக் குழு. இவர்கள் அனைவரும் சமூகவியல் மாணவர்கள், மேற்படிப்பு-ஆயுவுப் படிப்பில் இருந்தவர்கள் என்பது முக்கியம். இந்த ஆய்வின்

அடிப்படை, 'பலூசிஸ்தான் இயக்கங்களுக்கு இந்தியா உதவுகிறது என்று தொடர்ச்சியாகப் பாகிஸ்தான் அரசு சொல்லி வருவது எந்த அளவுக்கு உண்மை' என்று மக்கள் நம்புகிறார்கள் என்பதைத் தெரிந்துகொள்வதும், நம்புவது என்பதற்கு அப்பால் அவர்களது நேரடி அனுபவங்களின் மூலம் ஏதாவது புதிய தகவல்களைப் பெற முடிகிறதா என்று பார்ப்பதும்தான்.

ஆய்வில் கிடைத்த முடிவு இது:

ஆமாம்; பலூசிஸ்தான் இயக்கங்களுக்கு இந்திய உளவுத் துறை நிதி உதவி செய்கிறது என்று சொன்னவர்கள் 88.5 சதவீதம் பேர். இல்லை என்று சொன்னவர்கள் 7.6 சதவீதத்தினர். தெரியாது என்றவர்கள் 3.9 சதவீதத்தினர்.

இவர்களில் பெரும்பாலானவர்கள், பாகிஸ்தானில் பலூச்சி இயக்கங்கள் நடத்தும் தாக்குதல்களில் இந்திய உளவுத் துறை நேரடியாக சம்பந்தப்படுகிறது என்றே சொல்லியிருக்கிறார்கள். பண உதவி தவிர இதர பல உதவிகளையும் இந்தியா தனது உளவுத் துறையின் மூலம் விடுதலை இயக்கங்களுக்குத் தொடர்ச்சியாகச் செய்து வருகிறது என்பது இவர்களது கருத்து. குல்பூஷன் ஜாதவின் கைது, கைதுக்குப் பிறகு அவர் தந்த வாக்குமூலங்கள், நேரடி விடியோ பேச்சு போன்றவை உண்டாக்கிய தாக்கத்தின் விளைவாக, பாகிஸ்தானின் இளைய தலைமுறையினர் மிகத் தீவிரமாக ராவின் ஈடுபாட்டை பலூசிஸ்தான் விஷயத்தில் நம்புவது தெரிகிறது. ஆனால், கைதான ஒருவரைத் துன்புறுத்திப் பேச வைக்கவும் வாக்குமூலம் வாங்கவும் முடியும் என்கிற எளிய உண்மை தரும் சந்தேகமும் பலருக்கு இருக்கிறது.

இவை அனைத்தையுமே நகர்த்தி வைத்துவிட்டுச் சிந்திக்கலாம். இந்தியாவுக்கு ஏன் பலூசிஸ்தான் முக்கியம்?

ஏனெனில், 1971 ஆம் ஆண்டுக்குப் பிறகு இந்திய நிலப்பரப்பில் இடைவெளியே இல்லாமல் பாகிஸ்தான் தொடர்ச்சியாக மேற்கொண்டு வரும் பல்வேறு குழப்படி

நடவடிக்கைகளின் வேகத்தை மட்டுப்படுத்துவது இந்தியாவின் பாதுகாப்பு ஏற்பாடுகளுள் ஒன்று. தவிரவும் அது முதன்மையானது. காஷ்மீரில் நடத்தப்படும் தீவிரவாதத் தாக்குதல்களும் மும்பை, டெல்லி போன்ற நகரங்களில் அவ்வப்போது நிகழ்ந்த சில சம்பவங்களும் மட்டுமே நமக்கு முதன்மையாகத் தெரியும். உண்மையில் பாகிஸ்தான் உளவுத் துறை இங்கே செய்துகொண்டிருக்கும் பல்வேறு காரியங்களின் கன பரிமாணத்துடன் ஒப்பிட அவை மிகவும் சிறியவை. பல்வேறு மொழிகள், பல்வேறு இனங்கள், மதங்கள் உள்ள ஒரு பெரிய நாட்டில் மக்கள் மத்தியில் பிரிவினையை உண்டாக்குவது, அடித்துக்கொள்ளச் செய்வது, அதன் மூலம் பிராந்திய அமைதியைக் குலைப்பது, ஆட்சிகளை ஆட்டம் காண வைப்பது, மத்திய மாநிலத் தேர்தல்களில் குழப்பம் விளைவிப்பது என்று தொடங்கி, ஐ.எஸ்.ஐ இங்கே செய்பவை அநேகம்.

ஒரு புறம் இந்திய நிலப்பரப்புக்குள் ஐ.எஸ்.ஐயின் செயல்பாட்டை ஒடுக்குவது ஒரு பணி என்றால், பாகிஸ்தானின் கவனத்தை அதன் உள்நாட்டுப் பக்கம் திருப்ப முயற்சி மேற்கொள்வது இந்தியாவுக்கு இன்றியமையாத பெரும்பணி. இந்தக் கட்சி, அந்தக் கட்சி என்றல்ல. எந்தக் கட்சி ஆட்சிக்கு வந்தாலும் இதனைச் செய்துதான் தீர வேண்டும். பாகிஸ்தானில் மட்டுமல்ல. சீனா, திபெத், நேபாளம், பூடான், மியான்மர், பங்களாதேஷ், இலங்கை என்று இந்தியாவைச் சுற்றியுள்ள அனைத்து நாடுகளின் நடவடிக்கைகளையும் கண்காணித்தே தீர வேண்டியுள்ளது. 1962 ஆம் ஆண்டு நடைபெற்ற சீனப் போரில் இந்தியா கண்ட தோல்விக்குப் பிறகு ஆறாண்டுகள் கவனமாகத் திட்டமிட்டு உருவாக்கப்பட்ட அமைப்பு ரா.

இன்றுவரை சீன அத்துமீறல் என்பது இந்தியாவின் வடக்கு மற்றும் வட கிழக்கு எல்லைகளில் இருக்கிறதென்றாலும் அந்தப் போருக்குப் பிறகு சீனாவுடன் நேரடி மோதல்

நிகழவில்லை என்பதைக் கவனியுங்கள். பாகிஸ்தானை அந்நாடு இந்தியா விஷயத்தில் தனது அடியாளாக அமர்த்திக்கொண்டதன் விளைவு அது. இந்திய நிலப்பரப்பில் பாகிஸ்தான் மேற்கொள்ளும் ஒவ்வொரு அத்துமீறல் நடவடிக்கையின் பின்னணியிலும் சீனாவின் நேரடி அல்லது மறைமுகத் தொடர்பு நிச்சயமாக உண்டு.

கையெட்டும் தொலைவில் இப்படி இரண்டு எதிரிகளை வைத்துக்கொண்டு இந்தியா கை கட்டி வேடிக்கை பார்த்துக்கொண்டிருக்க முடியாது என்பதுதான் உண்மை. இந்தியாவின் பலூசிஸ்தான் ஆர்வம் அல்லது கவனம் என்பது இந்தப் புள்ளியில்தான் தொடங்குகிறது.

73. பிடித்து வைத்த பிள்ளையார்

இந்தியாவின் குறைகள் என்று பட்டியலிட ஆயிரமாயிரம் விஷயங்கள் ஒவ்வொருவருக்கும் இருக்கலாம். ஆனால் வளராத, வளர்ந்துகொண்டிருக்கும், கிட்டத்தட்ட வளர்ந்துவிட்ட பிற நாடுகளோடு ஒப்பிட்டுப் பார்க்கும்போது அவை எதுவுமே ஒரு பொருட்டில்லை என்று தோன்றும். வம்புச் சண்டைகள் கிடையாது. வலுச்சண்டைகள் ஆகாது. பெரிய பஞ்சம், பேரழிவுகள், பசி-பட்டினிச் சாவுகள், ராணுவ ஆட்சி, அராஜகமான சம்பவங்கள், இனப்படுகொலைகள், உள்நாட்டு யுத்தம் என்று மொத்த நாட்டையும் பாதிக்கும்படியான பேரழிவுச் சம்பவங்கள் இந்தியாவில் இராது. ஜனநாயகத்தின் கட்டமைப்பிலேயே உள்ள இயல்பான ஓட்டைகளைப் பயன்படுத்தி அரசியல்வாதிகள் உள்ளேயும் வெளியேயும் அவ்வப்போது ஆனந்த அல்லது உக்கிர தாண்டவம் ஆடிக்காட்டுவார்கள். ஆங்காங்கே அசம்பாவிதங்களும் நடக்கும்தான். ஆனால் எது ஒன்றும் மொத்த மக்களையும் பாதிக்காது. பகுதியளவு பாதிப்புகளைப் போகிற வழியில் சரிசெய்துகொண்டு போய்விடுவது நம் வழக்கம்.

இதற்கு இரண்டு காரணங்கள் மிகவும் முக்கியமானவை. முதலாவது, இந்தியா ஒரு மதச்சார்பற்ற நாடு. எதை அடக்கி வைத்தால் எல்லாம் சரியாக இருக்குமோ,

அரசியல் சாசனத்தை அமைத்தவர்கள் அதை முதலில் செய்து வைத்தார்கள். இரண்டாவது காரணம், இந்தியாவின் வெளிநாட்டுக் கொள்கைகள். தொடக்கம் முதலே ஒரு பொறுப்பு மிக்க சர்வதேச சக்தியாக இந்தியா தன்னைக் கட்டமைத்து வந்திருக்கிறது. அண்டை நாடுகளின் உள்விவகாரங்களில் பகிரங்கமாகத் தலையிடும் வழக்கம் (பங்களாதேஷ், இலங்கை விவகாரங்கள் நீங்கலாக) இந்தியாவுக்கு இருந்ததில்லை.

சிறிது எண்ணிப் பார்க்கலாம். இந்தியா தனது வழக்கத்தை மீறித் தலையிட்ட மேற்சொன்ன இரண்டு தருணங்களின் தொடர்ச்சியாக அடைந்த இழப்புகள் அதிகம். முதலாவதில், பாகிஸ்தானுடனான நிரந்தரப் பகை ஏற்பட்டு நிலைத்தது. அடுத்ததில் ஒரு பெரிய தலைவரை, முன்னாள் பிரதமரையே பலி கொடுக்க வேண்டி இருந்தது. இவற்றை விபத்துகள் என்று எடுத்துக்கொள்வோமானால், நாமே தேடிக்கொண்ட இத்தகைய கோர விபத்துகள் இந்திய சரித்திரத்தில் வேறெங்கும் அதிகம் இராது.

பலூசிஸ்தான் மக்களின் விடுதலைப் போரில் எவ்வளவு நியாயம் இருக்குமானாலும் இந்தியா நேரடியாக அதன் அரசியலுக்குள் நுழையாதிருப்பதன் பின்னணியை இங்கிருந்து சிந்திக்க ஆரம்பிக்கலாம். உளவு அமைப்பின் மூலம் விடுதலை இயக்கங்களுக்கு உதவி செய்வதெல்லாம் ராஜதந்திர வகைமைக்குள் வரும்.

ஒன்று தெரியுமா? பல பலூச்சி விடுதலை வீரர்கள் சிகிச்சைக்காக இந்தியாவுக்கு வந்து தங்கியிருந்துவிட்டுப் போயிருக்கிறார்கள். இந்த வரலாற்றின் தொடக்கப் பகுதிகளில் ஷெர் முஹம்மது மர்ரி என்கிற இடதுசாரிப் போராளி இயக்கத் தலைவரைக் குறித்து விரிவாகப் பார்த்திருக்கிறோம். அவர் விடுதலை ஆன பிறகு சிகிச்சைக்காக இறுதியில் இந்தியாவுக்குத்தான் வந்தார். மே 11, 1993 இல் அவர் காலமானதும்கூட மும்பையில்

உள்ள ஒரு மருத்துவமனையில்தான். நமக்கு இதெல்லாம் செய்தியாகக் கூடத் தெரிய வராது. ஆனால் எல்லாம் அதனதன் தாளகதியில் சரியாகவே இயங்கும். காதும் காதும் வைத்தாற்போல கனகச்சிதமாக நடந்தேறும்.

இந்தியா தவிர்க்க விரும்பாத சில அரசியல் அடைக்கலங்கள் (தலாய் லாமா, வரதராஜப் பெருமாள், ஷேக் ஹசீனா போல) தரப்பட்டிருக்கும். ஆயுத உதவிகள், பண உதவிகள் வரை நமக்குச் சில தகவல்கள் அவ்வப்போது தெரிய வரலாம். அவற்றுக்கு அப்பாலும் பல அயல்நாட்டு அமைப்புகளுக்கும் இயக்கங்களுக்கும் தலைவர்களுக்கும் எவ்வளவோ செய்யப்பட்டிருக்கும். இன்னொரு உதாரணம், ஆப்கனிஸ்தான். முதல் முறை தாலிபன் ஆட்சிக்கு வருவதற்கு முன்பு அவர்களோடு ஓயாது போரிட்டுக்கொண்டிருந்த வடக்குக் கூட்டணிப் படைக்கு முழுக்க முழுக்க சகாயம் செய்து தந்தது இந்தியாதான். அன்றைக்குத் தாலிபன் வெற்றி கண்டு ஆட்சியைப் பிடித்ததற்குக் காரணங்கள் வேறு. ஆனால் இந்தியாவின் உதவி என்பது எத்தனை வீரியம் மிக்கது என்பதை அவர்கள் அப்போதே கண்டுகொண்டார்கள். அதனால்தான் இன்று இரண்டாம் முறை ஆட்சியைப் பிடித்த பிறகு, கண்ணை மூடிக்கொண்டு இந்தியாவுடன் நட்பு கொள்ள எல்லா விதங்களிலும் ஆர்வம் காட்டுகிறார்கள். போரில் சிதைவுற்ற ஆப்கனிஸ்தானின் மறுகட்டுமானப் பணிகளில் இந்தியாவும் கணிசமாக உதவிக்கொண்டிருக்கிறது.

ஆனால் கவனிக்க வேண்டிய விஷயம் ஒன்றுண்டு. ஆப்கனிஸ்தான், பங்களாதேஷ் எல்லாம் இன்று அங்கீகரிக்கப்பட்ட குடியரசுகள். இந்தியா தனது உதவியையும் ஒத்துழைப்பையும் பகிரங்கமாகச் செய்ய முடியும். பலூசிஸ்தான் விஷயம் அப்படி இல்லை. அது இக்கணம் வரை பாகிஸ்தானின் ஒரு மாநிலம். விடுதலை இயக்கத்தினர், சுதந்தர பலூசிஸ்தானை அறிவித்தாலும் எந்த உலக நாடும் அதனை அங்கீகரிக்கவில்லை.

ஐக்கிய நாடுகள் சபை அங்கீகரிக்கவில்லை. ஐநாவின் உறுப்பு நாடான இந்தியா, ஐநா அங்கீகரிக்கும் வரை அமைதியாக மட்டுமே இருக்கும். அதாவது, உதவிகள் செய்யும். வழி வகுத்துக் கொடுக்கும். வழிநடத்தக்கூடச் செய்யும். எதையும் பகிரங்கமாகச் செய்யாது; செய்யவும் முடியாது.

ஏனெனில் இந்தியா பலூசிஸ்தான் விடுதலை அறிவிப்பை ஏற்று அங்கீகரிக்குமானால் அது காஷ்மீர் விஷயத்தில் இன்னும் மோசமான விளைவுகளையே உண்டாக்கும். பெரும் பணக்கார நாடில்லை என்றாலும் பாகிஸ்தான் ஓர் அணு ஆயுத நாடு. தவிரவும் அரசியல் உறுதித்தன்மை என்பது எக்காலத்திலும் இருந்திராத நாடு. எப்போது வேண்டுமானாலும் ராணுவ ஆட்சி வரும். தாலியைக் கழட்டி ஆணியில் மாட்டுவது போல எந்தத் தேவைக்காகவும் அரசியல் சாசனத்தைத் தாற்காலிக முடக்கம் செய்வார்கள். காஷ்மீர் மட்டுமல்ல. இனச் சிக்கல்கள் மிகுந்த இந்தியாவின் வட கிழக்கு மாநிலங்களில் ஏற்கெனவே கொந்தளித்துக்கொண்டிருக்கும் பிரிவினைவாதக் குழுக்களைப் பாகிஸ்தான் வீறுகொண்டு வளர்க்கத் தொடங்கும். உள்நாட்டுக் குழப்பங்களை விளைவிக்கும்.

பங்களாதேஷ் யுத்தத்தின்போது இதையெல்லாம் ஏன் யோசிக்கவில்லை என்று தோன்றலாம். எளிய காரணம்தான். அன்றைய கிழக்கு பாகிஸ்தான் என்பது இந்தியாவின் மிக அண்டை நாடு. அங்கே என்ன நடந்தாலும் மிக நேரடியாக இந்திய மாநிலங்களும் எல்லையோர மக்களும் பாதிக்கப்படுவார்கள். தவிரவும் லட்சக் கணக்கில் குவியும் அகதிகளைச் சமாளிப்பது மாபெரும் சிக்கலாக அன்றைக்கு இருந்தது. பங்களாதேஷ் பிரிவதுதான் இந்தியாவுக்கு நல்லது என்ற உறுதியான முடிவின் பேரில் மேற்கொள்ளப்பட்ட நடவடிக்கை அது.

பலூசிஸ்தான் அப்படியல்ல. அது பிரிந்து தனி நாடாகி,

உலகமே அங்கீகரித்தாலும் அது இந்தியாவின் அண்டை நாடல்ல. பாகிஸ்தான்தான் அண்டை நாடு. பலூசிஸ்தான் அண்டைக்கு அப்பால் உள்ள கொண்டை மட்டுமே. பகிரங்கமாக இந்தியா பலூசிஸ்தானை ஆதரித்தால் பங்களாதேஷில் இருந்து வந்து குவிந்த அகதிகளைப் போலவே பலூசிஸ்தான் அகதிகளும் வந்து குவியத் தொடங்குவார்கள். சமாளிப்பது சிரமமாகிப் போகும்.

இன்னொரு காரணம், சீனா.

பாகிஸ்தானில் சீனா மேற்கொண்டிருக்கும் பொருளாதார வழித்தடத் திட்டங்கள் பெரும்பாலும் பலூசிஸ்தான் வழியாகவே செல்கின்றன. பலூச்சி விடுதலை இயக்கங்களின் இலக்கு இன்றைக்குப் பெரும்பாலும் சீன இலக்குகளாகவே உள்ளன. சீனா, பாகிஸ்தானின் வலுவான ஆதரவு நாடு. தெற்காசியாவின் இரு பெரும் சக்திகளாக இன்றைக்கு சுட்டிக்காட்டப்படுபவை இந்தியாவும் சீனாவும் மட்டுமே. இந்தச் சூழ்நிலையில் ஏற்கெனவே உள்ள விரிசல் விட்ட சீன உறவை மேலும் சிக்கலாக்கிக்கொள்வது இந்தியாவின் நலனுக்கு உகந்ததல்ல. நீண்ட நாள் நோக்கில் அது இந்தியாவின் வளர்ச்சியைத் தடுக்கும் செயலாகிவிடும். இதையும் யோசித்துத்தான் பலூசிஸ்தான் விஷயத்தில் இந்தியா அமைதி காக்கிறது.

இவை அனைத்துக்கும் அப்பால் உள்ள இன்னொரு முக்கியக் காரணம், அமெரிக்க - சீன மௌன யுத்தம். நவீன காலத்தில் யுத்தம் என்பது பொருளாதார யுத்தம் மட்டும்தான். தெற்காசியாவில் சீனாவின் வர்த்தகக் காலனி ஆதிக்கத்தை மட்டுப்படுத்தி, தனது வர்த்தகத்தைப் பெருக்க அமெரிக்கா விரும்புகிறது. இன்றைய அமெரிக்க அதிபர் டிரம்ப்பை மட்டும், அவரது தடாலடி அறிவிப்புகளை மட்டும் கவனத்தில் கொண்டு இதனை அணுகக் கூடாது. அமெரிக்காவின் நீண்ட நாள் செயல்திட்டம் உலகறிந்தது. ரஷ்யா

ஆதிக்கம் செலுத்தும் இடங்கள் அனைத்தையும் தன் வசப்படுத்த நினைப்பது அதன் டி.என்.ஏ பிரச்னைகளுள் ஒன்று.

எனவே அமெரிக்காவின் நேரடிப் பார்வைக்கும் கவனத்துக்கும் உட்பட்ட ஒரு முக்கியமான பிராந்தியத்தின் உள்நாட்டு விவகாரத்தில் இந்தியா நேரடியாகத் தலையிட்டாலோ சார்பெடுத்தாலோ அது இந்திய நலனை நிச்சயமாக நேரடியாக பாதிக்கும். இதனால்தான் அமெரிக்கா-சீனா சம்பந்தப்பட்ட எந்த விஷயத்திலும் இந்தியா மிகவும் ஜாக்கிரதையாக நடந்துகொள்கிறது; கவனம் குன்றாமல் செயல்படுகிறது.

இறுதியாக ஒன்று மீதமுள்ளது. பாகிஸ்தானின் விதி.

இந்தியாவில் வடகிழக்கு மாநிலங்களில் சிலர் பிரிவினை கோரவில்லையா, பஞ்சாபில் காலிஸ்தான் கேட்கவில்லையா என்று வாதத்துக்குப் பேசலாம். இங்கெல்லாம் மாநில சுயாட்சி உரிமைகள் சரியாகப் பேணப்படுமானால், எல்லோருக்கும் பாரபட்சமின்றி மத்திய அரசின் கவனமும் அக்கறையும் கிடைத்துவிடுமானால் விளையாட்டுக்குக் கூட யாரும் பிரிவினை பேச மாட்டார்கள். இந்தியா என்கிற கட்டமைப்பின் வலு என்னவென்பது அனைவருக்கும் தெரியும். ஆனால் பாகிஸ்தான் அப்படியல்ல. பிரிந்துபோன பங்களாதேஷ் மட்டுமல்ல. இன்றைய பாகிஸ்தானின் நான்கு மாகாணங்களும் பிரிவதற்கே துடித்துக்கொண்டிருக்கின்றன. ஏனெனில், எழுபத்தொன்பதாண்டுக் கால சுதந்தர வாழ்வில் தேசியம் என்கிற உணர்வைக் கட்டியெழுப்ப பாகிஸ்தான் தவறிவிட்டது. தேசியம் என்றால் அங்கே பலூச்சி தேசியம். கைபர் தேசியம். பஞ்சாபி தேசியம். சிந்தி தேசியம். அவ்வளவுதான். பஞ்சாபிகள் தொடர்ந்து இஸ்லாமாபாத்தில் ஆட்சியில் இருக்க முடிவதாலும் நீடித்த அரசியல் பாரம்பரிய சாத்தியங்கள் அவர்களுக்கு

வாய்த்திருப்பதாலும் ஓரளவு கணிசமான எண்ணிக்கையில் பஞ்சாபிகள் பாகிஸ்தான் தேசியத்தை மதிப்பார்கள். இதர மூன்று மாநிலங்களிலும் பிரிவினை ஆர்வலர்களே மிகுதி.

அப்படி இருக்கும்போது, இன்றைய சூழ்நிலையில் பலூசிஸ்தான் என்கிற ஒரு மாநிலம் பிரிந்து சுதந்தர நாடாகி, அது அங்கீகரிக்கப்பட்டும்விடுமானால் மறுநாளே சிந்து தேசியப் போராட்டம் தலையெடுத்துவிடும். ஏற்கெனவே அது அரசல் புரசலாகப் பெருகிக்கொண்டுதான் இருக்கிறது. மறுபுறம் பன்னெடுங்காலமாகப் பாகிஸ்தானின் வடமேற்கு எல்லைப்புற மாகாணத்து பஷ்தூன்கள், பஷ்தூனிஸ்தான் வேண்டும் என்று கேட்டுப் போராடிக்கொண்டிருக்கிறார்கள். பலூசிஸ்தான் போராட்டம் போலவே அது ஒரு தனி வரலாறு. ஒப்பீட்டளவில் ஆப்கனிஸ்தானின் எல்லைக்குட்பட்ட பலூச்சி நிலங்களில் பலூச்சிகள் எண்ணிக்கை குறைவு. ஆனால் பஷ்தூன்கள் அப்படியல்ல. அவர்கள் ஆப்கனிலும் பெரும்பான்மைப் பழங்குடிகள். எனவே கைபர் மாகாணத்துப் பழங்குடிகள் கிளர்ச்சியில் இறங்கினால் ஆப்கனும் சும்மா இருக்காது.

எப்படிப் பார்த்தாலும், பாகிஸ்தானின் மாநிலங்கள் பிய்த்துக்கொண்டு போக விரும்புகின்றன. பாகிஸ்தான் என்கிற தேசம் உருவானதில் இருந்து அவர்களுக்கு நிம்மதி என்ற ஒன்றில்லை. மகிழ்ச்சி என்ற ஒன்றில்லை. அதனாலேயே தேசிய உணர்வு அறவே கிடையாது. அங்கே மாநிலம் தோறும் பிரிவினை கோரிக்கை வலுத்து, பாகிஸ்தான் சிதறும் சூழ்நிலை உருவானால் இந்தியா மிக மோசமாக பாதிக்கப்படும் அபாயம் உள்ளது. அகதிகள் பிரச்னை மட்டுமல்ல. அதனினும் பெரிய பலநூறு பிரச்னைகள் இந்தியாவின் தலையில் வந்து விடியும். பாகிஸ்தானின் அணு ஆயுதங்கள், அவர்களே ஊட்டி வளர்த்துவரும் தீவிரவாதிகளின் கரங்களில் சிக்குமானால் முதல் இலக்கு இந்தியாவாகவே இருக்கும்.

இவை அனைத்தையும் யோசித்துத்தான் இந்தியா, பலூசிஸ்தான் விஷயத்தில் வாயைத் திறக்காமல் இருக்கிறது. 2016 ஆம் ஆண்டு இந்தியப் பிரதமர் நரேந்திர மோடி ஓர் உரையில் பலூசிஸ்தான் விவகாரத்தைத் தொட்டுப் பொதுவில் பேசினார். அதோடு சரி. அதற்கு முன்னும் பின்னும் எந்தப் பிரதமரும் இங்கே அதைப் பகிரங்கமாகப் பேசியதற்கு வரலாறில்லை. இதனாலெல்லாம்தான் பலூசிஸ்தான் விடுதலை இயக்கங்களுக்கு இந்தியா மறைமுக ஆதரவு மட்டுமே வழங்கி வருகிறது. தப்பித் தவறி நாளை உலக நாடுகள் அனைத்தும் பலூசிஸ்தானை அங்கீகரித்து, ஐநாவும் ஏற்றுக்கொள்ளுமானால் அப்போது இந்தியா பகிரங்கமாக ஆதரிக்கும். என்ன வேண்டுமானாலும் செய்யும். அதுவரை பிடித்து வைத்த பிள்ளையார்தான்.

இது பலூசிஸ்தான் விடுதலை இயக்கத்தவர்களுக்கும் தெரிந்த விஷயம்தான். தெரிந்தும் அவர்கள் ஏன் இந்தியாவில் தூதரகம் கேட்டு ட்விட் போட்டார்கள் என்றால் ஒரே காரணம்தான். இலக்கற்ற இடம் நோக்கி ஓடத் தொடங்கிவிட்ட பின்பு, ஒதுங்கி நின்று மூச்சுவிட ஓரிடத்தையாவது உறுதி செய்துகொண்டுவிட மாட்டோமா என்கிற பரிதவிப்புதான்.

74. எது வழி?

Operation Herof என்கிற பெயரில் ஆகஸ்ட் 2024 இல் BLA தனது தாக்குதலைத் தொடங்கியபோது, பிறகு அதை இறுதித் தாக்குதலாக அறிவிக்க நேரிடும் என்று எண்ணியிருக்கவில்லை. மே 2025 இல் Operation Herof 2.0 என்று குறிப்பிட்டு அதே தாக்குதல்களை இன்னும் தீவிரப்படுத்தினார்கள். ஐம்பதுக்கும் மேற்பட்ட இடங்களில் சுமார் எழுபத்தைந்து தாக்குதல்களை ஒரே சமயத்தில் நடத்தியபோது அவர்களுக்குச் சில வெற்றிகள் கிடைத்தன. இதற்கு முன் நடக்காத விதமாகச் சில கிராமங்கள், சிறு நகரங்கள் அவர்கள் வசமாயின. பல இடங்களில் நூற்றுக்கும் மேற்பட்ட பாகிஸ்தான் ராணுவத்தினரைச் சுட்டுக் கொன்றார்கள். நான்கைந்து முறை பாகிஸ்தானின் மிக முக்கியமான பல தேசிய நெடுஞ்சாலைகளைப் பல மணி நேரம் அடைத்து வைத்தார்கள். இருப்புப் பாதைகளில் ரயில் வண்டிகளை இயக்கலாமா, காலவரையறையில்லாமல் ரயில் போக்குவரத்தை மூடி வைக்கலாமா என்று அரசு சிந்திக்கும் அளவுக்கு ஒரு முழு ஆட்டம் ஆடித் தீர்த்திருந்தார்கள்.

மே 9 ஆம் தேதி இரவு பலூசிஸ்தான் சுதந்தரம் அடைந்துவிட்டதாக அறிவிக்கப்பட்டதை எழுபத்தெட்டு

ஆண்டுக் கால அடக்குமுறைக்குத் தாங்கள் அளிக்கும் இறுதி பதில் என்று பலூச்சிகள் எண்ணினார்கள். மாநிலம் முழுவதும் அவர்கள் தமது தேசியக் கொடிகளை ஏற்றினார்கள். அரசு அலுவலகங்கள், பொதுக் கட்டடங்கள், வீடுகளின் கூரைகள் உள்பட எங்கெங்கும் பலூச்சி தேசிய கொடிகள் பட்டொளி வீசிப் பறந்தன. பேருந்துகள், ரயில்கள், லாரிகள் என்று எங்கே எந்த வண்டி போவதைப் பார்த்தாலும் குறுக்கே சென்று நிறுத்தி, மேலே ஏறிக் கொடியைக் கட்டி, மிட்டாய் கொடுத்து வாழ்த்தி அனுப்பினார்கள்.

மறுபுறம் ஏற்கெனவே திட்டமிட்டிருந்தவண்ணம், பாகிஸ்தானில் இருந்து புலம் பெயர்ந்து மேற்கு நாடுகளுக்குச் சென்றுவிட்டிருந்த பலூச்சிகள் எக்ஸ் தளத்தில் மிர் யார் பலோச் மூலம் அறிவிக்கப்பட்ட பலூசிஸ்தான் சுதந்தரப் பிரகடனத்தை மீண்டும் மீண்டும் தெரிவித்துக்கொண்டே இருந்தார்கள். 2011 ஆம் ஆண்டு அரபு வசந்த புரட்சிகளின் தொடக்கம் எப்படி ட்விட்டர் வழியே தொடர்ச்சியாக உலகுக்குத் தெரியப்படுத்தப்பட்டதோ, அதே போல பலூசிஸ்தான் விடுதலையும் உலக மக்களின் கவனத்தில் சென்று சேர வேண்டும் என்று அவர்கள் விரும்பினார்கள். பலூசிஸ்தான் தேசியக் கொடி, பலூசிஸ்தான் நாடாளுமன்றம், பலூசிஸ்தான் ஏர்லைன்ஸ், பலூசிஸ்தான் பாஸ்போர்ட், பலூசிஸ்தான் நாணயம் என்று ஒரு தனி நாட்டின் அடையாளங்களாக என்னென்ன தேவைப்படுமோ அனைத்தையும் அன்றே, அக்கணமே அறிவித்தார்கள். புதிய பலூசிஸ்தான் குடியரசு பிறந்துவிட்டது; இதனை ஓர் இறையாண்மை உள்ள நாடாக உலகம் ஏற்று அங்கீகரிக்க வேண்டும் என்று மிர் யார் பலோச் தனது அறிவிப்பில் வேண்டுகோள் விடுத்திருந்தார். பலூசிஸ்தான் குறித்து இதுவரை பாகிஸ்தான் சொல்லியிருக்கும் எந்தக் கதையும் உண்மையல்ல, அதை நம்பாதீர்கள் என்று திரும்பத் திரும்ப பலூச்சிகள் எக்ஸ் தளத்தில்

சொல்லிக்கொண்டிருந்தார்கள். இந்தியாவின் ஆதரவைக் கோரி, ஐநாவின் அமைதிப்படையை பலூசிஸ்தானுக்கு அனுப்பக் கோரி, சாத்தியமுள்ள அனைத்து விதமான வேண்டுகோள்களையும் அனைத்துத் தரப்பினருக்கும் செவ்வனே அனுப்பி வைத்தார்கள்.

BLA களத்தில் இருந்தது. இதர போராளி இயக்கங்கள் அனைத்தும் பின்னணியில் அவர்களுக்கு உதவி செய்துகொண்டிருந்தன. பொது மக்கள் ஆதரவு பெருமளவு இருந்தது. ஆனால் பலூசிஸ்தானின் ஜனநாயகவாதிகள், மஹ்ராங் போன்ற மனித உரிமைப் போராளிகள் அனைவரும் சிறைப்பட்டிருந்தார்கள். ஒரு அவசர ஆத்திரத்துக்குத் தொடர்புகொண்டு விவரம் கேட்டுத் தெளிய யாருமற்ற சூழலில் அந்த சுதந்தரப் பிரகடனம் வெளியிடப்பட்டது.

பாகிஸ்தான் என்ன செய்யும்? இன்னும் ராணுவம், மேலும் ராணுவம் என்று கொண்டு குவித்து மக்களை வீட்டை விட்டு வெளியே வர முடியாமல் செய்யப் பார்த்தது. மே பத்தாம் தேதி காலையே அவர்கள் ஊரடங்கு அறிவித்துவிட்டார்கள். அடுத்த பதினைந்து நாள்களுக்கு யாரும் வெளியே வரக் கூடாது. மீறி வெளியே வந்து கொடி பிடித்தாலோ, கோஷம் போட்டாலோ கண்டவுடன் சுட உத்தரவு இருந்தது. அதையும் மீறித்தான் பலூச்சிகள் தங்கள் சுதந்தரத்தைக் கொண்டாடினார்கள்.

ஆனால் அவர்களுக்குத் தெரியும். அந்தக் கொண்டாட்டமும் வேறெந்தக் கொண்டாட்டமும் கனவில் நடப்பது போன்றதுதான். அல்லது, கனவின் ஒரு துளியைக் கிள்ளி நனவுலகில் போட்டுக் கண்டு களித்துவிட்டு மீண்டும் எடுத்து உள்ளே வைத்துக்கொள்ள வேண்டியது போலத்தான் எல்லாமே.

இது ஒரு துயரம். தீராதது. மிகவும் நீண்ட கால வரலாறு கொண்டது. தீர்ப்பதற்கான சரியான

வழிமுறை எதுவும் இன்றுவரை உருவாக்கப்படவில்லை என்பதுதான் யதார்த்தம். நியாயம் உணர்ந்தவர்கள் பலூச்சிகளின் இந்நெடுங்காலப் போராட்டத்தினை விடுதலைப் போர் என்று சொல்வார்கள். ஆனால் நவீன உலகில் நியாயங்களுக்கான இடம் மிகச் சொற்பம். பெரும்பாலான உலக நாடுகளுக்கு பலூசிஸ்தான் போராட்டம் என்பது ஒரு பிராந்தியக் கிளர்ச்சி மட்டுமே. பிரிவினைவாதம் மட்டுமே. பெரிதாகப் பொருட்படுத்தத்தக்கதல்ல. அதிர்ச்சி தந்தாலும் இதுதான் உண்மை. ஏற்க இயலாத உண்மைகளையும் துல்லியமாகப் புரிந்துகொள்வதொன்றே அடுத்த கட்ட நடவடிக்கைகளைச் சரியாக அமைத்துக்கொள்ள உதவும்.

தனது மக்கள் தொகையில் பல லட்சம் பேரை பலி கொடுத்து, இன்னமும் அன்றாடம் ஆயிரமாயிரம் பேரை இழந்துகொண்டிருக்கும் பாலஸ்தீன் இக்கணம் வரை சுதந்தர நாடாகவில்லை. இப்போதுதான் ஒவ்வொரு ஐரோப்பிய நாடாகப் போனால் போகிறதென்று பாலஸ்தீன் குடியரசை அங்கீகரிக்க முடிவு செய்து வாய் திறக்க ஆரம்பித்திருக்கின்றன. ஐநாவின் உறுப்பு நாடுகள் அனைத்தும் பாலஸ்தீனத்தை அங்கீகரிக்கும்போது இஸ்ரேல் அநேகமாக மொத்த பாலஸ்தீனியர்களையும் கொன்று புதைத்து திவசம் செய்துவிட்டிருக்கும்.

சீனாவில் உய்குர் முஸ்லிம்கள், துருக்கி, இரான், இராக், சிரியா ஆகிய நான்கு நாடுகளில் சிதறி வசிக்கும் குர்தூக்கள், மியான்மரில் ரோஹிங்கியாக்கள், ஸ்பெயினில் பாஸ்க் இன மக்கள், பெல்ஜியத்தில் பிளெமிஷ் பிராந்தியத்து மக்கள், நைஜீரிய இக்போக்கள், மொராக்கோவிடமிருந்து விடுதலை கோரும் மேற்கு சஹாராவின் சஹ்ராவிகள், சிலியில் மாபூச்சேக்கள் என்று விரல் விட்டு எண்ணத் தொடங்கினால் குறைந்தது இரண்டு கை விரல்கள் அளவுக்குத் தேவைப்படும் விடுதலைப் போராட்டங்கள் உலகெங்கும் இன்று நடைபெற்றுக்கொண்டிருக்கின்றன. ஒவ்வொன்றும்

வெவ்வேறு காலகட்டத்தில் ஆரம்பிக்கப்பட்ட போராட்டம்தான். ஒவ்வொரு நாட்டின் அரசியல்-சமூக சூழ்நிலைக்கேற்ப ஜனநாயக முறைப்படியோ, ஆயுதப் போராட்டமாகவோ நடந்துவருவனதாம். இவை தவிர தோற்றுப் போன விடுதலைப் போர்கள், துவண்டு கிடக்கும் விடுதலைப் போர்கள், உதவிக்கு ஆளில்லாமல் உருவற்றுப் போன போர்கள் தனி. பலூசிஸ்தான் விடுதலைப் போர் என்பது தோல்வியுற்றதல்ல. ஆனால் இக்கணம் வரை வெற்றியடையாதது.

ஏன் அது நடக்கவில்லை?

என்றால், நவீன உலகில் ஆயுதப் போராட்டங்களுக்கான மதிப்பு இன்று பொருட்படுத்தத்தக்கதாக இல்லை. உலகம் ஆயுதப் போராட்டங்களைப் பெருமளவு வெறுக்கிறது. அரசுகளே போர்களைச் சலிக்காமல் நடத்திக்கொண்டிருக்கும் காலத்தில் இயக்கங்கள் தம் பங்குக்கு ஆயுதம் ஏந்தி, மக்களை அழைப்பது சலிப்பூட்டத் தொடங்கியிருக்கிறது. உரிமைகள் பிறகு; முதலில் நிம்மதியாக உயிர் வாழ வழி என்ன என்று கேட்கும் நிலையை நோக்கி மெல்ல மெல்ல உலகம் நகர்ந்துகொண்டிருக்கிறது.

பலூச்சிகள் போரிடத் தயங்காதவர்கள்தாம். 1948 ஆம் ஆண்டு தொடங்கி சலிக்காமல் பாகிஸ்தானுக்கு எதிராகக் கம்பு சுற்றிக்கொண்டிருப்பவர்கள்தாம். இன்று வரையிலுமே அது தொடர்ந்துகொண்டிருப்பதும் உண்மையே. ஆனால் தொண்ணூறுகளுக்கு முன்பிருந்த மக்கள் ஆதரவு இன்று உள்ளதா என்று கேட்டால் ஆம் என்று உடனே பதில் சொல்வது சிரமம். சதவீத அடிப்படையில் அது குறைந்திருப்பதே உண்மை.

காரணம், படித்த பலூச்சி இளைஞர்கள் எப்படியாவது எங்காவது வேலை தேடிக்கொண்டு பாகிஸ்தானை விட்டுப் போனால் போதும் என்று துடித்துக் கொண்டிருக்கிறார்கள். பசி, பஞ்சம், துப்பாக்கிச்

சூடுகள், ஆள் கடத்தல், மரணங்களைத் தவிரப் பிறந்ததில் இருந்து எதையுமே பார்த்திராதவர்கள் அவர்கள். அதிர்ஷ்டவசமாக பலூசிஸ்தான் விடுதலை இயக்கங்கள் அடிப்படைவாத முஸ்லிம் இயக்கங்களாக அல்லாமல் இடதுசாரி சித்தாந்தத்தில் நம்பிக்கை கொண்டவையாக இருந்தபடியால் தமது இன மக்கள் கல்வி பெற வேண்டும் என்ற எண்ணம் கொண்டிருந்தார்கள். படித்த தலைமுறையே தம் இனத்தின் விடுதலைக்கு நீடித்த, நிரந்தர வழியைக் கண்டறிந்து தரும் என்பதில் அவர்களுக்குச் சந்தேகமில்லை.

கல்வி மற்றும் பணி நிமித்தம் புலம் பெயர்ந்து சென்ற பலூச்சிகள் இன்றுவரை தமது நிலத்தின் விடுதலைக்குத் தம்மாலான பங்களிப்புகளைச் செய்துகொண்டுதான் இருக்கிறார்கள். ஆனால் அவை போதுமானதாக இல்லை. ஏனெனில் அவர்கள் மோதுவது பாகிஸ்தானுடன். அமெரிக்கா, சீனா என்கிற இரண்டு பெரும் வல்லரசுகளின் அரவணைப்பில் இருக்கும் தேசம் அது. பலூச்சி விடுதலை இயக்கங்கள் பாகிஸ்தானுடன் மட்டும் போரிடவில்லை. மறைமுகமாக இந்த இரு பெரும் சக்திகளுடனும் மோத வேண்டிய அவசியம் அவர்களுக்கு இருக்கிறது.

அவர்களுக்குள்ள இன்னொரு பெரிய சிக்கல், மத்தியக் கிழக்கின் குர்தூக்களைப் போல பலூச்சிகளும் பாகிஸ்தான், இரான், ஆப்கனிஸ்தான் என்கிற மூன்று நாடுகள் இணையும் புள்ளியில் எல்லையைப் பகிர்ந்துகொள்ளும் பிராந்தியங்களில் பரவி வசிப்பவர்கள். மூன்று வேறுவேறு தேசிய அடையாளங்களைக் கொண்டவர்கள். என்னதான் பலூச்சி தேசியம் என்று அவர்கள் பேசினாலும் கள யதார்த்தம் என்று ஒன்று உள்ளதல்லவா? பாகிஸ்தானிய பலூசிஸ்தானில் ஒருவேளை புரட்சி வெற்றி பெற்று, சுதந்தர நாடாக அது ஆகிவிடுமானால் மறு கணமே அது இரானிலும் ஆப்கனிஸ்தானிலும் எதிரொலிக்கத் தொடங்கிவிடும். அங்குள்ள பலூச்சிகளும் தமது நிலம் தமது சொந்தம் என்று ஆரம்பித்துவிடுவார்கள்.

எந்த நாடும் தனது நிலப்பரப்பை ஒரு குறிப்பிட்ட சிறுபான்மை இனத்தின் சுதந்தரத்துக்காக விட்டுக்கொடுக்க விரும்பாது. தன்னால் இயன்றவரை அடக்கி வைக்கவும், முடியாவிட்டால் அடக்கம் செய்துவிடவும்தான் நினைக்கும்.

பலூசிஸ்தானைப் பொறுத்தவரை இன்றும் அம்மக்களின் துயரம் தீராதிருப்பதற்கு அடிப்படைக் காரணம், அவர்களால் தமது பிரச்னையைச் சரியான விதத்தில் சர்வதேச கவனத்துக்குக் கொண்டு செல்ல முடியவில்லை என்பதுதான். இன்றைய புரட்சி, சுதந்தரப் பிரகடனம், இடைவிடாத போர் போன்றவற்றை துரதிருஷ்டவசமாக நாம் ஒரு தொடக்கம் என்றே கருத வேண்டியிருக்கிறது. இந்தியாவைப் போல ஆப்கனிஸ்தானும் பலூச்சி தேசிய இயக்கங்களுக்கு மறைமுக ஆதரவு தந்துகொண்டுதான் இருக்கிறது. ஆனால், அது பாகிஸ்தானுக்கு எதிரான ஆப்கனின் ராஜதந்திர நடவடிக்கை மட்டும்தானே தவிர, உண்மையில் பலூசிஸ்தான் விடுதலை சார்ந்த அக்கறை அல்ல. இல்லாவிட்டால் அக்மார்க் அடிப்படைவாத இயக்கமான தாலிபன், நூறு சதவீத இடதுசாரி இயக்கங்களுக்கு உதவி செய்ய முன்வராது. பலூச்சி இயக்கங்களின் மிகப்பெரிய பலம், அவர்கள் மதத்தைத் தமது கருவிகளுள் ஒன்றாகக் கைக்கொள்ளவேயில்லை என்பது. அவற்றின் மாபெரும் பலவீனம், உதவக்கூடிய நிலையில் உள்ள நாடுகள் மதத்தை மட்டுமே பெரிதாகக் கருதுபவை என்பது.

இந்தியாவின் உதவிகளை அந்தளவுக்கு எளிமைப்படுத்திவிட முடியாது என்றபோதும் இந்தியாவின் தற்காப்பு நடவடிக்கையாகத்தான் அதன் பலூசிஸ்தான் ஆதரவை உலகம் பார்க்கிறது. ஒரு பேச்சுக்கு இப்படிப் பார்ப்போம். அமெரிக்க அதிபரின் மூடத்தனம் மிகுந்த வரிக் கொள்கைகளால் இந்தியா பாதிக்கப்படுகிறது. மாற்று வழிகளைத் தேடத் தொடங்குகிறது. ரஷ்யாவுடனான அதன் நெருக்கம்

அதிகரிக்கிறது. என்றுமில்லா வழக்கமாகச் சீனாவுடன் அதன் உறவு சற்றே வலுப்பெற ஆரம்பிக்கிறது. புதிய வர்த்தக ஏற்பாடுகள் உருவாகின்றன. தெற்காசியாவின் வல்லமை மிகுந்த தேசமான சீனாவுக்கு இந்தியா ஒரு சிறந்த சந்தை. இந்திய நல்லுறவு - வர்த்தக உறவு என்பது அவர்களுக்குப் பாகிஸ்தானிய உறவினும் லாபம் மிகுந்தது. இரு தரப்புக்கும் பலனளிக்கும் ஒப்பந்தங்கள் - நீண்டநாள் அடிப்படையில் சாத்தியமாகுமானால், இந்தியா விஷயத்தில் பாகிஸ்தானை அடக்கி வாசிக்கச் சொல்லி சீனா உத்தரவிடுவது திண்ணம். சீனா சொன்னால் பாகிஸ்தானால் தட்ட முடியாது. இந்தியாவுக்கும் எல்லைப்புற அமைதி அவசியம். பாகிஸ்தான் அடங்கி ஒடுங்கி இருக்குமானால் எல்லா விதங்களிலும் அது இந்தியாவுக்கு நல்லது. அப்படியொரு சூழ்நிலை ஒருவேளை உருவாகுமானால் பலூசிஸ்தான் சார்ந்த தனது ஆர்வங்களை, ஈடுபாடுகளை இந்தியா தாற்காலிகமாக உள்ளே எடுத்துப் பூட்டி வைக்கும். இது தவிர்க்கவே முடியாதது.

நாடுகள் அதனதன் நியாயங்களின் மீது நின்று நர்த்தனமாடும். அப்போது, பன்னெடுங்காலமாக மிதிபட்டுக்கொண்டும் வதைபட்டுக்கொண்டும் இருக்கும் இனங்கள் பேசக்கூட முடியாதபடி குரல்வளை நசுக்கப்பட்டு, கைவிடப்படும். கணப் பொழுது எண்ணிப் பார்க்கலாம். எண்ணெய்ப் பணத்தில் கொழிக்கும் அரபு நாடுகள் அனைத்தும் ஒன்றிணைந்தால் பாலஸ்தீனத்தை இந்நேரம் சுதந்தர நாடாக்கியிருக்க முடியாதா? ஒவ்வொரு நாடும் ஏன் தனது தேவைக்கும் சாத்தியங்களுக்கும் ஏற்ப அமெரிக்காவுக்கும் ரஷ்யாவுக்கும் வால் பிடித்துக்கொண்டு வெற்றுச் சொற்களில் மட்டும் வீரம் காட்டிக்கொண்டிருக்கின்றன?

பலூசிஸ்தானின் சுதந்தரம் என்பது மிக நீண்ட, கரடுமுரடான பாதைகளின் மீது மேற்கொள்ளப்பட்டிருக்கும் பெரும்பயணம். பி.எல்.

ஏவின் ஆபரேஷன் ஹொராஃப் 2.0வும் அதன் தொடர்ச்சியான சுதந்தரப் பிரகடனமும் முதல் முதலாக அவர்களுக்கு விரிவான சர்வதேச கவனத்தைப் பெற்றுத் தந்திருக்கிறது. இது ஒரு சரியான தொடக்கம். அப்படித்தான் எடுத்துக்கொள்ள வேண்டும். சரித்திரம் முழுவதும் பாகிஸ்தான், பலூச்சிகளின் நிலத்தில் செய்துவந்திருக்கும் அக்கிரமங்களைப் பட்டியலிட்டு உலகுக்குப் புரிய வைக்க வேண்டியதும் தகுந்த ஆதாரங்களை முன்வைத்து ஐநாவிடம் கோரிக்கை எழுப்ப வேண்டியதும் உலக நாடுகளின் ஆதரவைத் திரட்ட வேண்டியதும் உடனடியாக அவர்கள் முன்னால் உள்ள பெரும்பணி. ஆயுதங்களல்ல. மக்கள் தொடர்பும் ராஜதந்திரமுமே நவீன உலகின் நம்பகமான கருவிகள்.

பலூச்சி தேசிய இயக்கங்கள் அதைப் புரிந்துகொண்டு தம் மக்களை வழிநடத்துவார்களானால் கனவு வசப்படும்.

இன்றில்லாவிடினும் என்றாவது.

—

References

1. Balochistan: The Heights of Oppression - Azad Singh Rathore

2. Balochistan: Bruised, Battered and Bloodied - Francesca Marino

3. Pakistan: The Balochistan Conundrum - Tilak Devasher

4. Balochistan and its Tribes - Kashmala Ahmed

5. Jadhav Case: International Court of Justice: Reports of Judgements, Advisory Openions and Orders (July 17, 2019)

6. A Historical Examination of Raw's Funding of Baloch Insurgents and

its Representation in Pakistani Media - Journal of Law & Social Studies (JLSS)

7. British Balochistan: A Study of the Role and Impact of Judicial

Commissioners under Colonial Rule - Prof. Dr. Gul Hasan, Dr. Jalal Faiz, Ali Azeem

8. The Baloch Race - M. Longworth Dames

9. Understand Balochistan - R. Chandrashekar, Centre for Joint Warfare Studies (CENJOWS), New Delhi

10. Indian Interference in Balochistan: Analysing the evidence and Implications for Pakistan - Mir Sherbaz Khetran

11. Drivers of Ethnic Terrorism: Case of Baloch Nationalist Movement (BNM) - Global Social Sciences Review (GSSR)

12. Conversations on Balochistan - Malik Siraj Akbar

13. Balochistan: A Conflict of Narratives - Fida Hussein Malik

14. The Genesis of Baloch Nationalism: Politics and Ethnicity in Pakistan - Salman Rafi Sheikh

www.ingramcontent.com/pod-product-compliance
Ingram Content Group UK Ltd.
Pitfield, Milton Keynes, MK11 3LW, UK
UKHW042125021026
15589UKWH00003B/609

9 789348 439802